காக்கா கொத்திய காயம்

காக்கா கொத்திய காயம்
உமாஜி (பி. 1981)

இயற்பெயர் உமாசுதன் கிருபாகரன். யாழ்ப்பாணம், மாவிட்டபுரத்தில் பிறந்தவர்; தன்னுடைய வாழ்க்கையில் கால்நூற்றாண்டை இடப்பெயர்வுகளின் வழி கடந்தவர். ஈழப் போராட்டத்துக்குள் பிறந்து, வளர்ந்து ஆயுதப் போராட்டத்தின் முடிவையும் கண்டு நின்றவர். வாழ்வையும் அரசியலையும் சமூக மாற்றத்தையும் இந்நூலின் வழி பேசியிருக்கிறார்.

நன்றி

வாழ்ந்த மண், கடந்துவந்த வாழ்க்கை, பார்த்து வளர்ந்த, தொலைதேசங்களில் பிரிந்துவிட்ட உறவுகள், விலகிச்சென்ற, தொலைந்துபோன நண்பர்கள், நேசித்த, மறக்கமுடியாத மனிதர்கள், மறந்துவிட விரும்பும் துயர்தோய்ந்த பொழுதுகள், கொண்டாட்டமான தருணங்கள் எனப் பேசித்தீராத அனுபவங்களைச் சுமந்து அலைகிறோம்.

கண்டும் கேட்டும் கவனித்தும் உணர்ந்துகொண்ட ஏராளம் கதைகளில் சிலவற்றை எப்போதாவது கொஞ்சம் சொல்லிவிடுகிறோம்.

அப்படி 2011 - 2014 காலப்பகுதியில் எழுதப்பட்ட சில பதிவுகள் 'காக்கா கொத்திய காய'மாகக் காரணமான அனைவருக்கும் நன்றி.

உமாஜி

உமாஜி

காக்கா கொத்திய காயம்

காலச்சுவடு பதிப்பகம்

அன்பார்ந்த வாசகருக்கு,

வணக்கம்.

காலச்சுவடு நூலை வாங்கியமைக்கு நன்றி.

நூலின் உள்ளடக்கம், உருவாக்கம், அட்டைப்படம் இன்ன பிற அம்சங்கள் பற்றிய உங்கள் கருத்துகளையும் ஆலோசனைகளையும் காலச்சுவடு வரவேற்கிறது. தகவல், எழுத்து, வாக்கியப் பிழைகள் தென்பட்டால் கட்டாயம் தெரிவித்து உதவுங்கள். நூல் தயாரிப்பில் கடும் குறைபாடு இருப்பின் மாற்றுப் பிரதி உங்களுக்குக் கிடைக்கக் காலச்சுவடு ஏற்பாடு செய்யும்.

மின்னஞ்சல்: publisher@kalachuvadu.com

காலச்சுவடு நாகர்கோவில் தலைமையகத்துக்கும் கடிதம் அனுப்பலாம்.

தங்கள்
எஸ்.ஆர். சுந்தரம் (கண்ணன்)
பதிப்பாளர் — நிர்வாக இயக்குநர்

காக்கா கொத்திய காயம் ❖ அனுபவப் பதிவு ❖ ஆசிரியர்: உமாஜி ❖ © உமாசுதன் கிருபாகரன் ❖ முதல் பதிப்பு: 2018 ❖ காலச்சுவடு முதல் பதிப்பு: டிசம்பர் 2019 ❖ வெளியீடு: காலச்சுவடு பப்ளிகேஷன்ஸ் (பி) லிட்., 669 கே. பி. சாலை, நாகர்கோவில் 629001

காலச்சுவடு வெளியீடு: 942

kaakkaa kottiya kaayam ❖ Experience Essays ❖ Author: Umajee ❖ © Umasuthan Kirupakaran ❖ Language: Tamil ❖ First Edition: 2018 ❖ Kalachuvadu First Edition: December 2019 ❖ Size: Demy 1 x 8 ❖ Paper: 18.6 kg maplitho ❖ Pages: 304

Published by Kalachuvadu Publications Pvt. Ltd., 669 K.P. Road, Nagercoil 629001, India ❖ Phone: 91-4652-278525 ❖ e-mail: publications@kalachuvadu.com ❖ Wrapper Printed at Print Specialities, Chennai 600014 ❖ Printed at Mani Offset, Chennai 600077

ISBN: 978-93-89820-07-2

12/2019/S.No. 942, kcp 2552, 18.6 (1) ass

பொருளடக்கம்

முன்னுரை	9
தாய்நிலம்	11
காக்கா கொத்திய காயம்	17
பட்டங்கள்	22
ரோஜர்	28
பிள்ளையக்கா	36
நேற்று இன்று	41
கோச்சி எனவா	47
கடைசி மணி	54
பாடல்கள்	61
50 கலிபரும் கப்டன் ஹீரோராஜும்	71
ஊரின் குரல்	78
காதலர்கள்	86
சினிமா சினிமா	91
ரணேஸ் வாத்தி	101
இதயம் ஒரு கோவில்	107
புஜ்ஜி	114
பொன்னியின் செல்வன்	121
கண்ணாடித் தாத்தா	126
பங்கர்	132

தூர்தர்ஷன்	140
இசைவு	148
பியானோ	155
புகைப்படம்	160
கலைஞன்	166
கர்ணன்கள்	173
நிராகரிப்பின் வலி	180
தொலைந்து போதல்	188
A-9	193
ஊரடங்கு	201
ஒரு விடைபெறல்	213
புத்தகங்கள்	224
கடவுளைத் தேடி	234
நீர் தேடும் படலம்	244
ஆதலினால் காதல்..!	256
உதிரிகள்	267
குருமன்காடு	276
புலி வேட்டை	284
மாவிட்டபுரம்	292

முன்னுரை

ஈழத்து இலக்கிய உலகில் தாம் வாழும் சமூகத்தில் பட்ட அனுபவங்களைத் தெளிவான சமூகப் பார்வையுடன் அங்கதம் கொப்பளிக்க எழுதுபவர்கள் காணாமல் போய்விட்டார்களோ என்ற ஐயம் எனக்கு இருந்தது.

பேரழிவும் அழுகையும் அச்சமும் நிறைந்த கணங்களை ஒவ்வொன்றாகக் கடந்துசெல்வதாக அமைந்த யுத்தகால வாழ்வின் அனுபவங்களை இலக்கியப் படைப்புகளாக வெளிக்கொணர்ந்து கவனத்தை ஈர்த்த இளம் படைப்பாளிகளுள் தனித்துவம் மிக்க ஒருவராக தன்னை அடையாளப் படுத்தியுள்ளார் உமாஜி. 'வானம் தாண்டிய சிறகுகள்' என்ற தனது வலைப்பூ மூலம் இலக்கிய உலகுக்குள் வந்தவர். ஆழமான நகைச்சுவை உணர்வும் கூர்மையான சமூகப் பார்வையும் எளிமையும் அழகும் கொண்ட மொழியாற்றலும் வாய்க்கப்பெற்ற ஒரு படைப்பாளி.

2012 முதல் 2014 வரையான அவரது எழுத்துக் களின் தொகுப்பாக வந்துள்ள இந்த நூல், ஒரே மூச்சில் படித்துவிடக் கூடியது. ஆர்வத்தை ஊட்டும் அவரது அழகிய மொழியில் சுய எள்ளலும் சமூக விமர்சனமும் வாசிக்கும்போதே இதழ்களும் முகமும் மலர மெல்லிய புன்னகையுடன் வாசிக்கவைக்கும் அனுபவத்தைத் தருவதாக அமைந்துள்ளது. அதே நேரம் அந்த நகைச்சுவைக்குப் பின்னால் இருக்கும் நோவும் துயரமும் வாசகரை ஆழமான சிந்தனைக்கு வழிநடத்திச் செல்லவைப்பவை.

யுத்தகால அனுபவங்கள் கவிதைகளாகவும் சிறுகதைகளாகவும் நாவல்களாகவும் கடந்த பத்தாண்டுகளுக்கு மேலாக நிறையவே வந்துள்ளன, இன்னும் வந்துகொண்டிருக்கின்றன. ஆனால் 'காக்கா கொத்திய காயம்' இன்னொரு தனித்துவமான அவற்றுக்கு நிகரான அல்லது அவற்றைவிட மேலான தாக்கத்தைத் தரக்கூடிய அளவுக்கு ஆழமான நுண்ணுணர்வுகளைத் தொடும் புனைவு வீச்சுடனும் படைப்பாற்றலுடனும் வெளிப்படுத்தப்பட்ட பதிவுகளைக் கொண்ட ஒரு நூல். ஈழத்து மக்களின் யுத்தகால வாழ்க்கையை, அதற்குள் பிறந்து வளர்ந்து அனுபவித்த ஒருவரின் பார்வையில் இன்னொரு பரிமாணத்துடன் புரிந்துகொள்ள உங்களை அழைத்துச்செல்கிறது இந்த நூல்.

ஸ்காபரோ, கனடா   **எஸ்.கே. விக்கினேஸ்வரன்**
12.11.2019

தாய்நிலம்

"தம்பி என்னைத் தெரியுமா?" மெல்லிய உடல்வாகுடன் இருந்த அந்த அக்கா சிரித்துக் கொண்டு கேட்டார். பக்கத்தில் வயது முதிர்ந்த இன்னொரு பெண்மணி.

யோசித்துக்கொண்டே பார்த்தேன்.

"நீங்க அப்ப சின்னப்பிள்ளை. ஞாபகமிருக்காது. உங்கட வீட்டுக்குக் கிட்டதான்" மீண்டும் அவரே சொன்னார்.

"அப்பிடியா?"

"ஓம் உங்கட வீட்ல டீ.வி எல்லாம் பாக்க வருவம். இப்ப கொஞ்சம் முதல் அப்பா அம்மாவைக் கண்டு கதைச்சனான்."

அப்படி யாரும் நினைவில் இல்லை. யாரா யிருக்கும்? யோசித்துக்கொண்டே, "உங்க பேர் என்ன?" என்று கேட்டேன்.

"உங்களுக்கு ஞாபகமிருக்காது தம்பி"

"சொல்லுங்க"

அவர் நம்பிக்கையில்லாமல் சிரித்துக்கொண்டே, "ஈஸ்வரி"

"ஓ..! நீங்களா? எனக்குத் தெரியும். மகேஸ் அக்கா எங்க?" அவருடைய அக்கா பற்றியும் விசாரித்தேன்.

காக்கா கொத்திய காயம்

கொஞ்சம் பேசிக்கொண்டிருந்துவிட்டு போகும்போது மகிழ்ச்சியுடன் சொன்னார். "தம்பிக்கு எல்லாரையும் ஞாபகம் இருக்கு."

அதிர்ச்சியாக இருந்தது. ரதீஸ்வரி அக்காவா இது? ஆளே அடையாளமே தெரியாமல் மெலிந்துபோய்... சற்று நேரம் அவர் போவதையே திரும்பிப் பார்த்துக்கொண்டிருந்தேன்.

எல்லாமே மாறிப்போய் விட்டிருந்தது. சரியாக இருபத்தி ரண்டு வருடங்கள். நான் பிறந்து வளர்ந்த, சின்னஞ்சிறு வயதில் விட்டு விலக்கப்பட்ட என் தாய்நிலம் அவ்வளவு அந்நியமாகத் தெரிந்தது. பழக்கப்படுத்திக்கொள்ள நினைவுகளின் அடுக்குகளிலிருந்து தேடிக்கொண்டே மெதுவாக நடந்து கொண்டிருந்தேன்.

சொந்த மண்ணில் வாழும் உரிமை மறுக்கப்பட்டு நாடோடிகளாக வாழும் அனுபவத்தை நீங்கள் எப்போதாவது அனுபவித்திருக்கலாம். சின்னஞ்சிறு வயதில் மட்டுமே பார்த்த ஊரின் எந்தக் காட்சிகளையும் கற்பனை செய்து பார்க்க முயன்று, முடியாமல் நீங்களும் நினைவுகளால் மட்டும் உணர்ந்திருக்கக் கூடும். சிறுவயதில் கேட்ட பாடல்கள் அடிமனதில் இருக்கும் சிறுவயது ஞாபகங்களை எப்போதாவது கிளறிவிட, தூக்கம் தொலைந்திருக்கலாம்.

மீண்டும் பல வருடங்களின் பின் தாய்மண் திரும்பும்போது, அது தன் பழைய அடையாளங்களைத் முற்றிலும் துறந்து, அந்நியமாய் தெரியும்போது, என்ன தோன்றும்? முதன்முதலாகச் சிறுவயதில் நீங்கள் நடைபயின்ற வீதியில் மீண்டும் நடந்து செல்கையில், பள்ளிக்கூடம், சின்னவயது நண்பர்களுடன் விளையாடி, உருண்டு, புரண்ட கோயில் மணல் வீதி எல்லாம் பார்க்கும்போது, பழைய நினைவுகள் மெதுவாக மீட்டப்படுவதை உணர்ந்ததுண்டா?

இதோ நான் சென்றுகொண்டிருக்கும் இந்த ஒழுங்கை முற்றிலும் எனக்கு புதிதானதுதான். சின்ன வயதில் ஒரு முறை கூட தனியாக இங்கே நடந்ததில்லை. ஆங்காங்கே ஓரிரு புதிய வீடுகள் கட்டிக் கொண்டும், காணிகளைத் துப்புரவு செய்துகொண்டும் இருந்தவர்கள் ஒரு கணம் நிறுத்தி, அந்நியனான என்னை அடையாளம் கண்டுகொள்ள முயற்சிக்கிறார்கள்.

அவர்களுக்கு என் அப்பாவைத் தெரிந்திருக்கும். சிறுவயதில் என்னைக்கூடத் தெரிந்திருக்கலாம். இதோ கேற்றிலிருந்து சிமெண்ட் நடைமேடை போடப்பட்ட அடையாளம் மட்டும் தெரிகிறதே, ஒரு பெரிய வீடு இருந்ததற்கான எந்த அடையாளமு

மின்றிச் சிறு கற்குவியல் மட்டுமே எஞ்சியிருக்கிறதே, இது ராசமணி அன்ரி வீடல்லவா? பலாலி இராணுவத் தளத்தி லிருந்து முதலாவது ஷெல் வந்து விழுந்ததும், அந்தச் சுற்றுப் புறத்திலுள்ளவர்களின் முதற்கட்ட 'பாதுகாப்புடன் கூடிய பின்னகர்வு நடவடிக்கை' அந்த வீட்டிற்குச் செல்வதாகவே ஒரு காலத்தில் அமைந்திருக்கும். அந்த வீடு கற்குவியலாகக் காட்சியளித்தது.

"அண்டைக்குத் தந்த மீன் சரியில்ல, பச்சத்தண்ணி மாதிரி இருந்திச்சு."

மோட்டார்சைக்கிளில் மீன் விற்றுக்கொண்டிருந்தவரிடம் பேசிக்கொண்டே, 'கஸ்டமர் கொம்ப்ளெயிண்ட்' குரல் ஒன்று நடந்து வந்துகொண்டிருந்தது. படலையைத் திறந்துகொண்டு வந்த குரலின் சொந்தக்காரர் நடுத்தர வயதினர். ஆங்காங்கே தலை நரைத்திருந்தாலும், என்றும் மாறாத அதே புன்னகையில் அடையாளம் காட்டினார் பஞ்சண்ணை.

"தம்பி உங்களைத் தெரியும் எனக்கு ஞாபகமிருக்கு! ம்ம்ம்... யாரோட மகன்?"

"கிருபாகரன்"

"ஓமோம்! எப்பிடித் தம்பி... இப்பதான் இங்கால வாறீங்கள் போல"

ஒரு சிறிய வைரவர் கோவிலைக் கடந்தபோது, வழக்கம்போல எந்த மதத்துக் கோவிலைக் கண்டாலும் செய்வதுபோல கை அனிச்சையாக சல்யூட் வைத்தது. ஏதோ தோன்றியதும் இரண்டடி பின்னகர்ந்தேன். அந்தச் சிறிய வைரவர் சிலை அப்படியே ஞாபகத்தில் இருந்தது. ஒரு குழந்தை நிற்பதுபோல. கண்கள் புருவங்கள், அழகான புன்னகை. ஒரு குழந்தையை மனத்தில் கொண்டே அதனை உருவாக்கியிருக்கலாம்.

சற்றே தூரத்தில் ஒருவரிடம் அப்பா பேசிக்கொண்டிருந்தார். கறுத்து, தாடி வளர்த்திருந்த அவரைக் காட்டித் தெரியுமா எனக் கேட்டார். அருகில் சென்று "ஆனந்து?" என்றேன். ஆனந்துக்கும் அவ்வளவு மகிழ்ச்சி. தன் மனைவி, குழந்தையை அறிமுகப்படுத்தி வைத்தார். என்னைவிட ஒரு வயது மூத்தவர். அவருடைய அண்ணன், தம்பி பற்றிப் பேசிக்கொண்டிருந்தார்.

சற்று நேரத்தில் அங்கு வந்த பெரியவர் ஒருவர் என்னைப் பற்றிக் கேட்டார். அப்பா பெயர் சொன்னதும் "உங்களுக்கு என்னைத் தெரியாது. அப்பாட்ட கேளுங்கோ தம்பி" என ஆரம்பித்து நிறையப் பேசிக்கொண்டிருந்தார். என்னுடன்

ஆரம்பப் பாடசாலையில் படித்த சிவாகரனின் தந்தை அவர் எனத் தெரிந்துகொண்டேன்.

"அவன் இப்ப பிரான்சில தம்பி! வீடு உடைஞ்சவங்களுக்குக் கட்ட காசு தாறேண்டு கூப்பிட்டுப் பதிஞ்சவங்கள் தம்பி. பிறகு சொன்னாங்கள் உங்களுக்கு எதுக்கு? ஐரோப்பாவில இருந்து காசு வருது எண்டுறாங்கள். நாஞ்சொன்னன் தம்பியவ. இல்லையெண்டா முதல்லயே சொல்லி, எங்களை மீட்டிங் ஒண்டுக்கும் கூப்பிடாதேங்கோ. சும்மா நேரத்த மினக்கெடுத்தி.." அவரே தொடர்ந்தார்.

"தம்பி இதையெல்லாம் நம்பி இல்ல. நாங்கள் யாரையும் நம்பியே வீடு கட்டினனாங்கள்? எங்கட பிள்ளையள வளர்த்தனாங்கள்? படிப்பிச்சுப் பட்டதாரி ஆக்கினனாங்கள்? எல்லாம் இந்த மண்ணில பாடுபட்டு உழைச்சதுதானே? இந்த மண்தான் எல்லாமே. இதுமட்டும் போதும்."

கூரை அகற்றப்பட்டு, உடைந்து, சிதைந்து போயிருந்த எங்கள் வீட்டில் தொலைந்துபோன எதையோ தேடுவதுபோல சுற்றிக்கொண்டிருந்தேன். வெளிப்புறமாக. கூரை திறக்கப்பட்டு பாதி உடைந்த சுவர்த் தடுப்புக்கு எது வெளிப்புறம், உட்புறம்? வீட்டின் முற்றம் சுற்றிவர என எங்கும் செடிகள் முளைத்திருந்தன. இடையிடையே மண் திட்டுக்களில் நான் அந்த வீட்டில் பிறந்து வளர்ந்ததற்கான ஏதாவது ஒரு சின்ன அடையாளம் இருக்குமா எனத் தேடத்தோன்றியது. ஒரு சிறு விளையாட்டுக் கார்ச்சில்லு, ஒரு 'ரெனோல்ட்' பேனா மூடி, ஒரு பிய்ந்துபோன ரப்பர் செருப்பின் பாகம், உடைந்த சிறு விளையாட்டுப் பொருள் பெருமளவில் சேகரித்த 'எட்னா சொக்கலேட்' ஸ்டிக்கர் ஒன்று, கோயில் திருவிழாவில் வாங்கி விளையாடிய பறக்கும்தட்டு இப்படி எதுவாகினும் கிடைக்குமா?

நான் இருந்ததற்கான எந்த ஒரு சிறு அடையாளத்தை என் சிறுவயது நினைவுகளை மீட்டெடுக்கும் ஒரு நினைவுச் சின்னத்தைத் தேடிக்கொண்டிருந்தேன். வெடித்து நெளிந்த மண் நிரம்பியிருந்த சில்வர் டம்ளர் ஒன்று கிடந்தது. ஓரிரு அந்தக்காலத்தைய 'லக்ஸ்பிறே' பால்மாவின் மஞ்சள் நிற பைக்கற் துண்டுகள் கிடந்தன. எனக்கான பிரத்தியேக அடையாளங்கள் ஏதுமில்லை. ஒருவேளை கொஞ்சம் மண்ணைக் கொத்திப் போட்டால் ஏதும் கிடைக்குமோ எனத் தோன்றியது. எப்போதோ நீங்கிச் சென்ற சொந்த மண்ணில், வீட்டில் தான் வாழ்ந்ததற் கான ஏதாவது ஓர் அடையாளத்தைத் தேடுவது மனிதர்கள் ஒவ்வொருவருக்குமான இயல்புதானே.

சிறுவயதில் ஏதாவது ஒருவிளையாட்டுப் பொருளைப் பத்திரமாக வைப்பதாக நினைத்து மறைத்துவைப்போம். பின்னர் அதை மறந்து போய்விடுவோம். இன்னோர் சந்தர்ப்பத்தில் வேறொரு பொருளைத் தேடும்போது எதிர்பாராமல் கிடைத்து விடும். இது எல்லோருக்கும் வாய்த்த அனுபவமல்லவா? நானும் கூட எதிர்பாராமல், ஏதாவது கிடைக்குமா எனத் தேடினேன்.

மன்னராட்சி முறை ஒழிக்கப்பட்டு, மக்களாட்சி நடைமுறையிலிருக்கும் சீனா.

அருங்காட்சியகத்தின் வாயிலில் நுழைவுச் சீட்டு வாங்கிக் கொண்டு உள்ளே செல்கிறார் பூஜி. கண்முன் மிகப்பிரமாண்டமான அரண்மனை. படை வீரர்கள் அணிவகுத்து நிற்கும் மிகப்பெரிய மைதானம் வெறுமையாக இருக்கிறது. பிரதான அரசவைக்குச் செல்லும் நீண்ட படிக்கட்டுகளில் ஏறிச்செல்கிறார். ஒரு முறை திரும்பிப் பார்க்கிறார்.

தனிமையும், இருளும் சூழ்ந்த மண்டபத்தில் இருக்கிறது தங்கத்தாலான சிம்மாசனம். அவர் முகத்தில் சிறு புன்னகை. கயிற்றுத் தடுப்பைத் தாண்டி, சிம்மாசனத்தின் படிகளில் ஏறுகிறார்.

"நில்லுங்கள், அங்கே போக அனுமதியில்லை ஓர் சிறுவன் வருகிறான்.

"யார் நீ?"

"நான் இங்கேதான் இருக்கிறேன். காவலாளியின் மகன்"

"நானும் இங்கேதான் இருந்தேன். இதில்தான் அமர்ந்திருந்தேன்"

"யார் நீங்கள்?"

"நான் சீனாவின் பேரரசனாக இருந்தேன்"

"நிரூபியுங்கள்" என்கிறான் சிறுவன்.

பூஜி ஒரு குழந்தைபோல் உற்சாகமாகி, புன்னகையுடன் சென்று சிம்மாசனத்தில் அமர்கிறார். முகத்தில் மகிழ்ச்சி பொங்க, அப்படியே எட்டி, கீழ்ப்பகுதியில் மறைத்துவைக்கப்பட்டிருந்த ஏதோ ஒரு பொருளை எடுத்துத் தன் சட்டையில் துடைத்து அவனிடம் கொடுக்கிறார். அது வெட்டுக்கிளி வளர்க்கும் ஒரு சிறிய மரக்கூடு. குழந்தைப்பருவத்தில் பேரரசனாக வாழ்ந்த போது ஓர் படைவீரன் அவருக்குப் பரிசளித்தது. அவர் விளையாடும்போது மறைத்து வைத்தது. 'The last Emperor' படத்தில் இடம்பெற்ற காட்சி இது.

ஒருவகையில் நாம் எல்லோருமே சொந்த நாட்டை இழந்து, பிற தேசங்களில் அடையாளங்கள் துறந்து, அலைந்துகொண்டிருக்கும் நாடோடி இளவரசன் போலவே சுற்றித் திரிகிறோம். சொந்த மண் ஒவ்வொருவரையும் மனதளவில் மண்ணின் மைந்தனாக மட்டுமல்ல தன் தாய்நிலத்தின் மன்னனாகவே உணரவைக்கிறது.

எங்கு சுற்றித் திரிந்தாலும், தேசங்கள் கடந்து வாழ்ந்தாலும் எம்மையறியாமலே சொந்த மண் பற்றிய நினைவுகளைச் சுமந்து கொண்டே வாழ்ந்துகொண்டிருக்கிறோம். ஒரு பண்டிகைக் கால நாளின் காலைப் பொழுதோ, ஒரு பால்யகால புகைப்படமோ, ஏதோ ஒரு சோப் வாசனையோ திடீரென தாய்நிலம் பற்றிய நினைவுகளில் சடுதியாக மூழ்கடித்து மனதைக் கனக்கச் செய்து விடுகிறது.

ஊரும் நம்மைப் போலவே தன் இயல்பான எந்த அடையாளமுமின்றி கனத்த மௌனத்தைப் போர்வையாக்கி, உறங்கிக்கொண்டிருக்கிறது.

காக்கா கொத்திய காயம்

"என்ன இது?"

"அது காக்கா கொத்தினது"

"ஏன் கொத்திச்சு?"

"உங்கள மாதிரி சின்னப்பிள்ளையா இருக்கேக்க, அம்மாவ விட்டுட்டு தனியா மொட்டை மாடிக்குப் போனப்போ…"

என் இடது புருவத்தில் மறைந்திருந்த சிறு வெட்டுக் காயத்தைக் காட்டிக் கேட்ட என் அக்கா மகனிடம் சொல்லிக்கொண்டிருந்தேன். நான் மறந்தே போய்விட்டிருந்த என் பால்ய வயது அடையாளம். புருவத்தின் குறுக்காக சிறிய ஆழமான ஒரு வெட்டு. காக்கா கொத்தியது என்றால் நம்பும்படியாக இருந்தது.

அது எப்படி சற்றும் யோசிக்காமல் காக்கா கொத்தியது என்று சொல்ல முடிந்தது?

என் சின்னஞ்சிறு பராயத்தில் என் பெரியப்பா விடம் அதே கேள்வியைக் கேட்ட ஞாபகம் இருக்கிறது. என் புருவத்தில் இருக்கும் அதே போன்ற வெட்டுக்காயம் அவருக்குமிருந்தது. அவர் சொன்ன பதிலும் அதே காக்கா கொத்தியதுதான்.

குழந்தைகள் எல்லாவற்றையும் உன்னிப்பாகக் கவனிக்கிறார்கள். குழந்தைப்பருவத்தில் கவனிப்பதும், கதை கேட்பதுமாகவே முதற்தேடல் ஆரம்பிக்கிறது. வளர்கையில் கவனித்தல் குறையலாம். ஆனால் கதை கேட்கும் ஆர்வம் வாழ்வு இறுதிவரை குறைவ

தில்லை. முக்கியமாகக் குழந்தைப் பருவத்தில் பேச்சு ஆரம்பித்து சில நாட்களிலேயே 'கதை விடுதல்' என்பதும் ஆரம்பித்து விடுகிறது.

குழந்தைகளிடம் கதை விடுவதற்குத்தான் காக்காய்கள் எவ்வளவு உறுதுணையாக இருக்கின்றன. "காக்கா கொண்டு போயிட்டுது!" குழந்தைகளிடம் ஒரு பொருளை மறைத்து வைப்பதற்கு நாம் உபயோகப்படுத்தும் உத்தி. அதன்மூலம் நாங்களே முதன்முறையாக குழந்தைகளுக்குக் கதைவிடுவதை அறிமுகம் செய்கிறோம். பின்னர் அவர்கள் வெகு தீவிரமான முகபாவத்தோடு 'காக்கா கொண்டு போச்சு' என அதே 'டெக்னிக்'கைப் பிரயோகிக்கிறார்கள். அவர்கள் எல்லாவற்றையும் போல பெரியவர்களிடமிருந்தே கதைவிடுவதையும் கற்றுக் கொள்கிறார்கள்.

நாம் முதன்முதலாகக் கேட்ட 'கதைநாயகன்' காக்காதான் இல்லையா? திருட்டுத்தனமான பாத்திரமாகவே காக்கா அறிமுகப்படுத்தப்படுகிறது. பின் நமது திருட்டுத்தனங்களுக்கும் காக்கா மீதே பழிபோட்டுத் திருட்டுத்தனத்தின் உருவகமாகவே அவைகளை மாற்றிவிட்டோம். சிறுவயதில் இடையிடையே ஓரக்கண்ணால் சற்றே சாய்ந்து பார்க்கும் பழக்கம் இருந்தது. "என்னடா காக்காப் பார்வை பார்க்கிறே?" என மாலதி அக்கா சிரித்தபடியே கேட்பார். அவசரமாக, அரைகுறையாகக் குளிப்பதை 'காக்காக் குளியல்', 'காக்காக் கடி' என காக்கைகள் கலைச் சொற்கள் சிலவற்றை வழங்கி நம் மொழிக்கும் சேவை செய்திருக்கின்றன.

பாவம் காக்கைகள்! அவற்றுக்குக் காலம் காலமாக தம் இனத்தின் மீது நாம் மேற்கொள்ளும் தவறான கற்பிதங்கள் பற்றித் தெரியாது. தங்கள் மீதான அவதூறுகளைக் களைய வேண்டுமென்ற பிரக்ஞை இல்லாமலே தங்கள் பாட்டுக்கு வாழ்ந்து வருகின்றன. அவ்வப்போது திருட்டுத்தனங்களும் செய்வதாகத் தெரிகிறது.

என் காயத்தைக் கண்ணாடியில் பார்த்தேன். புருவத்தின் குறுக்காகச் சற்றே ஆழமான ஒரு பிளவு. இவ்வளவு நாட்களாக நான் கவனிக்கவே இல்லையே? நேராகப் பார்த்தால் தெரியாததால், இப்படியொரு அடையாளத்தையே மறந்திருந்தேன். அந்தக் காயம் ஏற்பட்டபோது, ஓரிரு மணிநேர பயத்தையும், சில நாட்கள் வலியையும் எனக்குக் கொடுத்திருந்தது.

பள்ளிக்கூடம் விட்டு வந்ததும் அவசரமாகச் சாப்பிட்டுவிட்டு, என் விளையாட்டுத் தோழர்களைச் சந்திக்க ஓடினேன். அப்பா

கொழும்பில் வேலை பார்த்துக்கொண்டிருந்ததால் வீட்டில் அம்மாவின் கடுமையான சட்டதிட்டங்களுக்கு மத்தியில் வாழ்ந்து கொண்டிருந்த காலப்பகுதி. பொதுவாக நான் வெளியில் சென்று விளையாடுவதை அம்மா விரும்புவதில்லை என்பதால், பலத்த கெடுபிடியுடனேயே எப்போதாவது அதற்கான அனுமதியைப் பெற வேண்டியிருந்தது; சில நிபந்தனைகளின் அடிப்படையில்.

சரியாக மாலை ஆறுமணிக்கு அம்மாவின் ஊரடங்கு அமல்படுத்தப்படும். அப்போது நான் வீட்டில் நிற்க வேண்டும், விளையாட்டில் தோழர்களுடன் ஏற்படும் பிரச்சினை எதுவானாலும் நான் அவற்றை வீட்டிற்குக் கொண்டுவரக்கூடாது என்பவை அவற்றில் முக்கியமானவை. ஆனால் என்மீது சுமத்தப்படும் ஆதாரமற்ற குற்றச்சாட்டுக்கள், சந்தேகத்தின் அடிப்படையிலான தகவல்கள் போன்றவற்றுக்குக் காலதாமதமற்ற கடுமையான பதில் நடவடிக்கையும், காலவரையற்ற தடைச்சட்டமும் உண்டு. அப்போதெல்லாம் மோதலின் ஆரம்ப கட்டத்திலேயே 'ஓ...' வென்று அபாயச் சங்கை முழங்கி, பக்கத்து வீட்டு அக்காக்களிடம் ஆதரவு கோருவதை என் ராஜதந்திர ரீதியான நடவடிக்கையாக வைத்திருந்தேன். அது எப்போதும் நல்ல பலனைக் கொடுத்து. ஒப்பரேசன் லிபரேசன் நடவடிக்கையின்போது திடீரென ஒருநாள் 'மிராஜ்' வந்ததே, அதேபோலப் பறந்து வருவார்கள்.

அன்று ஐஸ்போல் விளையாடிக்கொண்டிருந்தோம். பெயரைத் தவிர விளையாட்டில் ஐசுக்கும், பந்துக்கும் எந்தச் சம்பந்தமுமில்லை. ஒருவர் கண்களைப் பொத்திக்கொண்டு ஒன்றிலிருந்து, ஐம்பதுவரை எண்ணிக்கொண்டிருக்க, மற்றவர்கள் ஒளிந்துகொள்ள வேண்டும். ஒளிந்திருப்பவர்கள் அனைவரும் பின் ஒவ்வொருவராகக் கண்டுபிடிக்கப்படுவர். மீண்டும் ஆட்டம் தொடங்கும். இப்போது முதலில் கண்டுபிடிக்கப்பட்டவர், கண்களை மூடிகொள்ள மற்றவர்கள் ஒளிந்துகொள்ள வேண்டும்– இப்படியே தொடரும். எல்லாம் நன்றாகப் போய்க்கொண்டிருந்தது. தோழி ஒருத்தி கண்களை மூடிக் கொண்டு வழக்கத்தை விட வேகமாக எண்ணத் தொடங்கினாள். நாங்கள் தலைதெறிக்க ஓடினோம்.

என்முன்னால் ஓடிக்கொண்டிருந்த நண்பன் திடீரெனத் தடுக்கி விழ, அவன்மீது நான் தடுக்கி, தடுமாறி எதிரிலிருந்த சதுரத் தூணின் விளிம்பில் மோதினேன். சற்று நேரம் எதுவும் புரியவில்லை, வலிக்கவுமில்லை. கண்கள் மின்னின. லேசாக இரத்தம் கசிய, 'வீட்டுக்கு எப்படிப் போவது?' என்று யோசித்துக் கொண்டிருந்தேன். எனது நல்ல நேரம்! அன்று அப்பா கொழும்பிலிருந்து விடுமுறையில் வரும் நாளாக இருந்தது. தெருமுனையில்

நீண்ட நேரம் காத்துக்கொண்டிருந்தேன். தூரத்தில் அப்பா வருவது தெரிந்ததும் ஓடிச்சென்று அப்பாவிடமிருந்து சிறு பையொன்றை வாங்கித் தோளில் மாட்டிக்கொண்டே கூட நடந்தேன்.

'குழந்தைகள் ஓடி விளையாட வேணும், விழுந்து காயம் பட வேணும்' என்பது அப்பாவின் கொள்கை. கொள்கையின்படி வாழ்ந்ததில், அவரிடமும் சில விளையாட்டுக் காயங்கள். அதைவிட தன் இளம்வயதில் கிரிக்கட் விளையாடும்போது, பற்றைக்குள் பந்தை எடுக்கப்போய் பாம்பிடம் கையில் கடி வாங்கியிருந்தார். 'பாம்பு கடித்த காயம்' தெரியவில்லை. சிகிச்சை யளிக்கும்போது வைத்தியர் கத்திகொண்டு சுரண்டியதில் ஒரு பாம்புக் குட்டி அளவிற்குக் கையில் அடையாளம். மேலதிக விபரமாகச் சொல்லியிருந்தார், பாம்பு கடித்தது அவ்வளவாக வலிக்கவில்லையாம்; சிகிச்சைதான் பயங்கரமாக வலித்ததாம்.

ஒவ்வொரு காயங்கள், தழும்புகளுக்குப் பின்னாலும் ஒரு கதை இருக்கிறது. அழகான எமது பால்யகால நினைவுகளும், சுவாரஷ்யமான சம்பவங்களும் இருக்கின்றன. அது அன்றைய பொழுதில் பெருந்துன்பமாக இருந்து, பின்னர் அவை பற்றிய நினைவே இல்லாது போயிருக்கும். உண்மையில் அப்படி ஒரு காயம் இருப்பதையே மறந்து போயிருப்போம். நெருங்கிய ஒருவர் கேட்கும்போது, அநேகமாக ஒரு குழந்தை கேட்கும்போது, மனம் பின்னோக்கிப் பயணிக்கும்.

ஒருமுறை பள்ளி விடுமுறையின்போது நண்பர்கள் எல்லோரும் விளையாடிவிட்டு வந்து, எங்கள் வீட்டு முற்றத்தில் நின்று பேசிக்கொண்டிருந்தோம். சமீபத்தில் நடந்துமுடிந்த கிரிக்கெட் போட்டி பற்றிச் சுவாரஸ்யமாகப் பேசிக்கொண்டிருந்த கமலன், பண்டா அடித்த சிக்ஸ் பற்றி ஆக்சன் காட்டினான். அவன் காற்றில் மட்டைடைச் சுழற்ற 'டொக்' சத்தம் எப்படி வந்ததென்று அதிர்ந்து திரும்பினோம். டினேஷ் கண்ணைப் பொத்தியிருந்தான். புருவத்தில் அடிபட்டுச் சதை பிய்ந்து தொங்கியது. மூன்று தையல் போடப்பட்டது.

வீட்டில் கொண்டுபோய் விடும்போது, சைக்கிளிலிருந்து விழுந்து காயம் பட்டதாக டினேஷின் அப்பாவுக்கு நடந்த விபத்துக் குறித்து கமலனே விளக்கமளித்தான். அது, நாங்கள் இங்கிருக்கும் வரையில் நீங்கள் நம்பினால் போதும் என்கிற ரீதியில் இருந்தது. அவன் அப்பா பதிலுக்கு, 'நான் நம்பவே இல்லை' பார்வை பார்த்தார்.

இன்று, அவன் சகோதரியின் குழந்தையோ, அல்லது மருத்துவனான அவனிடம் வரும் ஓர் குழந்தையோ அவனிடம் காயம் குறித்துக் கேள்வி கேட்கலாம். ஒருவேளை சற்றே பெரிய காக்கா கொத்தியதாகக்கூட அவன் சொல்லலாம்.

என் பெரியப்பாவின் காயத்துக்குப் பின்னால் என்ன கதையிருக்கும்? ஒரு மாங்காய் திருடிய கதை இருக்கலாம். ஒரு கிட்டிப்புள் விளையாடிய கதை இருக்கலாம். நம் எல்லோரிடமும் நாம் மறந்துபோய்விட்ட ஒரு சிறுவயதுக் காயத்தின் அடையாளம், தழும்பு இருக்கும். என்போலவே புருவத்தில் ஒரு காக்கா கொத்திய காயம் இருக்கலாம். அதன்பின்னே ஒரு கதை இருக்கும். சுவாரஷ்யமான காரணம் இருக்கும், காக்காவைத் தவிர!

சிறு வயதில் உடம்பில் ஏற்பட்ட காயங்கள் மட்டும் அப்படியே தழும்புகளாக, நிரந்தர அடையாளங்களாக மாறி விடுவது ஆச்சரியம்தான். ஒருவேளை வளர வளர அவதானமாக இருக்கப் பழகிவிடுவதால் காயங்கள் மனதில் மட்டுமே அதிகமாக ஏற்படுகின்றன போலும். யாருக்கும் தெரியாத, யாருமே கவனிக்காத, எந்தக் கேள்வியும் கேட்காத மனதின் காயங்களை நாமே கேள்வி கேட்டு, ஆறவிடாது அப்படியே புதிதாகப் பேணிக் கொள்கிறோம். ஏதோவொரு சமயத்தில் அந்த வலியையும், அதன் வீரியத்தையும் முதன்முறையாக ஏற்படுவது போன்றே உணர்ந்துகொள்கிறோம்.

காக்கா கொத்திய காயம்

பட்டங்கள்

கோல்ஃபேஸ் கடற்கரையில் வித்தியாசமான உருவங்களில் ஏராளமான பட்டங்கள் பறந்தன. அவற்றில் பெரும்பாலானவை மெல்லிய பிளாஸ்டிக்கில் தயாரிக்கப்பட்டவை. அநேகமாக சீனத் தயாரிப்புகளாக இருக்கக்கூடும். இப்போதும் யாராவது கரன் அண்ணைபோல மினக்கெட்டுப் பட்டம் கட்டுகிறார்களா என்ன?

தைப் பொங்கல் என்றதும், ஏலக்காய் வாசனையோடு பிளம்சும் கச்சானும் கடிபடும் சர்க்கரைப் பொங்கல் தவிர வேறு என்ன நினைவுக்கு வரும்? எங்களுக்குப் பட்டங்களால் நிறைந்த வானம். ஒவ்வொரு ஊருக்கும் ஒவ்வொரு பாரம்பரியம் இருக்கும். பொங்கலன்று பட்டம் விடுவது எங்கள் ஊரின் வழமை. இளைஞர்களோடு போட்டி போட்டுக்கொண்டு, ஒரு கையில் பட்டத்தின் நூலும் இன்னொரு கையால் அவிழும், 'வளர வளரப் போடலாம்' என்கிற தொலைநோக்குப் பார்வையுடன் வாங்கப்பட்ட புதுக்காற்சட்டையையும் பிடித்துக்கொண்டு ஓடும், எங்கள் செட்.

கரன் அண்ணை பட்டம் கட்டுவதில் ஸ்பெஷலிஸ்ட். எல்லா வகைப் பட்டமும் கட்டுவார். தேவையான பொருட்களைக் கொடுத்தால் போதும். அவரது ஒவ்வொரு செயலிலும் ஒரு நிதானம், ஒரு கலைஞனுக்குரிய நேர்த்தி இருக்கும். பின்நாட்களில் நானும் பலவகையான பட்டங்களைக் கட்டியிருக்கிறேன். இயல்பாகவே எல்லாம் சரியாகவே அமைந்து, பறந்துமிருக்கின்றன. எல்லாம்

கரன் அண்ணாவைப் பார்த்துக் கற்றுக்கொண்டதுதான். ஆனாலும் கரன் அண்ணையின் மினக்கெடல், பொறுமை அதில் வரவில்லை. ஏதோ ஓர் அவசரம் தொற்றிவிடும்.

“வாங்கோ மாமா! கொழும்பால எப்ப வந்தனீங்கள்?”

கரன் அண்ணை புதுப் பட்டம் ஒன்றுக்கான, ஈர்க்கில்கள், கமுக சிலாகையைத் தேர்ந்தெடுப்பதில் கவனமாக இருந்தார்.

“நேற்று பின்னேரம் வந்தன்டா! பிறகு... உன்ர விஷயம் என்னமாதிரி?”

“ரெண்டு மாசத்தில சரி வருமெண்டு ஏஜென்சிக்காரன் சொல்லுறான். பாப்பம். இனி இங்க இருக்கேலாது”

கொஞ்ச நேரம் மௌனமாகக் கழிந்தது.

நிச்சயமாகக் கரன் அண்ணா பெரிய ஆளாய்த்தான் இருக்க வேண்டும். அப்பா எதுவும் பேசாமல் அமைதியாகக் காத்திருந்தபோது அப்படித்தான் தோன்றியது. மேலே பார்த்து ஆழ்ந்து சிந்தித்து, காற்றில் எதையோ எழுதிக் கணக்குப் பார்த்து, முகத்தில் ஒரு திருப்தி படர, ஒரு நிலைக்கு வந்தார்.

“இவன் பட்டம் வேணுமாம்” – வந்தநோக்கினை மெல்ல வெளிப்படுத்தினார் அப்பா.

“என்ன பட்டமடா வேணும்?”

“செம்பிராந்தன்”

“ம்ம்... கட்டிடலாம்”

“விண் எல்லாம் வேணும்”

“ஓமடா”

செம்பிராந்தன் சிவப்பு வெள்ளைக் கலர்ல இருக்கும். அதுமாதிரி கருப்பு வெள்ளையிலும். அந்தப் பட்டத்துக்கு இரண்டு கலர் கலந்திருந்தால்தான் அழகு.

“வெள்ளையும், சிவப்பும் ரிசு வாங்குங்கோ. இவனுக்கு சின்னப்பட்டம் தானே வாணிஸ் பேப்பர் தேவையில்ல. நைலோன் நூல் ஒரு மூண்டு கட்டை வாங்குங்கோ”

“அப்பா நான் கொஞ்சநேரம் நிண்டு பாக்கப் போறேன்”

“அவனை டிஸ்டர்ப் பண்ணக் கூடாது”

“அவன் நிக்கட்டும் மாமா. நான் பிறகு வீட்ட கொண்டுவந்து விடுறன்”

பொதுவாக கரன் அண்ணை வீட்டுக்கு வர யாரும் தம் பிள்ளைகளை அனுமதிக்கமாட்டார்கள். அவரின் அண்ணா இயக்கம் என்பதுதான் காரணம். இந்தியன் ஆமி ஒருதரம் வந்து எல்லாருக்கும் நல்ல அடியாம். கரன் அண்ணையப் பிடிச்சுக்கொண்டு போய் பிறகு விட்டுட்டாங்களாம்.

ஒருபக்கத்தில் ரிஷ்யூ ஒட்டிப் பசை காய்வதற்கு வைக்கப் பட்ட சில பட்டங்கள் இருந்தன. அவற்றுக்கு முச்சை போட வேண்டும்! அதற்கென்று தனியாக நூல் வைத்திருந்தார். பட்டம் ஏற்றுவதற்குப் பயன்படும் நைலோன் நூலை அதற்குப் பாவிப்ப தில்லை. ஒரு சாணன் பட்டத்தை எடுத்து முச்சை போட ஆரம்பித்தார். மூன்று சமமான நூற்துண்டுகளால் கவிழ்ந்த முக்கோண வடிவில் முச்சை. பாம்பன் பட்டத்துக்கான முச்சை பட்டத்தின் மேல் நுனியிலிருந்து ஒரு நூலும், கீழ் நுனியிலிருந்து இன்னொரு நூலுமாக இரண்டு நூல்களில். மேல் நூலைவிடக் கீழ்ப்பகுதி நூல் இரண்டுமடங்கு நீளமாக இருக்கும். அளவுகள் மாறிவிட்டால் எல்லாமே பிழைத்துவிடும்.

இப்போது ஒரு பிராந்தன் பட்டத்துக்கு முச்சை போட்டுக் கொண்டிருந்தார். பிராந்தன், கொக்கு போன்ற பட்டங்களுக்கு முச்சை மேற்பகுதியில் இரண்டு நூல்களால் இணைத்து ஆங்கில *Y* வடிவில் இணைத்தார். கீழ்ப்பகுதியில் வரும் இன்னொரு நூலால் *Y* இன் வால் பகுதியை இணைத்து முச்சை போட்டார். இந்தவகைப் பட்டங்களுக்கு வால் கிடையாது! குஞ்சங்கள் மட்டுமே. ஏற்கனவே தயாராகக் கட்டி வைக்கப்பட்டிருந்த பலவகை சைஸ்களிலிருந்த குஞ்சங்களில் அளவான இரண்டை எடுத்து இணைத்தார்.

இப்போ விண். யூரியாப் பையிலிருந்து எடுக்கப்பட்ட இழை ஒன்றை இழுத்து, முனைகளையும் சிறு கமுகம் சிலாகையில் இணைத்து இரு முனைகளிலும் துளையிட்ட தக்கைகளால் இறுக்கியிருக்கும். அப்படித் தயார்செய்யப்பட்ட விண்களில் ஒன்றை எடுத்து இடம் வலமாக அசைக்க 'ட்டொயிங்' என சத்தம் போட்டது.

பட்டத்தை எடுத்துக்கொண்டு கரன் அண்ணா வைரவர் கோயிலடிக்கு நடந்தார். அது ஒரு வெள்ளோட்டம் மாதிரி. அவரின் பட்டங்கள் எப்போதுமே சோடை போனதில்லை. இருந்தாலும் ஒரு திருப்திக்காக 'டெஸ்ட்' பண்ணிப் பார்க்கிறது வழமை.

வைரவர் கோயிலுக்கு முன்பக்கம் மிகப் பெரியதொரு வெட்ட வெளி. மைதானம்போலப் பரந்து விரிந்து கிடந்தது. அநேகமாக எல்லோரும் அங்குதான் பட்டம் ஏற்ற வருவார்கள். அங்கு

போனபோது இன்னும் சிலர் பட்டங்களைப் பறக்கவிட்டவாறு உற்சாகமாகப் பேசிக்கொண்டிருந்தார்கள்.

“என்ன சங்கரண்ண! வண்டி வச்சுட்டுது . . . முச்சைய சரியாப் பாக்கேலப் போல”

“ஓமடாப்பா அதான் இறக்குறன்”

சங்கரண்ணாவின் பட்டத்தின் நூல் வளைந்து வண்டி வைத்திருந்தது.

ஆனந்து ஒரு பாம்பன் பட்டத்தைக் கைக்கொடியாக ஏத்திக்கொண்டிருந்தான். யாருடைய துணையுமில்லாமல், எதிர்க்காற்றில் நூலை விட்டுக்கொடுத்து, விட்டுக்கொடுத்து ஏற்றுவதைக் கைக்கொடி என்று சொல்வார்கள்.

பார்த்ததும் கேட்டான், “உன்ர பட்டமாடா?”

“இல்ல எனக்கு இனித்தான் கட்டப் போறார்”

மற்றவர்களிடமிருந்து தள்ளி, தனியாக வந்து படத்தைப் பிடித்துக்கொள்ளச் சொல்லி நூலை விட்டுக் கொடுத்தவாறே தூரம் சென்றார்.

“இடப்பக்கம் சரியுதுடா நேராப்பிடி”

நல்ல காத்து, பட்டம் ஆளத தூக்கிக் கொண்டே பறந்திடுமோ . . . கொஞ்சம் பயமா இருந்தது.

“ரெடியாடா?”

“ரெடி!”

கொஞ்சம் காத்திருந்து காற்றின் வேகம் அதிகரிக்க, “விடுறா!”

பட்டத்தை விடுவிக்க, படு வேகமாக கைகளால் நூலை வலித்து இழுத்தார், விண் சத்தத்துடன் மேலெழும்பியது பட்டம். இடம் வலமாக பெரியதொரு இடத்தைப் பிடித்துக்கொண்டு அலைந்தது. ஒரு பூனை ஆக்ரோசமாக கத்துவதுபோல விண் சத்தம் போட்டது.

“இதுக்குத்தாண்டா மற்ற ஆக்களிட்ட இருந்து விலத்தி வந்து நிக்கிறது . . . வால் இல்லாத பட்டங்கள் ஏறும்போது இப்பிடித்தான் முதல்ல அலையும். பிறகு மேல் காத்துக்குப் போனதும் சரியாயிடும்”

அவர் சொன்னதுபோலவே மேல் காற்றுக்குப் போனதும், பட்டம் சீரான விண் சத்தத்துடன் மெதுவாக அசைந்து கொண்டிருந்தது.

ஒரு மனிதனைப் போலவே பட்டமும் உருவாகிறதோ? பார்த்துப் பார்த்துக் கட்டப்பட்டு, முழுமையாக உருவானதும், கையிலிருந்து மெதுவாகப் பறக்க விடப்பட்டதும் அதன் பயணத்தை ஆரம்பித்துச் சற்றுத் தடுமாறி, அலைந்து பின்னர் ஒரு நிலையை அடைந்ததும் தளம்பலின்றி...

எனக்கான புதுப் பட்டம் தயாராகியிருந்தது. ஆசையுடன் தொட்டுப் பார்த்தேன், "இப்ப இங்க இருக்கட்டும். பொங்கலண்டு ஏத்திக்கொண்டுவந்து தாறன்" - பிரிய மனமில்லாமல் வீடு திரும்பியிருந்தேன்.

அந்தப் பொங்கல் மறக்க முடியாத பொங்கலாக இருந்தது! பொங்கி முடிந்து சூரியனுக்குப் படைத்து, பூந்திரி கொழுத்தி, சர்க்கரைப் பொங்கல் சாப்பிட்டு... எதைச் செய்தாலும் அவை எல்லாவற்றிலும் மேலாகப் பட்டம் பற்றிய எண்ணமே இருந்தது.

கரன் அண்ணையின் குரல் கேட்டு வெளியே ஓடி வந்தேன். படலையைத் திறந்து, கையிலிருந்த நூலைப் பார்த்துப் பார்த்து நகர்ந்து, முற்றத்துக்கு வந்தார். மேலே உயரத்தில் விண் சத்தத்துடன் பறந்துகொண்டிருந்தது செம்பிராந்தன். அளவில்லாத சந்தோஷம்! அண்டெனா பைப்பில் கட்டிவிட்டார். 'இப்பிடியே இருக்கட்டும் நாளைக்கு இறக்குவம்'

"இழுவையைப் பார்" என்றார். நூலைப் பிடித்துப் பார்த்த போது கையிலிருந்து பறித்துக்கொண்டு போய்விடும்போலத் தெரிந்தது. நூல் அறுந்தால்?

குறைந்த உயரத்தில் பறக்கும் பட்டங்கள் அறுத்துக் கொண்டால், பறந்த இடத்தில், அயலில் எங்காவது தேடிப் பார்ப்பார்கள். தொலைதூரத்தில் பறக்கும் பட்டங்கள் அறுத்துக் கொண்டால், யாரும் தேடுவதில்லை. நூலை மட்டும் சுற்றிப் பத்திரப்படுத்திக்கொண்டு அடுத்த பட்டத்துக்குப் பயன் படுத்துவார்கள்.

சொந்த ஊர் என்பதும் ஒருவகையில் பட்டம் விடும் நூல் போலவே. எங்கு அலைந்து திரிந்தாலும், தனது தொடர்பை பேணிக்கொள்வதில் ஒவ்வொருவரையும் நூல் போல் பிணைத்து வைத்துக்கொண்டிருக்கிறது. சொந்த மண்ணைவிட்டுப் பிரிந்தபின் எல்லோரும் நூலறுந்த பட்டங்களாகவே அலைவதுபோல் தோன்றுகிறது.

அடுத்தநாள் காலையில் வழக்கத்துக்கு மாறாக அம்மாவுக்கும் முன்பே நித்திரை விட்டெழுந்து பட்டத்தைப் பார்த்துக்கொண்டு நின்றேன். மிக மெதுவாக அசைந்து பறந்துகொண்டிருந்தது.

'இண்டைக்குக் கரன் அண்ணை வந்து இறக்கித்தருவார். இண்டைக்கு வரேல்லயெண்டா?' பயம் பிடித்துக்கொண்டது. 'பட்டம் அறுத்துக்கொண்டு போயிடுமோ?'

"விடியப்பறம் இந்தியன் ஆமி போயிருக்கிறாங்கள்" – தெய்வானை ஆச்சி உரத்த குரலில் யாரிடமோ சொல்லிக் கொண்டிருந்தா. செம்மண் அச்சுக்கோர்த்த கனத்த சப்பாத்துத் தடங்கள் முற்றத்தில். கேற்றிலிருந்து தள்ளி வேலி பிரித்துப் புதிய பாதையொன்று தோட்டத்தினூடு வந்து, கடந்து சென்றிருந்தது.

பள்ளிக்கூடம் முடிந்து வீடு வந்தபோது, பட்டம் அறுத்துக் கொண்டு போயிருந்தது. நூல் மட்டும் அன்ரெனா பைப்பில் கட்டியபடியே இருந்தது. எதிர்பார்த்திருந்ததாலோ என்னவோ வருத்தமாக இல்லை. அதன்பின் கரன் அண்ணையை எதிர்பார்க்கவில்லை.

கரன் அண்ணையும் பிறகு வரவேயில்லை.

ரோஜர்

ரோஜருக்கு ஹெல்மெட் அணிவது பிடிக்காது!

ரோஜரை யாரும் ஹெல்மெட் அணியச் சொன்னதாகவும் தெரியவில்லை. எந்த நாட்டிலாவது நாய்களுக்கு ஹெல்மெட் அணிவிக்க வேண்டும் என்று சட்டம் இருக்கிறதா என்ன! சரியாகச் சொன்னால், யாராவது ஹெல்மெட் அணிந்து வந்தால் ரோஜருக்குப் பிடிக்காது. விரோதமாகக் குரைத்துக்கொண்டிருந்தது.

"ஹெல்மெட் போடாம வந்தா அண்ணாவ போலீஸ் பிடிச்சிடுவாங்களே" ஓர் வார்த்தை யில் என்னை அண்ணாவாக்கி, தாத்தா சமாதானப் படுத்த 'தம்பி' ஒரு மாதிரி அடங்கிப் பார்த்துக் கொண்டிருந்தான்.

"காலைல இருந்து சாப்பிடேல்ல" சொல்லிக் கொண்டே தாத்தா தட்டில் சாப்பாடு எடுத்துக் கொண்டு வந்தார். முற்றத்தில், நிழலில் படுத்திருந்த ரோஜர் நிமிர்ந்து பார்த்துவிட்டு 'எனக்குச் சம்பந்த மில்லை' என்பதுபோல் பேசாமல் இருந்தான்.

பாட்டி வந்து, "ரோஜர் சாப்பிடுங்கோ!"

"அம்மா சொல்லிட்டாதானே சாப்பிடுங்கோ... அச்சாப்பிள்ள" – தாத்தா.

ரோஜர் சாப்பிடத் தொடங்கினான்.

நாய்களும் பலநேரங்களில் குழந்தைகள் போலவே இருக்கின்றன. கொஞ்சல், பிடிவாதம், செல்லக்கோபம், ஈகோ எல்லாம் அவற்றுக்கும்.

தன்னைக் கவனிக்க வேண்டும், தனக்கு முன்னுரிமை தர வேண்டும் என்றும்கூட நினைப்பதாகச் சமயங்களில் உணரமுடிகிறது.

மதியம் சாப்பிடும்போது என்னைக் கொஞ்சம் முறைத்துக் கொண்டிருந்ததைப் பார்த்தவுடன், சின்ன வயதில் ஒவ்வொருநாள் காலையிலும் ரேடியோவில் கேட்கும் தென்கச்சி சுவாமிநாதன் கூறிய நகைச்சுவை அசந்தர்ப்பமாக நினைவுக்கு வந்தது.

"ஏங்க உங்க நாய் என்னை முறைச்சுப் பாத்துட்டே இருக்கு?"

"அதை விடுங்க... அதுக்கொரு கெட்ட பழக்கம். அதோட தட்டில யார் சாப்பிட்டாலும் அதுக்குப் பிடிக்காது."

வழக்கமாக முதலில் ரோஜருக்குச் சாப்பாடு வைத்துவிட்டுத் தான் தாத்தா சாப்பிடுவாராம். 'இன்றைக்குப் புதுசா வந்த ஒருத்தனுக்கு முதல்மரியாதை செய்துட்டாங்களே' என்ற ரோஜரின் கோபம் நியாயமாகவே பட்டது. சாப்பிட்டுக்கொண்டிருந்த ரோஜருக்கு சிக்கன் துண்டுகளை எடுத்துப் போட்டேன். நிமிர்ந்து பார்த்தான்.

"பாத்தியா அண்ணா சிக்கன் எல்லாம் தர்றான்... நீதான் அவனோட கோவிக்கிற" பாட்டி சொன்னது ரோஜருக்குப் புரிந்திருக்க வேண்டும். கொஞ்சம் சிநேகமாகிவிட்டான்.

சாப்பிட்டு முடித்ததும், பக்கத்தில வந்து பார்த்துக்கொண் டிருந்தான். 'தொட்டுப் பார்க்கலாமா?' உள்ளூர பயமா யிருந்தது. முதன்முதல் பழகும்போது, நாய்களைத் தலையில் தொடக்கூடாதாம். தோள்களைத் தொடுவதே நல்லது என்று எப்போதோ படித்தது ஞாபகம் வந்தது. தோள்களைத் தொடும் போது நாமும் அவற்றுக்கு சமமாக, ஒரு நண்பன்போல எண்ணத்தைத் தோற்றுவிக்கும். மாறாகத் தலையைத் தொடும் போது, புதியவரான நாம் அவற்றை அடிமைப்படுத்துவதைப் போலத் தவறான எண்ணத்தைத் தோற்றுவிக்கும் என்கிறார்கள். மெதுவாகத் தோளைத் தொட, தலையைத் திருப்பிக் கையை நக்கி, ஏதோ சொல்ல வருவது போல மெல்ல அவனுடைய பாஷையில் முனகினான்.

ரோஜர் நிலைகொள்ளாமல் அங்குமிங்கும் நடந்துகொண் டிருந்தான். வழக்கமாக சாப்பிட்டதும் பாட்டி ஒரு குட்டித்தூக்கம் போடுவாராம். அந்த நேரத்தில் பாட்டியின் கட்டிலுக்கு அருகில் ரோஜரும் தரையில் தூங்குவானாம். இன்று பாட்டி தூக்கத்தைத் தவிர்த்ததால் ரோஜர் டென்ஷனாகிவிட்டான். அவனுக்கு ஒன்றும் கதை சொல்லவேண்டிய அவசியம் இல்லாவிட்டாலும், மின்விசிறி கட்டாயம் வேண்டுமாம். பாட்டி விசிறியைச் சுழலவிட, தூங்கப் போனான் ரோஜர்.

காக்கா கொத்திய காயம்

அலாரம் வைக்காமலே நாலு மணிக்குச் சரியாக எழும்பி வந்தான். அது தேநீருக்கான நேரம் என்பது அவனுக்குத் தெரிந்திருந்தது. ரோஜர் டீ குடிப்பதில்லை. தாத்தா நான்கைந்து பிஸ்கட்டுகளை (மனுஷ பிஸ்கட்தான்) உடைத்து ஒவ்வொன்றாக ஊட்டிவிட்டார். கையிலிருந்த பிஸ்கட்டுகள் தீர்ந்ததும் “முடிஞ்சு போச்சு… ஆ” கைகளை விரித்து குழந்தைகளுக்குச் சொல்வது போலச் சொல்ல, யோசனையுடன் ஆவென்று பார்த்துக் கொண்டிருந்துவிட்டு மௌனமாக வெளிநடப்புச் செய்தான்.

ரோஜரை அவர்கள் ஒரு பிள்ளையாகவே பார்க்கிறார்கள். ரோஜருக்காக விசேஷமாக உணவு தயாரிக்கிறார்கள். அவனுக்காக வெளியூர்ப் பயணங்களை முடிந்தவரை தவிர்க்கிறார்கள். அவனுடன் பேசும்போது தங்களை அம்மா, அப்பா என்றே சொல்லிக்கொள்கிறார்கள். அவர்கள் பேசுவதையெல்லாம் அவனும் புரிந்துகொள்கிறான். திரும்பி வரும்போது ரோஜர் ஒரு நண்பனை வழியனுப்புவதுபோல கேற்றடியில் வந்து நின்றான். அவனுக்கு முன்னால் ஹெல்மெட் அணியாமல் டாட்டா காட்ட ரோஜர் வாலாட்டிச் சிநேகமாகப் பார்த்துக்கொண்டிருந்தான்.

பள்ளி நாட்களில் ஒருநாள் நண்பன் திலீபன் வீட்டுக்குப் போயிருந்தபோது, அவன் குளித்துக்கொண்டிருந்தான். வரவேற்பறையில் காத்திருந்தேன். ஆசிரியையான அவன் அம்மா ஏதோ பரீட்சை விடைத் தாள்களைத் திருத்தியபடியிருந்தார். மிகுந்த பவ்வியமாக அமர்ந்திருந்தேன். எதுவும் கேள்வி கேட்டுவிடுவாரோ என்ற ஒரு கலக்கமும் சற்றே இருந்ததாக ஞாபகம். திலீபனின் அப்பா கல்வித்துறை அதிகாரியாகப் பணிபுரிந்துகொண்டிருந்தார். நல்ல வேளையாக அவர் இருக்க வில்லை. இருந்திருந்தால் உள்ளே போயிருக்கவே மாட்டேன். அதென்னவோ தெரியவில்லை பள்ளி நாட்களில் டீச்சர், கல்வித் துறை சார்ந்தவர்களிடம் சற்று ஒதுங்கியே இருப்போம். நாங்களும் பள்ளியை விட்டு விலகிவந்து வளர்ந்து, அவர்களும் ஓய்வுபெற்று டீச்சர் அன்ரியாக, அங்கிளாக மாறி ஓர் இணக்கப்பாட்டுக்கு வந்த பிறகே இயல்பாகப் பேசிக்கொள்ள முடிகிறது. ஓய்வு பெறும்வரை அவர்கள் சற்றுக் கடுமையாக இருப்பது போலவே தோன்றுகிறது.

திலீபன் அம்மாவின் காலடியில் படுத்திருந்த நாய் எழுந்து மெதுவாக என்னை நோக்கி வந்தது. வாட்டசாட்டமாக, அழகாக இருந்தது. கொஞ்சம் பயந்துபோய் பார்த்துக்கொண்டிருந்தேன். ‘கடிச்சுக் கிடிச்சு வச்சிடுமோ?’ எதிரில் வந்து நின்று முகத்தை நிமிர்ந்து பார்த்தது. கண்களில் ஏதோ சொல்ல வருவதுபோலப் பாவனையிருந்தது. எதையோ எதிர்பார்த்தது போலவுமிருந்தது.

சிறிது நேரம் பார்த்துக்கொண்டிருந்துவிட்டு அமைதியாக மீண்டும் அம்மா அருகே போய் அவரைப் பார்த்தது.

அம்மா கேட்டார் "என்னடா, அண்ணா பிள்ளையோட ஒண்டும் கதைக்கிறான் இல்லையோ?"

பாவம்! நான் எதுவுமே பேசாததில் ஏமாற்றமடைந்துவிட்டது. வீட்டுக்கு வரும் எல்லோரும் அந்த வீட்டில் ஒருவனான தன்னுடனும் ஓரிரு வார்த்தை பேச வேண்டும் என்று அது எதிர்பார்த்ததில் தவறொன்றும் இல்லையே!

ரொபின் – சாம்பல் நிறத்தில், அடர்த்தியான பிடரி மயிருடன் அழகாக இருப்பான். பெரும்பாலும் வீட்டிற்கு வெளியிலேயே வளர்வதால், யாரும் விருந்தினர்கள் வரும்போது, யார் கண்ணிலும் படாமல் அந்தப் பெரிய வீட்டின் உள்ளே நுழைந்துவிடுவான். திடீரென ஏதோ ஓர் அறைக்குள்ளிருந்து வெளிவந்து மிக இயல்பாக யாரையும் கண்டுகொள்ளாமல் நடமாடிக்கொண்டிருப்பான். "இவன் எப்ப வந்தான்?" ஆச்சரியமும் புன்னகையுமாகக் கேட்டுக் கொள்வார்கள். வீட்டுக்கு வந்தவர்கள் புறப்படும்போது ரொபினைக் காணக் கிடைக்காது. தன்னை வெளியே அனுப்பிவிடுவார்கள் என்பது தெரிந்து, எங்கேயாவது கதவுக்குப் பின்னால் அமைதியாக ஒளிந்து நிற்பான்.

அன்று அந்த வீட்டின் அக்கா ஒருவருக்குத் திருமணம். எல்லோரும் காலையிலேயே புறப்பட்டுப்போய், மதியம் மீண்டும் திரும்ப வந்துகொண்டிருந்தோம். வரும் வழியில் அம்மாவுக்கு ரொபின் ஞாபகம் வர, "அய்யய்யோ ரொபின் என்ன செய்யிறானோ" என்று பதறினார். அம்மா உள்ளே நுழைந்ததும், திருவிழாக்கூட்டத்தில் தொலைந்த குழந்தை அம்மாவைக் கண்டதும் அடையும் மகிழ்ச்சியுடன் ரொபின் ஓடிவந்தான். அம்மா கையை நீட்ட, ரொபின் இரண்டு கால்களில் எழுந்து நின்றான். முன்னங்கால்களை அம்மாவின் உள்ளங்கையில் தூக்கி வைத்துக்கொண்டு அவர் முகத்தையே பார்த்துக்கொண்டிருந்தான். அவன் செயலில் ஒரு முறையிடல் தெரிந்தது. கண்களில் ஓர் ஏக்கம், மகிழ்ச்சி. அவன் மொழியில் ஏதோ முனகினான். அம்மாவுக்கும், பார்த்துக்கொண்டிருந்தவர்களுக்கும் கண்கள் கலங்கிவிட்டன.

ரொபின் சின்னஞ்சிறு குட்டியாக அந்த வீட்டுக்கு வந்ததிலிருந்து அவனை யாரும் தனியாக விட்டுச் சென்றதில்லை. அம்மா அல்லது அக்காக்களில் யாராவது ஒருவராவது வீட்டில் இருப்பார்கள். அன்று எல்லோருமே சென்றுவிட்டிருந்தனர். அங்கே நின்ற ஓரிருவரும் அவனுக்குப் பெரிதாகப் பரிச்சயம்

இல்லாதவர்கள். பாவம், திடீரென எல்லோரும் தனியாக விட்டுச் சென்றதில் தவித்துப் போயிருந்தான். எதுவும் புரியாமல் சாப்பிட மறுத்துவிட்டான். அவனால் மட்டும் பேச முடிந்திருந்தால் அன்று நிறையப் பேசியிருப்பான்.

அன்றொரு விடுமுறை நாள். கொழும்பில் அனந்தனின் அறையிலிருந்து இருவரும் வெளியே சென்றுகொண்டிருந்தோம். ஒரு தெரு நாய் கடதாசிப் பெட்டியை உருட்டிக்கொண்டிருந்தது. ராஜனைப் பார்த்ததும் அவசரமாகத் தன் வேலையை அப்படியே போட்டுவிட்டு ஓடி வந்தது. எங்களுடன் கூடவே நடந்து, பிரதான வீதிவரை வந்து வழியனுப்பிவிட்டுத் திரும்பிச் சென்றது.

“பயபுள்ள யாரு?”

“எங்க ஒழுங்கைக்குள்ளதான் சுத்தீட்டிருப்பான். ஒருநாள் வரக்க வடிவாப் பாத்துட்டிருந்தான். சும்மா என்னடான்னு கேட்டேன். அவ்வளவுதான்! டெய்லி வந்து வழியனுப்பிறான். பாசக்காரப் பயபுள்ள.” அதன்பின் அவ்வப்போது பிஸ்கட், சாப்பாடு என்று கவனித்துக்கொள்வது ராஜனின் வழக்கம்.

‘என்னடா?’ என்ற ஓர் வார்த்தை அதற்குப் போதுமானதாக இருந்திருக்கிறது. ஒரேயொரு அன்பான விசாரிப்பு அதற்கு அவ்வளவு மகிழ்ச்சியைக் கொடுத்திருக்கிறது. பாசத்துக்காக ஏங்கிக்கொண்டிருந்திருக்குமோ? ஒரு வார்த்தைக்கு எவ்வளவு வலிமை? இருவரின் மௌனத்தையுடைத்துப் பேசிக்கொள்ளும் அந்த முதல் வார்த்தையில் ஓர் ஆயுட்கால நட்பு உருவாகலாம். அன்பான ஒரு விசாரிப்பு என்மீதும் அக்கறை செலுத்த ஒருயிர் இருக்கிறதே என்ற உணர்வு அளவற்ற ஆறுதலைக் கொடுத்து விடுகிறது.

கல்கிசை கடற்கரையில் ஏராளமான நாய்களும் தங்கள் எஜமானர்களுடன் வந்து யாருக்கும் தொந்தரவு கொடுக்காமல், குழந்தைகளைப்போலக் குதூகலமாக நீரில் விளையாடிக் கொண்டிருக்கின்றன. அங்கு ஒரு பெரிய நாய், மிக அமைதியாக அமர்ந்திருந்து வேடிக்கை பார்த்துக்கொண்டிருந்தது. ஏதோ தீவிர சிந்தனையில் இருப்பது போலவே அதன் பார்வை. சுற்றிலும் உள்ளவர்களின் ஆரவாரத்தையும் கொண்டாட்டத்தையும் வாழ்ந்து முடித்த உணர்வுடன் சலனமின்றிப் பார்த்துக் கொண்டிருந்தது. ‘என்ன மனிதர்கள் இவர்கள்? எதற்கு இந்த அர்த்தமில்லாத கூச்சல்?’ என்று விநோதமாகப் பார்ப்பது போலிருந்தது.

நாய்களுக்கும் மனிதர்களைப்போல மன உளைச்சல், விரக்தி ஏற்படுகின்றன என்கிறார்கள். உளவியலாளர்கள் பாவம்.

மனிதர்களுடன் சேர்ந்து வாழ ஆரம்பித்ததில், அவர்களின் உபாதைகளும் பீடித்துக் கொண்டுவிட்டன போலும். ஆயினும் அவற்றின் இயல்பான குணங்களான நன்றி, விசுவாசம், அன்பு போன்றவற்றில் மனிதர்களின் பிரத்தியேக இயல்புகள் தொற்றிக் கொள்ளாதது மிகப் பெரிய ஆறுதல்.

ஒரு ஸ்டைலான தாத்தா தூண்டில் போட்டு மீன் பிடித்துக் கொண்டிருந்தார். இல்லை, பிடிக்க முயன்றுகொண்டிருந்தார். பக்கத்தில் அவரது நாய் அசுவாரசியமாகப் பார்த்துக்கொண் டிருந்தது. மீன் பிடித்துத் தருகிறேன் என்று சொல்லி அழைத்து வந்திருப்பார்போல. ஏற்கனவே பலமுறை அழைத்துவந்து மணிக்கணக்கில் காத்திருந்து கடைசியில் ஒரு தவளையைக்கூடப் பிடிக்காமல் திரும்பியிருப்பார்கள் போலும். ஏற இறங்க அது அவரைப் பார்த்த பார்வை அவ்வளவு மரியாதையாகத் தெரிய வில்லை. 'எதுக்கு இந்த வேண்டாத வேலை?' என்று கேட்பதைப் போலிருந்தது.

அடித்துப் போட்டதுபோலத் தூங்கிக்கொண்டிருந்த காலைநேரம். என் கன்னத்தில் ஏதோ ஈரலிப்பாக வருடியதுபோல இருந்தது. திடுக்கிட்டு விழித்துக்கொண்டபோது என் முகத்தருகே இரு நீர்மையான குண்டுக் கண்கள் ஆர்வமாகப் பார்த்துக் கொண்டிருந்தன. பதறியடித்து எழுந்துகொண்டேன். அனந்தனின் கட்டிலில் நான் தூங்கியிருந்தேன். அதுதான் குழப்பமாகிவிட்டது.

அங்கே ரொனி, மினி என்ற இரு பொமரேனியன் நாய்கள். காலை ஐந்தரைக்கு அனந்தனின் அறைக்குள் வரும் இருவரும் கட்டிலுக்கு அருகில் பொறுமையுடன் காத்திருப்பார்கள். ஆறுமணி வரை காலக்கெடு. அதற்குமேல் தூங்க முடியாது. சரியாக ஆறுமணிக்கு மேலே தாவிப் பாய்ந்து, துயிலெழுப்புவது அவர்களின் அன்றாடக் கடமை. இதில் யார் ராஜனுடன் அதிக நெருக்கம் என்பதில் இருவருக்கும் போட்டி வேறு. மினி பெண். சற்றே பருமன் அதிகம், அதைவிட பொசசிவ்னெஸ் அதிகம்.

நீங்கள் வீட்டுக்குப் புதியவராக இருந்தால் முதலில் மினி ஒரு 'டெஸ்ட்' வைப்பாள். ஒரு சிறிய கல்லைக் கவ்விக் கொண்டுவந்து உங்கள் காலடியில் வைத்துவிட்டுப் பார்த்துக் கொண்டிருப்பாள். நீங்கள் அந்தக் கல்லைத் தூக்கி எறிந்தால் மினி மகிழ்ச்சியுடன் மீண்டும் எடுத்துவருவாள். அத்துடன் தொலைந்தீர்கள். அதன்பின் நீங்கள் அவளின் விளையாட்டுத் தோழன் என்று முடிவுசெய்து எப்போது வெளியில் வந்தாலும், யாருடன் பேசிக்கொண்டிருந்தாலும் ஒரு கல்லுடன் தேடி வருவாள். உங்கள் கால்களுக்கு அருகில் வைத்துவிட்டுச் சற்று நேரம் தலையைச் சாய்த்தவாறு பார்த்துக் கொண்டிருப்பாள்.

கவனிக்காத மாதிரி இருந்தால், உங்கள் கால்களைத் தட்டிக் கூப்பிடுவாள். ஒரு குழந்தை போலவே அவள் செயல்கள் இருக்கும். எப்போதும் தன்னைக் கவனிக்க வேண்டும், வேறு யாருடனும் பேசும்போது குழந்தைகள் குறுக்கே பேசித் தன்பால் கவனத்தை ஈர்க்க முயல்வதுபோல.

நாய்கள் பெரும்பாலான வீடுகளில் குழந்தைகள் போலவே தான் வளர்க்கப்படுகின்றன. அவையும் தங்களை அப்படியே நினைக்கின்றன. சற்றே அறிமுகமிருந்தாலும் பெரியவர்களிடம் தள்ளியே நிற்கும் நாய்கள் குழந்தைகளிடம் மட்டும் பார்த்த வுடனேயே ஒட்டிக்கொள்கின்றன. குழந்தைகளைத் தமக்கு நெருக்கமாக உணர்கின்றன.

சின்னவயதில் எங்கள் வீட்டில் ஆடு இரண்டு கிடாய்க் குட்டிகளை ஈன்றிருந்தது. ஒன்று பழுப்பு நிறம். இன்னொன்று வெள்ளை. கொஞ்சம் வளர்ந்து அவ்வப்போது வீட்டுக்குள்ளும் எட்டிப்பார்க்கும் அளவுக்கு விவரமாகிச் சுற்றித் திரிந்தன.

வெள்ளைக்குட்டி அமைதியான சுபாவம். அது என்னுடன் சேராது. அருகில் சென்றாலே ஓடிவிடும். அப்பாவின் செல்லம் அது. காலில் முள் குத்தினாலும் காலை நொண்டிக்கொண்டு அப்பாவைத்தான் தேடிப்போகும். அமைதியாக மேய்ந்து கொண்டிருக்கும். வெளியில்போன அப்பா கேற்றைத் திறந்து வரும்போது ஒரு "மே". 'நான் இங்க நிக்கிறன்' என்பது அதன் அர்த்தம். "ஆ... கண்டுட்டன்டா!" என அப்பா சொன்னதும், அமைதியாகத் தன்வேலையைப் பார்க்கும்.

எனக்கு எட்டு வயது. நிறக்குட்டி மட்டும் என்னுடன் சேர்ந்து விளையாடும். நானும் புதுவகையானதோர் வீரவிளையாட்டை அதற்கு அறிமுகம் செய்ய நினைத்தேன். ஆட்டுக்குட்டியைத் தூக்கி வாங்குமீது நிற்கவைப்பேன். இப்போது என் உயரத்திற்கு ஏறத்தாழ சமமாக நிற்கும். அப்படியே குழந்தைகளுடன் 'முட்டு முட்டு' விளையாடுவதுபோல என் நெற்றியை அதன் நெற்றியோடு சேர்த்து மெதுவாகத் தள்ளுவேன். அது, இரண்டு மூன்று அடி பின்னோக்கி எடுத்து வைத்துவிட்டு, பிறகு என்னைத் தள்ளும். "வா இடி பழகுவம்" என அழைத்தால், புரிந்ததுபோலப் பின்னாலேயே வரும். எல்லாம் நல்லபடியாகத்தான் போய்க்கொண்டிருந்தது.

கொம்பு முளைக்க ஆரம்பிக்கும் பருவம். குழந்தைகள் பல் முளைக்கும்போது கடிப்பதுபோல, ஆட்டுக்குட்டிக்கும் கொம்பு முளைக்கும்போது இடிக்க வேண்டும்போல இருக்குமோ என்னவோ. அதுவாகவே முட்டு விளையாட்டுக்கு வரும்.

சிறிதாகக் கொம்பு முளைத்தது. அதில் ஒன்றும் பிரச்சினையில்லை. ஆனால் அது பெரும் குருபக்தி வைத்திருந்ததுதான் பிரச்சினை. என்ன இருந்தாலும் நான் அதன் குரு. ஆகவே, எங்கே என்னைப் பார்த்தாலும் ஓடிவந்து முட்ட வேண்டும். அதுதான் ஒரு குருவுக்குச் செய்யும் மரியாதை என்று அது தீவிரமாக நம்பியிருக்க வேண்டும். நாளாக, அது மிதமிஞ்சிய குருபக்தியுடன் என்னைத் தேடிவர, நான் தலைமறைவாகத் திரிய வேண்டியிருந்தது. ஒரு கட்டத்தில் ஆட்டுக்குட்டி நிற்கிறதா என்று பார்த்துத்தான் வீட்டிற்குள்ளிருந்து வெளியே வரமுடிந்தது.

தேவிகா அக்கா வீட்டிலிருந்த ஒரு அம்மாப் பூனையும், இரண்டு குட்டிகளும் வரிசையாக மூன்று இலை போட்டு உட்கார்ந்து சாப்பிட்டுக்கொண்டிருந்த காட்சியை இப்போதும் மறக்க முடியவில்லை. பூனைகள் பொதுவாகச் சொல்பேச்சுக் கேட்காது. அவை என்ன செய்யுமென உத்தேசித்து, அதற்கேற்றாற் போலச் சொல்லிக்கொள்ளலாம்.

மனிதர்களைப் புரிந்துகொள்வதில், நல்ல நண்பனாக நடந்து கொள்வதில் நாய்களுக்கு எப்போதும் சம்மதமே. ஏனெனில் வேட்டையாடிய காலம்தொட்டே அவை மனிதனோடு நெருங்கிய உறவைப் பேணி வருபவை. பூனைகள் அப்படியல்ல. இயல்பாகவே அவற்றுக்கிருக்கும் தாம் புலிக்குடும்பத்தைச் சேர்ந்தவர்கள் என்ற பெருமை இதற்குக் காரணமாயிருக்கலாம். நாம் ஒரு நாயைக் கூட்டிக்கொண்டு ‘வோக்கிங்’ சென்றால் தன்னை நாங்கள் கூட்டிச் செல்கிறோம் என்று புரிந்துகொள்ளும். இதுவே ஒரு பூனையைக் கூட்டிச் சென்றால் அது நினைத்துக்கொள்ளுமாம் ‘நான்தான் இவனைக் கூட்டிச் செல்கிறேன்’ என. பூனை நம்மீது வந்து உரசுவதுகூடப் பாசத்தினால் அல்ல. ‘இவன் நம்மாளு’ என்று காட்டுவதற்குத்தான் என்கிறார்கள்.

பிள்ளையக்கா

'பிள்ளையக்காவா அது?'

காலி வீதி, வெள்ளவத்தையில் பார்த்தபோது அவர் இறந்துவிட்டதைப் புத்தி ஞாபகத்துக்கு கொண்டுவந்தது. முற்றாக நரைத்த தலை. கறுப்பு பிரேம் போட்ட தடித்த மூக்குக் கண்ணாடி. கையில் குடை. அச்சு அசல் அவரைப் போலவே இருந்தார் ஒரு மூதாட்டி. பிள்ளையக்காவை மூதாட்டி எனச் சொல்லமுடியாது. அது அவரை அவமானப் படுத்துவது போன்றது. வயது முதிர்ந்த இளைஞி என்று சொல்லலாம்.

பிள்ளையக்காவுக்கு ஏன் அப்படியொரு பெயர் வந்தது எனத் தெரியவில்லை. சின்ன வயதில் என் அம்மா, அம்மம்மா, நான், இன்னும் சிறிய வாண்டுகளுக்கெல்லாம் அவர் பிள்ளையக்காதான்! சிங்கப்பூரில் பிறந்தவராம். சிறுவயதில் பர்மாவிலும் இருந்ததாகச் சொன்னார்கள். இளம் வயதிலேயே போரில் கணவனை இழந்துவிட்டார். பிள்ளைகள் கிடையாது. ஆனாலும் அவரைத் தாய்போல மதித்து, அன்புசெலுத்த ஏராளமானோர் யாழ்ப்பாணத்தில், கொழும்பில் ஏன் இந்தியாவில்கூட, சரியாகச் சொன்னால் உலகின் பலபாகங்களிலும் இருந்தார்கள், இருக்கிறார்கள்.

அவர் ஒரு தேசாந்திரி. கோயில்கள், உறவுகள் என்று மாறிமாறிப் பயணப்படுபவர். பெரும்பாலும் நடைதான். ஒரு நாளைக்குப் பதினைந்து மைல் என்று கங்கணம் கட்டிக் கொண்டிருப்பாரோ என்று எண்ணுமளவிற்கு நடப்பவர். எரிக்கும் வெய்யிலில்

கையில் குடையுடன், தன் தடித்த மூக்குக் கண்ணாடியுடன் சற்றே மேல்நோக்கிய, கண்களைச் சுருக்கிய பார்வையுடன் சென்று கொண்டிருப்பார். கையினால் கண்களுக்கு நிழல் கொடுத்து, அடையாளம் தெரிந்து, சிறு சிரிப்புடன் பேசுவார். நடை, களைப்பு எந்த எரிச்சலையும் அவர் வெளிப்படுத்தியதில்லை. யாருடனும் சுடுசொல் பேசியதில்லை.

எப்போதும் அவர் அடுத்த பயணத்துக்கான திட்டமிடல்களுடனேயே வருவார். அவரை எந்த, நேரத்தில் எங்கே சந்திக்கலாம் என்பது யாருக்கும் தெரியாது. 'விடியக் காலம பிள்ளையக்கா வந்திட்டு எங்கயோ போச்சுது இன்னும் காணேல்ல' என்று உற்றவர்கள் பேசுவது சாதாரணம்.

யாழ்ப்பாணத்தில் இந்திய ராணுவம் இருந்த காலப்பகுதி. இரவு நேரங்களில் ஊரடங்கு அமலில் இருந்தது. அப்பா கொழும்பிலிருந்தார். பக்கத்து வீட்டு அக்காக்கள் எல்லோரும் எங்கள் வீட்டில்தான் தூங்குவது வழக்கம். எங்கோ தூரத்தில், கேட்கும் நாய்களின் குரைப்புச் சத்தம் தவிர்ந்த ஆழ்ந்த அமைதிகொண்ட இரவுகள். மண்ணெண்ணெய் லாம்பில் மிக மெல்லிய சுடரை ஏற்றி வைத்துவிட்டுக் கூடியிருந்து மெல்லிய குரலில் அக்காக்கள் பேசுவார்கள். அவ்வப்போது பிள்ளையக்காவும் வருவார். அப்போதெல்லாம் அன்றைய இரவு அதீத உற்சாகத்துடன் களைகட்டும். எல்லோருக்கும் நடுநாயகமாக வீற்றிருந்து கதை சொல்வார்.

ஊர்கள் பற்றிய ஏராளமான அனுபவங்கள், கதைகள் அவரிடம் இருந்தன. அடிக்கடி இந்தியா சென்று வருபவர் என்பதால் கோயில்கள் வித்தியாசமான கலாச்சாரப் பின்னணி கொண்ட புதிய மனிதர்கள், பாஷை புரியாமல் அவஸ்தைப்பட்டுப் பின்னர் நகைச்சுவையாகிவிட்ட சம்பவங்கள் என ஏகப்பட்ட சுவாரஷ்யங்கள் அவர் பேச்சிலிருக்கும்.

பிள்ளையக்கா கடிதம் எழுதுவது ஒரு தனி சுவாரஷ்யம். பாணா முற்றத்தில் வாகாக வெளிச்சம், இடம்பார்த்து உட்கார்ந்து கொள்வார். மூக்குக் கண்ணாடியைக் கழற்றி ஊதித் துடைத்துச் சரிபார்த்து மாட்டிக்கொள்ளும் தோரணையில் வெகு தீவிரத் தன்மையொன்று வந்துவிடும். இந்த முன்னேற்பாடுகள் அவர் எழுத்துவதற்கல்ல. அவர் சொல்லச் சொல்ல அக்காக்களிலொருவர் எழுதுவார். அவர் எழுதுவதை விட அழகான எழுத்தில் யாராவது எழுத வேண்டுமென விரும்புவார்போலும். அதுவும் தவிர ஒரு ஃப்ளோ மிஸ் ஆகிவிடக்கூடாது என்பதும் காரணமாயிருக்கலாம்.

அப்போது அவர் முகத்திலும், கணீரென்ற குரலிலும் ஒரு கண்டிப்பு வந்துவிடும். அக்காக்கள் அமைதியாகிவிட வேண்டும். எழுதுநர் பராக்குப் பார்க்கும் சந்தர்ப்பத்தில் திட்டு, 'இஞ்ச கவனி', தொடையில் சிறு அடி எனக் கடுகடுப்பாகி விடுவார். இடைக்கிடையில் "வாசிச்சுக்காட்டு" டெஸ்ட் வேறு! கடிதத்தின் சாராம்சம் பெரும்பாலும், கடிதம் பெறுநர் செய்த சிறு குற்றங்கள், குறைகள் பற்றிச் சுட்டிக் காட்டப்படுவதாக இருக்கும். சற்றே உணர்ச்சிபூர்வமாக, 'அவர் அப்படிச் சொன்னது', 'நீ இப்பிடிச் செய்திட்ட' என நீண்ட விளக்கங்களுடன் செல்லும். எல்லாப் பிரச்சினைகளையும் விலாவாரியாகத் தெரிந்துகொள்ளலாம்.

வேகமாக நிறைய வசனங்களைச் சொல்லும்போது எழுதுநர் அக்கா எல்லாக் கதையையும் கேட்டுக்கொண்டே 'கட்' பண்ணி சுருக்கி ஒருவிதமாக எழுதுவார். இறுதியில் 'அதையெல்லாம் நான் மன்னிச்சுட்டேன்' என்றவாறு முடிக்கும்போது, 'அடச்சே! இதுக்கா இவ்வளவு கஷ்டப்பட்டோம்' என நொந்துபோய் இருப்பார். ஆக, பிள்ளையக்கா யாருடனும் பகைமை பாராட்டிய தில்லை.

அப்போது நடைபெற்ற ஜனாதிபதித் தேர்தலில் பிள்ளையக்கா வாக்களித்தது அக்காக்கள் மத்தியில் கொஞ்ச நாள் வெகு பிரபலமாக இருந்தது. அப்போதைய ஜனாதிபதி யாக இருந்தவர் பிரேமதாச. இரண்டாம் முறையும் அவர் வருவதற்கான வாய்ப்பு இருந்தது. வழக்கம்போல, இதை எப்படி யாவது தமிழர்கள் எல்லோரும் மொத்தமாக வாக்களித்துத் தடுத்துவிட வேண்டுமென பார்ப்பவர்கள் எல்லோரும் பேசிக்கொண்டார்கள். பிள்ளையக்காவும் தன் ஜனநாயகக் கடமையைச் சரிவரச் செய்தே ஆக வேண்டும் என உறுதியாகப் பேசிக்கொண்டிருந்தார்.

அன்றைய பொழுது தேர்தல் நாளுக்கேயான ஒரு வெறிச்சோடிய தினமாக விடிந்தது. பின்மதியநேரம் பிறப்பிக்கப் படப் போகும் விசேட ஊரடங்கிற்குக் காலையிலேயே தயாராவது போல! வாகன வசதிகளும் இல்லை. ஆனாலும் எல்லோரும் போய் வாக்களித்துவிட்டு வந்தார்கள். பிள்ளையக்காவுக்கு சற்றுத் தொலைவிலிருந்த பாடசாலைக்குப் போய் வாக்களிக்க வேண்டும். சென்று வந்து சம்பவத்தை விபரித்தார்.

"ரோட்டில சனமே இல்லை. எங்க பாத்தாலும் ஆமிக்காரங்கள். ஒரே பதட்டமாப் போச்சு! வந்திட்டம் இனி எப்பிடியெண் டாலும் வோட் பண்ணிட்டுத்தான் திரும்பிறதெண்டு . . . கும்பிளாவளைப் பிள்ளையாரை நினைச்சுக்கொண்டே போனன்"

"ஒரு மாதிரிக் கொல்லங்கலட்டிப் பிள்ளையார் கோயில்ல போய் கும்பிட்டு வீபூதி சந்தனம் வச்சுக்கொண்டு பள்ளிக் கூடத்துக்குள்ள போனாப் பிறகுதான் சீவன் வந்துச்சு. வோட் போடமுதல் அப்பிடியே கண்ணை மூடி, பத்திரமாக் கொண்டு வந்து சேர்த்துட்ட பிள்ளையாரப்பா எண்டு கும்பிட்டுக்கொண்டு, கண்ணைத் திறந்து பாத்தா... யானை! அப்பிடியே கடவுளே என்ர பிள்ளையாரப்பா எண்டு..."

அவர் முடிக்க முதலே சிரிப்பு அதிர்ந்தது. யானை பிரேம தாசவின் சின்னம் என்பது பிள்ளையக்காவுக்குத் தெரியாததல்ல. சூழ்நிலை அப்படி அமைந்துவிட்டது. பிள்ளையார்தான் குழப்பிவிட்டார். யானையைப் பார்த்ததும் பிள்ளையாரா, பிரேமதாசவா என்றொரு கேள்வி பிள்ளையக்கா மனதில் எழுந்திருக்கலாம். பிள்ளையாருக்கு வாக்களித்துவிட்டார்!

பிள்ளையக்காவுக்குப் புற்றுநோய் வந்திருந்ததைத் தொண்ணூற்று நான்காம் ஆண்டு யாழ் மருத்துவமனையில் உறுதிசெய்திருந்தார்கள். தகவல் கேட்டபோது அதிர்ச்சியடைந்த சிலரின் முகங்கள் இப்போதும் ஞாபகத்தில் இருக்கிறது. ஆறுமாதமோ, ஒருவருடமோ தவணை ஏதும் கொடுத்தார்களோ என்பது பற்றிச் சரியாகத் தெரியவில்லை. அப்படியில்லாமல், அடுத்த வருட பிறந்தநாளைக்கு உயிருடன் இருக்கமாட்டார் என்பதை எப்படி பிள்ளையக்காவால் உறுதி செய்திருக்க முடியும்? ஒருவேளை அவருக்கே உள்ளுணர்வு சொல்லியிருக்கலாம்.

அந்த வருடம் வெகு விமர்சையாகத் தனது இறுதிப் பிறந்தநாளைக் கொண்டாடினார். கேக் வெட்டி, வகை வகையான தின்பண்டங்கள் பரிமாறி, புகைப்படம் எடுத்துக்கொண்டார்கள். சிலர் நம் தமிழர்களின் வழக்கப்படி அங்கே வந்து, புற்று நோயால் செத்துப்போன ஒன்றுவிட்ட பெரியப்பா, தூரத்து அம்மம்மா போன்றோரின் கதைகளைப் பேசித் தமிழர் பாரம்பரியத்தை நிலைநாட்டினார்கள்.

'முன்னைய காலங்களில் எல்லோரும் முன்னறிவிப்பின்றித் திடீரென்று செத்துப்போய்விடுவதாகவும், இப்போதைய விஞ்ஞான, மருத்துவ வளர்ச்சி இறுதிப் பிறந்தநாள் கொண்டாடுவதைச் சாத்தியமாக்கியிருக்கிறது' எனப் பொருள்பட, தன்னைச் சூழ இருந்த நாலைந்து பேருக்கு உரையாற்றினார் ஒரு கனவான். சூழ இருந்தவர்கள் அவர் பேசுவதை மிகுந்த சிந்தனையுடன் ஆமோதித்தார்கள். சிந்தனை, 'இவர் பேசிக் கொண்டிருக்கும்போது வாய்க்குள் இருப்பதை விழுங்கலாமா?', 'அடுத்த கடி கடிக்கலாமா?' என்பதாக இருந்திருக்க வேண்டும்.

காக்கா கொத்திய காயம்

ஏராளமானோர் வந்து வாழ்த்தி, கண்ணீர் மல்க பிரியாவிடை அல்லது பிரியும்விடை பெற்றுக்கொண்டார்கள். பிள்ளையக்கா மட்டும் எந்தக் கவலையுமின்றி, மகிழ்ச்சி பொங்க சிரிப்புடன் எல்லோரையும் உச்சிமுகர்ந்து விடைகொடுத்தார். மறுநாளே அலட்டிக்கொள்ளாமல் எங்கோ கிளம்பிவிட்டார்.

ஒரு மாதம் கழித்து யாரோ பேசிக்கொண்டார்கள் அவர் நன்றாக மெலிந்துபோய்விட்டதாக. பின்னர், யாராவது அவ்வப்போது அவர் குறித்த தகவல்களைப் பகிர்ந்துகொள்வார்கள், 'ஏலாமல் போயிட்டுதாம்' 'கொழும்பில இருக்கிறாவாம்' என்றும், 'இந்தியாக்கு போயிட்டாவாம்' என்றும் பலவாறாக!

அவர் இறந்துபோய்விட்டார் செய்திகேட்டு அதிர்ச்சியடையாமல் இருக்க, எல்லோரும் தங்களைத் தயார்படுத்திக் கொண்டதைப் புரிந்துகொள்ள முடிந்தது.

எல்லோரும் எதிர்பார்த்ததைப் போலவே பிள்ளையக்கா இறந்த செய்தி வந்தது – பதினெட்டு வருடங்கள் கழித்து, போன மாதம்.

நேற்று இன்று

"தம்பி டாய்!"

பாரதிராஜா, சிவாஜி இருவரின் குரலையும் மிக்ஸ் செய்ததுபோல, அதட்டலான தொனியில் அந்தக் குரலிருக்கும். அந்தக் குரலைக் கேட்டதும், நான் சூழ்நிலையை அவதானித்து இரண்டுவிதமான முடிவுகளை எடுத்துக்கொள்வேன். சில அடி தூரங்களில் எதிர்பாராமல் சிக்கிக்கொண்டால் கைகளைத் தலைக்குமேல், உயர்த்தாத குறையாகச் சரண்டர் ஆகிவிடுவேன். சற்றுத்தொலைவில் கூப்பிடு தூரமெனில் தெறித்தோடிவிடுவேன். அவர் என்னை அழைத்தது, சொக்லேட்டோ அல்லது வேறு ஏதோ ஒரு தின்பண்டம் தருவதற்காகத்தான் இருக்கும்.

சிங்கராயர் என்றால் எல்லோருக்கும் தெரியும். ஊரின் மிகப் பெரிய கடை, நான்கைந்து லொறிகள், இரண்டு கார்கள், மூன்று பெரிய வீடுகள், வயல், தோப்பு என்று வசதியான குடும்பம். கடையில், தோட்டத்தில் ஏராளமான ஆட்கள் வேலை செய்துகொண்டிருப்பார்கள். வீட்டில் சாப்பாட்டு வேளைகளில் யார் சென்றாலும் எத்தனை பேர் என்றாலும் உடனடியாக உணவு தயார் செய்து உபசரிக்காமல் அனுப்பியதில்லை. ஆறு பெண்பிள்ளைகள். அவர்களுக்கு ஒரு தம்பி கிடைக்கும்வரை பக்கத்து வீட்டிலிருந்த நானே அவர்களின் தம்பி. அப்போதெல்லாம் வீட்டில் அம்மாவிடம் சிறு உரசல் ஏற்படும் சாத்தியம் இருந்தாலே ஓவென்று பெருங்குரலெடுத்துச்

சமிக்ஞை கொடுக்க, அக்காக்களில் யாராவது ஓடிவந்து தூக்கிக் கொண்டு சிட்டாய்ப் பறந்துவிடுவார்கள்.

அக்காக்கள் யாருக்கும் எந்தப் பெருமையோ, அலட்டலோ கிடையாது. எல்லாரையும் மதிக்கும் குணமுடையவர்கள். என் சிறுபிள்ளைப்பிராயம் முழுவதும் அவர்களின் அன்பால் நிறைந்திருந்தது. வீட்டில் சிரிப்பும் கும்மாளமுமாக இருக்கும் அக்காக்கள், அப்பா வந்ததும் இருக்குமிடம் தெரியாமல் அமைதியாகி விடுவார்கள். அவர் வந்ததும் நைசாக வெளிநடப்புச் செய்துவிடுவது என் வழக்கம். 'டேய்' என்ற குரலில் அடங்கிப் போய்விடுவோம் எல்லோரும். 'இந்தாடா', 'சாப்பிடுறா' அன்பு கலந்த அதட்டலாகத்தான் பேசுவார் எப்போதும்.

திடீரென ஒருநாள் ஊரைவிட்டுப் போக வேண்டிய சூழ்நிலை. யுத்தம் ஓர் நாளில் பலரின் வாழ்க்கையைப் புரட்டிப் போட்டிருக்கிறது. எதிர்பார்த்தேயிராத மாற்றங்களைச் சடுதியில் நிகழ்த்தியிருக்கிறது. பலரை உத்வேகத்துடன் எழ வைத்திருக்கிறது. பலரை எப்போதும் மீளவும் விட்டதில்லை. விடுவதில்லை. அதன் தாக்கங்கள் மறைய, மறந்துபோக நீண்ட காலங்கள் எடுக்கலாம். அதுவரைக்கும் அதுபற்றிய கதைகள் பேசப்படும். அது தவிர்க்கமுடியாதது.

எல்லாம் படிப்படியாக மாறத் தொடங்கியது. வியாபாரத்தில் ஏராளமான பணம் கொடுக்கல்வாங்கல்கள் இருந்தது. தான் கொடுக்க வேண்டிய எல்லாப் பணத்தையும் சரி செய்தார். ஆனால் அவரிடம் பெருந்தொகைப் பணம் பெற்றவர்களெல்லாம் மாயமாய் மறைந்துவிட்டார்கள். மீண்டும் வியாபாரத்தைச் சிறிய அளவில் தொடங்கினார். எனினும் அது வெற்றியளிக்கவில்லை. ஆனாலும் அவரால் சும்மா இருக்க முடியாதே. சிறிய அளவில் ஒரு கடை வைத்திருந்தார்.

அவர் தனி ஆளாய் கடும் உழைப்பால் மட்டும் முன்னேறியவர். தன் பிள்ளைகளுக்கும் எந்த விஷயத்திலும் குறை வைக்கவில்லை. தந்தையாகத் தன் கடமைகளைச் சரியாகச் செய்தார். யாருக்கும் அவர் கடமைப்பட்டிருக்கவில்லை. அவரால் பயன் பெற்றவர்கள் எத்தனை பேர் என்பது பற்றி யாருக்கும் தெரியாது. தாங்கள் மற்றவர்களுக்குச் செய்த உதவியைப் பற்றி நினைக்கும் குணம் அந்தக் குடும்பத்தில் யாருக்குமே கிடையாது.

எப்போதும் பரபரப்பாக இயங்கிக்கொண்டிருந்தவருக்கு, திடீரென ஓய்ந்து போனதுபோலான ஒரு எண்ணம் மிகுந்த மனச் சோர்வைக் கொடுத்திருக்கலாம். முதுமை, யோசனைகள் என்று சற்றுத் தளர்ந்து போயிருந்தாலும் அந்தக் குரலின் கம்பீரமும் ஆளுமையும் அப்படியே இருந்தன.

‘என்னடா கடைசி நேரத்தில இப்பிடி விளையாடியிருக்கிறே?’ கண்களில் உண்மையான வருத்தத்துடன் ஒருநாள் கேட்டார். அதுவரையில் நன்றாகப் படித்துவந்து ஏ லெவல் தேர்வில் கரணமடித்து, எல்லோருக்கும் எதிர்பாராத அதிர்ச்சி கொடுத்திருந்தேன். வீட்டில் யாரும் எதுவும் பேசுவதில்லை. திட்டக்கூட இல்லை. எப்போதும் வீதியோர அரட்டை, நள்ளிரவில் வீடு திரும்புவது என ஒரு கலகக்காரனாக மாறி யிருந்தேன். கிட்டத்தட்ட வீட்டில் ஒரு பொறுக்கியாக ஃபோர்ம் ஆகியிருந்தேன். கூடப்பிறந்த அக்காகூட என்னிடம் சரியாகப் பேசாத நிலை. உடன்பிறவாத அக்காக்கள் மட்டும் என்மீது அதே பாசத்தைக் காட்டி, என் திறமை மீது மிகுந்த நம்பிக்கை வைத்திருந்தார்கள். அப்படியொரு நாளில்தான் மெதுவாக அந்தக் கேள்வியைக் கேட்டார். தனது கேள்வி என்னைக் காயப்படுத்திவிடக் கூடாதென்ற கவனமும் அவர் குரலிலிருந்த வருத்தம், வருடங்கள் கடந்தும் இன்றும் நினைவில் இருக்கிறது.

அதிகமாகப் பேசிக்கொள்ளாத அவரின் மனச்சோர்வும் கவலைகளும் ஒரு கட்டத்தில் ‘வலிப்பு’ ஆகத் தாக்கியது. பேசவும் முடியாமல் அவர் மருத்துவமனையில் இருக்கையில், அவரைத் தோளில் சாயவைத்து, ஹோர்லிக்ஸ் ஊட்டிக்கொண்டிருந்த பொழுதில் அவர் குரலைக் கேட்டதும் ஓட்டமெடுக்கும் என் சின்ன வயது ஞாபகங்கள். சில நாட்களின் பின் ஓரளவு தெளிவாகப் பேசவும், மிகுந்த பயிற்சியின் பின் ஒருவர் துணை யுடன் நடக்கவும் முடிந்தது. வீட்டில் அமைதியாக அமர்ந்து நாங்கள் பேசுவதைப் புன்சிரிப்புடன் பார்த்துக்கொண்டிருப்பார்.

உண்மையில் அதன் பின்னர்தான் அவர் வாழ்வில் ஓய்வெடுத்துக்கொண்டார். ஆனால், அப்படியொரு ஓய்வு அவரை நேசித்த எவருக்குமே மகிழ்ச்சியைக் கொடுக்கவில்லை. சில வருடங்களுக்கு முன்னர் அவர் இறந்துவிட்ட செய்தி கேட்டபோது மிகுந்த நிம்மதியே ஏற்பட்டது.

யாழ்ப்பாணத்திலிருந்த காலப்பகுதியில் நண்பர்களின் ஒரு மாலை நேர அரட்டை. திடீரெனச் சொந்தமாகத் தொழில் செய்வது பற்றிப் பேச்சுத் திரும்பியது. பிசினஸ் செய்வதற்கு முதலீடு அவசியமாகையால் முதலில் எங்காவது வெளிநாடு சென்று ‘மூலதனம்’ பிடித்து வர வேண்டும். ஐரோப்பிய நாடுகள், கனடா, அவுஸ்திரேலியா செல்ல எனக்கு வாய்ப்புகள் இல்லை. ஆக, மத்திய கிழக்கு நாடுகள் மட்டுமே உள்ள ஒரே வழி என்று கூறிக்கொண்டிருந்தேன்.

“கப்பிட்டல் பிடிக்கிறதா? விக்கி சேர் சொல்வார் ‘தம்பி அடுத்தவன் கப்பிட்டல்ல செய்யிறதுக்குப் பேர்தான் பிசினஸ்.’ அவர் சொன்னாச் சரியாத்தான் இருக்கும்” என்றான் நண்பன்.

அதுமட்டும் போதாது. வியாபாரம் செய்வதற்கு அதற்கென்று ஒரு தகைமை இரத்தத்தில் ஊறியிருக்க வேண்டும். அதனால் பரம்பரை பரம்பரையாகவே அதிகம் வெற்றியளிக்கிறது. புதியவர்கள் தாக்குப்பிடிப்பது கடினம். தொழிற்போட்டிகள், ஆப்புகளைச் சமாளிப்பதும் புதியவர்களுக்குப் பெரும் சவால் என்று கூறிச் சில உதாரணங்களையும் முன்வைத்தான் இன்னொருவன்.

'பிசினஸ் மைண்ட்' என்ற ஒன்று சிலருக்குச் சின்னவயதி லிருந்தே இயல்பாக இருக்கும். அது இருந்தால், நிறைய உழைப்பும், கொஞ்சம் அதிஷ்டமும் சேரும்போது 'வியாபார காந்தம்' ஆகி விடலாம் என்ற நண்பனின் கூற்றை ஏற்றுக்கொள்ள முடிந்தது. அதுவும் யாழ்ப்பாணத்தில் ஒருகாலத்தில் எப்போது, என்ன நடக்குமென்பதே யாருக்கும் தெரியாது. யுத்தம் பலருக்கு ஒரே நாளில் வாழ்வின் போக்கை நல்லதாகவும் கெட்டதாகவும் சடுதியாக மாற்றிப் போட்டிருக்கிறது.

'வியாபார மனம்' என்பது பெரும்பாலும் தவறாகவே அர்த்தம் கொள்ளப்படுகிறது. அல்லது தவறாக நடந்துகொள்பவர்களையே அப்படிச் சொல்வதாலோ என்னவோ மோசமான வார்த்தை போன்ற ஒரு தோற்றத்தைக் கொடுத்துவிடுகிறது. அதுகூடச் சில சமயங்களில் சம்பந்தப்பட்டவருக்கே தெரியாமல் இரத்தத்தில் கலந்திருக்குமாம், தகுந்த நேரத்தில் விழித்துக் கொள்ளும் என்றான் நண்பன் ஜனகன்.

ஜனகன் ஒரு கதை சொல்ல ஆரம்பித்தான். யாழ் நகரத்தில் ஒரு பெரிய கடையின் உரிமையாளர் தன் கடையைப் பூட்டிக்கொண்டு வீட்டுக்குக் கிளம்பினார். கூடவே அவரது நம்பிக்கைக்குரிய உதவியாளர் – வலதுகை. அன்று அரைநேரம். அடுத்தநாள் புதிதாக முதலீடு செய்யும் நோக்கத்தோடு சில லட்சரூபாய்கள் பணத்தை வங்கியிலிருந்து மீளப்பெற்றிருந்தார். காலையில் அலையமுடியாதென்பதால், பணத்தையும் எடுத்துக் கொண்டு அவரும் வலதுகையும் மோட்டார்சைக்கிளில் வீட்டுக்குச் சென்றுகொண்டிருந்தார்கள். அன்றைய காலப்பகுதியின் வழமை போல, இலங்கைப்படையின் ஹெலிகொப்டர் திடீரென வானில் தோன்றியது. துவக்குச் சூடு நடத்தியது. முதலாளி அந்த இடத்திலேயே அவுட். வலதுகை சிறு காயங்களுடன் தப்பிவிட்டார். நடந்த அமளியில் பணப்பையைக் காணவில்லை.

அவர் பணம் மீளப்பெற்றதோ, புதிதாக முதலீடு செய்வதோ, அவர்களிருவர் தவிர கடையிலோ வீட்டிலோ யாருக்கும் தெரியாது. பெரும்பாலும் எல்லா முதலாளிகளும் முன்பு

அப்படித்தான் இருந்திருக்கிறார்கள். வியாபாரத்திலுள்ள கொடுக்கல் வாங்கல்களை மனைவியிடமோ, பிள்ளைகளிடமோ பேசிக்கொள்வதில்லை. வீட்டுப் பொறுப்பை முழுவதுமாக மனைவி கையில் கொடுத்துவிட்டுத் தொழிற் சுமைகளையும், கவலைகளையும் தம் தலையிலேயே போட்டுக்கொண்டு வேலை பார்ப்பார்கள்.

இங்கே வாங்கி அங்கே கொடுத்து, அங்கே வாங்கி இன்னோரிடத்தில் கொடுத்து என 'ரோலிங்கில்' போய்க் கொண்டிருக்கும் வியாபார உலகில், திடீரென ஏதும் அசம்பாவிதம் நிகழ்ந்துவிட்டால் அவ்வளவுதான்; பணம் கொடுக்க வேண்டியவர்கள் யாரும் வருவதில்லை. பணம் பெற வேண்டியவர்கள் மட்டுமே வருகிறார்கள். யாருக்கு எவ்வளவு கொடுக்க வேண்டும், யாரிடமிருந்து எவ்வளவு வர வேண்டும் என்றே புரியாமல் குழம்பிப்போய் நிற்கும் குடும்பங்கள் பலவற்றைக் கண்டிருக்கிறோம். அப்படித்தான் அந்தக் குடும்பத்தில் யாருக்கும் காணாமல்போன பணப்பை பற்றித் தெரியவில்லை. அப்படி ஒரு பணப்பை இருந்தது தெரியாமலேயே மாயமாய் மறைந்துவிட்டது. அத்துடன் கதை முடிந்துவிட்டது. சற்று இடைவெளி விட்டுச் சொன்னான்.

சம்பவம் நடந்து இரண்டு மாதங்கள் கழிந்துவிட்டன. பெரும் எடுப்பில் நகரின் பிரபலமான ஒரு வியாபார நிறுவனத்தைச் சொந்தமாக தொடங்கினாராம் வலதுகை!

பத்துவருஷத்துக்கு முன்னர் கோயிலுக்குச் சென்றிருந்தபோது, குண்டு வீச்சில் உடைந்த பகுதிகளைப் புனரமைக்கும் பணி நடைபெற்றுக்கொண்டிருந்தது. 'தம்பி' என்ற குரல் கேட்டுத் திரும்பிப் பார்த்தேன். சித்தப்பா தனக்கேயுரிய சிரிப்புடன் அருகில் நின்றிருந்தார்.

அவர் பெயர் ஞாபகமில்லை. எல்லோருமே சித்தப்பா என்றழைப்பது வழமை. வெளிநாட்டில் இருந்தவர். பளீரென்ற சிரிப்பும், கரகரத்த குரலில் உற்சாகமான பேச்சும் அவரது அடையாளங்கள். இதே ஊரில் வசதியாக வாழ்ந்தவர். சின்ன வயதில் இதே கோயில் திருவிழாக் காலங்களில் சனக்கூட்டத்துக்கு நடுவே தூக்கிவைத்திருந்து சாமி காட்டியது, இனிப்புகள் வாங்கித் தந்தது எல்லாம் ஞாபகத்திலிருக்கிறது. கார் வைத்திருந்தவர், சிலகாலம் மினிபஸ் வாங்கி வைத்து லைன் ஓடியவர். யுத்தம் கொடுத்த இடம்பெயர்வின் பின்னர் சைக்கிள் மட்டுமே அவர் வாகனமாகியது. ஆனாலும் அந்தச் சிரிப்பும் பேச்சும் மாறி யிருக்கவில்லை.

நீண்ட நாட்களின் பின் என்னைச் சந்தித்ததில் சந்தோஷப் பட்டார். எதிர்பாராமல் சந்தித்ததாலோ, என் இயல்பான குணத்தாலோ எதுவும் பெரிதாகப் பேசவில்லை. என்ன பேசுவதென்றும் தெரியவில்லை. சித்தப்பா அதே பழைய உற்சாகத்துடன் வீட்டவர்கள் எல்லோரையும் விசாரித்தார். சிறு புன்னகையுடன் விடைபெறுவதுபோல் தலையசைத்தார்.

அருகில் வைத்திருந்த சீமெந்துக் கலவை வாளியைத் தூக்கிக்கொண்டு தன் வேலையைப் பார்க்கப் போனார்.

கோச்சி எனவா

நீண்ட நாட்களின் பின்னர் வவுனியாவிலிருந்து கொழும்பு நோக்கி ஒரு ரயில் பயணம். அதிகாலை இருள் கலைந்து மெல்ல மெல்லப் பொழுது புலர்வதைப் பார்த்துக்கொண்டு வாயில் கதவருகே நின்றுகொண்டிருந்தேன். பனியின் குளிர்மையோடு முகத்திலறைந்து முடிகலைக்கும் மூலிகைக் காற்றி னூடே வரும் காலை வெயிலுடன் இனிமையாக ஆரம்பித்தது பயணம்.

ரயில் எப்போதுமே எந்த வயதிலும் சலிக்காத ஒரு விஷயமாகவே இருக்கிறது. கடற்கரையில் காற்று வாங்கிக்கொண்டிருக்கும் போதெல்லாம் அவ்வப்போது 'கோச்சி எனவா' என உற்சாகமாகக் கூவிக்கொண்டு, கண்கள் விரிய புன்சிரிப்புடன் பார்த்துக்கொண்டிருக்கும் மனிதர்கள். அது கடற்கரையோரமாகச் செல்லும் காலி – கொழும்பு புகையிரதப் பாதையில் செல்லும் ஒரு குறுந்தூரப் புகைவண்டி. ஒவ்வொரு அரைமணி நேரத்துக்கு ஒரு வண்டி எனக் கடந்துகொண்டிருந்தாலும் ஒவ்வொரு முறையும் அதே உற்சாகத்துடன் வயது வித்தியாச மின்றிப் பார்த்துக்கொண்டிருக்கும் மனிதர்கள். ஒரு சாகசப் பயணத்தை மேற்கொள்ளும் மகிழ்ச்சியுடன், படிக்கட்டுகளின் மீது கும்பல் கும்பலாக நின்று பயணிக்கும் அலுவலகம் சென்று திரும்பும் இளைஞர், யுவதிகள் கூட்டம்.

முன்பு அலுவலகம் சென்று வருகையில் இரத்மலான விமான நிலையத்திலிருந்து

யாழ்ப்பாணத்துக்கான சிறியரகப் பயணிகள் விமானம் மேலெழுந்து செல்வதைப் பலமுறை கண்டதுண்டு. பிரதான வீதிக்கு அருகிலிருக்கும் விமான ஓடுபாதையினூடு ஓடி மிகக்குறைவான உயரத்தில் வீதியைக் கடந்து மேலெழுந்து செல்வதை ஓரிரு முறை பேரூந்திலிருந்தவாறே ஆவலுடன் பார்த்திருக்கிறேன். ஆனாலும், அதை யாரும் அவ்வளவு சுவாரஷ்யமாக நின்று பார்த்ததைக் கண்டதில்லை. ஒரு ரயில் அளவுக்கு விமானம் அவ்வளவு ஆர்வத்தை ஏற்படுத்துவதில்லையோ எனத் தோன்றுகிறது.

காலியிலிருந்து கொழும்பு வந்துகொண்டிருந்த ஒரு ரயில் என்ஜினில் 'யாழ்தேவி' எனத் தமிழில் பெயர் எழுதப்பட்டிருந்தது. யாழ்தேவி பிரசித்திபெற்ற கொழும்பு – காங்கேசன்துறைக்கான ரயில். யாழ்தேவி பேசுவதற்கு ஏராளமான சுவாரசியங்களையும், நினைவுகொள்ளப் பல இனிமையான சம்பவங்களையும் ஒரு காலத்தில் பெரியவர்களுக்குக் கொடுத்திருந்தது. தென்னிலங்கைக் கும், வடபகுதிக்குமான உறவுப்பாலமாக ஒரு காலத்தில் வழங்கப் பட்டதாம் அந்த ரயில் சேவை. அதிக வலுக்கொண்ட கனடிய ரயில் எஞ்சின்கள் அதற்கென்று பாவனையிலிருந்தனவாம்.

ரயில் எப்படியிருக்கும்? என்ற கேள்வி சிறுவயதில் என் வயதொத்த அனைவருக்குமிருந்தது. ரயில் என்பதைப் புத்தகத்தில் மட்டுமே பார்த்தது. சினிமாவிலும் அவசரமாகக் காட்டப் பட்டிருக்கும். ரயிலைப் பார்க்கும் ஆர்வம் ஒரு கனவாக இருந்தது. ஒரு பிரமிப்பு இருந்தது. யுத்தம் காரணமாக அப்போது யாழ்ப்பாணம் புகையிரத நிலையத்திலிருந்து காங்கேசன் துறை வரையிலான யாழ்தேவி ரயில் சேவை நிறுத்தப்பட்டிருந்தது.

இந்திய இராணுவக் காலப்பகுதியில் மீண்டும் புகையிரதப் பாதை செப்பனிடப்பட்டு, யாழ்தேவி காங்கேசன்துறை வரை பயணிக்கத் தொடங்கியிருந்தது. பனி பொழியும் காலைப் பொழுதுகளில் யாழ்தேவி ஹோர்ன் சத்தத்துடன் புறப்படுவது அந்தச் சுற்று வட்டாரம் முழுவதும் கேட்கும். எங்கள் பாடசாலை ரயில் பாதைக்குச் சற்று அண்மையாக இருந்ததால் எப்படி யாவது ஒரு முறை ரயிலைப் பார்த்துவிடுவது என்று முடிவு செய்திருந்தோம்.

ஒரு சாகசத்துக்கான தயார்படுத்தலில், ஒரு விளையாட்டுப் பாட வேளையில், மைதானத்திலிருந்து திருட்டுத்தனமாக வெளியேற வசதியாக நின்றுகொண்டிருந்தோம். பதினைந்து பேராவது இருந்திருப்போம். யாரும் பேசிக்கொள்ளவில்லை. தூரத்தில் சத்தம் கேட்டதும் வேகமாக ஓடத்தொடங்கினோம். ஆனாலும் ஏமாற்றம்தான்! ரயிலின் கடைசிப்பெட்டி தூரத்தில் மறைந்துகொண்டிருந்தது. ஏமாற்றத்துடன் சோர்ந்துபோய்

திரும்ப நடந்து வந்தோம். இன்னொரு முறை ரயில் பார்க்காத அளவுக்கு அன்று பள்ளியில் நல்ல வரவேற்புக் கிடைத்தது.

இந்த சாகசச் செய்தி வீடுவரை பரவியதில், விடுமுறையில் வந்திருந்த அப்பா, மறுநாள் ரயில் பார்ப்பதற்காக யாழ் புகையிரத நிலையம் அழைத்துச் சென்றார். காத்துக்கொண்டிருந்தோம். எவ்வளவு நேரமாகும்? அடிக்கடி அப்பாவைக் கேட்டுக் கொண்டிருந்தேன். அதோ யாழ்தேவி வருகிறது. முதன்முறை பார்த்தபோது உண்டான மகிழ்ச்சி அவ்வளவு அலாதியானது. அங்கிருந்து காங்கேசன்துறை வரை எனது முதல் இரயில் பயணம். இருக்கையில் அமர்ந்துகொள்ளாமல், வாயிற் கதவில் நின்றுகொண்டு, யன்னலில் அமர்ந்துகொண்டு, பெட்டிகளைக் கடந்துகொண்டு குதூகலமான பயணமாக இருந்தது. காங்கேசன் துறை பெரியதொரு புகையிரத நிலையமாக இருந்தது. நான்கைந்து ரயில்வே பாதைகள் இருந்தன. பாதை முடிவடையும் இடமாக இருந்ததால் ரயில் என்ஜின் திருப்பிவிடும் வட்டவடிவமான *Turn Table* பொறிமுறை இருந்தது. இரண்டுபேர் சேர்ந்து தள்ளி, ஒரு ரயில் எஞ்சினைத் திருப்புவது ஆச்சரியமாக இருந்தது. என் கேள்விகளுக்கு அப்பா பொறுமையாகப் பதில் சொல்லிக் கொண்டிருந்தார். தொடர்ந்து நான்கைந்து நாட்களாக அந்த ரயில் பயணம் மனதை ஆக்கிரமித்திருந்தது. அதன்பின்னர் பலமுறை பயணத்திருந்தும் இப்போதும் ரயில் என்றதும் அந்த முதற்பயணம் மட்டுமே நினைவில்.

சில நாட்களிலேயே யாழ்தேவியில் நீண்டதூரப் பயணம். அப்பாவுடன் கொழும்பு சுற்றிப் பார்க்கச் சென்றேன். காலை ஆறுமணிக்குக் காங்கேசன்துறை ரயில் நிலையத்திலிருந்து ரயில் புறப்பட்ட சிறிது நேரத்தில் தமிழர் பாரம்பரியப்படி, ஒரு வடையுடன் ஆரம்பித்து, மாலு பண், ரோல் என என்னென்ன ரயிலில் கிடைக்குமோ அதெல்லாம் பாகுபாடில்லாமல் வாங்கிக் காலி செய்துகொண்டிருந்தேன்.

தின்பண்டங்களைக் கொண்டுவரும்போது, முதலில் நான் அப்பாவைப் பார்ப்பேன். பிறகு அந்தப் பொருளைப் பார்ப்பேன். அப்பா உடனே வாங்கித்தருவார். இதை எதிர் இருக்கையிலிருந்து அப்பாவின் வயதையொத்த அங்கிள் ஒருவரும் பார்த்துக் கொண்டிருந்தார். பிறகு நான் வழிமுறையை மாற்றிக்கொண்டேன். சொக்லேட் வருதா?, சூயிங்கம் வருதா? உடனே அங்கே கூர்ந்து ஒரு பார்வை. உடனே அப்பா வாங்கித் தருவார். அந்த அங்கிளும் பார்த்துக்கொண்டிருந்தார்

ஒரு கட்டத்தில், அந்தந்தப் பிரதேசங்களுக்குரிய பொருள்கள் என்கிற ரீதியில் போய்க்கொண்டிருந்தது. கிளிநொச்சி,

வவுனியா, அனுராதபுரம் என்று அன்னாசி, இளநீர், அவித்த சோளன்பொத்தி என்று போய்க்கொண்டிருந்தது. அனுராதபுரம் தாண்டி ஓரிடம்; அங்கே தேங்காய்ப் பூரான் கொண்டுவந்தார்கள். எப்போதாவது தேங்காய்க்குள் இருக்கும் சாதாரண பூரான் சிறியது. இது, அதற்கென்றே தயார் செய்யப்படுவதால் அதனால் ஒரு டென்னிஸ் பந்தின் அளவில் நான்காகக் கத்தியால் கீறி அழகாக இருந்தது.

நான் பூரான்களைப் பார்த்தேன். பக்கத்தில் எந்த அசைவு மில்லை. திரும்பி அப்பாவைப் பார்த்தேன். காணவில்லை. எங்கோ போய்விட்டார். முக்கியமான நேரத்தில் எங்கே? தவித்துப்போய்விட்டேன்.

அநேகமாக இப்படியொரு இக்கட்டான தருணத்தில்தான் திருஞானசம்பந்தர் 'தோடுடைய செவியன்' பாடியிருக்க வேண்டுமெனத் தோன்றியது. நம்மால் என்ன செய்ய முடியும்? சோகமாக யன்னலுக்கு வெளியே வேடிக்கை பார்த்துக் கொண்டிருந்தேன்.

திடீரென்று என்முன்னே கையில் பெரியதொரு பூரானோடு அப்பா தோன்றினார். நான் மிக்க மகிழ்ச்சியாக வாங்கிக் கொண்டேன். அந்தக் காட்சியைப் பார்த்தபோது அதற்குமேலும் எதிர் இருக்கை அங்கிளுக்குப் பொறுக்க முடியவில்லைப் போலும்.

அப்பா அகன்றதும் மெதுவாக என்னிடம் கேட்டார்,

"தம்பி, அப்பா காணி ஏதும் வித்தவரோ?"

அவர் என்னைக் கிண்டல் செய்கிறார் என்பது புரிந்தது. அலட்டிக்கொள்ளாமல், "இல்ல ரெண்டு ஆட்டுக்குட்டி வித்தவர்" என்றேன்.

என்னுடைய நண்பர்கள் பலருக்கும் இந்த ரயில் அனுபவம் வாய்த்ததில்லை. இருபது வயது வரை ரயிலையே நேரில் பார்க்காத ஒரு தலைமுறையையே யுத்தம் உருவாக்கிவிட்டிருந்தது. முழுமையான கிராமம் என்று சொல்லக்கூடிய ஒரு பிரதேசமே இல்லாத, எந்த மூலையிலும் கணினியும், இணையவசதியும் கொண்ட யாழ்ப்பாணத்தில் ஒருமுறைகூட ரயில் பயணம் செய்ய வாய்ப்புக் கிடைக்காத, சினிமாவில் மட்டுமே ரயில் பார்த்த ஒரு இளைஞர் கூட்டம் ஐந்து வருடங்களுக்கு முன்புவரை இருந்தது.

வெள்ளவத்தையில் நண்பர்களுடன் தங்கியிருந்த காலம். அந்த வீடு கடற்கரை வீதிக்கு அருகிலிருந்தது. ஒரு சிறிய கதவு கடற்கரை வீதியையொட்டி இருந்தது. அடிக்கடி ரயில்கள்

பயணித்துக் கொண்டிருக்கும். அலைச் சத்தத்தில், சில ரயில்கள் பெரிய சத்தமில்லாமல் வருவதாலும் விபத்துக்கான வாய்ப்புகள் அதிகமுள்ள பகுதி. என்றாவது ஒருநாள் தொடர்ந்து ஒலிக்கும் ஹோர்ன் சத்தமும் தொடரும் நிசப்தமும் ஏதோவொரு பயங்கரம் நிகழ்ந்துவிட்டதை உணர்த்தும். ஒரு முறை இப்படியான சந்தர்ப்பத்தில் கடற்கரைக் கதவைத் திறக்க, நேரெதிரே ஒரு பெண்மணியைத் தூக்கிக்கொண்டிருந்தார்கள். ஒருவர் கையைப் பிடித்துத் தூக்க, கை தோள்மூட்டுடன் கழன்று தனியாக வந்தது, நாலைந்து நாட்கள் ஞாபகத்திற்கு வந்துகொண்டேயிருந்தது. அதைவிட, அவர் தற்கொலை செய்துகொண்டாரா அல்லது விபத்தா என்பதுதான் குழப்பியது. தவறுதலாகச் சிக்கியிருப்பாரோ என்ற எண்ணம் கடுமையான மனஉளைச்சலைக் கொடுத்தது.

சிலநாட்களின் பின்னர் கடற்கரை வீதியில் நடந்து சென்று கொண்டிருக்கையில் ஒரு ரயிலின் ஹோர்ன் அலறியதில் திருப்பிப் பார்த்தேன். அந்தப் பக்கம் ஒரு இளம்பெண் கையில் பாடப்புத்தங்களுடன் ஏதோ யோசனையில் தண்டவாளத்தின் நடுவே மெதுவாக நடந்துகொண்டிருந்தாள். ரயிலின் ஹோர்ன் சத்தம் அவளில் எந்த சலனத்தையும் ஏற்படுத்தவில்லை. வேகமாக வாகனங்கள் சென்றுகொண்டிருக்க, வீதிகடந்து சென்று காப்பாற்ற அவகாசமில்லை. என்போலவே பலரும் திகைத்துப்போய்ப் பார்த்துக்கொண்டிருந்தார்கள். ‘ஏன்டா இந்தநேரம் பார்த்து வந்தோம்’ என நொந்துபோய் மறுபக்கம் திரும்பிக்கொண்டேன். வித்தியாசமாகச் சத்தம் கேட்க திரும்பிப் பார்த்தேன். மயக்கம் போடாத குறையாகத் திகைத்துப் போய்ப் பார்த்துக்கொண்டிருந்தோம். அவளுக்குச் சரியாக இரண்டு அடி தூரத்தில் ரயில் நிறுத்தப்பட்டிருந்தது. எல்லோர் முகத்திலும் அப்படியொரு மகிழ்ச்சி.

ரயில்வே பாதுகாப்பு அதிகாரியாகப் பணிபுரியும் நண்பனிடம் பேசிக்கொண்டிருந்தபோது, “ஒரு விபத்து நடக்கப் போகிறது, யாராவது எதிர் வருகிறார்களளெனில், ரயிலை நிறுத்துவீர்களா?” அவன் சொன்னான், “அநேகமாக நிறுத்தமாட்டோம். அது ஆபத்தானது. ஏனெனில் பலர் விளையாடுவது வழக்கம். இரயில் சற்று அருகில் வரும்வரை தண்டவாளத்தில் நின்றுவிட்டு விலகி ஓடுவது. அதுவும் தவிர ரயில் சென்றுகொண்டிருக்கும் வேகத்தைப் பொறுத்தே அதுபற்றி யோசிக்க முடியும். எம்மை நம்பிவந்த இரயில் பயணிகளின் பாதுகாப்புக்கே முன்னுரிமை. ஓரிருவருக்காக நூற்றுக்கணக்கான பயணிகள் வாழ்க்கையை அபாயத்தில் தள்ளமுடியாது. பயணிகளைப் பாதிக்காதவகையில் நிறுத்தமுடியும் எனில் செய்வோம்”.

ஒவ்வொரு ரயிலும் எத்தனை கனவுகளையும் அனுபவங்களையும் காவிக்கொண்டு பயணிக்கிறது? ஒரு கலவரம் நிகழும் போது உயிரைக் காப்பாற்றச் சொந்த ஊர்திரும்பியவர்கள், கனவுகளைச் சுமந்துகொண்டு புலம்பெயர்ந்தவர்கள், வேலை கிடைத்து வெளியூர் செல்பவர்கள், நீண்ட நாள் கழித்து சொந்த ஊர் திரும்புபவர்கள் என ஏராளமானோரின் கதைகளையும் கூடவே காவிச் செல்கிறது. ஒவ்வொரு இரயில் நிலையமும் உறவுகளின் இணைவு, காத்திருப்பு, எதிர்பார்ப்புகள், பிரிவு, சோகம் என கலவையான உணர்ச்சிகளால் நிரம்பியிருக்கின்றன.

'Tickets' படத்தில் மத்திய ஐரோப்பாவிலிருந்து ரோம் நோக்கிச் செல்கிறது ஒரு புகைவண்டி. அதில் நிகழும் சம்பவங்களை மூன்று பிரதான பகுதிகளாக்கி, அதில் பங்குபெறும் கதாபாத்திரங்கள் வாயிலாகக் கதை நகர்கிறது. காலநிலை காரணமாக விமானப் போக்குவரத்து இடைநிறுத்தப்பட்டதால், உணவு மேசைகளுடன் கூடிய ஆடம்பர முதல் வகுப்புப் பெட்டியில் பயணிக்கிறார் இத்தாலியைச் சேர்ந்த ஒரு பேராசிரியர்.

இரண்டாம் வகுப்பு டிக்கெட் எடுத்துவிட்டு முதல்வகுப்பில் பயணிக்கும் அடாவடிப் பேர்வழியான வயதான விதவைப் பெண்மணியும், சமூகநலப் பயிற்சி ஒன்றுக்காக அவளுக்கு ஒத்தாசையாக இருக்கும் இளைஞன் பிலிப்போ. ரோமில் நடைபெற இருக்கும் உதைபந்தாட்ட போட்டியைக் காண்பதற்காக நீண்ட நாட்களாகத் திட்டமிட்டு, பணம் சேர்த்து, பெரும் எதிர்பார்ப்புடன், மகிழ்ச்சியுடன் மூன்றாம் வகுப்பில் பயணிக்கும், சூப்பர் மார்க்கெட்டில் பணிபுரியும் மூன்று இளைஞர்கள். இவர்களோடு தமது குடும்பத் தலைவரைச் சந்திக்கப் பயணிக்கும் ஓர் அல்பேனிய ஏழைக் குடும்பம்.

இந்தப் பயணம், பேராசிரியர் தனது இளமைக் காலத்தில் தவறவிட்ட சில தருணங்களை மீண்டும் நினைவூட்டுகிறது. பேராசிரியரோடு பயணிக்கும் இந்தியக் குடும்பமொன்றின் சிறு பெண்ணும் அவளுடைய சுருண்ட கேசமும் பேராசிரியருக்கு அவருடைய சிறுவயதில் கேட்ட ஒரு பியானோ இசையை நினைவு படுத்துகிறது. கூடவே அவர் இழந்துவிட்ட காதலையும். ரயிலில் தற்செயலாகச் சந்திக்கும் பிலிப்போவின் ஊரைச் சேர்ந்த ஒரு பெண் பிலிப்போவிடம் அவனைத் தனக்குத் தெரியுமென்றும், அவனது பழைய காதலைப் பற்றியும் சொல்கிறாள். உதைப்பந்தாட்டம் பார்க்கப் போகும் நண்பர்களில் ஒருவனின் டிக்கெட்டைக் காணவில்லை. இதன் தொடர்ச்சியாக ஏற்படும் சம்பவங்கள். ஒவ்வொருவரின் மனநிலையும்

சூழ்நிலைகளுக்கும், நிகழும் சம்பவங்களுக்கும் ஏற்ப எப்படி மாற்றமடைகிறது என்பதை நகைச்சுவையாகவும், சுவாரஷ்ய உரையாடல்களாகவும் சொல்கிறது படம்.

ஒரு பிரயாணத்தில் நாம் சந்திக்கக்கூடிய காட்சிகளான, தெரியாமல் இருக்கை மாறி உட்காருபவர்கள், தெரிந்தே உட்காரும் வம்படியானவர்கள். வெறும் 'உச்'கொட்டி மனித நேயத்தை காட்டிக்கொள்ளும் வர்க்கத்தினர். கொஞ்சம்கூட மனிதாபிமானமற்றவர்கள், பந்தா பேர்வழிகள், வயது முதிர்ந்த மனதளவில் கொஞ்சமும் முதிராத வயோதிகப் பெருந்தகைகள். விளையாட்டுத்தனமும், குறும்பும் கொண்ட இளைஞர்க ளிடையே காணப்படும் இரக்கமும் மனிதநேயமும். நம்மில் பலரிடம் காணப்படும் எதையும் முன்கூட்டியே முடிவு செய்து வைத்திருக்கும் அபிப்பிராயங்கள். குறிப்பாக அகதிகள் பற்றி இளைஞர்கள் பேசிக்கொள்வது மேற்கு ஐரோப்பியர்களின் அகதிகள் குறித்த பார்வையாக இருக்கக்கூடுமோ என்ற எண்ணத்தையும் ஏற்படுத்துகிறது.

இதோ இப்போது சத்தமிட்டுச் சென்றுகொண்டிருக்கும் இந்த ரயிலைக்கூட ஏராளமானோர் வேடிக்கை பார்த்துக் கொண்டிருப்பார்கள், வயது வித்தியாசமின்றி. ரயில்கள் எப்போதுமே சுவாரஷ்யத்தையும் புதுமையையும் தம்முள்ளே வைத்துக்கொண்டே விரைகின்றன.

கடைசி மணி

நீங்கள் சிறுவயதில் முதன்முறையாகச் சென்று படித்த பாடசாலை. சில வருடங்களின் பின், யாருமற்ற அந்தப் பள்ளியின் வாசலில் நின்று கொண்டிருக்கிறீர்கள். அப்படியே அந்தக் காட்சியை உள்வாங்கி கண்களை மூடித்திறந்து பாருங்கள். எதிரில் காணும் காட்சி நிறம் மங்கி, வேறு நிறத்துக்கு மாறுகிறது. இப்போது சலனமற்றிருக்கும் காட்சியில், பள்ளியின் கடைசி மணி அடிக்கிறது. முகத்தில் மகிழ்ச்சியும் களைப்பும் தெரிய, உற்சாகத்தோடும் கூச்சலுடனும் ஓடிவரும் சிறுவர்களில், உங்களைக் கண்டுகொண்டீர்களா? – இப்படிக் கற்பனை செய்துகொள்ள சினிமாவோ விளம்பரங்களோ எங்களுக்குக் கற்றுக் கொடுத்திருக்கலாம். அது இங்கே முக்கியமல்ல, அந்த உணர்வு நன்றாயிருக்கிறது.

பள்ளியின் கடைசி மணி சிறுவயதில் எங்களுக்கு முக்கியமானது. இடைவேளை முடிந்து, அடுத்த பாடம் ஆரம்பிக்கும்போதே, அந்த மணியின் ஓசையில் கடைசி மணியின் சாயல் தெரிவது போலிருக்கும். அந்த வயதில் பள்ளியின் ஆகச்சிறந்த ஒலியாக, மிக உற்சாகம் கொள்ளவைக்கும் இசையாக அதுதான் இருந்தது. அந்த மணியோசை மட்டும் வித்தியாசமாக, ஒலிக்கும்போதே ஒரு துள்ளலுடன், திடீர்ப் பரவசத்தைக் கொடுப்பதாகத் தோன்றும். அது ஒருவிதமான, விட்டு விடுதலையாதலுக்கான ஒலி. நினைக்கையில், இப்போதும் அப்படித்தான் தோன்றுகிறது. இருபத்து மூன்று வருடங்களுக்குப் பிறகு, என் முதற் பாடசாலையின் முன், அந்தக்

கடைசி மணிச்சத்தத்தை நினைவுக்குக் கொண்டுவருவதைப்போல நின்றிருந்தேன்.

மாவிட்டபுரம் முருகன் கோயிலின் கிழக்கு வாசலுக்கு எதிர், தேர்முட்டியோடு செல்லும் வீதியில் மிக அருகில் வீமன்காமம்[1] மகா வித்தியாலயம். உள்ளே சென்று பார்க்கலாமா? அருகே செல்ல, நுழைவாயில் கதவு பூட்டியிருந்தது. முன்பொருமுறை வந்தபோது இருந்ததற்கு மாறாகத் திருத்திப் புதிதாக பெயிண்ட் பூசப்பட்டிருந்தது. முன்பகுதியிலிருந்த அந்த மாடிக்கட்டடம் அப்போது நீலநிறத்தில் இருந்தது. வலப்பக்கமாகத் தனித்து நிற்கும் சிறு கட்டடம் மாணிக்கம் டீச்சரின் பாலர் வகுப்பறை. பெரியதொரு தேக்க மரம் நிழல் கொடுத்திருக்கும்.

பாடசாலை நாளின் முதல் மணியோசை ஒரு விழிப்பையும் பரபரப்பையும் கொடுக்க, வாயிற்பக்கமாக வரிசை கட்டி நின்று கொள்வோம். எதிரில் நடேசபிள்ளை மாஸ்டர் வெள்ளை உடையில் இறுக்கமாக நின்றுகொண்டிருப்பார். கரகரத்த குரலில் பேசிக்கொண்டு கண்டிப்பானவராக, கடுமையானவராகத் தோன்றினாலும் நல்லவராகவே மனதில் பதிந்து போயிருந்தார். நிம்மி அக்கா "வன், டூ, த்ரீ..." சொல்ல உடற்பயிற்சி செய்து, காலை வணக்கம், தேவாரம் ஆகியவற்றுடன் ஆரம்பிக்கும் அன்றைய நாள். அந்த இளவெயில் நேரத்தில் பக்கத்தில் பெரியதொரு மரம் முன்பகுதி முழுவதும் நிழல் கொடுத்து நின்றிருந்தது. இப்போது நிற்பதும் அதே மரம்தானா? காலை வெயில் சுட்டெரித்தது.

பள்ளி முடிந்து வருகையில் வாசலுக்கு எதிரிலிருந்த வீடு இப்போது அடையாளம் தெரியவில்லை. அங்கே விற்கப்படும் ஜூஸ் பைக்கற்றை அவ்வப்போது வாங்கிக் குடித்துக்கொண்டே, கோயில் வீதியில் மணலில் சப்பாத்துக்களால் அளைந்துகொண்டு கதையளந்தபடியே வீடு திரும்புவது வழக்கம்.

பிரதான கட்டடத்திலிருந்து விலகிப் பின்பக்கமாக விளையாட்டு மைதானத்தின் அருகிலே தனித்திருந்தது, அரைச்சுவர் வைத்த சிறு கட்டடம். அதில் சங்கீத வகுப்பறை இருந்ததாக ஞாபகம். சிலநாட்கள் அதை எங்களுக்கான வகுப்பறையாக மாற்றியிருந்தார்கள். மைதானத்தின் ஓரமாகப் புளியமரம் இருந்தது, கூடவே பக்கத்திலுள்ள வீடுகளிலிருந்து அவ்வப்போது

---

1. வீமன்காமம் – வடக்கில் காங்கேசன்துறை, தெற்கில் தெல்லிப்பளை, மேற்கில் மாவிட்டபுரத்தால் சூழப்பட்ட கிராமம். மாவிட்டபுரம் கோயிலின் கிழக்கு வீதியிலிருந்து ஆரம்பிக்கும் வீமன்காமம் கிராமம், மயிலிட்டியிலிருந்து தெற்காக அண்ணளவாக நான்கு கிலோமீற்றர் தொலைவிலும், தெல்லிப்பளையிலிருந்து வடக்கே அண்ணளவாக ஒரு கிலோமீற்றர் தொலைவிலும் அமைந்துள்ளது.

உரிமையாகக் கொய்யாக்காய்கள் பறித்துக்கொள்வோம். ஒரு சிறுவனாகப் பள்ளியில் நுழைந்து பார்க்கும் ஆர்வத்திலிருந்தேன், இருக்கிறேன்.

பள்ளியில் என்னோடு படித்தவர்களில் ஓரிருவர் தவிர ஏனையோரின் பெயர்கள்கூட ஞாபகம் இல்லை. தயாளனை மட்டும் யாழ்ப்பாணத்தில் ஓரிருமுறை கண்டிருக்கிறேன். பேச வாய்ப்பிருக்கவில்லை. பின்னர் கொழும்பு வெள்ளவத்தையில் சந்தித்துப் பேசிக்கொண்டோம். அவனது அண்ணன் சிவரதன் ஃபேஸ்புக்கில் பரிச்சயம். சென்றமுறை ஊருக்குச் சென்றபோது சிவாகரனின் அப்பாவுடன் பேசினேன். சயந்தன் என்றொரு நண்பன். நாங்கள் எப்போதும் அருகருகே அமர்ந்திருந்ததாக நினைவு. அமைதியானவன். ஆனால் நக்கல் பேர்வழி. இருவரும் சேர்ந்து அப்போதே ஆசிரியர்கள் உட்பட பலரைக் கிண்டல் செய்திருக்கிறோம். வீணியவரை அம்மன் கோயிலடியைச் சேர்ந்தவனாக இருக்கலாம். அவ்வப்போது அந்தக் கோயில் பற்றி அவன் பேசியதாக ஞாபகம். சபாரட்ணம் டீச்சர் ‘ஓடிவிளையாடு பாப்பா’ பாடக் கற்றுக் கொடுக்கும்போது “ஓடி விளை... ஹி யாடு பாப்பா” என்று ஒரு மாதிரியாக இழுத்துப் பாடுவான். தர்சன், தர்மசீலன், ஜெயகாந்தன், சுதர்சன், பகீரதன், திலகன், மிதிலா, ஹேமலதா, ஷாலினி என ஓரிரு பெயர்கள் நினைவிருக்கிறது. மற்றபடி, கோயிலின் தேர்முட்டிக்கு அருகிலிருந்த வீட்டில், கதிரவேல் என்ற இயற்பெயர் கொண்ட, ‘குதிரைவேலு’ என அழைக்கப்பட்ட ஓர் உயரமான அண்ணன் இருந்தார்.

பள்ளி வாழ்க்கையில் என் முதல் ஆசிரியையான அம்பிகா டீச்சர், இரண்டாம் ஆண்டில் வகுப்பாசிரியையான புஷ்பா டீச்சர், சரோ டீச்சர், மீனா டீச்சர், ஆங்கிலம் கற்பித்த சாந்தி டீச்சர், ‘இன்றைய சிறுவர்கள் ... நாளைய மனிதர்கள்’ என அடிக்கடி கூறி எங்களுக்கெல்லாம் நல்லபுத்தி புகட்ட கடுமையாக முயற்சித்த பராசக்தி டீச்சர், அழகாகக் கதைகள் சொல்லும் வேட்டி கட்டிய சுந்தரமூர்த்தி சேர் . . . இருங்கள், கூடப்படித்தவர்களைவிட ஆசிரியர்கள்தான் அதிகமாக ஞாபகம் இருக்கிறார்கள்போல. மகேஸ்வரநாதன் டீச்சரை மட்டும் பின்னாட்களில் தொடர்ந்து சந்திக்க வாய்ப்பிருந்தது. நான் கவனிக்கத் தவறிய ஓரிரு சந்தர்ப்பங்களிலும், என்னைப் பார்த்தவுடன் அன்பாக வந்து பேசுவார். கூடவே ‘கந்தையா வாத்தியார் எப்பிடி இருக்கிறார்?’ என் தாத்தாக்களில் ஒருவரை யும் மறக்காமல் விசாரிப்பார்.

தமிழ்ப் புத்தகத்தில் நாடகம், உரையாடல்கள் வரும் பகுதி களில் ஆளுக்கு ஒரு கதாபாத்திரத்தைக் கொடுத்து நாடகம்

போலவே பேசி, சமயங்களில் நடிக்க வைத்துக் கற்பிக்கும் சபாரட்ணம் டீச்சர். முக்கியமாக மங்களம் டீச்சரை எப்போதும் மறக்க முடியவில்லை. காரணம், 'காதலுக்கு மரியாதை' அம்மா கதாபாத்திரம் உள்ளிட்ட கண்டிப்பான பிரின்சிப்பல், லேடீஸ் ஹொஸ்டல் வார்டன் என எந்தக் 'கண்டிப்பான' கதாபாத்திரம் சினிமாவில் வந்தாலும் மங்களம் டீச்சரின் ஞாபகமும் வரும். வெள்ளையாக, தடித்த கறுப்பு பிரேம் போட்ட மூக்குக் கண்ணாடியுடன் இருப்பார். பள்ளியில் எங்கள் ஒவ்வொரு சாகசங்களின் முடிவிலும் மங்களம் டீச்சர் என்னைப் பிரத்தியேகமாகக் கவனித்து, பாராட்டுரை வழங்கும் போது, 'அனூன்ர அப்பாவை ஒருக்கா சந்திக்க வேணும்' என எப்போதோ பள்ளியைவிட்டு விலகி, யூனியன் கல்லூரிக்குச் சென்றுவிட்ட அக்காவை நினைவு கூர்வார். இந்தச் சம்பவம் பற்றிய செய்தி அப்படியே நான் பள்ளி முடிந்து வீடு செல்லும் முன்பாகவே அம்மாவிடம் போய்ச் சேர்ந்துவிடும். அந்தளவிற்கு நல்ல தொடர்பாடல் தொழில்நுட்பம் அப்போதே வாய்த்திருந்தது.

பிரதான கட்டடத்திலிருந்து இடதுபக்கம் பின்புறமாக நீண்டு செல்லும் அரைச் சுவர் வைத்த கட்டடத்தொகுதியின், திறந்த பகுதிகள் இப்போது வெயில் புகாத கண்ணாடியால் அடைக்கப்பட்டிருகின்றன. மறுபக்கம் ஆள் உயரமான சுவர். எங்களுக்கு அதைக்கடந்து ஏறிக் குதித்தோடும் வழக்கமிருந்தது. அப்போது பாடசாலையில் மதிய உணவு வழங்கும் திட்டம் நடைமுறையிலிருந்தது. நாங்கள் அதனைப் புறக்கணித்து வெளிநடப்புச் செய்திருக்கிறோம்.

மதிய உணவா அல்லது சிற்றுண்டியா எனச் சொல்லத் தெரியவில்லை. ஆரம்பத்தில் சிற்றுண்டிபோல கேக், வாழைப் பழம், சூடான பால் என அமர்க்களமாக ஆரம்பித்தது. அவ்வப்போது பணிஸ் என்கிற பன்னும் வழக்கப்படும். பள்ளியில் சொல்லியனுப்பியபடி, எல்லோரும் வீட்டில் சொல்லி கலர் கலராகப் புதிதாக ஒரு பிளாஸ்டிக் தட்டும், தேநீர்க் கோப்பையும் வாங்கி வைத்துக்கொண்டு 'எப்படா இண்டர்வெல் வரும்' என்று காத்திருந்தோம். இடைவேளை மணி இரட்டிப்பு மகிழ்ச்சியைக் கொடுத்த காலம் அது. ஒழுங்காக நல்ல பிள்ளைகளாகச் சாப்பிட்டுக்கொண்டிருந்தோம். சிலநாட்களில் பணிஸ் தான் நிரந்தரம் என்றானது.

மேலும் சில நாட்களில் அந்த பணிஸ் வாயில் வைக்க முடியாமலிருந்தது. ஒப்பந்தக்காரர்களின் கைங்கரியமாக இருக்க வேண்டும். பழுதாகியது என்று சொல்லமுடியாது, ஆனால் ஒட்டிக்கொண்டு ஒரு மாதிரியாக இருந்தது. அதுகுறித்து ஒரு

வதந்தியும் பரவியது. மீந்துபோன பணிஸ்களை தண்ணீரில் ஊறவைத்துக் காலையில் அரைகுறையாகக் காயவைத்து இப்படி வருகிறதாம். அதன்பின், ஒரு பன்னுக்குப் பயந்து, இடைவேளை களில் ஓடி ஒழித்துக்கொள்வதை வழக்கமாக்கிக்கொண்டோம்.

சில நாட்களில் சோதனை வேறு வடிவில் – சரியாகச் சொன்னால் சோறு வடிவில் வந்தது. மதிய உணவாகச் சோறு சமைத்துக் கொடுக்கும் வழக்கம் நடைமுறைக்கு வந்தது. காய்கறிகள் ஒன்றாகப் போட்டுக் குழைத்து சுடச்சுடத் தட்டில் போட்டுத்தருவார்கள். வியர்க்க விறுவிறுக்க, முழுவதையும் சாப்பிட்டு முடிக்க வேண்டும் என்கிற விதி மேலதிகக் கொடுமை யாக இருந்தது. அப்போதெல்லாம் இடைவேளை மணி எந்த மகிழ்ச்சியையும் கொடுக்காமல், மிகுந்த பீதியையே ஏற்படுத்தியது.

சமைக்கும் குழுவின் தலைமைப் பொறுப்பை ஏற்றுக் – கொண்டவர் 'தாரா முட்டையின்ர அம்மா' என்று சொல்லிக்கொண்டார்கள். யானை முட்டை என்றாலுமேகூட கேள்விகேட்காமல் நம்பிப் பயந்துபோகத் தயாராயிருந்தோம். தாராமுட்டை என்பவர் நான்காவது படித்துக்கொண்டிருந்த பெண்மணியாம். தொடர்ந்து நாங்கள் சாப்பிடாமல் டிமிக்கி கொடுத்ததைக் கவனித்த, பிரம்மாண்டமான அந்த அம்மா, இண்டர்வெல் மணி அடித்ததுமே எங்கள் வகுப்பை நோக்கி ஆளணியுடன் ஓடிவருவதை வழக்கமாக்கிக் கொண்டார். வேறு வழியில்லாமல் வகுப்பறையின் பக்கவாட்டு ஆளுயரச் சுவர் ஓரமாக மேசை, கதிரை செட்டப்பாக அடுக்கிவைத்து, ஏறிக்குதித்து ஓடியிருக்கிறோம். பின்னர் அந்த மதிய உணவுத் திட்டத்தை அரசு கைவிட்டதில் என்போன்ற பல உயிர்கள் காப்பாற்றப்பட்டன.

மதிய உணவுத்திட்டம் கைவிடப்பட்ட பின்னர், நாங்கள் அவ்வளவு உயிராபத்து ஏதுமில்லாத புதியதொரு விளையாட் டொன்றைக் கண்டுபிடித்தோம். அப்போது எங்கள் வகுப்பறை இடம்மாறி, விளையாட்டு மைதானத்தைப் பார்த்தபடி, இன்னும் வசதியாக இருந்தது. அந்த விளையாட்டுக்குப் பெயர் சொல்ல வேண்டுமானால் 'அப்பாத்துரை கேம்' என்று சொல்லலாம்.

இடைவேளை மணி அடித்ததும் தர்சன் 'அப்பாத்துரை' கரெக்டராக மாறிவிடுவான். நாங்கள் "அப்பாத்துரை டேய்!" எனக் கத்திவிட்டு ஓடுவோம். அவன் கையில் இருக்கும் தடியை ஓங்கியவாறு "டேய் வாடா இங்க" என்று கத்திக்கொண்டு அடிக்கத் துரத்துவான். மிகச் சுவாரசியமான(?!) இந்த விளையாட்டின் ஒரேயொரு குறை, உணர்ச்சிவசப்பட்டு ஓரளவுக்கு மேல் சத்தமாக

உமாஜி

எல்லாம் கத்த முடியாது. ஆசிரியர்கள் எதிர்ப்பட்டால், ஒன்றுமே நடக்காததுபோல அமைதியாகிவிட வேண்டும். ஏனெனில், அப்பாத்துரை சேர் பக்கத்து வகுப்பறையில்தான் இருப்பார். ஒல்லியாக, கறுப்பாக, எப்போதும் பிரம்பை ஓங்கியவாறு அடிப்பது போல.

தொண்ணூறாம் ஆண்டின் நடுப்பகுதியில் ஒருநாள். இடைவேளை முடிந்து, அடுத்ததாகத் தமிழ்ப் பாடவேளை. சபாரட்ணம் டீச்சர் 'அபு நவாஸின் கதை' என்கிற பாடத்தைப் படிப்பிக்க அல்லது நடிப்பிக்க ஆயத்தமானார். அபுநவாஸ் தெனாலிராமன், பீர்பால் போன்ற ஒரு மதியூகி. டீச்சர் வழக்கம் போல ஆட்களைத் தெரிவு செய்தார். அன்று எனக்கு அரசி கதாபாத்திரம். "இல்லை அரசே இல்லை..." கைகளை அசைத்து மறுதலித்தவாறு ஒரு வசனம் ஆரம்பிப்பதாக நினைவு.

இப்போது நினைவிலில்லாத அந்தக் கதையில், ஏதோ ஒருவிஷயத்தில் அரசரை விளையாட்டாக ஏமாற்றிவிடுவான் அபுநவாஸ். அவனைப் பிடிக்கத் திட்டம் போட்டு அரசர் உள்ளிட்ட எல்லோரும், இறந்துவிட்டதுபோல அல்லது மயங்கி விட்டதுபோல நடிப்பார்கள். அந்தக் கட்டத்துக்கு நாங்கள் வந்தாகிவிட்டது.

டீச்சர் சைகை காட்டியதும், நடிகர்கள் எல்லோரும் கீழே விழுந்து படுத்துக் கண்களை இறுக மூடிக்கொண்டோம். அபு நவாஸ் வந்து எங்களை அழைக்க வேண்டும். எங்கள் அபு நவாஸின் குரல் வித்தியாசமாக, மெதுவாகத் தடித்து ஒலித்தது. குழம்பிப்போய் அரைக் கண்ணைத் திறந்து பார்க்கையில், அபு நவாஸ் பேசவேயில்லை. தலையைத் திருப்பி வேறு எங்கோ வேடிக்கை பார்த்துக்கொண்டிருந்தான்.

அங்கே அப்பாத்துரை சேர், டீச்சரிடம் பேசிக்கொண்டிருந்தார். புரியாமல் பார்த்துக்கொண்டிருந்தோம். "எழும்புங்கடா!" டீச்சர் உரத்துக் கூறினார். சற்றுத்தள்ளி வேறு சில ஆசிரியர்களும் கும்பலாக நின்றிருந்தார்கள்.

"எல்லாரும் புத்தகங்களை எடுத்துக்கொண்டு வீட்ட போங்கடா" என்றார்.

இதுபோன்ற விஷயங்களில் மட்டும் ஏன், எதற்கு, எனக் கேள்வி கேட்காமல் கீழ்ப்படியும் இராணுவ ஒழுங்கு எங்களிட மிருந்ததால் எதுவும் கேட்கவில்லை. பள்ளி வழமைக்கு மாறாகப் பாதியில் விட்டதில் மகிழ்ச்சியாக ஒருவருக்கொருவர்

காக்கா கொத்திய காயம்

புன்னகையைப் பரிமாறிக்கொண்டோம். உற்சாகமாகப் பேசிக் கொண்டு நடந்தோம்.

அன்று பள்ளியின் கடைசி மணிச்சத்தம் கேட்காமலே வீடு திரும்பினோம். அன்றுதான் அந்தப் பள்ளியில் எங்கள் கடைசிநாள் என்று அப்போது எங்களுக்குத் தெரிந்திருக்கவில்லை. இனி இருபது வருடங்களுக்குப் பள்ளியில் மணிச்சத்தமே கேட்காதென்பது யாருக்குமே அப்போது தெரிந்திருக்கவில்லை.

பாடல்கள்

மழைவிட்டு ஓய்ந்த முன்னிரவு. தாழ்வாரத்தில் சொட்டும் நீர்த்துளிகள். காதோரம் ஈரலிப்பாக வருடும் காற்று. வெளியே சில்வண்டுகளின் இரைச்சல். இடம்பெயர்ந்திருந்த நாட்கள். மாளிகை என்று சொல்லக்கூடிய அந்த மிகப்பெரிய வீட்டின் மறுகோடியின் வராந்தாவில் சாய்மனைக் கதிரையில் படுத்திருக்கும் அப்பப்பாவின் சுருட்டு புகையும் ஒரு சிவப்புப் புள்ளி. மூலையில் காற்றுக்குப் பதுங்கி முணுக்கென்று எரிந்துகொண்டிருக்கும் ஜாம் போத்தல் விளக்கு. சைக்கிளின் இந்தப்பக்கம் நான். அந்தப்பக்கம் சீரான வேகத்தில் கையால் பெடலைச் சுற்றிக்கொண்டு, ஜேந்து அண்ணன். சைக்கிள் டைனமோவில் பாட்டுக் கேட்ட, யாழ்ப்பாணத்தின் அழகிய டைனமோக் காலம் அது!

'கேளடி கண்மணி பாடகன் சந்நிதி' பாடல் ஒலிக்கிறது. அந்தப் பாடலைக் கேட்பது முதன் முறையல்ல. பரிச்சயமானதுதான். ஆனாலும் அந்த அனுபவம் வித்தியாசமானது. அந்த இரவுப் பொழுதுக்கென்றே பிரத்தியேகமாகத் தெரிவு செய்த அமைதியான பாடல்கள் அந்தக் காசெட்டில் தொடர்ந்து வரும். 'ஓ பாப்பா லாலி' பாடல் முதன்முதல் கேட்டது அப்போதுதான்.

அது தொண்ணூறாம் ஆண்டின் நவம்பர் மாதம். அப்படியே வீட்டிற்குள்ளிருந்து சற்றுத்தள்ளி வெளி வராந்தாவில் வந்து நின்றால் தூரத்து ஒலிபெருக்கியில் தேனிசைச் செல்லப்பா, 'நடந்து வந்த பாதை தன்னைத் திரும்பிப் பாரடா' பாடிக்

கொண்டிருப்பார். மானிப்பாய்ச் சந்தியில் பொருத்தப்பட்டிருந்த ஒலிபெருக்கிகள் அவை. முதன்முதலாக 'மாவீரர் தினம்' என்கிற ஒன்றைக் கேள்விப்பட்ட நாட்கள் அவை.

சந்திகள் வீதிகள் தோறும் சிகரங்கள், பந்தல்கள் அமைத்து எழுச்சிப் பாடல்கள் ஒலித்த அந்நாட்கள் புதிதானவையாக இருந்தன. 'தீயினில் எரியாத தீபங்களே', 'எங்கள் தோழர்களின் புதைகுழியில்', 'பாடும் பறவைகள் வாருங்கள்', 'கடலம்மா எங்களுக்கு நீதி சொல்ல' என யாழ்ப்பாணத்தின் ஒவ்வொரு வீதிகளின் சந்தியிலும் ஒலித்துக்கொண்டிருந்த பாடல்கள் வெவ்வேறு காலகட்டங்களில் நிகழ்ந்த சேதிகளைச் சொல்பவை யாகவே இருந்திருக்கின்றன.

'நீங்காத பாரம் என் நெஞ்சோடுதான்' எஸ்.பி.பியின் குரல் அவ்வளவு மென்மையாக, குழைவாகக் காற்றில் வருடிச் செல்லும். பாடலின் இசையும் அப்படித்தான். ஒரு மென்சோகம் கலந்திருப்பதுபோல, அப்படியே மனதில் படர விடுவதைப் போல அமைந்திருக்கும். பாடலை ஒலிக்கவிட்டுக் கண்களை மூடிக்கொள்கிறேன். இன்றும்கூட பாடலைக் கேட்கும்போது அதே இரவுக் காட்சிதான் மனதில் ஓடுகிறது.

யுத்தம் எமக்களித்த நாடோடி வாழ்க்கையில் நாம் கடந்துவந்த ஊர்களையும், வாழ்க்கையையும் பாடல்களே ஒரு காலப்பிரயாணத்தினூடு, அடிக்கடி நிகழ் உலகுக்குக் கொண்டுவருகின்றன.

பாடசாலையிலிருந்து இன்பச்சுற்றுலா சென்றிருந்தோம். தொண்ணூற்று ஐந்து காலப்பகுதிவரை யாழ்ப்பாணத்தில் 'டூர் போகிறோம்' என்று மட்டும் சொன்னால் போதுமானது. எங்கே என்றெல்லாம் யாரும் கேட்கமாட்டார்கள். அப்போதைய சுற்றுலாப் பயணஒழுங்கு ஒன்றேதான். நிலாவரைக் கிணறு, செல்வச்சந்நிதி, வல்லிபுரக்கோயில். பிறகு மதியம் அங்கிருந்து அப்படியே நாகர்கோயில். அதன் பின்பு மாலைவரை மணற் காட்டுக் கடற்கரையில் எல்லோரும் கைகளைக் கோர்த்துக் கொண்டு காலை நனைத்துவிட்டுத் திரும்ப வேண்டியது.

பெயர்தான் இன்பச்சுற்றுலா. இரண்டு பேரூந்துகளில் எக்கச்சக்கமான பேரைத் திணித்துச் சென்று வியர்வை, புழுதி, வெயில் என்று வீடு திரும்பும்போது கருவாடுபோல ஆகி யிருப்போம். தொடர்ந்து வரும் நாட்களில் இருமல், காய்ச்சல் உபாதைகள் வேறு. அதைவிட முக்கியமானது பொறுப்பாக எங்களுடன் ஆசிரியர்களும் வருவார்களே. காலையில் பயணத் தின் ஆரம்பத்திலேயே அடக்குமுறையைப் பிரயோகித்து,

இன்பச்சுற்றுலாவைத் துன்பச் சுற்றுலாவாக்கிவிடுவார்கள்.

அப்படியொரு துன்பச்சுற்றுலா முடிந்து திரும்பிக்கொண்டிருந்தோம். சோர்ந்துபோயிருந்தாலும், எங்கள் வழக்கப்படி தொண்டை வறளக் கத்தி ஓய்ந்திருந்தோம். காற்று முகத்திலறைந்து ஆறுதலளித்தது. நாங்கள் அமைதிக்கு வரும்வரை காத்திருந்திருப்பார்போல பேரூந்துச் சாரதி. ‘குளிச்சா குத்தாலம்...’ பாடல் மெதுவாக ஆரம்பித்தது.

நம் ஒவ்வொருவருக்கும் அடிமனதில் சில ஆசைகள், தேவைகள், ஏக்கங்கள் இருக்கும். அது என்ன என்று எங்களுக்கே தெரியாமல் இருக்கும். எதைத் தேடிக்கொண்டிருக்கிறோம் என்பதே புரியாது. ஏதோ ஒரு சந்தர்ப்பத்தில் அவற்றைக் கண்டடையும்போது, அடடா! இதைத்தான் எதிர்பார்த்தோமா? எனத் தோன்றும். இது எதற்கும் பொருந்துமல்லவா? இசைக்கும் கூட. முதன்முதலாய் ‘சின்ன சின்ன ஆசை’ பாடல் கேட்டபோது, எனக்கு அப்படித்தான் தோன்றியது. மின்சாரமில்லாத அந்தக் காலத்தில், வீட்டில் இலங்கை வானொலியிலும், தேநீர்க்கடைகளிலும், அயலவர், உறவினர் திருமண வீடுகளிலும் பெரும் வரவேற்பைப் பெற்றிருந்தன ரோஜா பாடல்கள்.

பாட்டியம்மா வீட்டில் தங்கிநின்ற ஒருநாள். இரவு பத்துமணி. தூக்கம் வராமல் புரண்டுகொண்டிருந்தேன். பக்கத்து வீட்டில் யாரோ ஒரு அண்ணன் சத்தமாகப் பாட்டுப்போட ஆரம்பித்தார். ‘காதல்ராணி இல்லையே’ முதன்முறையாக அப்போதுதான் அந்தப் பாட்டைக் கேட்டேன். தொடர்ந்து ‘பொன்வானில் மீனுறங்க’, ‘அன்பே ஆருயிரே’ என ஒரு மார்க்கமான பாடல்களாக ஃபீலிங்க்ஸ் காட்டிக்கொண்டிருந்தார். பெரும்பாலான காதலன்களின் பாடல்தெரிவுகள் வரிசை அது என்பதைப் பின்னாளில்தான் தெரிந்துகொண்டேன். எனக்குப் பெரிதாகப் பாடல்கள் பரிச்சயமில்லாத காலப்பகுதி அது. இலங்கை வானொலி உதவியில், ‘ஜென்டில்மேன்’, ‘காதலன்’, ‘டூயட்’ பாடல்கள் மட்டுமே அப்போது எனக்குப் பரிச்சயமாகி இருந்தன.

‘மலையோரம் வீசும் காற்று மனதோடு பாடும் பாட்டு’ எஸ்பிபி தாலாட்டிக்கொண்டிருந்த அந்தச் சூழ்நிலை வித்தியாசமானது. யாழ்ப்பாணத்திலிருந்து இடம்பெயர்ந்து சாவகச்சேரியில் தங்கியிருந்தோம் தொண்ணூற்று ஐந்தாம் ஆண்டு நவம்பர் மாதத்தின் ஆரம்பகாலம். அந்தப் பெரிய வீட்டில் பன்னிரண்டு குடும்பங்கள். ஆண்கள் எல்லோரும் பெரிய ஹோலில் வரிசையாகப் பாய்போட்டு, போர்க்கால

மருத்துவமனை போலத் தூங்கிக்கொண்டிருந்த அதிகாலை நேரம். மழைக்குளிரில் தூக்கம் கலைந்து புரண்டுகொண்டிருந்தபோது, சற்றுத் தள்ளி ஒரு அங்கிள் தனது பொக்கட் ரேடியோவில் ஒலிபரப்பை மேற்கொண்டிருந்தார். ஏற்கனவே சிறுவயதில் கேட்ட பாடல். நீண்ட நாட்களின் பின் அந்தச் சூழ்நிலையில் புதியதாக ஒலித்தது. அப்போதுதான் அந்த அமைதியான இசையைக் கூர்ந்து கவனிக்கவைத்தது.

அந்த நாட்கள் இனிமையானவை. என் வயதொத்த ஐந்தாறு நண்பர்கள் ஒரே வீட்டில் தங்கியிருந்ததும் முக்கிய காரணம். காலை ஆறுமணிக்கே எழுந்து பல்விளக்கிக் குளித்து விபூதிக் குறியெல்லாம் வைத்து ஒரு டீயைப் போட்டுட்டு வட்டமாகக் கூடியமர்ந்து அரட்டைக் கச்சேரியை ஆரம்பிப்போம். முறை வைத்து ஒலிபரப்புவதுபோல எந்த நேரத்திலும் ஒரு ரேடியோ பாடிக்கொண்டேயிருக்கும்.

காலை ஆறுமணிக்கு 'புல்வெளி புல்வெளி தன்னில்..' சித்ரா பாட ஆரம்பித்திருப்பார். தொடர்ந்து தடிமன் பிடித்தவர்போல 'குலுவாலிலே முத்து வந்தல்லோ...' உதித் நாராயணன். 'ஆசை', 'முத்து' படப் பாடல்கள் வெளியாகிப் பட்டையைக் கிளப்பிக்கொண்டிருந்த காலம். இலங்கை வானொலியில் அதற்கென ஒரு ஒழுங்கைப் பேணி வந்திருப்பார்கள்போல. மாலை நேரத்தில்தான் 'கொஞ்சநாள் பொறு தலைவா', 'தில்லான தில்லானா', 'கொக்கு சைவக் கொக்கு' பாடல்கள் ஒலிபரப்புவார்கள்.

'ஓ... ஹோ...' எஸ்பிபி பாட ஆரம்பிக்கும்போதே எங்கே லேனாக்கா என்று தேடி சுற்றுமுற்றும் பார்ப்பது சிறுவர்கள், பெரியவர்கள் எல்லோருக்கும் வழக்கமாகிவிட்டிருந்தது. எங்கிருந்தாலும் மகிழ்ச்சியுடன் ஓடிவந்துவிடுவாள் லேனா அக்கா.

'ஆசை' படத்தின் 'ஒருமுறை எந்தன் நெஞ்சில் காதை வைத்து.' பாடல் ஒவ்வொருமுறை ஒலிபரப்பும்போதும் அப்படித்தான். நாளுக்கு நாலைந்து தடவைகள் அந்தப் பாடல் ஒலிக்கும். இருந்தாலும் அப்போதுதான் புதிதாகக் கேட்பதுபோல, அது அவளுக்கான பாடல் போலவே ஆகிவிட்டிருந்தது. சமயங்களில் கூடவே சேர்ந்து பாடிக்கொண்டிருப்பாள். அந்தப் பாடல் பலருக்கும், குறிப்பாக அக்காக்களுக்குப் பிடித்த பாடலாக இருந்தது. ஆனாலும் லேனாக்காவின் பாடல் என்றே நாங்கள் கூறிக்கொள்வோம். இப்போதும் கேட்க நேர்ந்தால் லேனா அக்கா கையில் சிறு ரேடியோவை வைத்துக்கொண்டு புன்னகையுடன், படியிலமர்ந்து கேட்டுக்கொண்டிருக்கும் காட்சிதான் தெரிகிறது.

சில பாடல்கள் பிரத்தியேகமாக யாரோ ஒருவரை எமக்கு ஞாபகப்படுத்துகின்றன. கேட்கும்போதெல்லாம் அது அவர்களுக்கான பாடல் போலவே தோன்றுகிறது. நம்மைக் கவர்ந்த ஒவ்வொரு பாடல்களுக்குப் பின்னாலும் ஒரு கதை, மறக்கமுடியாத அனுபவம், மனிதர்கள் இருக்கக்கூடும். 'இதயம் ஒரு கோயில்' எனக்கு அயல்வீட்டு சோதிலிங்கம் மாமாவை ஞாபகப்படுத்துவதுபோல. சிறுவயதில் நிறையப் பாடல்களை கேட்டது, எங்கள் ஏரியாவுக்காகவே பாடிய அவரது ரேடியோவின் ஒலிபரப்பில்தான். 'பாடியழைத்தேன்', 'ஏழிசை கீதமே' பாடல்கள் சிறுவயதில் என்னை மிகவும் கவர்ந்தவை. எட்டு வருடத்துக்கு முன்புவரையில் இவை இளையராஜா இசையமைத்த பாடல்கள் என்றே நினைத்துக் கொண்டிருந்தேன். நிறையப் பாடல்கள் அப்படித்தான்.

மாசி மாதம். பனிக்குளிர். மூலிகை வாசம் கலந்து காதோடு உரசும் ஈரலிப்பான காலைக் காற்று. செம்மண் நிலத்தில் எருதுகள் உழுதுகொண்டிருக்கும் காட்சி தூரத்தில் தெரியும். பின்னணியில் மரங்களூடு சூரியக்கதிர் தரை தொடும் அந்த நேரத்தில் ஒலிக்கும், 'மலர்களே மலர்களே இது என்ன கனவா' பாடலின் ஆரம்ப இசை. பாடலை இப்போது கேட்கும்போதும், கனகராயன் குளத்து நாட்களின் காலைக் காட்சியாகவே விரியும்.

கனகராயன் குளத்திலிருந்து வவுனியாவுக்கு வந்திருந்த புதிது. அன்றைய நாட்களில் 'செம்பூவே பூவே' சிறைச்சாலை படப்பாடல் அடிக்கடி சன் தொலைக்காட்சியில் ஒளிபரப்பாகும். சூரியன் அஸ்தமனமாகும் இருள்சூழும் ஆழ்ந்த நீலநிற வானம் பின்னணியிலிருக்க நிழல்போல நடிகை தபு நடந்துசெல்வார். சரித்திரக் கதைகளில் வரையப்பட்டிருக்கும் அரசகுமாரியின் சித்திரத்தைப் போலவேயிருக்கும் அந்த சிலநொடிக் காட்சி.

'உடையாத வெண்ணிலா நனைகின்ற பூமழை' பாடலைக் கேட்டவுடன் இப்போதும் எனக்குத் தோன்றுவது வவுனியாதான். என் வரையில் எனக்கான வவுனியாவின் அடையாளம் அந்தப் பாடல். அங்கேயிருந்த காலப்பகுதியில் என் முக்கியமான பதின்பருவத்தில் எவ்வளவோ பிடித்த பாடல்கள் வெளியாகியிருந்த போதிலும், இந்தப் பாடல் மட்டுமே பிரத்தியேகமான அடையாளத்தைக் கொடுப்பது ஏனெனத் தெரியவில்லை.

கண்களை மூடிக் கேட்கும்போது ஹரிஹரன் குரலில் நான் கரைந்து, அப்படியே அன்றைய காலகட்டத்தில் மீள

உருவாகி, குருமன்காடு காளிகோயில் வீதியில் சைக்கிளில் செல்வதுபோல, பிறைட் டியூஷன் சென்ரரில் நண்பர்களுடன் அமர்ந்து அரட்டையடித்துக் கொண்டிருப்பதுபோல பழைய ஞாபகங்களைக் கிளறிவிடுகிறது. தீராத ஏக்கமொன்று மனதைப் பிசைகிறது. மிக மகிழ்ச்சியையும், இனம்புரியாத ஒரு துயரையும் ஒருங்கே கொடுத்துவிடுகிறது. நம் ஒவ்வொருவருக்கும் ஏதோ ஒரு பாடல் அப்படித்தான் மிகப் பிரத்தியேகமானதாக அமைந்திருக்கும். ஆனால் அதற்கான காரணம் மட்டும் சொல்லத் தெரிவதில்லை. அது அப்படித்தான்!

குருமன் காட்டுச் சந்திக்கு அருகாக யு. சி. குவார்ட்டர்ஸ் செல்லும் ஒழுங்கைக்குப் பக்கத்திலிருந்தது தம்பா அண்ணனின் 'ஃபைனாஸ் மியூசிக் கோர்னர்'. நண்பர்களுடன் அங்கே சென்று அவ்வப்போது அரட்டையடிப்பதுண்டு. அப்போதுதான் சீடிக்களின் ஆரம்பகாலம். வெகுசிலர் மட்டும் சீடி பாவிக்கத் தொடங்கியிருந்தார்கள். ஏகப்பட்ட டெக்குகள் கொண்ட அலுமாரிபோலத் திறக்கும் பெரிய சைஸ் செட் வைத்திருந்தான் சதீஷ். அவன் மட்டும்தான் அப்போது எங்கள் நண்பர்களில் சீடி பயன்படுத்திக்கொண்டிருந்தான். பண்டாரிக்குளம் மாடசாமி கோயில் திருப்பணிக்காக நிதி சேகரிக்க, கொழும்பிலிருந்து ஸ்ரீதர் பிச்சையப்பா தலைமையில் சித்தாரா குழுவின் இசை நிகழ்ச்சி நடத்தப்பட்டது. தம்பா அண்ணன் தலைமையில் நாங்கள் எல்லோரும் டிக்கெட் விற்றுக்கொண்டிருந்தோம். வைரவர் புளியங்குள வீதி சிறுவர் பூங்காவில் பெரும் கோலாகலமாக நடந்த நிகழ்ச்சியில் ஹைலைட்டாக அமைந்தது, 'முத்து முத்து மழை முத்தாடுதே' என்கிற மிஸ்டர் ரோமியோ படப்பாடல். படம் வெளியாகி இருவருடங்கள் கடந்திருந்தும் பாடல் அப்போதுதான் கேட்பதுபோலப் புதிதாக இருந்தது. தொடர்ந்த ஓரிரு வாரங்களுக்கு அந்தப் பாடல் பலராலும் கேட்டுப் பதியப்பட்டதாக, ஆச்சரியமாகச் சொன்னார் தம்பா அண்ணன்.

வெள்ளவத்தை லிட்டில் ஏசியாவுக்கு அருகில் வெள்ளை யாகவும் தாடியுடனும் தனது வசீகரமான சிரிப்புடனும் அருகில் வந்தவரைப் பார்த்ததும் ஓர் ஒருகணம்தான் யோசித்தேன். சில வருடங்கள் கழித்துப் பார்க்கிறேன். ரிச்சர்ட் அண்ணன். என் சவுண்ட் எஞ்சினியர் – அதாவது நான் மியூசிக்டைரக்டர் ஆகும்பட்சத்தில். அப்படித்தான் நண்பன் சிறீயிடம் அடிக்கடி விளையாட்டாகப் பேசிக்கொள்வதுண்டு.

அப்பா தரும் பொக்கட் மணியில் ஏ.ஆர். ரஹ்மானின் எல்லாப் பாடல்களையும் காசெட்டுகளில் பதியும் பணியை

ஆரம்பித்ததில், கஸ்தூரியார் வீதியில் அமைந்திருந்த 'சுப்பர் ஷோ' ரெக்கோர்டிங்பாரில் அறிமுகம். காசெட்களின் இறுதிக்காலப் பகுதி அது. மக்ஸ்வெல், *TDK* என்கிற இரு பிரபல வகைகளில் மக்ஸ்வெல் தரமானது எனவும் அதிலும் பச்சைநிறத்தில் அறுபது நிமிடம் ஓடக்கூடியது மட்டுமே நீண்ட காலப் பாவனைக்குகந்தது எனவும் கூறப்பட்டது. ரிச்சர்ட் அண்ணன் ரெக்கோர்ட் பண்ணினால்தான் எனக்குச் சரிப்படும். ஓரிருமுறை இன்னொருவர் பதிந்து சரியாக வரவில்லை என நான் புகார் சொன்னதில், நான் லிஸ்ட் கொடுத்ததுமே அதில் ரிச்சர்ட் என்று எழுதிவைப்பார்கள்.

நண்பன் சிறீ சற்றுத்தள்ளி, கன்னாதிட்டிச் சந்திக்கு அருகிலிருந்த 'மெலோடியஸ்' வாடிக்கையாளன். ஒருமுறை விஞ்ஞானக் கூடத்திலிருந்து வீடு திரும்பிக்கொண்டிருந்தோம். மெலொடியசில் ஸாக்ஸஃபோன், கஞ்சிரா இசை ஒலித்துக் கொண்டிருந்தது. ஏதோ பாடலின் இடையிசை. "மச்சான் . . . புதுசா ரஹ்மான் பாட்டுடா" என்று மகிழ்ச்சியும் ஆச்சரியமுமாகக் கிட்டத்தட்டக் கூவினேன். "தெரியாதா உனக்கு சங்கமம் பாட்டு ரிலீஸ் ஆகிட்டுது" என்றான்.

காலை ஐந்து மணிக்கு எழுந்ததும் திருப்பள்ளியெழுச்சி போல 'குல்மொஹர் மலர்'யில் ஆரம்பித்து, 'பூவே வாய்பேசும் போது . . .', 'என்னைப் பந்தாடப் பிறந்தவளே' அப்படியே 'லேசா லேசா' என ஹாரிஸ் ஜெயராஜ் ஆல்பங்களோடு தொடங்கி, அப்படியே ரமேஷ் விநாயகத்தின் 'விழிகளின் அருகினில் வானம்', 'என்ன இது என்ன இது என்னைக் கொல்வது' என்று போகும், யாழ்ப்பாணத்தில் கடைசியாக இருந்த என் காலைப் பொழுதுகள்.

பிடித்த பாடல்களைக் கேட்டுக்கொண்டே வேறு வேலை களைச் செய்தல் என்பது என்னளவில் எப்போதுமே சாத்திய மாவதில்லை. இசையைக் கவனிப்பதும் கரைந்து போவதுமே என்னியல்பு. அதிக சத்தம் பிடிக்காது. பாடல்களை நாங்கள் 'கேட்க' வேண்டும். அதுவாக நம் காதுகளை வந்து அறையக் கூடாது என்பது எனது நம்பிக்கை. ஓசைகள் அடங்கிய இரவு களில் எனது அறையில் மட்டும் பரவக் கூடிய சத்தத்தில் பாடல்களைக் கேட்பதுதான் எனக்குப் பிடிக்கும். அதுவே முழுமையாக இசையை உள்வாங்கக் கூடியதாக இருக்கிறது. பாடல்வரிகளை எப்போதுமே கவனித்ததில்லை. இசை மட்டுமே, இப்போதும் அப்படித்தான்.

நிசப்தமான பின்னிரவில், அதிகாலையில் 'புத்தம் புது பூமி வேண்டும்' கேட்பது மிகவும் பிடிக்கும். தனிமை, சந்தோஷம்,

சோகம், உற்சாகம் எல்லாவற்றிலும் என்னோடு பயணம் செய்யும் இன்னொரு நிழலாக இசை. என் உற்சாகமான பொழுதுகளிலும், காலையில், இளந்தென்றல் வீச, நடந்து செல்லும்போதும் இயல்பாகவே எனக்குள் 'முதல்வன் தீம் மியூசிக்' கேட்க ஆரம்பித்துவிடுகிறது. பெயர் அறிந்திராத ஒரு கிராமத்தை ரயிலில் கடந்து செல்லும்போது, உச்சஸ்தாயியில் ஒரு புல்லாங்குழலும், ஷாகுல்ஹமீதின் குரலும் மனதில் ஒலிக்கத் தொடங்குவது எனக்கு மட்டும்தானா?

நாங்கள் வளர்ந்து ஓரளவு இசையைக் கூர்ந்து கவனித்து ரசித்துக் கேட்கும் பருவத்தில் ரஹ்மான் அறிமுகமாகிறார். அப்படியே பிடித்துக்கொள்கிறது. இன்றும்கூட அன்றைய பாடல்களை ஒவ்வொருமுறை கேட்கும்போதும் புதிதாகவே உணரச் செய்கிறது. பள்ளி நாட்களில் ரஹ்மானின் தீவிரவாதியாக இருந்ததால் இளையராஜாவைக் கேட்பதையே தவிர்த்திருந்தேன்.

காலங்காலமாக நாங்கள் தமிழர்கள் இரண்டுபேரை எதிரெதிர் முகாமில் வைத்துக் கொண்டாடுவோம். அதில் ஒருவரைப் பிடிக்கும் என்பதற்காகவே காரணமின்றி மற்றவரை வெறுப்போம். ரஹ்மான் ரசிகராக இருந்தால் இளையராஜாவைப் பிடிக்கக்கூடாது. அல்லது, அப்படித்தான் சொல்ல வேண்டும் என்றொரு கூட்டம் இன்றும் நம்மிடையே உண்டு. ஒருவகையில் எனக்கு ரஹ்மான் இசைமீது இருந்த தீராத காதல்தான் ராஜாவின் இசையையும் தேட வைத்தது, ரசிக்க வைத்தது.

இளையராஜாவைச் சமீபகாலமாக, கடந்த ஐந்து ஆண்டுகளாகத்தான் 'கவனித்து'க் கேட்க ஆரம்பித்திருக்கிறேன். எவ்வளவு பாடல்கள். நுணுக்கமான இசைக்கோர்ப்புக்கள். அப்போதிருந்த அல்லது அனுமதிக்கப்பட்ட தொழில்நுட்பத்தில் சரியாகப் பதிவாகாமல் மிக உன்னிப்பாகக் கவனித்து, நாமே இரைச்சலையும் வடிகட்டிக் கேட்க வேண்டியிருக்கிறது. இளையராஜாவின் பழைய பாடல்களை இப்போதுள்ள தொழில்நுட்பத்தில் மீண்டும் இசைக் கோர்ப்புச் செய்யும் பட்சத்தில் அற்புதமான இசையனுபவங்களைப் பெறலாம். ஆனால் அதைச் சரியாகச் செய்ய ரஹ்மான் போன்ற ஒருவர் வேண்டும். 'புத்தம்புதுக் காலை' பாடலின் முதலாவது இண்டர்லூட்டின் ஆரம்பத்தில் கீழ்ஸ்தாயியில் இசைக்கும் புல்லாங்குழல் கொடுக்கும் அதிர்வு எனக்கு பிடிக்கும். வீரா 'மலைக்கோயில் வாசலில்' கூட அப்படித்தான், அதுபோலவே ஒரு புல்லாங்குழல் ஜானி 'ஆசையைக் காற்றில தூதுவிட்டு' பாடலின் ஆரம்ப இசையாக ஒலிக்கும். தளபதி, சிறைச்சாலை படப் பாடல்களில் இருக்கும்

ஒலிப்பதிவின் துல்லியமும் தரமும் எப்போதாவது நிகழும் ஆச்சரியங்களாக இருந்ததுதான் சோகம்.

ராஜாவின் 'இந்தமான் எந்தன் சொந்தமான்?' – கரகாட்டக் காரன் படத்தில் சம்பந்தமேயில்லாமல் அப்படியொரு பாடல். பாடலின் ஆரம்ப இசையில் அப்படியொரு நேர்த்தி. இண்டர்லூட்டில் ஒலிக்கும் ஏராளமான வயலின்கள், புல்லாங்குழல் இவற்றோடு ராஜாவின் தனித்துவமான குரலும் இணைந்து, கொடுக்கும் அனுபவம் அலாதியானது. என்வரையில் அது முழுமையான அற்புதமான பாடல். ராஜாவின் எந்த நல்ல இசை எந்தெந்த மோசமான படங்களுக்குள் இருக்குமோ என்ற அயர்ச்சி ஏற்படுவது தவிர்க்க முடியாதது. ஆரம்பத்தில் அவருக்கு கிடைத்த, அல்லது அவர் கொடுத்த வாய்ப்புகள் அப்படி. இன்னும் நிறையக் கேட்க வேண்டும்.

இரண்டாயிரமாம் ஆண்டு, அதற்கு முற்பட்ட யுத்தம் நடைபெற்றுக்கொண்டிருந்த காலம். வெரித்தாஸ், ஐ.பி.சி. வானொலியில் ஒலிபரப்பாகும் வயலின் இசை மனதைப் பிழியும். ஒலிபரப்பாகும் நிகழ்ச்சியோடு பொருந்திப்போய் வார்த்தைகளில் விவரிக்க முடியாத ஒரு உணர்வையும், சோகத்தையும் கொடுக்கும். அது இளையராஜாவின் 'How to name it' இசை என்பதைச் சில வருடங்களுக்கு முன்னர்தான் தெரிந்துகொண்டேன்.

என்னைப்போல ரஹ்மான் மட்டுமே கேட்டுக்கொண்டிருந்த பள்ளி நண்பர்களும் இப்போது ஃபேஸ்புக்கில் இளையராஜா பிடிக்கும் என்று சொல்வதுதான் ஆச்சரியம். ஒருவேளை நமக்கெல்லாம் வயதாகிவிட்டதா என்றுகூடச் சந்தேகம் வந்து தொலைக்கிறது.

இன்று காலையிலிருந்து 'ஜோதா அக்பர்' படப் பாடல்களில் 'அசீம்–ஓ–ஷான்', 'இதயம் இடம் மாறியதே', 'க்வாஜா எங்கள் க்வாஜா' மூன்று பாடல்களையும் வரிசையாகச் சில தடவைகள் தொடர்ந்து கேட்டுக்கொண்டிருக்கிறேன். பாடல்கள் எப்போதும் மனதிற்கு அமைதியை மட்டும்தான் கொடுக்க வேண்டுமா? மிக அமைதியான ஆர்ப்பாட்டமில்லாத இனிமையான இசை சமயங்களில், அமைதியின்மையையும் மிகுந்த குழப்பத்தை யும் ஏற்படுத்தலாம். பாறைகளில் ஆக்ரோஷமாக மோதி ஆர்ப்பரிக்கும் கடல் அலைகள்போல மனதைச் சஞ்சலத்துக்குள் ளாக்கலாம். நீர்த்திவலைகள்போலச் சிதறடிக்கலாம். இந்த உணர்வு பிடித்திருக்கிறது. ஒரே சமயத்தில் நீருக்குள் அமிழ்த்தி மூச்சு முட்டுவது போலவும், பறப்பது போலவும். இப்படியே

தொடரவும், கரைந்துபோய்விடவும் தோன்றுகிறது. மொத்தத்தில் தெளியவைத்துத் தெளியவைத்து அடிக்கிறது.

எனக்கு அவ்வளவாக நினைவில் தங்காமல் சில காலப்பகுதிகள் கடந்துபோயிருக்கும். சமீபத்தில்கூட ஓரிரு ஆண்டுகள் அப்படித்தான். சுவாரசியமான, அவ்வளவு முக்கியமான சம்பவங்கள் ஏதும் இடம்பெறவில்லை என்பது மட்டும் காரணமில்லை. அந்தக் காலகட்டத்தில் நான் எந்தப் பாடல்களையும் ஒன்றிக் கேட்கவில்லை என்பதும்கூட ஒரு காரணம் என்றே நம்புகிறேன். உண்மைதான். பாடல்கள் ஒரு காலத்தை ஞாபகத்துக்குக் கொண்டுவருகின்றன. கடந்துவந்த மனிதர்களின், வாழ்கையின் சாட்சிகளாக. மீண்டும் சடுதியாக அங்கேயே அழைத்துச்செல்லும் கால இயந்திரங்களாக!

முன்பொருமுறை, பாடல்கள் இல்லாத தமிழ் சினிமா வர வேண்டும் எனப் பேசிக்கொண்டிருந்தோம். அப்போது எஃப். எம் ரேடியோவும் பாடல்களுமாக வாழ்ந்துகொண்டிருந்த மகா அண்ணன் சொன்னதுதான் ஞாபகத்திற்கு வருகிறது. "படத்தில பாட்டு வாறது தேவையில்லாத விஷயமா இப்ப உங்களுக்குத் தெரியலாம். ஆனா பாட்டு தமிழனோட வாழ்க்கைல ஒவ்வொரு நிமிஷமும் பிரிக்க முடியாமக் கலந்திருக்கு; சோகத்திலையும் சந்தோஷத்திலையும், பிரிவிலையும், இழப்பிலயும். எங்கட வாழ்க்கைல கடந்துவந்த ஒவ்வொரு அனுபவத்திலயும் பின்னணி இசை ஒரு சினிமாப் பாட்டாத்தானே இருக்கு?"

50 கலிபரும் கப்டன் ஹீரோராஜும்

தொண்ணூறாம் ஆண்டு புரட்டாதி மாதம் பதினைந்தாம் திகதி பிரபாகரன் முதன்முறையாக இறந்துபோயிருந்தார்.

உலகில் மிகச்சிலரைத் தவிர ஏனைய மனிதர்கள் முதற்தடவையிலேயே இறுதியாகவும் இறந்து போய்விடுகிறார்கள். பிரபு என அழைக்கப்பட்ட பிரபாகரனும் அப்படித்தான் முதலும் கடைசியுமாக இறந்திருந்தார்.

செய்திகேட்டு எல்லோரும் அதிர்ச்சியானார்கள். அப்போது அவருக்கு இருபத்திரண்டு வயதாக இருந்திருக்கலாம். சாகிற வயதா இது? என்றெல்லாம் யாரும் பேசிக்கொள்ளவில்லை. எப்போதும் எதுவும் நிகழ்ந்துவிடலாம் என எதிர்பார்க்கப்பட்டதுதான். ஏராளமான மரணச் செய்திகள் தாக்கியவாறிருந்த காலப்பகுதி அது.

கவசத் தொப்பி அணிவித்து, மண்ணில் ஊன்றிய எஸ். எல். ஆர். துப்பாக்கி இரண்டுபக்கமும் வரையப்பட்டிருந்த, 'வீரவணக்கம்' போஸ்டரின் நடுவில் சிரித்துக்கொண்டிருந்தார் பிரபு. "கடைசியா சுன்னாகத்தில கண்டனான் பிஃப்டி கலிபர் பூட்டின ஒரு பிக்கப்பில கைகாட்டிட்டுப் போனவன்" யாரோ ஒரு மாமா சொல்லிக்கொண்டிருந்தார்.

தொண்ணூறுகளின் ஆரம்பங்களில் யாழ்ப்பாணத்தில் இருந்தவர்களுக்கு நினைவிருக்க லாம். ஃபிஃப்டி கலிபர் என்கிற பெயருக்கு ஒரு

கவர்ச்சி இருந்தது. ஒரு கம்பீரத்தின் அடையாளம் போன்றது. பிளேன் அடிக்கிறதுக்குப் பாவிக்கிறது என அறிமுகமாகியிருந்தது. இந்திய இராணுவம் வெளியேறிய பின்னர் அடுத்த கட்டப் போருக்கு இரண்டு தரப்பும் தயாராகிக்கொண்டிருந்த காலம். இனி வரப்போகும் யுத்தத்தில் விமான எதிர்ப்புப் படையும், ஒரு வலுவான கடற்படையும் அவசியம் இருக்க வேண்டும் என்பது புலிகளின் நிலைப்பாடாக இருந்தது. அதற்கேற்றாற்போலவே 50 கலிபர்களும் பார்வையில் தென்பட்டன. அடிக்கடி பார்த்தது ஆமியின் ஹெலியில்தான்.

இலங்கை இராணுவம் அதுவரை வைத்திருந்தது மக்களால் பொம்மர், பொம்பர் மற்றும் சிலரால் பம்பர் என அழைக்கப்பட்ட, இரண்டாம் உலகப்போர் காலத்து இத்தாலிய 'சியாமாசெட்டி' போர் விமானங்கள், ஸீ பிளேன் என்கிற வேவு பார்க்கும் விமானங்கள், அமெரிக்கத் தயாரிப்பு பெல் ஹெலிகொப்டர்கள். இம்முறை சியாமா செட்டி விமானங்களுடன் புதிதாகச் சீனத் தயாரிப்புகளான 'அவ்ரோ'வும், 'சகடை'யும் சேர்ந்துகொண்டன. பெல் ஹெலிகொப்டர்கள் இரண்டுபக்கவாட்டிலும் ஒருபக்கம் 50 கலிபரும், மறுபக்கம் ரொக்கட் லோஞ்சரும் பொருத்திவந்து தாக்குதல் நடத்தின.

அப்போதெல்லாம் பள்ளியில் முத்திரை சேகரிப்பதுபோல, துப்பாக்கியின் வெற்று ரவைக் கூடுகள் சேகரித்துவைத்திருக்கும் வழக்கமிருந்தது, நண்பர்கள் மத்தியில். அரிதாகக் கிடைக்கக் கூடிய 50 கலிபர் ரவைக்கோதுக்குத் தனி மரியாதையும் மவுசும் இருந்தது. பத்து சாதாரண ரவைக்கூடுகளுக்கு, ஒரு ஐம்பது கலிபர் கூடு என்பது பண்டமாற்றுமுறை.

சின்னட்டித் தாத்தாவைப் பார்க்கும்தெல்லாம், இவருக்கு அப்படியே மொட்டையடித்துவிட்டால் காந்தித் தாத்தாவைப் போல இருப்பாரோ என யோசித்ததுண்டு, சின்ன வயதில். அப்போதெல்லாம் சின்னட்டித் தாத்தா வீட்டிற்குப் போகிறோம் என்றதுமே கொண்டாட்டமான மனநிலை வந்துவிடும். பிரயாணம்செய்தல் கொடுக்கும் மகிழ்ச்சி அது. பேரூந்தில் சுன்னாகம் வரை சென்று அங்கிருந்து அநேகமாகத் தட்டிவான் பயணத்தில் ஊரெழு. வயல் வெளிகள், தோட்டங்கள் நிறைந்த பகுதியில் சின்னட்டித்தாத்தாவின் பெரிய நாற்சார் வீடு. பெரிய வளவு. ஏராளம் பூச்செடிகள், மாமரம், தென்னை மரங்கள் இருக்கும். முக்கியமாகக் கவர்ந்தது அங்கேயிருந்த பொமரேனியன் நாய்க்குட்டி.

அது யாழ்ப்பாணத்தின் இந்திய இராணவக் காலப்பகுதி. திடீரென்று வீதிமுனையில் நாய்களின் வித்தியாசமான

குரைப்பொலி. இந்திய இராணுவம் சோதனைக்கு வந்திருப்பது தெரிந்துவிட்டது. வீட்டில் பிரபுவும் இன்னும் நான்கைந்து 'பெடியளும்' நிற்கிறார்கள். வெளியேறிச் செல்ல சாத்தியமில்லை. என்ன செய்வது? யோசிக்கவும் நேரம் இல்லை. உடனே சின்னட்டித் தாத்தா ஒரு ஐடியாவைப் போட்டிருக்கிறார். 'பெடியள்' எல்லோரும் மேல்சட்டையைக் கழட்டி, சாரமும் கட்டிக்கொண்டு தோட்டவேலையில் இறங்கியிருக்கிறார்கள். உள்ளே சாமியறையில் கட்டில் மெத்தைக்குக் கீழே ஆர்ம்ஸ் எல்லாம் படுக்கப் போட்டிருந்தார்கள்.

இராணுவம் வரவும், தாத்தா உற்சாகமாக வரவேற்றுப் பேசிக்கொண்டிருந்தாராம். அப்பிடியே குரல் கொடுத்தாராம், "டேய் இளநி வெட்டிக் குடுங்கடா!". ஒருத்தன் தென்னையில் ஏறி இளநீர் இறக்க, ஒருத்தன் சீவிக் கொடுக்க, ஆமியும் குடித்துவிட்டுத் தாங்க்ஸ் சொல்லிப் போயிருக்கிறார்கள். சிலநாட்களில் பிரபு இராணுவக் கைதியானபின் சுற்று வட்டாரத்தில் எல்லா ஆமிக்காரனுக்கும் தெரிந்துபோய்விட்டது. வீதியால் செல்லும் போது "புலியோட அம்மா, அப்பா போறாங்க" என்று சொல்லு மளவிற்குப் பிரபலமாகியிருந்தார்கள். இறுதியாகத் தாத்தா வீட்டுக்குச் சென்றபோது, இந்திய அமைதிப்படை திரும்பிப் போயிருந்தது. அன்று பிரபு மாமா வீட்டிலிருந்தார். நிறையப் பேசினார். புதிதாக வெளிவந்த சில பாடல்களைப் போட்டுக் காட்டி, "கேட்டிருக்கிறீங்களா?" என்றார்.

சின்னட்டித் தாத்தாவைக் கடைசியாக நேரில் சந்தித்தது வவுனியாவில். அந்தச் சின்னவயது 'காந்தித் தாத்தா' யோசனை ஞாபகத்திற்கு வந்தது. அந்த யோசனை மீது புகையை அள்ளி அடித்தது அவர் பிடித்துக்கொண்டிருந்த கோல்ட் லீஃப். அப்போது அந்த பிராண்ட்தான் பாவித்தார். ஒரு நாளைக்கு இருபது காலி செய்துகொண்டிருந்தார். மிக உற்சாகமான மனிதராக, ஒரு விடலைப்பையன் மனநிலையோடு இருந்தார். வீட்டிற்கு வந்திருந்த உறவினரின் குழந்தையிடம் தாத்தாவைக்காட்டி,

"இந்தத் தாத்தாவைப் பிடிச்சிருக்கா உங்களுக்கு?"

"தாத்தா எண்டு சொல்லாத அண்ணா" – சின்னட்டித் தாத்தா

"இந்தத் தம்பியப் பிடிச்சிருக்கா?"

நாச்சிமார் கோயிலின் பின்புறம் இருந்த சிறிய மழைக்காலக் குளத்தில் ஒரு சிறு படகைக் கொண்டுவந்து கட்டியிருந்தார்கள். நான்கு மண்ணெண்ணெய் பரல்களைக் கட்டி, ஒரு மிதவை தயாரித்து கரைக்கும், படகுக்குமான பதினைந்து மீட்டர்

தூரச் சிறுபோக்குவரத்துச் சேவையும் நடைபெற்றது. படகில் ஏறிப் பார்ப்பதற்காக இந்த ஏற்பாடு. இரவில் ஜெனரேற்றர் உதவியுடன் ஒளிர்ந்த அந்தப் பிரதேசத்தில், தனியாக ஒரு சிறு ஜெனரேற்றர் படகு, குளக்கரையின் இரவில் அழகாக ஜொலித்துக்கொண்டிருந்தது. அது ஒரு மாவீரர்நாள் காலம். பாடசாலை முடிந்து வீட்டுக்குப் போய் அவசர அவசரமாக சாப்பிட்டு நாங்கள் ஓடிவந்தது அந்தப் படகைப் பார்க்க அல்ல. அது ஒன்றும் அவ்வளவாக ஆர்வமூட்டவில்லை. எங்களைக் கவர்ந்தது குளக்கட்டின் ஒரு முனையில் தண்ணீரில் நிற்கும் படகைக் குறி பார்ப்பதுபோல் பொருத்தப்பட்டிருந்த 50 கலிபர் கனரக இயந்திரத்துப்பாக்கி. முதன்முறையாக எட்டித் தொடும் தூரத்தில்!

முதலாம் உலகப் போரின் இறுதிகளில் ஆங்காங்கே பரீட்சிக்கப்பட்டு, இரண்டாம் உலகப்போரில் முழுமையாகப் பாவனைக்கு உட்படுத்தப்பட்ட அமெரிக்கக் கண்டுபிடிப்பு. இலகுரக வாகனங்கள், தாழ்வாகப் பறக்கும் விமானங்களுக் கெதிராக நல்ல பயனைக் கொடுத்திருந்தது என்கிற தகவல்கள் எல்லாம் பின்னாளில் தெரிந்ததுதான். அப்போது அதன் வரலாறு குறித்தெல்லாம் அக்கறையிருக்கவில்லை. காமிக்ஸ் ரசிகர்களான எங்களுக்கு அது டெக்ஸ்வில்லர் கதைகளில் வாசித்துப் பழக்கப்பட்ட பிரபல வின்செஸ்டர் கம்பனியின் தயாரிப்பு என்கிற தகவலை எங்கிருந்தோ ஒரு நண்பன் தெரிந்து வந்து சொன்னதில் தனியாக ஒரு பெருமை.

இரண்டாம் உலகப் போருக்குப் பிறகு மேம்படுத்தப்பட்ட பல தயாரிப்புக்கள் வந்திருக்கலாம். ஆனால் நாங்கள் பக்கத்தில் தொட்டுப் பார்த்தது, உலகப் போரில பயன்படுத்திவிட்டு அப்படியே நேராக இங்கே அனுப்பிவிட்டதுபோல இருந்தது. கைபிடியைப் பிடித்துச் சுழற்றிப் பார்த்தோம். வழக்கம்போல அல்லாமல் அதை யாரும் கவனிக்காமல், அநாதரவாக விட்டிருந் ததைப் பார்த்தபோதே தெரிந்தது. கறள் பிடித்து அதே நிறமாக மாறியிருந்தது.

“வேலை செய்யாதுபோல இருக்கடா, இல்லாட்டி இப்பிடி விடமாட்டாங்கள். பழைய இரும்பு” பதின்மூன்று வயதானதில் தெளிவாகச் சிந்திப்பதாக நினைத்துக்கொண்டிருந்தோம்.

அங்கே வந்த ஒரு அண்ணனிடம் அந்த முக்கியமான சந்தேகத்தை நேரடியாகக் கேட்டான் ஒருத்தன்.

“அண்ணை சுடுமோ?”

“சுடுறதுதான் பாக்க வேணுமோ? யாருக்கெல்லாம் இங்க சுட ஆசை?”

கள நிலவரம் ஒரு மாதிரி எங்களுக்குச் சாதகமாக இல்லாதது போலத் தோன்றியது. ஒரு தந்திரோபாயமான பின்வாங்கல் நடவடிக்கையை மேற்கொள்ளலாம் என நாங்கள் நினைத்த வேளையில், அவர் சிரித்துக்கொண்டு சொன்னார்.

“சுட்டாலும் சுடும் சொல்ல ஏலாது. அந்த நேரத்திலதான் தெரியும்.”

“அப்ப ஹெலி வந்துட்டா?”

“சுட்டா ஹெலிக்காரன் ஓடிடுவான் சுடாட்டி நாங்கள் விட்டுட்டு ஓடவேண்டியதுதான்.”

எல்லோரும் சிரிக்க, தொடர்ந்து சொன்னார், “அப்ப எங்கடயாக்களிட்ட இருந்த முதலாவது ஃபிஃப்டி கலிபர் இந்தியா தந்தது. அது சுட்டத யாரும் பாக்கேல்லயாம். நந்தாவில் காம்பில வச்சிருந்தவை. யார் யாரோ எல்லாம் வந்து தலையால தண்ணி குடிச்சும், ஒண்டுக்கும் சரிவரேல்ல. கடைசில இந்தியா வந்து ஆயுதங்கள ஒப்படைக்கச் சொன்னதெல்லோ. அப்ப அவையளிட்டயே அத திருப்பி குடுத்து விட்டுட்டினமாம் கொண்டுபோங்கோ எண்டு ...”

அந்தக் காலப்பகுதியில் எல்லாருக்கும் தெரிந்து போயிருந்தது. இனி ஃபிஃப்டி கலிபரால் விமானத்தைச் சுட முடியாதென்பது. சியாமாசெட்டி, அவ்ரோ, சகடை எண்டு போய்க்கொண்டிருந்த அரசாங்கம் திடீரென்று ஒரேயடியாக சுப்பர்சொனிக்குக்கு அப்டேட் ஆகி இரண்டு வருடங்கள் கடந்திருந்தன.

சுப்பர்சொனிக் வரும்போதே விமானம் பற்றி ஏகப்பட்ட தகவல்கள் பேசப்பட்டன. விமானம் கடந்துபோன பிறகுதான் சத்தம் வரும் என்றார்கள் சிலர். இந்தப் பக்கம் சத்தம் கேட்டா அந்தப் பக்கம்தான் பிளேன் போகும் என்றார்கள் சிலர். ஏற்கனவே இந்தியாவின் ‘மிராஜ்’ பறக்கிறதைப் பார்த்ததால் சத்தம் மட்டும் கேட்ட சத்தமாக இருந்தது. மற்றபடி சத்தத்தை வைத்து விமானத்தைப் பார்ப்பதற்கே தனியாகப் பயிற்சி தேவைப் பட்டிருந்தது. ஆக, பெல் ஹெலிகளுக்கு மட்டும்தான் ஃபிஃப்டி கலிபரால் அடிக்கலாம் என்பது புரிந்தது.

இருந்தாலும் அதற்கிருந்த ஒருவித கவர்ச்சி குறையவில்லை. இப்போதும் பெயரைக் கேட்கும்போதே எங்களில் பலருக்கும் பழைய ஞாபகங்கள் கிளறப்படலாம்.

கூடவே ஒரு சிலருக்கேனும் கப்டன் ஹீரோராஜ் ஞாபகமும் வரலாம்.

பலாலி இராணுவத் தளம். ஹீரோராஜ், கூட நாலைந்து சகபோராளிகளுடன் கைதியாகத் தடுத்து வைக்கப்பட்டிருந்தான். கலகலப்பான பெடியன். ஆமிக்காரன் ஒருத்தன் கிளி ஒன்று வளர்த்துக்கொண்டிருந்தான். இவர்களோடு அதுவும் சக கைதியாகக் கூட்டுக்குள் இருந்திருக்கிறது. "எப்பிடியாவது கிளிய ரிலீஸ் பண்ணவேணும் மச்சான்" ஹீரோராஜ் அடிக்கடி சொல்லிக்கொண்டு இருப்பான். ஒருநாள் நல்ல சந்தர்ப்பம் வாய்த்திருக்கிறது. ஆமிக்காரன் அசந்திருந்த நேரம் பார்த்து ஒப்பரேசன சக்சஸா முடிச்சிட்டான். கிளியை வெளியில் விட்டாயிற்று. ஆனால் பாவம் அதனால் பறக்க முடியவில்லை.

சிறகு வெட்டப்பட்டு வளர்ந்த கிளி. தத்தித் தடுமாறிப் பறக்க முயற்சி செய்கிறது. முடியவில்லை. இங்கே இவர்களுக்குப் பதைபதைப்பாக இருக்கிறது. ஆமி எந்த நேரத்திலையும் இந்தப்பக்கம் வந்திடலாம். "டேய் பறந்திடுறா பறந்திடுறா" ரகசியம் பேசுகிற குரலில் ஹீரோராஜ் சொல்கிறான். கிளியால் பறக்க முடியவில்லை. ஆமி வந்துவிட்டான். பார்க்கிறான். கிளி வெளியில். கூண்டுக்கதவு திறந்து கிடக்கிறது. இவர்களைச் சந்தேகமாகப் பார்க்கிறான். அசந்து தூங்குவதுபோலப் போஸ் கொடுத்துக்கொண்டிருக்கிறார்கள். திரும்பக் கிளியைக் கூண்டில விட்டுப் பூட்டிவிட்டுப் போய்விட்டான். போகும்போது ஹீரோ ராஜை ஒரு மாதிரிப் பாத்துச் சிரிச்சிட்டுப் போனான். அவனுக்கு விளங்கியிருக்கலாம்.

பிறகு அவன் சொன்னான், "எனக்குத் தெரியும் நீதான் பண்ணியிருப்ப." அந்தக் கூட்டத்துக்குள்ளே இவன்தான் இப்பிடி யான பேர்வழி என்பது அவர்களுக்கும் தெரிந்திருந்தது. "ச்சே அநியாயமாத் திரும்ப அவனிட்டயே மாட்டீட்டுது" அடிக்கடி அந்தக் கிளியைப் பற்றிச் சொல்லிக் கவலைப்பட்டான் ஹீரோ ராஜ்.

கைதிகளைப் பார்க்க பெற்றோர், சகோதரர்கள் வரும் போது, ஆமிக்காரர் கொஞ்சம் தள்ளி பக்கத்திலயே நிற்பார்கள். 'என்ன பேசுகிறார்கள்? அதிலிருந்து போராளிகள் பற்றி ஏதாவது தகவல்கள் கிடைக்குமா? வெளியில் இருக்கும் போராளிகளிட மிருந்து ஏதேனும் தகவல்கள் பரிமாறிக்கொள்ளப்படுகிறதா?' என்கிற ரீதியில் கண்காணித்துக்கொண்டிருப்பார்கள். இந்த விஷயத்தில் எம்மவரின் புத்திசாலித்தனத்தைப் பற்றிச் சொல்ல வேண்டியதில்லையே? எல்லாரும் வலு அலேர்ட். ஹீரோராஜ் தான் தலையிடியைக் கொடுத்துக்கொண்டிருந்தான். அம்மா, அப்பா பார்க்க வரும்போதெல்லாம் எடுத்த உடனேயே மிக இயல்பாகச் சிங்களத்தில பேச ஆரம்பிப்பார்கள். நாட்டு நிலைமை, வெளிநிலைமை எல்லாப் பிரச்சினையும் அதிலேயே

போகும். தமிழோ, ஆங்கிலமோ இந்தியன் ஆமிக்குத் தெரியலாம். சிங்களம் எங்கே தெரிந்திருக்கப் போகிறது?

உண்மையில் ஹீரோராஜுக்கு சிங்களம்தான் சரளமாகத் தெரிந்திருந்தது. தமிழ் ஓரளவுக்குப் பேச மட்டும்தான் தெரியும். அவன் படித்துக்கொண்டிருந்தது யாழ்ப்பாணம் சிங்கள மகா வித்தியாலயத்தில், சிங்கள வழிக்கல்வி. எண்பத்திமூன்றில் அங்கே குண்டுவைத்துப் பள்ளிக்கூடத்தை மூடியதும், அவன் அப்பாவே நேரில் கூட்டிக் கொண்டுவந்து இயக்கத்தில சேர்த்து விட்டாராம். தமிழ் எழுதப் படிக்கக் கற்றுக்கொண்டது பலாலியில் கைதியாக இருந்தபோதுதான். அவன் ஒருவழியாகத் தமிழ் படித்து, ஆனந்தவிகடன் வாசிக்கத் தொடங்கும்போது விடுதலையாகி வெளியில் வந்துவிட்டான். இந்திய இராணுவம் திரும்பிப் போயிருந்தது.

அன்றைய நாட்களில் *ஈழநாதம்* பத்திரிகையில் மாவீரர்கள் பற்றி ஒரு முழுப்பக்கத்தில் வெளிவந்துகொண்டிருந்த ‘விழுதுகள்’ தொடரில் ஒருமுறை ஹீரோராஜ் பற்றி விரிவாக எழுதியிருந்தது.

பதின் வயதுகளில் போராட்டத்தில் இணைந்து இருபத்தொரு வயதில் இவ்வுலகிலிருந்து விடைபெற்றுக்கொண்ட – சின்னட்டித் தாத்தா என்கிற தந்தையால் ஈழப்போராட்டத்தில் இணைத்து விடப்பட்ட பிரபாகரன் என்ற இயற்பெயர்கொண்ட கப்டன் ஹீரோராஜ், இன்னும் யாரோ ஒருவர் இந்த உலகில் ஏதோ ஒரு பகுதியில் ஏற்றிவைக்கும் நவம்பர் மாதத்து ஒற்றை மெழுகு வர்த்தி மூலம் நினைவுகூரப்படலாம். இன்னும் ஏராளமான ஹீரோராஜ்கள் போலவே!

தொண்ணூறாம் ஆண்டு யாழ் கோட்டை முற்றுகைச் சமரில் இலங்கை விமானப்படைக்குச் சொந்தமான ஒரு சியாமாசெட்டி விமானத்தை ஃபிஃப்டி கலிபரால் சுட்டு வீழ்த்தியிருந்தான் கப்டன் ஹீரோராஜ்.

தொண்ணூறாம் ஆண்டு புரட்டாதி மாதம் பதினைந்தாம் திகதி. விமானம் பண்ணைக்கடலில் சுட்டு வீழ்த்தப்பட்ட அடுத்தநாள். விடிகாலைப் பொழுது. சிதைவுற்ற விமானத்தின் பாகங்களைப் மக்கள் மத்தியில் காட்சிக்கு வைப்பது வழமை. பண்ணைக்கடலுக்குள் சக தோழர்களுடன் இறங்கினான் ஹீரோராஜ்.

மண்டைதீவிலிருந்த ஒரு இராணுவ ‘சினைப்பர்’காரன் பார்த்துக்கொண்டிருந்தான்.

ஊரின் குரல்

அதிகாலை நேரம். ஆழ்ந்த நிசப்தம். எழுந்து மொட்டை மாடியில் வந்து நிற்கிறேன். எந்த வாகன இரைச்சல்களுமின்றித் தூங்கிக்கொண்டிருக்கிறது நகரம். சற்றே கூதலுடன் கடற்காற்று. மற்றுமொரு பொழுது விடிந்துவிட்டது என்ற தகவலை அறிவிப்பதுபோல எங்கோ தூரத்தில் குயில்கள், புறாக்கள் இன்னும் ஏராளமான புள்ளினங்களின் கலவையான சத்தங்களால் நிரம்பியிருந்தது அந்தப் பொழுது.

ஆச்சரியமாக இருந்தது. இதுநாள்வரை கவனிக்காது போனோமே! கொழும்பு நகரத்தின் காலைப் பொழுதுகூட இப்படித்தான் விடிகிறதா? கண்களை மூடிக் கேட்கும்போது, ஏதோ கிராமத்தில் இருப்பதைப் போன்றே இருக்கிறதே! இவ்வளவு பறவைகளும் எங்கே இருகின்றன? பகலில் எங்கே போய்விடுகின்றன? ஒரு விடியற்பொழுதின் சத்தங்கள் அலாதியானவை. அதைவிட ஆச்சரியம், எல்லா ஊர்களிலும் நகரங்களிலும் காலைப் பொழுதுகள் ஒரே மாதிரியான ஒலிகளுடன்தான் விடிகிறதா? மெல்ல, மிக மெலிதாக வெளிச்சம் பரவத் தொடங்குகிறது. ஓரிரு வாகனங்களின் சத்தம் கேட்கிறது. இனி ஊர் மெல்ல விழித்துக்கொள்ளும். தொடர்ச்சியாகப் பேச ஆரம்பிக்கும்.

ஒவ்வொரு ஊரும் எப்போதும் குரல்களால் நிறைந்திருக்கின்றன. மனிதனின் குரலாகவோ, பறவைகளின் குரலாகவோ இல்லை மிருகங்களின்

குரலாகவோ இருக்கலாம். இயற்கையாகவோ, செயற்கையாக உருவாக்கப்படுபவையாகவோ இருக்கலாம்.

இயல்பில் எங்கும் குரல்கள் நிறைந்திருக்கின்றன. இடைவிடாது ஒலிக்கின்றன. ஒவ்வொரு ஊருக்கும் பிரத்தியேகமான குரல் இருக்கிறது. ஒரு கிராமத்தின் குரலிலிருந்து, சிறு நகரத்தின் குரலிலிருந்து முற்றிலும் வேறுபட்டதாக, பெருநகரங்களின் குரல் ஒழுங்கற்றுக் கலவையானதாகவே இருக்கிறது. இருப்பினும் விடியற்பொழுதின் முதற்குரல் என்பது ஒரே மாதிரியானதாகவேதான் ஒலிக்கிறதா? அப்படித்தான் நம்புகிறேன்.

இயற்கை மட்டுமே முதலில் விழித்துக்கொள்வதால் அப்படியிருக்கிறது போலும். பின்னர் பிரத்தியேகமான குரல்கள் கேட்கத் தொடங்குகின்றன. கோயில் மணிச்சத்தத்தைத் தொடர்ந்து காலை ஏழே முக்காலுக்குக் காங்கேசன்துறை சீமெந்துத் தொழிற்சாலையின் சங்கொலியுடன்தான் எனக்கு நினைவு தெரிந்து எங்கள் ஊர் பேசத் தொடங்கியதாக ஞாபகம். பின்னர் நேர்ந்த மாறுதல்கள் ஊரின் குரலையும் சேர்த்து மாற்றியிருக்கிறது.

ஊரின் குரல்கள் அன்றைய நாளின் போக்கை அறிவிப்பவையாக, நாளின் நிறத்தையே மாற்றிவிடுபவையாக இருந்திருக்கின்றன. சமயங்களில் ஊரின் குரலானது ஷெனாய் இசைக்கருவியின் குரலாகவே இருந்திருக்கிறது. ஊரின் ஏதோவொரு சந்தியில் கட்டப்பட்டிருக்கும் ஒலிபெருக்கிக் குழாயில் ஒலிக்கும் ஷெனாய், சித்தார் வாத்தியக் கருவிகளின் இசை நிகழ்ந்துவிட்ட ஒரு வேண்டத்தகாத சம்பவத்தை அறிவித்திருக்கின்றன. ஒவ்வொருவர் மனதிலும் இனம்புரியாத பயத்தையும், சோகத்தையும் விதைத்திருக்கின்றன. ஒவ்வொருமுறையும் அந்தக் குரல்கள் ஒவ்வொருவரின் பெயரையும் சொல்லியபடியே காற்றில் கரைந்திருக்கின்றன.

எங்கோ தூரத்து ஒலிபெருக்கியில் ஒலிக்கும் ஷெனாயின் அந்தக் குழலிசை காற்றின் போக்குக்கு ஏற்ப உரத்தும் தாழ்ந்தும் அலைக்கழியும். காற்றில் இழைந்து குழையும் அந்தக் குரல் கீழ்ஸ்தாயியில் அருகில் வரும்போது நெஞ்சை அழுத்துவது போலவும், தூரத்தில் உச்சஸ்தாயியில் எடையிழக்கச் செய்து அப்படியே தொலைதூரத்திற்கு மிதந்து அழைத்துச் செல்வது போலவும் இருப்பதை நீங்களும் உணர்ந்திருக்கக்கூடும். உங்கள் நினைவுகளோடு கலந்திருக்கும் அந்த இசை இப்போதும் புரட்டிப்போட்டு, ஒருசமயம் மூச்சு முட்டவும், ஒருசமயம் நெஞ்சு விம்ம, கண்களின் ஓரத்தில் நீர்துளிர்க்கவைக்கவோ செய்யலாம்.

அப்போது பாலர்வகுப்பில் படித்துக்கொண்டிருந்தேன். அன்றுதான் அப்படியொரு சம்பவத்தை முதன்முறையாக எதிர்கொள்கிறேன். புதிதாக இருந்தது. பாடசாலை விட்டு, வீடு திரும்பிக்கொண்டிருந்த ஒரு மதியநேரம். வீதியில் நின்றிருந்த அண்ணன்கள் சிலர், சட்டைப்பையில் குத்திக்கொள்ளக் கறுப்பு நிறத்தில் சிறு முக்கோண பிளாஸ்டிக் பேப்பரும், குண்டூசியும் தந்தார்கள். சுற்றுவட்டாரத்தில் ஓடித்திருந்த காரொன்றில் கட்டப்பட்ட ஒலிபெருக்கிக் குழாய் அன்று முழுவதும் ஒரு பெயரை அடிக்கடி உச்சரித்துச் சென்றது. அன்று அப்படிக் கேட்ட பெயர் 'விக்டர்'! அன்று முழுவதும், தொடர்ந்து சில நாட்களும் அந்தப் பெயர் அக்காக்களால், அண்ணன்களால் உச்சரிக்கப்பட்டது. மேலதிக கதைகளும் அதுசார்பாகப் பேசப்பட்டன. 'ரோம்தானாம் விக்டரைச் சுட்டதாம். அதப்பாத்துட்டு இன்னொருத்தன் ரோமைச் சுட்டானாம்' என்று அவர்கள் பேசிக்கொண்டது இன்னும் ஞாபகமிருக்கிறது. வேறொருநாள் 'பொன்னம்மான்' என்கிற பெயர் கேட்டது.

பின்பொரு நாளில் 'திலீபன்!'.

அன்றைய நாட்களில் 'திலீபன்' என்கிற பெயர் குரலாக மட்டுமன்றி ஊரின் மௌனத்திலும் மூச்சுக் காற்றிலும் கலந்திருந்தது. எங்கும் ஒலித்துக்கொண்டிருந்தது. அதில் ஒருவித சோகம் கவிந்திருந்தது. சந்தியில் ஒலிபெருக்கியில் எழுச்சிப் பாடல்கள் ஒலித்துக்கொண்டிருந்தன. அப்போது அந்தப் பாடல்களே ஊரின் குரலாக இருந்தது. திடீரென்று எழுச்சிப் பாடல்கள் நின்று ஊர் நிசப்தமானது. ஷெனாய், சித்தார் வாத்தியக் கருவிகளின் இசை ஒலிக்க ஆரம்பித்தது. அதுவே ஊரின் குரலானது, இம்முறை திலீபனின் பெயரைச் சொல்லியபடி! அந்தக் குரல் அலைஅலையாகப் படர்ந்தது. எண்ணற்ற கைகளை மெதுவாக வருடியது. கொஞ்சம் கொஞ்சமாக அழுத்தமாகிப் பின் இறுகத் தொடங்கியது! ஊர் அமிழ்ந்து போனது!

சில காலத்தின் பின் பின்னர் அதேபோல 'ராதா' என்ற பெயரும் பரவலாகப் பேசப்பட்டது. பின்பு 'கிட்டு'. அதன்பின் அப்படியொன்றும் பிரத்தியேகமாகக் கேட்கவில்லை. வழமையாகிவிட்டதா அல்லது பழகிவிட்டதா தெரியவில்லை. அந்த வழக்கம் இல்லாது போயிருக்கலாம்.

ஊரின் மௌனம் என்பது சில சமயங்களில் மிகுந்த அச்சமூட்டுவதாக இருந்திருக்கிறது. சமயங்களில் ஏதோ ஒரு

விரும்பப்படாத ரகசியத்தைப் புதைத்துக்கொண்டு பாசாங்குடன் இருப்பதைப் போன்று மர்மமான சூழ்நிலையைத் தோற்றுவித்தது.

இந்திய இராணுவ காலத்தின் இரவுப் பொழுதுகளில் ஊரின் குரல் பயங்கரமானதாக இருந்திருக்கிறது. ஊரடங்குச் சட்டத்தில், எங்கும் கவிந்திருக்கும் நிசப்தம். எரிவதையே காட்டிக் கொடுத்து விடாத மெல்லிய சுடருடன் மண்ணெண்ணெய் லாம்பு வெளிச்சம். மரண அமைதி, அவ்வப்போது தூரத்தில் எங்கோ கேட்கும் நாய்களின் குரைப்பொலி என ஊரின் குரல் அவலமானதாக இருந்திருக்கிறது. நாய்கள்கூட அப்போது பிரத்தியேகமான ஒரு குரலில் எதையோ அறிவித்துக்கொண்டிருந்தன. இரவில் எங்கள் வீட்டில் தங்கிநிற்கும் பக்கத்து வீட்டு அக்காக்கள் மிக மெல்லிய குரலில் பேசிக் கொள்வார்கள். பகிடிகள், சிரிப்புகள் எல்லாமே அப்போதும் குறைவில்லாமல் இருந்தன, மட்டுப் படுத்திய கிசுகிசுப்பான குரல்களில்.

“உவன் தேவனைப் பிடிச்சுக் கொண்டு போட்டாங்களாம்” பக்கத்துவீட்டு ஆச்சி காலை வேளையில் அம்மாவிடம் சொல்லிக் கொண்டிருந்தார். ஒரு தேர்தல் நாளின் மறுநாள் காலையில் ஊரின் முதற்குரல் அது. பகற்பொழுதில் விதிக்கப்படும் வழமைக்கு மாறான ஊரடங்கு, மறுநாள் கிடைக்கப்போகும் ஒரு விபரீதமான சேதி குறித்துப் பயம் கொள்ள வைத்திருக்கின்றன. ஏதோ நிகழவிருக்கும், நிகழ்ந்துகொண்டிருக்கும் பயங்கரத்திற்குக் கட்டியம் கூறுவது போலிருக்கும். ஊரடங்கு பிறப்பிக்கப்பட்ட பகற்பொழுதில் ஊரின் கனத்த மௌனம் ஒரு துர்சகுனம் போலவே இருந்திருக்கிறது.

அப்படி ஒரு நாளில்தான் ‘போலீசாரை’யும், ‘லாண்ட் மாஸ்டர்’ குமாரசாமியையும் இராணுவம் பிடித்துச் சென்றதாகப் பேசிக்கொண்டார்கள். ஓரிரு நாட்களில் விடுவித்துவிட்டதை மணியண்ணை சொல்லிக்கொண்டிருந்தார்.

“சரியான அடி! குமாரசாமியால இன்னும் கையசைக்க, நடக்க முடியேல்ல. நெஞ்சில அடிச்சிருக்கிறாங்கள். ஆள் சரியான வீக்கா போட்டுது. போலீசாருக்கும் நல்ல அடிதான். ஆனா மனுஷன் ட்ரெயினிங் எடுத்த ஆள்தானே கையக் குடுத்து டெக்னிக்கா தடுத்திருக்கு” என்றார். போலீசார் இலங்கைப் போலீசிலிருந்து சண்டை தொடங்கியதும் ஓய்வுபெற்றவர். அவர் சொன்னதும் உண்மைதான்போல. ஒருமாதத்திலேயே குமாரசாமி இறந்துவிட்டார்.

அப்படித்தான் தேவன் அண்ணாவின் கைதும் ஒரு பகல் ஊரடங்கின் விளைவாக இருந்தது. இரண்டு நாட்களின் பின் நிலைமை சுமுகம் ஆனது. ஒழுங்கைக்குள் விளையாடிக் கொண்டிருந்தோம். பேசிக்கொண்டு நடந்து சென்ற இரண்டு பெரியவர்களின் பேச்சு, கவனத்தைத் திருப்பியது. ஏதோ கிணற்றுக்குள் ஒரு பிரேதம் கிடக்கிறதாம். அப்போதெல்லாம் பிரேதம் என்கிற சொல்லே பயங்கரமானதாக இருக்கும். நகங்கள் பிடுங்கப்பட்டுக் கண்கள் தோண்டப்பட்டு என்கிற வழமை போன்ற மேலதிக விவரணைகள் இன்னும் பயங்கரமாயிருந்தது. அன்றைய இரவுப் பொழுதில், வீட்டில் கவலையான பயம் நிறைந்த குரல்கள் நிறைந்திருந்தன. மறுநாள் ஊரின் முதற்குரல், தேவன் அண்ணா வீட்டின் அழுகுரல்களாக மாறியிருந்தது.

இந்திய இராணுவ காலத்திலிருந்து சில காலம் புதிதாக ஒரு குரல்! காலை ஆறரைக்குக் காங்கேசன்துறை புகையிரத நிலையத்திலிருந்து புறப்படும் யாழ்தேவியின் தடதடக்கும் ஓசையும், ஹோர்ன் சத்தமும் மிகுந்த உற்சாகத்தைக் கொடுத்துக் கொண்டிருந்தது. ஆனாலும், அது அதிக நாட்கள் நீடிக்கவில்லை.

ஷெல் சத்தமும், ஹெலிகொப்டரின் இரைச்சலுமாக ஆரம்பித்த ஒருநாள், பின்னர் யாழ்ப்பாணத்தின் முதற்குரலாக அதனையே மாற்றிவிட்டிருந்தது. பள்ளிக் காலத்தின் அநேக நாட்களில் ஊரின் காலைப் பொழுதின் குரலாக நினைவிலிருப்பது பலாலியிலிருந்து வெடிக்கும் ஆட்டிலறிச் சத்தம். அல்லது மாதகல் கடற்பகுதியிலிருந்து பீரங்கிப் படகுகளின் குண்டுச்சத்தம்தான். அவற்றிற்கிடையிலும் வாழ்க்கையில் சுவாரசியங்கள் இருந்தன. கொண்டாட்டங்கள் நிறைந்திருந்தன.

கோயில்கள் நிறைந்த யாழ்ப்பாணத்தின் அதிகாலையின் குரலாக ஏதோ ஒரு கோயிலில் ஒலிக்கும் பொன். சுந்தரலிங்கத்தின் திருப்பள்ளிஎழுச்சியாக இருக்கும். அதுவே கார்த்திகை மாதத்தில் 'என் இனமே என் சனமே . . .' என்பதாக மாறியிருக்கும். மார்கழி மாதத்தின் குளிர்நிறைந்த அதிகாலைப் பொழுதுகள் சேமக் கலமும், சங்கும் இடையிடையே ஒலிக்கத் திருவெம்பாவை பாடிச் செல்லும் சிறுவர், இளைஞர் குழுக்களின் குரல்களாக விடிந்திருக்கின்றன.

அதிகாலை நான்கு மணி. நிசப்தமான அந்தப் பொழுதில் எங்கோ தூரத்திலிருந்து அந்தச் சத்தம் 'ஊ ஊ' என மெல்லிய தாகவும் தொடர்ச்சியாகவும் அதிரும். அது நல்லூர் கோயிலின் மணி ஓசை. அதிகாலையின் முதல் ஓசை. யாழ் நகரத்தின் முதற்குரல். தொண்ணூற்று ஐந்தாம் ஆண்டில் யாழ்ப்பாணத்தை

விட்டுச் செல்லும்வரை அதனைத்தான் கேட்டிருக்கிறேன். அதனைத் தொடர்ந்து ஒரு மாட்டு வண்டியின் சத்தம் கேட்கும். மழை நாட்களில், மார்கழிக குளிரில், அவ்வப்போது இராணுவ நடவடிக்கைகள் தொடர்கையில் என எந்தச் சூழ்நிலைகளுக்கும் மாற்றமில்லை. ஓரிரு தேங்காய் மூட்டைகள் உட்பட காய்கறி வகைகள் ஏற்றிக்கொண்டு காங்கேசன்துறை வீதி வழியாக நகரப்பகுதிக்குச் சென்றுகொண்டிருப்பார் ஒரு பெரியவர்.

மாலை சரியாக ஆறு மணிக்குச் சுமைகள் ஏதுமின்றி அவரும் காளைகளும் மட்டும் திரும்புவார்கள். வண்டி செல்லும் திசையில் பார்க்காமல் சற்றே திரும்பியமர்ந்து, ஒரு முழங்காலைக் குத்தவைத்து, தாவாங்கட்டைக்கு முட்டுக்கொடுத்து அசுவாரசிய மாக வேடிக்கை பார்த்துக்கொண்டு வருவார். வண்டியைக் கவனிப்பதில்லை, காளைகளை விரட்டுவதுமில்லை. எந்த அவசரமுமின்றி உழைத்துக் களைத்து ஓய்ந்துபோன நிலையில் அமர்ந்திருப்பார். காளைகளும் அப்படியேதான். தம்பாட்டுக்கு, 'என்னத்த வீட்டுக்குப் போய்' என்பது போலவே மெதுவாக நடைபோடும்.

நான் ஒரு சில மாதங்கள் மட்டுமே தங்கியிருந்த கனகராயன் குளம், தன் இயல்பான இயற்கையான அடையாளங்களைத் தொலைத்துவிடாத அசல் கிராமம். அதன் குரலில் எப்போதும் வாகனப் புகையோ, வேறெந்த நகர மாசுக்களோ கலக்காத மூலிகை வாசம் கலந்த காற்றும், விதவிதமான பறவைகளின் ஒலிகளும் நிறைந்திருக்கும். அந்தக் குரலில் ஈரலிப்பும் வாசமும் கலந்தே ஒலிப்பதுபோலத் தோன்றும். அதிகாலையில் கிராமத்தின் பிரத்தியேகமான குரலாக 'டுர்ர்' என்கிற மாடுகளை ஓட்டிச் செல்லும் சத்தம் இருந்திருக்கிறது. சிலநாட்களில் அதிகாலைகள் பெருங்கூட்டமாகச் செல்லும் எருமைகளின் தலைமை மாட்டின் கழுத்தில் கட்டப்பட்ட மரத்தினாலான மணி போன்ற கருவியின் 'டொடக் டொடக்' என்கிற ஒலியுடன் விடிந்திருக்கின்றன.

வவுனியா நகரின் காலைப்பொழுதுகள் குருமன்காட்டுச்சந்தி காளிகோயில் ஒலிபெருக்கியின் 'காத்திடுவாயே சீனிவாசா'வில் விடியும். அல்லது குருமன்காட்டுப் பிள்ளையார் கோயில் ஒலிபெருக்கியில் கோவிந்தன் அய்யாவின் 'பக்த அடியார்களே' என ஆரம்பித்து, 'ஆகவே எல்லாம்வல்ல விநாயகப் பெருமானைத் தரிசித்து இஷ்ட சித்திகளைப் பெற்றுய்யும் வண்ணம்' அழைக்கும் குரலுடன் விடிந்திருக்கின்றன. அந்நாட்களின் காலையில் பள்ளி செல்ல ஆயத்தமாகிக்கொண்டிருக்கையில், தென்கச்சி சுவாமிநாதனின் 'இன்று ஒரு தகவல்' கேட்கும் வழக்கம் என் போலவே என் நண்பர்கள் அனைவருக்கும் இருந்தது.

வானொலியையே காலையின் குரலாகவும் இரவின் குரலாகவும் கொண்டு வாழ்ந்தவர்கள் நம்மவர்களில் பலர். காலையில் இலங்கை வானொலியின் 'பொங்கும் பூம்புனலி'ன் புல்லாங்குழல் இசையோடு அன்றைய நாளைத் தொடங்கிய அண்ணன்கள், மாமாக்கள் நம்மிடையே வாழ்கிறார்கள். மின்சாரமில்லாத, வேறு எந்தப் பொழுதுபோக்குகளுமில்லாத யுத்த காலங்களில் நாள்முழுவதும் சிறு ரேடியோவுடன் வாழ்ந்த அண்ணன்களுக்கு அதுவே முழுநாளின் குரலாக இருந்திருக்கிறது.

மகான் அண்ணன் அப்படித்தான். காலையில் தன் சிறு ரேடியோவை பண்ணிவைப்பாரா? அல்லது நேற்றிரவா, அல்லது எப்போதோ ஒன் பண்ணி அப்படியே இருக்கிறதா எனக் கண்டு பிடிக்க முடியாத மாதிரி அது பேசிக்கொண்டே இருக்கும். ஏதோ ஒரு எஃப். எம் சனல், அவர் கேட்கிறாரா இல்லையா என்பதுகூடத் தெரியவில்லை. கிராமமொன்றிலிருந்து வேலை கிடைத்து, வவுனியாவில் தனியாகத் தங்கியிருந்தார். குடும்பத்தில் அண்ணன், தம்பி என்று நிறையப் பேரோடு கலகலப்பாக இருந்தவர். அவருக்குப் பேச்சுக் குரல் கேட்டுக்கொண்டிருக்க வேண்டும். தான் தனியாக இல்லை என்கிற உணர்வு வேண்டும். அவ்வளவுதான்.

ஒவ்வொருவரின் இரவுக்கும் பிரத்தியேகமான ஒரு குரல் இருக்கக் கூடும். அவர்களாகவே பரிச்சயம் செய்துகொண்ட அந்தக் குரல்களே அவர்களுக்கான தாலாட்டாக இருக்கும். அறையில் தாம் மட்டும் கேட்கக்கூடிய அளவான சத்தத்தில் பிடித்த இசையைக் காற்றில் பரவவிட்டுத் தூங்கச் செல்லும் வழக்கம் நம்மில் பலருக்கும் இருக்கலாம். என் ஏராளமான நண்பர்களுக்கு இரவின் குரலாகத் தாலாட்டாக இளையராஜாவின் பாடல்கள் இருந்திருக்கின்றன.

அதிகாலையின் குரல் எல்லா இடங்களிலும் ஒரே மாதிரியானதாகவே இருப்பதுபோல இரவுக்கும் ஓர் குரல் இருக்கிறது போலும். அது அமைதிகொள்ள வைக்கும் இயற்கையின் மௌன மொழி. நம் வழமையான இடத்தை, ஊரை விட்டுப் புதியதோர் இடத்திற்குச் சென்றிருக்கும் சமயம் தூக்கம் வராமல் புரண்டு கொண்டிருப்பது கூட நமக்குப் பரிச்சயமான அந்தக் குரலைக் கேட்பதற்காக என்றே தோன்றுகிறது. மனிதர்களின் ஓசைகள் மெல்ல மெல்ல அடங்கி மௌனம் சூழ்ந்துகொள்ளும் வரை காத்திருக்கிறது நம் மனம்.

முதன்முறையாக, சிறுவயதில் விட்டுப்பிரிந்த என் தாய்நிலம் சென்றிருந்தேன். அது ஒரு மதியப்பொழுது. இருபது

வருடங்கள் கடந்த நிலையில், சிறுபற்றைக் காடுகள் நிறைந்து, தன் அடையாளங்களை முற்றிலுமாகத் தொலைத்து, ஆளரவ மற்றிருந்தது.

அந்தப் பகுதியில் ஏதேனும் குரல்கள் கேட்கிறதா எனக் கவனித்தேன். தூரத்தில் எங்கோ இராணுவ டிரக் வண்டி செல்லும் ஓசை கேட்டது. வேறு எதுவும் கேட்கவில்லை. சிறு பறவையின் ஒலி, வண்டுச்சத்தம் எதுவுமில்லை. உயிர்ப்புடன் இருப்பதற்கான அறிகுறிகள் ஏதுமில்லை. குரல்வளை நெரிக்கப் பட்ட ஊருக்குக் குரலேது? அசாதாரண மௌனம் குடிகொண் டிருந்தது!

காதலர்கள்

"இதுதாண்டா லவ்!" நண்பன் சொன்னான்.

அறுபது வயதுக்குச் சற்று அதிகம் இருக்கலாம். வசதியானவர்களாக இருக்க வேண்டும். அருகில் ஓர் அடுக்குமாடிக் குடியிருப்பில் வசிப்பவர்கள். மாலை நேரத்தில் காற்று வாங்கியபடி ஒரு சிறு நடை நடந்துகொண்டிருந்தார்கள். இல்லை உண்மையில் அந்தத் தாத்தா நடந்துகொண்டிருந்தார். பாட்டி சக்கர நாற்காலியில் அமர்ந்திருந்தார். மெதுவாகத் தள்ளிக்கொண்டே வந்தார் தாத்தா. எதிரில் நண்பனைப் பார்த்ததும் புன்னகையுடன் தலையசைத்துச் சென்றார்கள்.

அவ்வளவு அழகான புன்னகை. தாத்தாவின் முகத்தில் அப்படியொரு மலர்ச்சி. கனிவு. அந்தத் தருணத்தை மிக கொண்டாடுபவர்போல இருந்தார். இந்த உலகத்தில் அவருக்கு மிகுந்த மகிழ்ச்சியைக் கொடுக்கக்கூடியது அந்தச் சிறு நடைப்பயணம் என்பதைப்போல. அவருக்கு மிகப்பிடித்த வேலையே பாட்டியை அப்படி அழைத்துச் செல்வதுதான் என்பதைப்போல இருந்தது. பாட்டியும் அப்படியே மலர்ச்சியுடன் அமர்ந்திருந்தார். ஒரு பெருமை அவர் முகத்தில். அதைவிடக் கண்களில் சிறிதே சிறிதான வெட்கமும்கூட இருந்தது. ஏதேதோ பேசிக் கொண்டுவந்த எங்களின் பேச்சையும் மனநிலையையும் ஒரே நொடியில் மாற்றிப் போட்டிருந்தது, கடந்துபோன அவர்களின் வருகை.

எட்டு வருடங்களுக்கு முன்னர் அவர்களை முதன்முதல் சந்தித்திருந்தேன். நண்பர்கள் நாங்கள்

எல்லோரும் ஒன்றாக வசித்த வீடு கடற்கரை வீதியையொட்டி அமைந்திருந்தது. நண்பன் சங்கருடன் சென்றுகொண்டிருக்கையில் அந்தத் தம்பதிகளைப் பார்த்தேன். அதன்பின்னர் நான் அங்கிருந்தவரையில் அநேகமாக ஒவ்வொருநாளும் எனக்கும் அவர்கள் புன்னகை பரிசாகக் கிடைத்தது. நண்பன் மூலம் நானும் அவர்களுக்குப் ‘பார்த்த’ பரிச்சயத்தில் இருந்தேன். அலுவலகம் முடிந்து, அலுத்துக் களைத்துவரும் மாலை வேலைகளில் அந்தப் புன்னகை ஒன்றே புத்துணர்ச்சிகொள்ளப் போதுமானதாக இருந்திருக்கிறது.

வெறுமையான மனநிலையில் புன்னகை என்பதையே மறந்துபோய்விட்ட பல பொழுதுகளில், இறுகிப்போன முகத் தசைகளை உணர்ந்துகொள்ளவைக்கும் அவர்கள் வருகை. தொலைதூரத்தில் இலக்கின்றி வெறித்த பார்வையினைச் சட்டென்று நிலைமாற்றிவிடும். பிரதான வீதியிலிருந்து அந்த ஒழுங்கையில் இறங்கியதுமே அவர்கள் எதிர் வருகிறார்களா என எதிர்பார்ப்பது வழக்கமாகிவிட்டது.

நண்பன் சொன்னது உண்மைதான். அவர்கள் காதலித்துத் திருமணம் செய்திருப்பார்களா? என்றுகூடக் கேட்டிருந்தான். அதுபற்றித் தெரியவில்லை. அதற்கு அவசியமும் இருக்கவில்லை. அவர்கள் காதலித்துக்கொண்டிருக்கிறார்கள். அது போதும். அவர்கள் முகத்தில் தெரியும் மலர்ச்சி. ஒரு சிறு புன்னகை போதுமானதாயிருந்திருக்கிறது அவர்கள் வாழ்ந்த வாழ்வின் சாரத்தைச் சொல்லிவிட!

நகர வாழ்வில் காதலின் பல பரிமாணங்களையும் கண் ணெதிரே பார்த்துவிட முடிகிறது. பேரூந்துகள், திரையரங்குகள், பூங்காக்கள், கடற்கரையின் சுடுமணலிலும், இணையத்திலும், இருளிலும், மிக வெளிச்சத்திலும், மிக இரகசியமாக மறைக்கப் பட்டும், உலகத்துக்கே வெளிச்சம் போட்டுக் காட்டப்படும், கசங்கி, காய்ந்து, ஒளிந்து வாழவைக்கப்படும் பல காதல்களைப் பார்க்க முடிகிறது. எனினும், காதலர்கள் எனும்போதே அவர்கள் ஞாபகம்தான் எப்போதும் வரும்.

அந்தத் தாத்தா முகத்தில் எப்போதும் ஒரு பெருமிதம். ‘இதோ என் மரியாதைக்குரிய காதலி’ எனப் பெருமையுடன் அறிமுகம் செய்வதுபோல இருக்கும் அது. அது அவர் காதலிக்கு மிக மகிழ்ச்சியைக் கொடுப்பதாக இருந்தது. ஒரு மகாராணி போன்று தன்னை உணரவைத்திருக்கும். அமர்ந்திருக்கும் தோரணை, கம்பீரம் அப்படித்தான் சொல்லும்.

திடீரென்று யோசித்துக்கொண்டிருந்தேன். அவர்களை இப்போதெல்லாம் பார்க்க முடிவதில்லையே? நாங்கள் தங்கி

யிருந்த அந்த வீட்டை ஒரு வருடத்திலேயே விட்டு ஆளாளுக்குப் பிரிந்து சென்றுவிட்டோம். அதன் பின்னர் அந்தப்பக்கம் செல்லும் போதெல்லாம் அவர்களைச் சந்தித்ததுண்டு. ஆனால் கடைசியாக எப்போது பார்த்தேன்? இரண்டு வருடங்கள் இருக்குமா? அதில் யாருக்காவது ஏதேனும் நேர்ந்துவிட்டால், மற்றையவரால் எந்த விதத்திலும் தாங்கமுடியாதென்றே தோன்றும். இப்போதும் அந்த வீதியால் செல்லும்போதெல்லாம் இயல்பாகவே, எங்கேனும் தூரத்தில் எதிர்ப்படுகிறார்களா எனக் கண்கள் தேடுகின்றன. தனியாக அந்தத் தாத்தா எதிர்ப்பட்டுவிடக் கூடாது என மனம் சற்றே பதற்றமடைகிறது. தனியாக அந்தப் பாட்டி அமர்ந்து தொலைக்காட்சி பார்ப்பதைப்போல, நினைக்கவே முடியவில்லை.

வேண்டாம் அவர்களில் யாரையேனும் தனியாகப் பார்க்க வேண்டாம். கனிவான பார்வையும் மலர்ச்சியும் பெருமையும் சிறு வெட்கப் புன்னகையுமாக இப்போதும் கண்களை மூடி யோசிக்கும்போது தெரிகிறார்கள் அந்தக் காதலர்கள்.

"காதல் என்பது பரஸ்பரம் மதித்தல், மரியாதை செய்தல் என்பார் பாலகுமாரன். பரஸ்பரம் கனிவுகாட்டுதலும்" கவனித்துக் கொள்ளலுமாகவே நீடிக்கிறது போலும். காதல் பதின் வயதுகளில் கவனிக்கப்படுதலில் ஆரம்பிக்கிறது. ஒருத்தி என்னைப் பிரத்தியேகமாகக் கவனிக்கிறாள் என்பதே பதின் வயதுகளில் அதுவரை இல்லாத ஒன்றைப் புதிதாக உணரச் செய்கிறது. இறுதிவரை துணையை மதித்துக் கவனித்துக்கொள்வதிலேயே அது முழுமை கொள்கிறது போலும்.

அதிலும், தாத்தாக்களின் காதல் அழகானது. இயல்பாகவே நம் சமூகத்தில் பெண்கள் மற்றவர்களைக் கவனிக்கும் விதமாகப் போதிக்கப்பட்டே வளர்க்கப்பட்டவர்கள் என்பதால், அவர்கள் அப்படியே என்றும் இருப்பதில் ஆச்சரியமில்லை. ஆனால் ஆண்கள் தாங்களாகவே, இயல்பாகவே எப்போதிருந்து அப்படி மாறுகிறார்கள் என்பது ஆச்சரியம்தான். அதனை சேர்ந்து வாழும் பெண்களிடமிருந்தே கற்றுக்கொள்கிறார்களா? தன் துணைக்கு இயலாமல் போனதும், இவள் என்னை நம்பி வந்தவள், எனக்காகவே வாழ்ந்தவள் என்கிற அக்கறை காதல் தாத்தாக்களின் ஒவ்வொரு செயலிலும் படிந்திருக்கும்.

நோயுற்ற தன் மனைவிக்கு மருந்து, மாத்திரைகள் கொடுத்துப் போர்வை போர்த்தித் தூங்க வைத்துவிட்டு, அருகிலேயே அமர்ந்து புத்தகம் படித்துக்கொண்டிருக்கும் தாத்தாக்கள் வசிக்கும் அந்த அறை காதலால் நிரம்பியிருக்கிறது. தேவை கருதிக் கொஞ்சம் காற்றும்.

'Amour' படத்தில்கூட அப்படித்தான். முதுமையில் தன் துணை நடக்கமுடியாமல் சுயமாக இயங்க முடியாமல் போகும் போது உடனிருந்து கவனித்துக்கொள்கிறார் அந்தக் காதலன். ஏற்கனவே பல படங்களில் பார்த்ததுதான் எனினும், தானே முதுமையில் சற்று இயலாமையுடன் இருக்கும்போது, சக்கர நாற்காலியில் துணையை அமரச் செய்வதற்கும், எழுந்து நடக்க உதவுவதற்கும் மேற்கொள்ளும் பிரயத்தனங்கள் எனக்குப் புதிது. படுக்கையில் வீழ்ந்துவிடும் துணையின் வேதனையை அவரால் சகிக்க முடியவில்லை. தன்னுடன் இணைந்து பயணித்த மனைவி, தன்னைமட்டும் தனிமையில் தள்ளிவிட்டு, அமைதியானது மிகுந்த மனவேதனையைக் தருகிறது.

முதுமையில் பெரும்பாலான தாத்தாக்களின் மனநிலை, தான் ஓரளவு உறுதியுடன் இருக்கும்போதே தன் மனைவியின் பிரிவு நிகழ்ந்துவிட வேண்டுமென்று நினைக்கிறார்கள். பெண்களும் அப்படியே சொல்வதை எல்லோரும் கவனித்திருக்கக் கூடும். தான் இல்லாவிட்டால் அவளை யார் பார்த்துக்கொள்வது என்ற நியாயமான கவலை வயதான ஆண்களுக்கு இருக்கிறது. முடிவில் தன் மனைவிக்கு உதவியாக, தனது மனத்திருப்திக்காக அவர் மனதுக்குச் சரியெனப்படுவதைச் செய்கிறார். தன் மனைவிக்குத் தானே வலுக்கட்டாயமாக விடைகொடுத்துவிடுகிறார். அவரின் மனநிலையில் அதுவே காதலிக்குச் செய்ய முடிந்த உதவி. இறுதிக் காதல் பரிசு. அவளின் துன்பத்திலிருந்து கொடுத்த விடுதலை. அவரளவில் தன் காதலுக்குச் செய்த நியாயம்.

மறுநாள் அவருக்கு வித்தியாசமாக விடிகிறது. அவர் மனைவி முன்பு போலவே சமையலறையில் வேலை செய்கிறாள். இருவரும் வழக்கம்போல வெளியில் நடந்துசெல்கிறார்கள். தன் பழைய மனைவி மீண்டு வந்ததாகவே உணர்கிறார். 2012ஆம் ஆண்டுக்கான ஒஸ்கார் விருது வென்ற பிரெஞ்சுப் படம் அது.

பசுபதி அங்கிள் அடிக்கடி தொலைபேசி அழைப்பெடுத்து மகளிடம் விசாரித்துக்கொண்டிருந்தார். அக்கா சற்றே அலுத்துக் கொண்டார். "அப்பா நீங்க ஒண்டும் யோசிக்காம ரெஸ்ட் எடுங்கோ" திரும்பத் திரும்ப ஒரு குழந்தைக்குச் சொல்வதுபோல சொல்லிக்கொண்டார். பாவம் அவராலும் பெரிதாக நடமாட முடியவில்லை. அவர் மனைவி ஒரு தனியார் மருத்துவமனையில் அனுமதிக்கப்பட்டிருந்தார். மனைவி பற்றிய பதைப்பு அவரை அடிக்கடி தொலைபேச வைத்தது. அவர் மனைவிக்கு இது எதுவும் தெரியாது. சுயநினைவு போய்ச் சில நாட்களாகியிருந்தது. இனித் திரும்ப வாய்ப்பில்லை என்றார்கள் மருத்துவர்கள். தூய்மையான வெள்ளைப் படுக்கையில், குழந்தையைப்போல சலனமின்றித் தூங்கிக்கொண்டிருந்தார்.

அக்கா சொன்னார், "அம்மா அப்பா யாழ்ப்பாணத்தில இருந்திருந்தா, ஒருவேளை இவ்வளவு வருத்தம் வந்திருக்காது. கோயில், திருவிழா, சொந்தக்காரர், சொந்த வீடு எண்டு... இங்க வீட்டுக்குள்ளயே அடைஞ்சு இருந்ததுதான் இப்பிடியாகி யிருக்குதோ தெரியல".

பெண்கள் பள்ளிப்பருவத்துக்குப் பிறகு, முதுமைப் பிராயத்தில்தான் தமக்கான வாழ்க்கையைக் கொஞ்சம் ஓய்வுடன் வாழ முற்படுகிறார்கள். ஒரு வகையில் வயதான தம்பதியர் தனியாக வாழ்வது அவர்களுக்கு ஒரு புது வாழ்க்கைதான். அதுவே அவர்களை உற்சாகத்துடன் இயங்கவும் வைக்கலாம்.

நேற்று பேசிக்கொண்டார்கள். அதிகபட்சம் இன்னும் எழுபது நாட்கள் என்று. பசுபதி அங்கிளுக்கு வாசிப்புப் பழக்கம் உண்டு. இப்போது நான் இதை எழுதிக்கொண்டிருக்கும் இந்த நேரத்தில், தன் மனைவியின் படுக்கைக்கு அருகில் அமைதியாக அமர்ந்து புத்தகம் வாசித்துக்கொண்டிருப்பார்.

'காதலைச் சொல்லிவிட ஒரு நொடி போதும். ஆனால் அதை மெய்ப்பிக்க ஒரு முழு வாழ்க்கை வேண்டும்'

இந்தப் பதிவு எழுதி ஏழு நாட்களில் பசுபதி அங்கிளின் காதலி பிரிந்து சென்றுவிட்டார். இறுதிக் கிரியைகளின்போது தானே முன்னின்று செய்துகொண்டிருந்தார். கொள்ளியையும் தானே வைத்து, விடைகொடுத்துவிட்டுச் சிறு புன்னகையுடன் வந்தமர்ந்திருந்தார்.

சினிமா சினிமா

'ஒரு வேளை இவர் அவருடைய ஆளா யிருப்பாரோ?'

கண்ணைப் பறிக்கும் பளபளப்பான புது ட்ரவுசரில் செல்வா அங்கிளைப் பார்த்தபோது முதன்முறையாக அந்தச் சந்தேகம். அவரது வயது, பழகும் முறை இன்னும் வலுப்படுத்தியது. அது, மூன்று வருடங்களுக்கு முன்னைய தீபாவளி நாள். திருகோணமலையில், நாங்கள் தங்கியிருந்த வீட்டின் எதிரில் கடை வைத்திருந்தார். மிகக் கலகலப்பானவர். முன்பின் தெரியாதவராயினும், சின்னதோர் அறிமுகப்படுத்தல் அவருக்குப் போதுமானது. பிறகு அவர் பார்த்துக்கொள்வார்.

"எங்கட வீடுகளில கட்டாயமா இருக்க வேணும்" பின்பொருமுறை கடைக்குப் போனபோது யாரிடமோ சொல்லிக்கொண்டிருந்தார். நான் நினைத்தது சரியாகவேயிருந்தது. சுவரில் அழகாக சட்டமிடப்பட்ட எம்ஜிஆர் புகைப்படம்.

"நீங்க வாத்தியரோட ஆளா?"

"ஓம் தம்பி அவர் எங்களுக்காக," இப்படியாக ஆரம்பித்தார்.

உலகத் தமிழர்களின் பொது அடையாளம் எதுவெனக் கேட்டால், 'தமிழ்மொழி' என யாரேனும் பரிதாபமாகப் பதில் சொல்லக்கூடும். பாவம், அவர்கள் உலகம் தெரியாதவர்கள் என்று விட்டுவிடலாம். உலக அரங்கில் தமிழர்களை ஒரே புள்ளியில் இணைப்பது தமிழ் சினிமாதான். தவிர

தற்போது உலகத் தமிழர்களின் ஓர் அடையாளம் 'மானாட மயிலாட'தான் என்று எழுகிற கருத்தையும் அவ்வளவு இலகுவாகப் புறந்தள்ளிவிட முடியாது.

நம் சினிமா ரசனை படம் பார்ப்பதோடு நின்றுவிடுவதில்லை. நடைமுறைவாழ்வில் ஒவ்வொரு பொழுதிலும் அதன் தாக்கம் இருந்துகொண்டிருக்கிறது. காலங்காலமாகத் தமிழர்கள் சினிமாவை அவ்வப்போதைய காலகட்டத்தின் இரண்டு முக்கிய நடிகர்களை முன்னிறுத்திக் கட்சி பிரிந்து, கொண்டாடி வந்திருக்கிறார்கள். பி.யூ. சின்னப்பா – தியாகராஜ பாகவதர் எனத் தொடங்கி, எம்.ஜி.ஆர் – சிவாஜி, ரஜினி – கமல், விஜய்– அஜீத் என இன்றுவரை அதுதான் தொடர்கிறது.

யாழ்ப்பாணத்தில் எம்.ஜி.ஆர் – சிவாஜி காலம்தான் அவ்வளவு கொண்டாட்டமாக இருந்ததாக அப்போதைய இளவட்டங்களான பெருசுகள் வாயிலாக அறிய முடிகிறது. ஒவ்வொரு ஊரிலும் குறைந்தபட்சம் ஒரு எம்ஜிஆர் வாழ்ந்திருப் பார். தொப்பியும், உதட்டின் மேலே பென்சில் கோடு மீசையு மாக வாத்தியார் கரெக்டராகவே வாழ்ந்த ஒருவர் இருப்பார். சிறுவயதில் மூன்று முன்னாள் எம்ஜிஆர்களை யாழ்ப்பாணத்தில் பார்த்திருக்கிறேன்.

'வாத்தியார்' எனச் சொல்லும்போதே புன்னகையும், முகத்தில் பூரிப்புமாக தங்கள் அந்தக் காலத்து வரலாறுகளைச் சலிக்காமல் சிலாகித்துப் பேசும் பலரை சந்தித்திருக்கிறேன். வாத்தியாரின் ரசிகர்கள் பெரும்பாலும், பின்னாளில் சற்று அலட்சியமாக உடையணிந்து, பெரிதாகக் கண்டுகொள்ளாமல் வாரப்பட்ட தலைமுடி (இருந்தால்) எப்போதும் ஓர் உற்சாகம், அட்டகாசமான பேச்சு, எளிதில் யாருடனும் குறிப்பாக இளையோர்களிடம் சிநேகிதம் கொள்ளும் கலகலப்பான இயல்புடன் இருப்பார்கள். எப்போதும் ஒரு விளையாட்டுத்தனம் கூடவே இருக்கும். எம்ஜிஆர் ரசிகரான சிவா மாமாவின் பழைய புகைப்படங்களைப் பார்க்கும்போதே தெரியும். அவருக்குள் ளிருக்கும் ஒரு வாத்தியார் வெளிவந்து 'போஸ்' கொடுத்துக் கொண்டிருப்பார். அந்தக் காலத்தில் அப்பாவுக்குத் தெரியாமல் திருட்டுத்தனமாக, நண்பர்களுடன் காரில்வந்து மனோகரா தியேட்டரில் அடித்துப் பிடித்து வாத்தியார் படம் நைட் ஷோ பார்த்ததைப்பற்றிக் கண்கள் கனவில் மிதக்கக் கதைகதையாகச் சொல்வார்.

சிவாஜி ரசிகர்கள் கொஞ்சம் சீரியஸ் பேர்வழிகளாக, பொறுப்புள்ளவர்கள் போன்று இருப்பார்கள். இளசுகளிடம்

அதிகம் பேசிக்கொள்ளாமல் இருந்தாலும், பழகியபின் அவரவர் இயல்புக்கேற்ப அவ்வப்போது தலைவர் பற்றிப் பேசுவார்கள். பெரும்பாலும் உடை, பேச்சு, பாவனையில் மிஸ்டர் பெர்ஃபெக்ட் ஆக நடந்துகொள்வார்கள். பாலா சித்தப்பா சிவாஜி ரசிகர். அவர் வெளிப்படையாக என்னிடம் சொன்னதில்லை. அவரின் ஒவ்வொரு செயலிலும், உடைகளிலும் ஒரு ஸ்டைல், நேர்த்தி தெரியும்.

குஞ்சர் அங்கிள் தீவிர சிவாஜி ரசிகர். தன்தோற்றம் மீது, உடைகள் தேர்ந்தெடுப்பதில், ஸ்டைல் பண்ணுவதில் அப்படி யொரு ஈடுபாடு கொண்டவர். இன்றுவரை ஸ்டைல் என்றால் என்னவென்றே தெரியாத என்போன்ற பேர்வழிகளுக்கு குஞ்சர் அங்கிள் என்றுமே ஆச்சரியம்தான். எங்கள் பக்கத்துவீட்டில் இருந்தபோது பரிச்சயம். சரியாகக் காலை ஒன்பதரை மணிக்குக் கிணற்றடிக்குப் போவார். வேறுயாரும் இடையில் வந்து தொந்தரவு செய்யக்கூடாது என்பதால் அந்த நேரம். சில வாளி தண்ணீரை வெளியில் இறைத்து நீரைச் சுத்தமாக்கிய பிறகுதான் தன்தலை மீது ஊற்றிக்கொள்வார். சுமார் ஒன்றரை மணிநேரம் மட்டுமே நீடிக்கும் இந்தக் குளியல், முகச்சவரம் செய்துகொள்ளும் நாள் என்றால் மூன்று மணிநேரம் எடுத்துக்கொள்ளும். பிரெஞ்சுத் தாடி வைத்திருந்ததால் மிகக்கவனமாக ஒவ்வொரு முடியாக சிறிய கத்தரிக் கோலால் ட்ரிம் பண்ணும்போது குரங்கு அப்பம் பிரித்த கதைபோல ஆகிவிடுவதாலோ என்னவோ, மீண்டும் மீண்டும் திருத்தி தாடி, மீசைக்கு மட்டும் 'டை' அடித்து – மொத்தத்தில் அது ஒரு குட்டித் திருவிழா.

மாலைவேளை கருத்தரங்கிற்காக வீட்டு கேற்றடியில் நின்று கொண்டிருப்பார். சிவாஜி பாணி ட்ரவுசரும், திருத்தமாக அயர்ன் செய்யப்பட்ட சேர்ட்டும் (அப்போது யாழில் ஒழுங்கான மின்சாரம் கிடையாது என்பது குறிப்பிடத்தக்கது) அணிந்து, இன் செய்திருப்பார். ஒரு சிவாஜித் தொப்பை வேறு வைத்திருந் தார். படியத் தலைவாரி, பெரிய கூலிங்கிளாசும் அணிந்து, 'சிவாஜி தோரணையில்' இடுப்பில் இருகைகளையும் ஊன்றி அமர்த்தலாக ஒரு சிரிப்புடன் அவரையும், கூடவே சுற்றி நிற்கும் சகாக்களையும் பார்க்கும்போது, மனதில் இலங்கை வானொலி விளம்பரப் பாணியில் ஒரு வசனம் கேட்கும், 'எங்களுக்கு வேறு எதுவும் வேலைகள் கிடையாது.' உண்மையில் அப்போது யாழ்ப்பாணத்தில் யாருக்குமே வேலை கிடையாது. இரண்டாயிரமாம் ஆண்டின் பதற்றமான போர்க்கால நாட்களவை. இளமைக் காலத்தில் அவர் சிவாஜி போலவே பேசுவாராம். இன்றும்கூட 'ஸ்டைல்' என்றவுடன் குஞ்சர் அங்கிள்தான் உடனே நினைவுக்கு வருகிறார்.

படம் பார்த்துவிட்டு அதை அப்படியே விவரித்துக் கதை சொல்லும் வழக்கம் இன்னமும் நம்மிடையே இருக்கிறதா தெரியவில்லை. ஆனால் என் சின்னவயதில் தமயந்தி அக்கா படக்கதை சொல்வது ஞாபகமிருக்கிறது. இரண்டு மூன்று அக்காக்கள் சுற்றி அமர்ந்திருக்க, ஒருவித மகிழ்ச்சியும் பிரமிப்பும் முகத்தில் தெரியச் சிறு சிரிப்புடன் காட்சிக்குக் காட்சி விவரித்துக்கொண்டிருப்பா. அவை அநேகமாகச் சுப முடிவு கொண்ட, நகைச்சுவைக் காட்சிகள் நிறைந்த படங்களாக இருக்கக் கூடும். ஒவ்வொரு வசனங்களின் இறுதியிலும் 'ஸ்ஸ்' என்று காற்றை உள்ளிழுத்து 'சிறப்பு சப்தம்' கொடுப்பா. அது படத்தின் எதிர்பார்ப்பைத் தூண்டும் விறுவிறுப்பான கட்டமாக, அதிர்ச்சியான காட்சியாக இருக்கக்கூடும்.

"அப்பிடியே மோட்டசைக்கிளோட வீட்டுக்குள்ள பாய்ஞ்சு வரேக்க, யாரடா அது? எண்டு கேக்க, நாந்தான் கறுப்பன் எண்டுவான் ஸ்ஸ்... உடன தேங்கா சீனிவாசன்..." – இப்படியாகக் கதை தொடரும். அப்போது படங்கள் பற்றி எதுவும் எனக்குத் தெரிந்திருக்கவில்லை. அரசல் புரசலாகக் காதில் விழுந்த, கேட்ட பல கதைகளிலிருந்து தேங்காய் சீனிவாசன் என்பவர் முக்கியமான கதாநாயகன் என்று நினைத்திருக்கிறேன். வளர்ந்த பிறகு ஊகிக்க முடிந்தது, தமயந்தி அக்கா சொன்ன கதைகள் எல்லாம் ரஜினி படங்கள்!

சின்ன வயதில் எல்லாச் சிறுவர்களையும் போலவே எனக்கும் ரஜினியைப் பிடித்துக்கொண்டது. 'மனிதன்'தான் முதல் ரஜினி படம். பின்னர் 'கொடி பறக்குது'. அவ்வப்போது தலையைக் கோதிக்கொண்டு, 'வானத்தைப் பார்த்தேன் பூமியைப் பார்த்தேன்' பாடியதாக ஞாபகம். சுற்று வட்டாரத்திலிருந்த எந்த அக்காக்களுக்கும் ரஜினி படம் பிடிக்காது. அதிகமான சண்டைக் காட்சிகளாம். அதுவே சிறுவர்களுக்கு ரஜினியைப் பிடிக்கக் காரணமாகவும் இருந்தது. சண்டை தொடங்கும்போது எழுப்பிவிடச் சொல்லிவிட்டுத் தூங்கும் தீவிர ரசிகர்கள் எல்லாம் இருந்தார்கள். எல்லாவற்றுக்கும் மேலாக இன்றுவரை மாற்றோ, பிரதியீடோ கிடையாத ரஜினியின் ஸ்டைல் கவர்ந்துகொண்டது. இன்றைய குழந்தைகளுக்கும் ரஜினியைப் பார்த்தவுடனேயே பிடித்துக்கொள்வது ஆச்சரியம்தான்.

கமல் நன்றாக நடிப்பார் என்று பரவலாகப் பேசிக் கொள்வார்கள். அப்போது அதிகமாகக் காதல் படங்களில் நடித்ததால் அக்காக்கள் பலரும் கமல் ரசிகைகள்தான். கமல் படக் காட்சிகள், பாடல்கள் அவ்வப்போது தொலைக்காட்சியில்

பார்த்ததோடு சரி. முதன்முதலாக முழுமையாகப் பார்த்தது 'வாழ்வே மாயம்'. பெரியத்தையின் வீடு குடிபுகும் விழாவில்தான் படம் போட்டிருந்தார்கள். பார்த்தவர்கள் எல்லாம் கண்கள் நிறைந்து, பீதியடைந்திருந்ததாக ஞாபகம். அப்போது மனோரமா வரும் காட்சிகள் பிடித்திருந்தது.

தொண்ணூறாம் ஆண்டில் யுத்தம் ஆரம்பித்ததிலிருந்து தொண்ணூற்று ஆறுவரை சினிமா பற்றி எதுவுமே தெரியாதிருந்தது. ஆர்வமோ ஈடுபாடோ இருந்ததில்லை. அப்போதைய பிரபல இளம் நாயகனாக பிரசாந்த் பேசப்பட்டார் என்பது மட்டுமே தெரியும். பாடல்கள் மட்டுமே கேட்டதுண்டு. எப்போதாவது உறவினர் வீட்டு விஷேசங்களில் சில படங்கள். ஒருமுறை 'கைதியின் டைரி' படம் பார்த்தேன். மிகப் பிடித்திருந்தது. அதுதான் நான் முழுமையாகக் கவனித்துப் பார்த்த, கமல் படமாக இருந்தது. அதேபோல சத்யராஜின் 'ஏர்ப்போர்ட்'.

ஒருமுறை அக்காவுக்குப் பள்ளியில் 'சத்யஜித்ரே' பற்றிய புத்தகத்தைப் பரிசளித்திருந்தார்கள். நம் பள்ளிகளில் எந்த அடிப்படையில் பரிசு வழங்குவார்கள் என்றே யாருக்கும் புரியாது. அக்கா அந்தப் புத்தகத்தை ஒருமுறைகூடப் பிரித்துப் பார்க்கவில்லை. எது கிடைத்தாலும் விடுவதில்லை என்கிற கொள்கையில் அப்போது நான் இருந்ததால், வாசித்துப் பார்த்தேன். நிறையக் கருப்பு வெள்ளைப் புகைப்படங்களோடு 'பதேர் பாஞ்சாலி', 'கஞ்ஜன் ஜங்கா' என்கிற பெயர்களே புதிதாக இருந்தன. 'எஜமான்', 'பொன்னுமணி', 'சின்னத்தம்பி' உள்ளிட்ட இருபத்துக்கும் குறைவான படங்கள் மட்டுமே பார்த்த சினிமா அறிவுடன், அந்தப் புத்தகத்தை அவ்வப்போது நான் புரட்டிப் பார்ப்பேன்.

"ச்சா பிறகென்ன ... பிரசாந்த்தான்!"

அழகாக உடுத்திக்கொண்டு வருபவர்களை, புதுச்சட்டை போட்டிருப்பவர்களைப் பார்த்து சிரித்த முகத்துடன் இப்படித் தான் உற்சாகமாகச் சொல்வார் பிரசாந்த் ரசிகரான பிரபா.

கனகராயன் குளத்திலிருந்தபோது பழகிய நண்பர் பிரபா. அவரது சகோதரனான பாஸ் அண்ணன் தீவிர பிரசாந்த் ரசிகர். முல்லைத்தீவிலிருந்து இருவரும் சைக்கிளில் வருவார்கள். நல்ல வெள்ளையாக, அப்போதைய பிரசாந்த் ஸ்டைல் தலைமுடி, அரும்பு மீசையுடன் ஒல்லியாக இருந்தார் பாஸ் அண்ணன்.

முதன்முதல் பாஸ் அண்ணன் அறிமுகமானதே ஒரு வித்தியாசமான அனுபவம். இதுவரை அப்படி ஒரு காட்சியை

எங்கும் கண்டதில்லை. சிவப்பு டி ஷர்ட், நீல நிற ஜீன்ஸ், வெள்ளைச் சப்பாத்து, வெள்ளைக் கௌபாய் பாணித் தொப்பி, கூலிங் கிளாஸ் அணிந்திருந்தார். செம்மண் சாலையின் நடுவில் ஆங்காங்கே கிடந்த மாட்டுச்சாணியில் ஏற்றிவிடாமல் வளைத்து வளைத்துப் புழுதி பறக்கச் சைக்கிளை வேகமாக மிதித்து ஓட்டிக்கொண்டு வந்தார். சாலையோரத்தில் படுத்திருந்த ஓரிரு நாய்கள் மிரண்டு தெறித்தோடிப் பின்வாங்கினாலும், குரைக்க மறந்து ஆச்சரியமாகப் பார்த்துக்கொண்டிருந்தன.

நகரத்தில் பிறந்து வளர்ந்த பிரசாந்த், முதன்முறையாக அப்பத்தாவின் கிராமத்துக்கு கலர்கலராகப் பெரிய பூப்போட்ட சட்டையும், ஸ்போர்ட்ஸ் சப்பாத்தும், வெள்ளை ஜீன்சும், நீலக்கலர் கூலிங் கிளாசும் அணிந்து, வயல் வரப்பில் நடந்து வரும் அறிமுகக் காட்சிக்குச் சற்றும் குறைவில்லாத காட்சி அது. *வீரகேசரி*யின் ஞாயிற்றுக்கிழமை பதிப்பில் மோனாலிசா என்பவரின் சினிமா கேள்வி பதிலில் அடிக்கடி பிரசாந்த் குறித்த கேள்வி பதில் இருக்கும். அவ்வப்போது கேள்வி கேட்கும் ஒருவர் பெயர் பாஸ்கரன், தண்ணீரூற்று, முள்ளியவளை என்றிருக்கும். அது நம் பாஸ் அண்ணன்தான்.

'இந்தியன்!'

வவுனியாவுக்கு நான் வந்துசேர்ந்த ஒருவாரத்தில் வெளி வந்திருந்தது. எதையும் சற்று ஆழமாக, அதிகமாகக் கவனிக்க ஆரம்பித்திருந்த பருவம். முதன்முதலாக ஒரு படத்தில் நாயகனைவிட இயக்குநர் என்பவர் மிக முக்கியமானவர் என நான் உணர்ந்துகொண்ட படம். அதுவரை இயக்குநர் பற்றிக் கவனித்ததில்லை. ஒரு இயக்குநரின் ரசிகனாக இருக்க முடியும் என்று எனக்கு உணர்த்தியது இந்தியன். இயக்குநர் ஷங்கரின் மாஸ்டர் பீஸ். இன்றுவரை இந்திய சினிமாவின் தொழில்நுட்ப வளர்ச்சியில் பிரமாண்டத்தின் ட்ரெண்ட் செட்டர். ஏ.ஆர். ரஹ்மானின் தமிழ்ப் படங்களின் பின்னணி இசையில் மிக முக்கியமான படம். இன்றும் அந்தப் பின்னணி இசைத்துணுக்குகள் ஒவ்வொன்றும் காட்சிக்குக் காட்சி அப்படியே மனதில் பதிந்து போயிருக்கிறது. "எனக்கு சினிமாவைக் கவனிக்க, தேட வைத்த ஒரு முழுமையான திரைப்படம் இந்தியன்."

சன் டீவியில் அதுவரை நான் பார்த்திராத ஒரு கதாநாயகன் ஆடிக்கொண்டிருந்தார். வவுனியாவின் அந்தக் கோடைகால மதியநேரம். சாதாரணமாக, எங்களுடன் இலகுவாகப் பொருத்திப் பார்க்க முடிந்த தோற்றத்தில் இருந்தார். ஒரு கவர்ச்சி இருந்தது. பார்த்தவுடன் பிடித்துக்கொண்டது. அந்தப் பாடலைப்

பாடிக்கொண்டிருந்த குரல் ஏற்கனவே பரிச்சயமானதுதான். ‘ங்கோயமுத்தூர் மாப்பிலைக்கி பொண்ணு கடிச்சா...’ உதித் நாராயணன் பாடிக்கொண்டிருந்தார்.

பக்கத்திலிருந்த ஒரு பெரியம்மா “தெரியுமா? விஜய்” என்றார். சற்று நேரத்தில் இன்னொரு பாடல். அந்த ஹீரோவும் புதியவர். பின்பு அடிக்கடி டீவியில் பார்த்தபோதும் அவர் முகம் ஞாபகத்துக்கு வருவதில்லை. பெரிதாகக் கவரவில்லை. சற்று அந்நியமாகத் தோன்றினார். அஜித்குமார் என்றார்கள்.

ரஜினி – கமல் ரசிகர்கள் என்று வெளிப்படையாகக் கூறிக்கொண்டு வாக்குவாதம் செய்தவர்களையோ, மாறி மாறிக் கிண்டலடித்துக் கொண்டவர்களையோ நாம் வளர்ந்த யாழ்ப்பாணச் சூழலில் கண்டதில்லை. நாட்டுநிலைமை அதை அனுமதிக்கவில்லை. ரஜினி ரசிகர்கள் என வெளிப்படையாக ஓரிருவர் சொன்னதுண்டு. நடை உடை பாவனைகளில் அவ்வப் போது விளையாட்டாக பிரதி செய்வார்கள். எங்கள் பதின் வயதுகளில் நாங்கள் ஆரம்பிக்க வேண்டாமா? கிரிஷாந்த் ஒரு தீவிர ரஜினி ரசிகன். நன்றாகப் படம் வரையக் கூடிய அவன் சும்மா பேனாவை எடுத்துக் கிறுக்கினாலே அது கண்ணாடி, தாடியுடன் பாட்ஷா ரஜினியாகத்தான் வரும்.

எங்கள் குழுவில் எல்லோருக்கும் ரஜினி பிடித்தாலும் அதில் ஒரு உப பிரிவாக கமல் ரசிகர்கள். ‘கிரி’ என்கிற கிருஷ்ணராஜன் தலைமையில் கமல் ரசிகர்கள் நாங்கள். அவ்வப்போது குழு பிரித்துக் கலாய்த்துக்கொள்வோம். ‘இந்தியன்’, ‘அவ்வை சண்முகி’ என அடுத்தடுத்து இரண்டு ஹிட் கொடுத்துவிட்டு நாங்கள் ஒரு மிதப்பில் திரிய, கிரிஷாந்த் ‘அருணாச்சலத்தைப்’ பெரிதும் எதிர்பார்த்துக் காத்திருந்தான். அருணாச்சலம் ரீலீசாகி கொப்பி வந்த தகவல் கிடைத்ததும் சதீஷ் வீட்டில் படம் பார்த்தோம். படம் கொடுத்த அதிர்ச்சியைவிட பெரிய அதிர்ச்சி மறுநாள் பள்ளியில் காத்திருந்தது. ஸ்கூல் கட் அடித்து ப்ளூ ஃபிலிம் பார்த்ததாக இங்க்லீஷ் டீச்சர் பள்ளியில் புரளியைக் கிளப்பி விட்டிருந்தார். அருணாச்சலம் பார்த்துக் கலாய்த்து, மமதையில் சுற்றிக்கொண்டிருந்த எங்களைக் ‘காதலா காதலா’ வந்து ஓடஓட விரட்டியது.

தொண்ணூறுகளின் இறுதியில் கமல் ரசிகனாக இருப்பதில் பல துன்பங்களைச் சந்திக்க நேர்ந்தது. ரஜினி ரசிகர்கள் வெளியில் எங்கேயும் தைரியமாகச் சொல்லிக் கொள்ளலாம். பொதுவாகவே ரஜினி நல்லவர். எல்லோருக்கும் உதவுபவர் என அவர் படங்களில் வருவது போன்ற நம்பிக்கை இருந்தது. கமல்

அப்படியல்ல. குறிப்பாகப் பெண்கள் இருக்கும்போது கமல் ரசிகன் என்று சொல்லிவிட்டால் அப்படியே கேவலமாக ஒரு 'லுக்' பரிசாகக் கிடைக்கும். பெண்கள் விஷயத்தில் நம்மவர் வாங்கி வைத்திருந்த நல்ல பெயர் எங்களையும் ஒரு மாதிரியாகப் பார்க்க வைத்தது. இருந்தாலும் அதுபற்றியெல்லாம் அலட்டிக் கொள்வதில்லை.

இரண்டாயிரமாம் ஆண்டில் யாழ்ப்பாணத்தில் உயர்தரம் படித்துக்கொண்டிருந்தபோதுதான் முதன்முதலாக விஜய் – அஜீத் முக்கியமானவர்களாக மாற ஆரம்பித்திருக்க வேண்டும். விஞ்ஞானக் கூடத்திலிருந்து சிவதீபன் தலைமையில் விஜய் ரசிகர்களும், தரணி தலைமையில் அஜீத் ரசிகர்களும் சொற்போர் நடத்துவார்கள்.

அப்போது விஜய் ஒரு பெரிய ஹீரோவாகவும், அஜீத் நல்ல நடிகராகவும் பெயர் பெற்றிருந்தார்கள். வித்தியாசமாக நல்ல படங்களைக் கொடுப்பார் என்பதாக அஜீத் மீது எல்லோருக்கும் ஓர் எதிர்ப்பார்ப்பு உருவாகியிருந்தது. பெரும் எதிர்பார்ப்புடன் பரப்பரப்பாக வந்த 'சிட்டிசன்' படம் பார்க்கப்போய் முதல் அரைமணி நேரத்திலேயே சலித்து, "என்னடா இது?" என்றதுமே தல ரசிகன் ஒருத்தன் பொங்கிவிட்டான். கே.எஸ். ரவிக் குமாருடன் அஜீத் 'வில்லன்' படத்தில் இணைகிறார் என அறிவிப்பு வந்தபோதே, இனி அஜித் நல்ல படம் நடிக்க வாய்ப்பில்லை என்று எங்கள் நண்பர் குழுவில் தீவிர அஜீத் ரசிகனான சிறீயிடம் சொன்னேன்.

இன்னொருபுறம் விஜய், காதல் பற்றி புரிந்துகொள்ளாத கதாநாயகிக்கு பல்லைக் கடித்துக்கொண்டே, "காதல்னா என்னான்னு தெரியுமா?" என வகுப்பெடுக்க ஆரம்பித்தது சலிப்பை ஏற்படுத்தியது. தொடர்ந்து பஞ்ச் டயலாக், வெட்டி பந்தா காட்டுவது என எரிச்சல் ஏற்படுத்த ஆரம்பித்தார். இவர்கள் எல்லாம் அவ்வப்போது பொழுதுபோக்காக மட்டுமே. உள்ளே எப்போதும் ஒரு தீவிர கமல் ரசிகன் தூங்கிக் கொண்டிருப்பான். அவ்வப்போது வெளிவந்து என்னையே ஆச்சரியப்படுத்துவான். 'அன்பே சிவம்'தான் பின்னர் நீண்டகாலமாக எனக்குப் பிடித்த படம்.

கொழும்பு வந்தபின்னர் 'உலக சினிமா' பார்க்க ஆரம்பித் திருந்தேன். ஏற்கனவே ஓரிரு படங்கள் பார்த்தபோதும் இங்கே வந்தபின்னர் நண்பன் பிரதீபன், தன் மச்சாளிடமிருந்து ஏகப் பட்ட டிவிடிக்களை வாங்கிக்கொண்டு வந்திருந்தான். 'சினிமா

பரடைஸோ', 'சில்ட்ரன் ஒஃப் ஹெவன்' எல்லாமே அப்போது தான் முதன்முதலாக அறிமுகமாயின.

"எப்பிடிறா? இப்பிடியெல்லாம்... செம்ம ரசனையான பொண்ணு போலயே!"

"மச்சி அவளுக்கு ஆள் இருக்குடா"

"அடப்பாவிங்களா சும்மா ஒருவார்த்தை பாராட்டக்கூட விடமாட்டீங்களாடா?"

இன்று யாழ்ப்பாணத்தில் இளைஞர்கள் தங்கள் தலைவர்களின் பட ரிலீசுக்குப் பட்டாசு கொளுத்திக் கொண்டாடுவதையும், முதல் காட்சிக்கு அடித்துப் பிடித்துப் படம் பார்ப்பதையும், கட்–அவுட்டுக்குப் பால் வார்ப்பதையும் கண்டு, அவ்வப்போது கடுமையான விமர்சனங்கள் எழுவதைக் காணமுடிகிறது.

இது ஏதோ புதிதாக நேர்ந்துவிட்ட கலாச்சாரச் சீர்கேடு என்பதுபோன்ற கருத்துக்களும் அதிர்ச்சியுடன் பேசப்படுகின்றன. அது சரியா, தவறா, நியாயமா என்பதெல்லாம் இருக்கட்டும். அவை ஒன்றும் புதிதாக நிகழவில்லை. எமது பரம்பரை அலகுகளூடு கடத்தப்பட்ட உணர்வுதான். ஏற்கனவே இருந்தது, இப்போது மீண்டும் ஆரம்பித்திருக்கிறது. எம் வீட்டுப் பெரியவர்களிடம் கேட்டாலே சொல்வார்கள். 'கட் அவுட்டும் பாலும்' காலமாற்றத்தில் நேர்ந்தவை. மற்றபடி 'உலகம் கெட்டுப் போய் விட்டது' என யாரேனும் புலம்பினால் அவர்களுக்குச் சொல்லக் கூடியது, 'உலகம் எம்ஜிஆர் காலத்திலேயே போதுமான அளவுக்குக் கெட்டுப்போய்விட்டது.'

யாழ்ப்பாண 'மனோகரா' தியேட்டர் ஒரு தலைமுறையினரின் வாழ்க்கையில் ஓர் அங்கம். நம் மாமாக்கள், சித்தப்பாக்கள் எல்லோரும் தங்கள் இளமைக்காலத்தில் அவரவர்களின் தலைவர்கள் படத்தை விசிலடித்துப் பார்த்த, கொண்டாடிய இடம். வாத்தியார் படத்தை இரவுக்காட்சி பார்ப்பதற்காக ஊரிலிருந்து நண்பர்களுடன் காரில் வந்த அந்தக்காலக் கதைகள், மனோகரா தியேட்டரில் டிக்கட் வாங்கும்போது நடந்த குளறுபடிகள் பற்றிச் சொல்லும்போது எங்களையும் கூடவே அழைத்துச் செல்வதை உணர்ந்திருக்கிறேன்.

முகத்தில் அப்படியொரு பரவசம், கண்களில் இன்னும் தீர்ந்துவிடாமல் இருக்கும் கனவு, கொஞ்சம் ஏக்கம் படர்ந் திருக்கும். தங்கள் அனுபவங்களை விவரிக்கும்போதே தியேட்டரின் தடுப்புக் கம்பிகளூடே நகரும் வரிசையில், தலைவர்

படத்துக்காகக் காத்திருக்கும் எதிர்பார்ப்பும் உற்சாகமும் தொற்றிக் கொண்டுவிடும்.

எங்கள் பதின்பருவத்தின் பெரும்பகுதி மின்சாரமில்லாத போர்ச்சூழலும், ஊரடங்கு இரவுகளுமாகவே கடந்துபோயிருந்தது. லாம்பு வெளிச்சத்தில், தூரத்தில் ஷெல் சத்தங்கள் கேட்கும் பின்னணியில் யாரோ ஒரு மாமா தங்கள் காலத்துக் கதைகளைச் சொல்லக் கேட்ட அனுபவம் அநேகமாக எங்கள் எல்லோருக்குமே வாய்த்திருக்கிறது.

அப்போதெல்லாம் ஒரு அழகான ரசனையான வாழ்க்கையை, இனிய அனுபவங்களை நாங்கள் தொலைத்துவிட்டோமா என்று தோன்றியிருக்கிறது. இப்போதும்கூட அவர்கள் சொன்ன ஏராளமான கதைகளை மனத்திரையில் ஓடவிடும்போது, ஒரே வார்த்தையாகச் சொல்ல முடிவது,

‘வாழ்ந்திருக்கிறார்கள் !’

ரணேஸ் வாத்தி

வழமை போன்றதொரு ஒரு மாலைநேரச் சந்திப்பு. நண்பன் சத்யனுக்காகக் காத்திருந்தோம். "சொறி லேட்டாயிட்டுது. வவுனியால இருந்து மச்சான் வந்திருந்தார் அதான்."

"வவுனியாவா? என்ன செய்றார்?"

"டீச்சரா இருக்கார்."

ஏனோ அப்போது கேட்க வேண்டும்போலத் தோன்றியது. உள்ளுணர்வாகவும் இருக்கலாம். கேட்டேன், "உங்க சொந்த இடம்?

"அல்வாய்"

"ஓ! அல்வாயா"

"ஏன் தெரியுமா?"

"இல்ல. எங்களுக்கு ஒருத்தர் சயன்ஸ் படிப்பிச்சார் வவுனியால. அவரும் அல்வாய்தான்"

"என்ன பேர்?"

"ரணேஸ்"

"அவர்தான் ஆள்" சிரித்துக்கொண்டே சொன்னான்.

அளவுகடந்த மகிழ்ச்சியுடன் அவனிடம் விசாரித்தேன். ரணேஸ் தான் காதலித்த பெண்ணையே மணமுடித்ததையும், இரண்டு பிள்ளைகள் இருப்பதையும் சொன்னான். அவரிடம் வந்து பேசும்படி அழைத்தான். "இல்ல வேணாம்"

தயக்கத்துடன் மறுத்தேன். அவனும் என்னைப்போலவே ஒருவன் என்பதால் வற்புறுத்தவில்லை.

சற்றுத் தூரத்தில் சத்யன் வீட்டு வாசலில் விடைபெறுவதற்காக நின்று பேசிக்கொண்டிருந்த அவரைப் பார்த்தேன். முகம் தெரியவில்லை. திரும்பி நின்றிருந்தார். முன்பிருந்ததை விடப் பருத்திருந்தார்.

ரணேஸ் புறப்பட்டுச் சென்றவுடன் யோசித்துக்கொண்டிருந்தேன். ஒருமுறை போய்ப் பேசியிருக்கலாமோ? இயல்பாகவே ஏதோ ஒரு கூச்சம், தயக்கம் தடுத்துவிடுகிறது; பின்னர் அதற்காக வருந்துவது. பல சந்தர்ப்பங்களில் இப்படி நடந்தாலும் என்னை மாற்றிக்கொள்ள முடியவில்லை. அல்லது முயலவில்லை.

யாழ்ப்பாணத்தில் இருந்து இடம்பெயர்ந்து சென்று மூன்று வருடங்களுக்குப் பிறகு மீண்டும் பள்ளியில் இணைந்த அன்று காலை, எனது கணித ஆசிரியரை பார்த்தபோதும் அப்படித்தான் ஒதுங்கிச் சென்றேன். அவரும் அப்போது, கவனிக்கவில்லை. முன்பு நான் அவருடைய விருப்பத்துக்குரிய மாணவர்களில் ஒருவனாக இருந்தேன். 'எத்தனை பேர் படித்திருப்பார்கள்? அதுவும் இவ்வளவு காலம் கழித்து என்னை ஞாபகமிருக்குமா?' நானே கேள்வி கேட்டு என் செயலை நியாயப்படுத்திக் கொண்டேன். எதிர்பாராமல் அன்று மதியமே, "டேய் உமா" குரல் கேட்டுத் திடுக்கிட்டுத் திரும்பினேன். "எப்பிடியடா இருக்கிற? எங்கையடா இவ்வளவு நாளா இருந்த?" என் தலைதடவி அவர் அன்பாகப் பேசியபோது ஒருமாதிரிக் குற்றவுணர்ச்சியுடன் தடுமாறி நின்றுகொண்டிருந்தேன்.

ரணேஸ் வாத்தி! இங்கு வாத்தி என்பது மரியாதைக் குறைவான வார்த்தை அல்ல. எங்கள் மனதிற்குப் பிடித்த, நெருக்கமான ஆசிரியரை வாத்தி என்றே அழைப்பது வழக்கம். ரணேஸ் வாத்தியைப் பார்த்ததுமே எங்கள் எல்லோருக்கும் பிடித்துக்கொண்டது. சிலபேருக்குப் பார்த்தவுடன் ஈர்த்துக் கொள்ளும் முகம் அமைந்துவிடுகிறது. ரஜினியையும் விஜயையும் சிறு குழந்தைகளுக்கும் பார்த்த உடனேயே பிடித்துவிடுகிறதே, அப்படி. கொஞ்சம் அந்தக்கால விஜயின் சாயல் அவரிடமிருந்தது. பேசும்போது ஒரு சிநேகபாவமும் சிறுபுன்னகையும் கலந்திருக்கும்.

அப்போதுதான் ஆசிரியக் கல்லூரியிலிருந்து எங்கள் பாடசாலையில் இணைந்திருந்தார். பள்ளிக்கூடத்தில் எங்களுக்கு அவர் வகுப்பெடுக்கவில்லை. எங்களுக்குப் பிரத்தியேகமாக குழு வகுப்பு ஒன்றை எடுத்துக்கொண்டிருந்த லிங்கநாதன் ஆசிரியர் வவுனியாவை விட்டுச் சென்றுவிட, ரணேஸ் எங்களோடு இணைந்துகொண்டார்.

கிரி வீட்டில்தான் வகுப்பு. தனியறை ஒன்றில் பெரிய உணவு மேசையைச் சுற்றி எங்கள் *Gang* அமர்ந்திருக்கும். அப்போது *Gang* என்ற சொல்லையே புதிதாகப் புழக்கத்தில் கொண்டு வந்தவன் கிரிதான். கிரி, பவன், சாந்தன், சதீஷ், மரூ, விம்மி, 'பிரபுதேவா' கிரி, ரஜீவ், திலீ இவர்களுடன் நான்.

ஒரு வகுப்பிற்குரிய வரைவிலக்கணங்கள் எதற்குள்ளும் அடங்காதவை அந்தப் பாடவேளைகள். நல்லாசிரியர் எப்படி இருக்கவேண்டுமென்று நாங்கள் கனவு கண்டோமோ அப்படியே ரணேஷ் இருந்தார். நல்ல நண்பனாகவும், சமயங்களில் அண்ண னாகவும் இருந்தார். எந்தத் தயக்கங்களுமின்றி எதைப் பற்றியும் பேசும், விவாதிக்கும் சுதந்திரம் இருந்தது. அந்தவயதில் ஒரு விஞ்ஞான ஆசிரியரிடம் கேட்பதற்கு எங்களிடம் பாடப்புத்தகம் தவிர்ந்த ஏராளமான சந்தேகங்கள் இருந்தன. அதையெல்லாம் கேட்பதற்கு நல்ல ஆசிரியர் அதுவரை கிடைக்கவில்லை. ரணேஸ் வாத்தியிடம் எதையும் மனம் விட்டுப் பேசவும், கேட்கவும் முடிந்தது. ஆனால் நாங்கள் கேட்ட சந்தேகங்களில் பல அவருக்குமே இருந்ததுதான் கொடுமை.

இரண்டு மணிநேர வகுப்பில் முக்கால்மணி நேரம், சில சமயங்களில் அரைமணி நேரமே தீவிரமான படிப்பு. ஏனைய நேரம் அரட்டை. நாட்டுப் பிரச்சினை, சினிமா, புத்தகங்கள் மற்றும் அப்போது எங்களுக்குப் புதிதாக இருந்த காதலும், எப்போதும் புதிதாகவே தோன்றும் பெண்களும்! எங்களில் சிலர் காதல் வயப்பட்டதாக நம்பிக்கொண்டிருந்த காலம் அது. ஆகவே அது பற்றியெல்லாம் விவாதம், ஆலோசனைகள் எல்லாம் இடம்பெறும். ரணேஸ் வாத்தியாரும் அப்போது காதலித்துக் கொண்டிருந்தார். தன் வருங்கால மாமனாரிடம், மகளின் ஃபிரண்டாக அறிமுகமாகி, மாமானார் கொழும்பு செல்லப் புகையிரத நிலையத்தில் டிக்கட் போட்டு வழியனுப்பிவிட்டு வந்திருந்தார் ஒருநாள்.

முழுக்க முழுக்கக் கொண்டாட்டமாகப் படிப்பதே தெரியாமல் ஆனால் சரியாகக் கவனமாகவே படித்தோம். ஆனால் என்ன வெளியில் இருந்து பார்ப்பவர்களுக்குப் புரியாது. என்றாவது ஒருநாள் கிரியின் அம்மா நாங்கள் படிக்கும் ஸ்டைலைப் பார்த்திருக்கும் பட்சத்தில் சங்கத்தையே கலைத்து விட்டிருக்கக்கூடிய அபாயம் இருந்தது.

வகுப்பு முடிந்ததும் நேராகப் 'பிரின்ஸ் ஹோட்டல்' சென்று காலைச் சாப்பாட்டை முடித்துக்கொண்டு பள்ளி செல்வோம். வவுனியா பேரூந்து நிலையத்துக்கு எதிரில்

‘டென்சில் கொப்பேகடுவ’[1] சிலை ஒன்று இருக்கும். அதற்குச் சற்றுப்பின்னால் பிரின்ஸ் அமைந்திருந்தது. இடியப்பம், சம்பல், சொதி இவற்றுடன் உழுந்துவடை என்கிற பிரபல கூட்டணியை உருவாக்கியவர் யாரெனத் தெரியவில்லை. ஒற்றை வார்த்தையில் சொல்வதானால் ‘டிவைன்’. ஒவ்வொரு முறை சாப்பிடும்போதும் நிச்சயம் தமிழன் ரசனைக்காரன்தான் என்று தோன்றும். நான் முதன்முதல் சந்தித்தது பிரின்சில்தான். இப்போதும் இந்தக் கூட்டணியைக் காணும்போதெல்லாம் பிரின்ஸ் ஞாபகமே வருகிறது.

வவுனியா தமிழ் மத்திய மகாவித்தியாலயத்தில் படித்த அந்தக் காலப்பகுதியே எனது பாடசாலை நாட்களின் மிக மகிழ்ச்சியான காலப்பகுதியாக இருந்தது. யாழ்ப்பாணத்திலிருந்து இடம்பெயர்ந்து வந்த ஏராளமான மாணவர்களையும் ஆசிரியர் களையும் அரவணைத்துக்கொண்டது. மாணவர்களின் தொகை எதிர்பாராத அளவு திடீரென அதிகரிக்க மாலைநேர வகுப்புகள் நடத்தி, ஓரிரு மாதங்களிலேயே மூன்றுமாடிக் கட்டடமொன்று கட்டி முடிக்கப்பட்டு, ஒருங்கிணைக்கப்பட்டது.

அது இருபாலார் படிக்கும் பள்ளி என்பதே அடிக்கடி யாராவது ஞாபகப்படுத்த வேண்டியிருந்தது. நாங்கள் பத்தாம் வகுப்பு படிக்கும்போது எங்கள் வகுப்புக்கு மட்டும் எட்டு டிவிஷன்கள் இருந்தது. ஒவ்வொன்றிலும் நாற்பது பேருக்குக் குறையாது. ஆக, குறைந்த பட்சம் முந்நூற்றிருபது பேர் – இது ஒரு வகுப்பில் மட்டும். இந்த முந்நூற்றிருபது பேரில் இருபது அல்லது அதற்கும் குறைவான அளவில் பெண்கள். ‘ஏண்டா இப்பிடி வச்சிருக்கிறாங்கள்? தனியாப் பெடியன்கள மட்டும் படிக்கவிடலாமே?’ என அடிக்கடி கேட்டுக்கொள்வோம்.

யாழ்ப்பாணத்தைப் போலில்லாமல் நாங்கள் எல்லோரும் அங்கு படிக்கக் கிடைத்ததைப் பெரும் வரப் பிரசாதமாகவே கருதினோம். அதற்குக் காரணம் இருந்தது. யாழ்ப்பாணத்தில் எவ்வளவோ எறிகணை வீச்சு, விமானத் தாக்குதல்களுக்கு மத்தியில் வளர்ந்தபோதும், அவற்றையெல்லாம்விட மிகமோசமானதாக இருந்தது ஒவ்வொரு பள்ளியிலும் ஒருசில ஆசிரியர்களிடமிருந்து நாங்கள் எதிர்கொண்ட வன்முறை. ஆனால் எங்கள் கல்லூரியில் அராஜகம் செய்யும் ஆசிரியர்களை மாணவர்களும்கூட ‘தட்டிக் கேட்கும்’ சுதந்திரம் அப்போது இருந்ததால் நகரில் பள்ளிக்குத் தனிப்பெருமை இருந்தது. யாழ்ப்பாணத்திலிருந்து வந்த சில ‘மதிப்புக்குரிய’ ஆசிரியர்கள் பல்லுப் பிடுங்கப்பட்ட பாம்புகள் போலப் பரிதாபமாகச் சுற்றிக்கொண்டிருந்தார்கள்.

---

1. புலிகளின் தாக்குதலில் கொல்லப்பட்ட சிங்கள இராணுவ அதிகாரி

யாழில் பிரபல ஆண்கள் கல்லூரியில் அட்டகாசம் பண்ணிய தவமணிதாசன் ஆசிரியர் வவுனியாவின் பிரபல பெண்கள் கல்லூரியான கொன்வென்டில் வந்து சேர்ந்திருந் தார். பழக்கதோஷத்தில் கைகள் யாரையாவது அடிக்கப் பரபரக்கக், கஷ்டப்பட்டு அடக்கிக்கொண்டு மிகவும் நொந்துபோயிருப்பதாக எங்கள் இன்னொரு நண்பரான வகுப்பாசிரியர் சொன்னார். செய்தி கேட்டு அகமகிழ்ந்து போனோம். மோசமாகப் பாதிக்கப் பட்ட ஒருவன் ஆவேசமாகக் கூறினான், "தவமணி மட்டும் இங்க வந்திருக்கோணும்டா . . . பாடம் படிப்பிச்சிருக்கலாம்!"

இப்படியான சூழ்நிலையில் வாழ்ந்த எங்களுக்கு, தோழமை யுடன் பேசுகின்ற, எங்கள் பேச்சையும் காதுகொடுத்துக் கேட்கின்ற, பரஸ்பரம் மரியாதை கொடுக்கின்ற ஆசிரியர்கள் என்றும் மனத்தில் நிறைந்திருப்பதில் ஆச்சரியமென்ன இருக்கமுடியும்? அவர்களுடன் அளவளாவிய ஒவ்வொரு பொழுதும், அவர்களின் ஒவ்வொரு பேச்சும் எப்போதும் மறக்க முடியாதவை.

கதிர் சேரும் அப்படித்தான். இளைஞர். தமிழ் ஆசிரியரான அவர் கண்டிப்புக்கும், கோபத்துக்கும் பெயர்போனவர். எங்களுக்கு நண்பராக இருந்தார். ஓலெவல் பரீட்சை முடிந்தபின் ஒருநாள் கிரியும், நானும் அவருடன் றோயல் தியேட்டரில் ரஜினியின் 'வீரா' படம் பார்த்தோம். படம் வெளிவந்து நான்கு ஆண்டுகளின்பின் வவுனியாவின் பெரிய திரையரங்கான றோயலில் திரும்ப ஓடிக்கொண்டிருந்தது. படம் முடிந்தபின் வவுனியாக் குளம் வான்பாய்வதாகச் சொன்னான் கிரி. அங்கே சென்றோம். குளக்கட்டின் மேற்சுவரை மேவி நீர் நிரம்பி வழிந்துகொண்டிருந்தது. திறந்துவிடப்பட்டிருந்த சிறிய கால்வாயினூடு நீர் வேகமாகப் பாய்ந்தது. அந்த இடத்தில் குடையை விரித்துக் கவிழ்த்துப் பிடித்தபோது, மீன்குஞ்சுகள் துள்ளிக்கொண்டிருந்தன. முழங்கால் வரை ஜீன்சை ஏற்றி விட்டுக்கொண்டு, அந்தக் குளிர்ந்த மாலைப் பொழுதில் நீண்ட நேரம் பேசிக்கொண்டிருந்தோம். சினிமாப் படங்கள், நடிகைகள் பற்றியும். "இப்பயிருக்கிற வடிவான நடிகையெண்டா அது ஹீராதான்" கதிர் சேர் அவருக்குப் பிடித்த அழகு பற்றிச் சொல்லிக்கொண்டிருந்தார்.

எப்போதோ ரணேஸ் தனது ஊர் அல்வாய் என்று கூறியிருந்தது நினைவிலிருந்தது. வேறெதுவும் அந்த ஊர் பற்றி எனக்குத் தெரியாது. சென்றதோ, அதன்பிறகு யாரும் சொல்லக் கேட்டதோ இல்லை. அந்த ஊர்ப் பெயர் ரணேஸ் வாத்தியை திரும்ப மனதளவில் சந்திக்க வைத்தது.

அவர் ஆசிரியர் கல்லூரியில் படிப்பை முடித்து, முதன் முதல் நெருங்கிப்பழகிய மாணவர்கள் நாங்கள்தான் எனும்போது எங்களை அவரால் மறந்திருக்க முடியாது என்ற நம்பிக்கை இருந்தது. அடுத்தமுறை சந்திக்கும்போது, பேசிவிட வேண்டுமென்று நினைத்துக்கொண்டேன்.

ரணேஸ் வாத்தியைக் கொழும்பில் பார்த்த நாலைந்து மாதங்களுக்குப் பின், ஒரு காலைப்பொழுதில் சத்யன் தொலைபேசினான். அதிர்ச்சியாக இருந்தது.

"ஏன்? என்ன நடந்தது?"

"கிட்னி ஃபெயிலியர். அங்க சரியாக் கவனிக்கேல்லயாம். கடைசி நேரத்தில கொழும்புக்குக் கொண்டுவந்திருக்கினம். வழிலயே முடிஞ்சுதாம்."

பேச வேண்டிய நேரத்தில் மௌனமாயிருந்துவிட்டுப் பின்னர் வருந்துவது ஒன்றும் புதிதல்ல எனினும், மீண்டும் தோன்றியது, ஏன் இப்போதும்கூட தோன்றுகிறது,

ஒருமுறை பேசியிருக்கலாம்!

இதயம் ஒரு கோவில்

பாடல் ஒலிக்க ஆரம்பித்தது.

உச்சஸ்தாயியில் ஆரம்பிக்கும் ஆலாபனையில், எஸ்.பி.பி.யின் குரல் அப்படியே கீழே இறங்கி வரும் போது சாரல் தெறிப்பதுபோல ஓர் உணர்வு. அப்படியே வேகம் குறைந்து தாலாட்டுவதுபோலச் சீராகப் போகும். பாடல் முழுவதும் சிறு சந்தோஷமும், ஒரு புத்துணர்ச்சியும் இழையோடியபடி இருக்கும். ஒருவேளை எனக்கு மட்டும் அப்படியிருக்கிறதோ என்னவோ. எனக்கு நினைவு தெரிந்து கேட்ட முதல் பாடல். அதனால்தானோ என்னவோ அந்தப் பாடலுக்கென்று தனியாகச் சில குணங்கள் இருப்பதாகத் தோன்றுகிறது.

இந்தப் பாடல் எனக்கு எப்போதும் பிரத்தியேக மானது. தனிமையில் மட்டுமே கேட்க விரும்புவேன். இந்தப் பாடல் எப்போதும் என்கூடவே இருந்தது போல, என்னைச் சூழ்ந்திருந்ததுபோல ஒருணர்வு. முன்பள்ளி சென்றபோதும், முதன்முதலாகப் பாடசாலை சென்றபோதும் அந்தப் பாடல் கூடவே காற்றில் வந்திருக்கிறது.

விடிகாலைப் பொழுது ஒன்றில் முதன்முறை ஊரை விட்டுச் சென்றபோது, அன்றைக்குக் காலைப் பொழுதில் கேட்ட பாடலாக அது இருந்தது. திரும்பி வந்து உடைந்த வீட்டைத் திருத்தத் தொடங்கிய அந்த நாளில் அதே பாடல்தான் ஒலித்திருக்க வேண்டும். மறுபடியும் தொண்ணூறாம் ஆண்டில் நிரந்தரமாக ஊரைவிட்டுப் பிரிந்த அந்தக் கடைசி

நாளின் காலைப் பொழுதிலும் நிச்சயமாக 'இதயம் ஒரு கோயில்' தான் முதற்பாடலாக ஒலித்திருக்க வேண்டும்.

தாய்நிலம் விட்டுப் பிரிந்தபின் அவ்வளவாகக் கேட்க வாய்க்கவில்லை. எப்போதாவது கேட்க நேரும்போதெல்லாம் சடுதியாக என் சொந்தமண்ணுக்கு, பால்யகாலத்துக்கு அழைத்துச் சென்றுவிடும். அதற்காகவே பின்னிரவு நேரங்களில், என் அறையை மட்டும் நிறைக்கும் மெல்லிய சத்தத்தில், கண்களை மூடிக் கேட்டபடியே நினைவுகளில் மூழ்கிக் கிடந்திருக்கிறேன்.

இப்போதும் அப்படித்தான். சொந்தமண்ணில், பலவருடப் பிரிவால் ஒருவருக்கொருவர் அந்நியமாகிப் போய்விட்ட எனக்கும், எங்கள் வீட்டுக்குமான உறவினைப் பரிச்சயம் செய்து கொள்வதுபோல ஹெட் செட்டை மாட்டி பாடலைக் கேட்கத் தொடங்கியிருந்தேன்.

இந்தப்பாடல் ஒலிக்கும்போதெல்லாம் சோதிலிங்கம் மாமாவின் ஞாபகமும் கூடவே வரும். சிறுபிராயத்தில் கேட்ட பாடல்களையும் அவரையும் பிரித்துப் பார்க்க முடிவதில்லை. அப்படியே முன்வாசலில் வந்து நின்றுகொள்கிறேன். அதோ இடது பக்கமாக மண்டிக்கிடக்கும் சிறு இப்பிலிப்பில் மரங்களுக்கப்பால் சோதிலிங்கம் மாமா வீடு தெரிகிறது. அயலில் எல்லா வீடுகளும் சில திருத்தப்பட்டு, பல புதிதாகக் கட்டப்படுகையில் அந்த வீடு மட்டும் அப்படியே இருக்கிறது.

பச்சை நிறப் பெயிண்ட் அடித்த வெளிப்புற நிறம் மங்கிப்போய் இடையிடையே திட்டுத் திட்டாக வெளிறிய பச்சை தெரிகிறது. வழக்கம்போலவே கதவு யன்னல்கள் நிலையோடு கழற்றப்பட்டு, சுவர் சில இடங்களில் பூச்சுக் கழன்று தெரிந்தது. ஓட்டுக் கூரை போடப்பட்டிருந்ததால் மேற்கூரை பிழைத்திருக்கிறது.

பாடல் இப்போது அந்த வீட்டிலிருந்தே கேட்பதாக ஒரு பிரமை. அதோ ஃபிளாட் போட்ட அந்த முன் கூடத்தின் அரைச் சுவருக்கப்பால்தான் செட் என அழைக்கப்படும் ரேடியோ வைக்கப்பட்டிருக்கும். அம்ப்ளிஃபயர் இணைத்து, எங்கள் சுற்றுவட்டத்தில் ஆறேழு வீடுகளுக்குத் தரமான ஒலியில் கேட்க அதுவே போதுமானது. முக்கியத் தேவை ஏற்படின், வீட்டிலிருந்து நீண்ட வயரின் மூலம் பெரிய ஒலிபெருக்கிப் பெட்டி இணைத்துப் பிரதான வீதியும், ஒழுங்கையும் சந்திக்கும் பகுதியில் வைக்கப்பட்டு ஏரியா முழுக்கக் குரல் கொடுக்கப்படும்.

ஒரு பெரிய சைஸ் தீப்பெட்டிபோல உயரமான, தட்டையான ரேடியோ அவரிடமிருந்தது. ஒரு த்ரீ வீலர் சில்லின்

அளவில் இரண்டு செப்பு நிறத்தில் ஃபிரேம் போட்ட ஸ்பீக்கர்கள் இருபக்கமும் பொருத்தப்பட்டிருக்க நடுவில் கசெட். அப்போதைய பிரபலமான மொடலாக இருக்க வேண்டும். வேறுசில வெளிநாட்டுக்காரர்களின் வீடுகளில் சப்பட்டையாக உயரம் குறைந்த, நீளம் அதிகமான ஆர்.எக்ஸ். ரேடியோக்கள் புழக்கத்திலிருந்தன.

சோதிலிங்கம் மாமாவுக்குக் கடவுள் நம்பிக்கை இருந்ததா இல்லையா என்பதெல்லாம் தெரியவில்லை. ஆனால் இளைய ராஜாவைக் கடவுளாகக் கொண்டு எண்பதுகளில் இயங்கிவந்த திரையிசை மதத்தை எங்கள் மாமாக்கள், சித்தப்பாக்கள் உள்ளிட்ட ஏராளமானோர் பின்பற்றி வந்ததைப் பார்த்திருக்கிறோம். சோதிலிங்கம் மாமாவும் அவர்களில் ஒருவர். காலையில் இதயம் ஒரு கோயில் பாடலைத்தான் எங்கள் ஏரியாவின் திருப்பள்ளியெழுச்சியாக மாற்றி வைத்திருந்தார்.

நடுத்தர உயரம். சற்றே நீளமாக வளர்ந்த நெளியான தலைமுடியை ஒருபக்கம் சரித்து வாரியிருப்பார். அன்றையகால ரஜினி ஸ்டைலாக இருக்கலாம். அப்போதைய ரஜினி மட்டுமல்ல இளையராஜாவும்கூட அப்படித்தான் இருந்ததாகப் பார்த்த ஞாபகம். முகத்தில் சிறு புன்னகையும் கழுத்தில் தங்கச்சங்கிலியும் அணிந்திருப்பார். கட்டம் போட்ட சாரத்தைச் சற்றுத் தூக்கிக் கட்டியிருப்பார். அன்றைய நாட்களில் மாமாக்கள், பெரிய அண்ணன்கள் எல்லோருமே அப்படித்தான் இருந்ததாக ஞாபகம். யாருடனும் அவர் அதிர்ந்து பேசிப் பார்த்ததில்லை. மெதுவான குரலில் சிறுவர்கள் எங்களுடன் அன்பாகவே பள்ளிக்கூடம், படிப்பு என்று பேசுவார். பின்னாளில் அவரும் ஒரு சண்டியர் என்று சொல்லக் கேட்கையில் நம்ப முடிந்ததில்லை, இப்போதும் கூட.

இதயம் ஒரு கோயிலில் தொடங்கி இளையராஜாவின் ராஜாங்கம்தான் தினமும். அவ்வப்போது, 'நினைக்கத் தெரிந்த மனமே', 'சொன்னது நீதானா' என அவருடைய அப்பா காலத்துக்கும் அழைத்துச் செல்வார். அவருக்கு வாசிப்புப் பழக்கமும் இருந்தது. *குமுதம், ராணிமுத்து* என்று புத்தகங்கள் வாங்கிப் படிப்பார். பின்னர் யாரோ ஒருவர் இரவல் வாங்கி, ஏரியா முழுவதும் ஒரு சுற்று வலம்வரும். அக்காக்கள் பலரும் அவரின் இலக்கிய சேவையால் பயனடைந்தார்கள். அப்போது படம் மட்டும் பார்க்கும் வயதிலிருந்த எனக்கு குமுதத்தில் 'ஆவி ராச்சியம்' என்கிற தொடர் வெளிவந்ததாக ஞாபகம்.

ஊரில் இருக்கையில், எப்போதாவது ஓரிரு பாரிய வெடிச்சத்தம் கேட்கும். 'பலாலில இருந்து ஷெல் அடிக்கிறாங்கள்.

கொஞ்சம் தள்ளிப் போயிருந்துட்டு வரலாம்' எனக் கிளம்பிச் சென்று, பின்னர் நிலைமை சீராக மறுநாள் காலையில் மீண்டும் வருவது வழக்கம்.

நம் ஒவ்வொருவருக்கும் ஏதோ ஒரு பிடிவாதக் குணம் இருக்கும். எங்களுக்கே தெரியாமல், யாருக்காவும் மாற்றிக் கொள்ளாத, விட்டுக்கொடுக்காத இயல்பாக இருக்கும். மற்றவர் களுக்கு அது சிறுபிள்ளைத்தனமாகவும் முட்டாள்தனமாகவும் இருக்கும்.

சோதிலிங்கம் மாமாவுக்கும் பிடிவாதக் குணம் இருந்தது. அயலவர்கள் ஏதும் ஷெல்லடி, பிரச்சினை என்று கிளம்பிச் செல்லும்போதெல்லாம், சுயாதீனமான இளவட்டங்களில் ஒருவரான சோதிலிங்கம் மாமா வீட்டை விட்டுச் செல்வதில்லை. ஓர் சிவராத்திரி நாளின் அதிகாலைப் பொழுதில், ஹெலிகொப்டர் ஒன்று சுற்றிச்சுற்றிச் சுட்டுக்கொண்டிருக்க, துப்பாக்கி வேட்டுக்கள் தீர்க்கும் ஓசையும், அவ்வப்போது ஷெல் சத்தமும் முழங்கிக்கொண்டிருந்த ஒரு அசுபமுகூர்த்த வேளையில் கைக்கு அகப்பட்டதை எடுத்துக்கொண்டு ஊர் மொத்தமாக ஓடியபோதும் அவர் அசையவில்லை. காலை பத்து மணிக்கு இயக்கம் 'ஃபீல்டில' இறங்கி, மதியம்போல 'கிளியர்' பண்ணி இருதரப்பும் ஓய்வெடுத்த நேரத்தில் பெடியளுக்குத் தேநீர் போட்டுக் கொடுத்துச், சோறு சமைத்துச் சேர்ந்து சாப்பிட்டு அங்கேயே இருந்தாராம். ஓரிரு நாட்களில் இனியும் தாக்குப் பிடிக்க ஏலாது என்று இயக்கம் பின்னகர்ந்தபோதுதான் மாமாவும் சேர்ந்து 'விட்ரோ' பண்ணியிருந்தார்.

இங்கேதான் சோதிலிங்கம் மாமாவின் தனித்தன்மையான ஒரு வினோதமான பழக்கம் வருகிறது. பின்வாங்கிச் சென்ற இயக்கம் கொல்லன்கலட்டியில் ஒரு இடத்தில கவர் எடுத்து நிலைகொண்டிருந்தது. அந்தப் பொயிண்டுக்கு மிகச் சமீபமாகத் தான் மாமாவும் நிலைகொண்டிருந்தாராம். ஆமியும் இயக்கமும் நூறு மீட்டர் இடைவெளியில் பங்கர் அடிச்சு பொசிஷன்ல இருந்ததாம். இயக்கத்தின்ர பங்கர்ல இருந்து இரண்டு மூன்று வீடு தள்ளித்தான் மாமாவின் பொசிஷன். அதற்குப் பிறகு அரைக் கிலோமீட்டராவது தாண்டித்தான் பொது சனம் குடியிருந்தது. ஆமி இயக்கத்தைத் தாண்டி வந்தாலும், சோதிலிங்கம் மாமாவை எதிர்கொண்டுதான் சனத்தை நெருங்க வேணும் என்பதுபோல இந்த ஏற்பாட்டை அவர் கடைப்பிடித்திருக்கலாம். அந்த இடம்பெயர்வுக்குப் பின்னரும்கூட அவர் அப்படியேதான் இருந்தார். மாற்றிக்கொண்டதில்லை.

இந்திய அமைதிப்படையின் காலம். ஆரம்பத்தில் விதவிதமான விநோதமாக வேடிக்கையாகத் தோன்றிய ஆமியும், கடலைப்பருப்பு, கடலை எண்ணெய் போன்ற புதுமைகள் மக்களுக்குப் பழகிப்போயிருந்தது. இராணுவமும் பெரிய வீடுகள், வீட்டுக்கொரு கிணறு, கிணறு நிறையத் தண்ணீர் என்று யாழ்ப்பாணத்தைப் பிரமித்துப் பாராட்டி ஓய்ந்துபோய், வந்த வேலையான 'அமைதியைக் கவனிக்கத்' தொடங்கியபோது எங்களூரிலும் சிலர் கவனிக்கப்பட்டார்கள்.

அன்று காலை வேளை அமைதியாக இருந்தது. 'சோதிலிங்கத்தைப் பிடிச்சுக்கொண்டு போட்டாங்களாம்' செய்தி வந்தது. அன்றும் மறுநாளும் எந்தப் பாட்டுச் சத்தமும் கேட்கவில்லை. ஊரில் பெயர் சொல்லும் அளவுக்குச் சண்டியர் தானே, அதனால் ஏதோ தனிப்பட்ட பகையை, நாட்டுப் பிரச்சினையாக்கித் தீர்வு காணும் நோக்கத்தில் யாரோ காட்டிக் கொடுத்துவிட்டதாக ஒரு பேச்சு. முக்கியமான சமயங்களில் சந்தியில் சத்தமாக இயக்கப் பாட்டுக்கள் போடுறதுதான் காரணம் என்றும் ஒரு சாரார் சந்தேகம் தெரிவித்தார்கள்.

'ஆ . . .' என்று ஆரம்பித்த இளையராஜாவின் குரல் தொடர்ந்து, 'தென்பாண்டிச்சீமையிலே தேரோடும் வீதியிலே…' காலையின் அமைதியை வருடிக் கலைத்தது. ஆமி சோதிலிங்கம் மாமாவை விட்டுட்டாங்கள். 'யார் அடித்தார்ரோ…' வழமைக்கு மாறாக திரும்பத் திரும்பக் கேட்டதாக ஒரு பிரமை. 'நல்ல அடியாம்' என்று பேசிக்கொண்டார்கள். "யாரையோ கேட்டு விசாரிச்சாங்களாம். கட்டி வச்சு அடிச்சவங்களாம். ரெண்டு காதுக்குப் பக்கத்தாலையும் உரசிக்கொண்டு போறமாதிரி சுட்டவங்களாம். ஒண்டுக்குமே வாயே திறக்கேல்லயாம். அவங்களும் களைச்சுப்போய் விட்டுட்டாங்களாம்." பலவாறான பேச்சுக்கள் உலாவின. சோதிலிங்கம் மாமா பின்னாளிலும் அதுபற்றி எதுவும் பேசவில்லை. எதுவும் நடக்காததுபோல அமைதியாக இருந்தார்.

மறுநாள் காலை கிணற்றடியில் தோளில் துவாயும், வாயில் டூத் பிரஷ்ஷையும் வைத்துக்கொண்டு சற்றே தலையைச் சரித்து ஒரு தினுசாக மேலே பார்த்துக்கொண்டு ஆழ்ந்த யோசனையுடன் நின்றிருந்தார். பின்னணியில் பாடல் ஒலித்துக் கொண்டிருந்தது, 'வானத்தைப் பார்த்தேன் பூமியைப் பார்த்தேன் மனுஷரை இன்னும் பார்க்கலையே.'

நல்லூரின் வீதியில் திலீபன் உண்ணாவிரதத்தை ஆரம்பித்த போது, ஊர் முழுவதும் ஒருவித சோகம் கவிந்திருந்தது.

சோதிலிங்கம் மாமா ஒழுங்கையும், கீரிமலை வீதியும் சந்திக்கிற இடத்தில் பெரிய பொக்ஸ் எல்லாம் செட் பண்ணி தொடர்ந்து எழுச்சிப் பாடல்களை ஒலிபரப்ப ஆரம்பித்தார். என்னதான் எழுச்சிப் பாடல்கள் எனினும் முதலில் கடவுள் வணக்கத்துடன் ஆரம்பிப்பதுதானே முறை. அது அப்போது எனக்குப் புரிய வில்லை. முதலாவதாக ஒலிக்கும் பாடல், 'முதல் வணக்கம் எங்கள் முருகனுக்கே...'

அப்போதெல்லாம் என் வயதொத்தவர்கள் போலவே எனக்கும் சில நம்பிக்கைகள் இருந்தன. 'அதோ அந்தப் பறவை போல வாழ வேண்டும்', 'தோல்வி நிலையென நினைத்தால்' பாடல்களெல்லாம் இயக்கப் பாடல்கள்தான் என்பதில் நானும் தெளிவாக இருந்தேன். ஆனால் இந்த 'முதல் வணக்கம் எங்கள் முருகனுக்கே' பாட்டும் இயக்கப் பாட்டுத்தானோ என நான் தீவிரமாகச் சந்தேகப்பட்டதற்குக் காரணம் சத்தியமாகச் சோதிலிங்கம் மாமாதான். 'பாடும் பறவைகள் வாருங்கள்' என்றொரு பாடலும் அப்போதுதான் புதிதாக ஒலிக்க ஆரம்பித்தது. ஒரு மாலைப் பொழுதில் பாடல்கள் நின்றுபோய் ஷெனாயும் சித்தாரும் நிகழ்ந்துவிட்ட ஒருபெரும் சோகத்தை அறிவித்தன.

இந்திய இராணுவம் வெளியேறியபோது சந்திக்குச் சந்தி ஒலிபெருக்கி கட்டி, கோலாகலமாகக் கொண்டாடப்பட்டது. 'பரணி பாடுவோம்' பாடலோடு எங்கள் ஏரியாவும் கலகலத்தது. அடுத்துவந்த நாட்கள், மாதங்கள் மிக வேகமாக கடந்து போயின. நாங்களும் நிரந்தரமாக ஊரை விட்டு எங்கெங்கோ பிரிந்து போனோம்.

ஊரை விட்டுப் பிரிந்த பிறகு பல வருடங்களாகவே இதயம் ஒரு கோயில் பாடலைக் கேட்ட ஞாபகம் இல்லை. ஏனோ தெரியவில்லை.

சோதிலிங்கம் மாமா தொடர்ந்தும் கேட்டுக்கொண்டிருந்தாரா எனவும் தெரியவில்லை. அவரிடமிருந்த ஏராளமான பாடல் காசெட்டுகள் என்னவாயின? நிச்சயமாகத் தன்னுடன் எடுத்து வந்திருக்கக்கூடும். சோதிலிங்கம் மாமா ஏ.ஆர். ரஹ்மான் இசையைக் கொண்டாடியிருப்பாரா? அல்லது அதுவரை தீவிர இளையராஜா ரசிகராயிருந்த மாமாக்கள் பலரைப்போல ரஹ்மானை ஏற்றுக்கொள்ள முடியாமல் ஒரு மனத்தடை உண்டாகியிருக்குமா? நான் அப்படி நம்பவில்லை. 'சின்ன சின்ன ஆசை' அவரது காலையின் முதற்பாடலாக மாறியிருக்குமா என்பது தெரியவில்லை. ஆனால் நிச்சயமாக 'காதல் ரோஜாவே' அவர் அன்றாடம் கேட்கும் பாடல்களில் இடம்பிடித்திருக்கும்.

நீண்டகாலத்தின் பின்னர் இதயம் ஒரு கோயில் பாடலைத் திரும்ப ஓர் பின்னிரவு வேளையில் லயித்துக் கேட்டபோது, கொழும்பில் வேலைக்குச் சேர்ந்திருந்தேன்.

இதோ சோதிலிங்கம் மாமா வீடு, அதே பழைய அடையாளங் களின் எச்சத்தோடு, அயற்சூழலுக்கு முற்றிலும் மாறானதாகத் தனித்திருக்கிறது. இன்னும் சில காலம் அப்படியே இருக்கக் கூடும். அவர் இப்போது இங்கே இருந்தால் என்ன பாடல் ஒலித்துக்கொண்டிருக்கும்? விடை தெரியாத பல கேள்விகள் எப்போதும் எம்மைச் சூழ்ந்தவாறே இருக்கின்றன.

தொண்ணூற்று ஐந்தில் 'முன்னேறிப் பாய்தல்' என்கிற பெயரில் இலங்கை ராணுவம் யாழ்ப்பாணத்தைக் கைப்பற்றும் நடவடிக்கையை ஆரம்பித்திருந்தது. அப்போது, அளவெட்டியில் முன்னேறி நிலைகொண்டிருந்தது இராணுவம். வழக்கம்போல புலிகளின் முன்னரங்க நிலைக்குச் சமீபமாக சோதிலிங்கம் மாமாவும் நிலைகொண்டிருந்தாராம்.

இராணுவம் தொடர்ந்து முன்னேறிக்கொண்டிருந்தது. புலிகளின் வழமைக்கு மாறாக, ஒரு பௌர்ணமி இரவின் வெளிச்சத்தில் 'புலிப் பாய்ச்சல்' என்கிற பதில் நடவடிக்கை ஆரம்பிக்கப்பட்டது. மீண்டும் புறப்பட்ட இடத்துக்கே இராணுவம் திருப்பியனுப்பப்பட்டது. எங்கும் 'முன்னேறிப்பாய்வதென்ன அம்மா' பாடல் உற்சாகமாக ஒலிக்க, இடம்பெயர்ந்தவர்கள் மீண்டும் தங்கள் சொந்த இடங்களுக்குத் திரும்ப, வழமைக்கு மீண்டது யாழ்ப்பாணம்.

சோதிலிங்கம் மாமா பற்றி ஒரு தகவலும் இல்லை. அவர் தங்கியிருந்த வீட்டில் அவரது சைக்கிள் மட்டும் கிடந்ததாம். நிச்சயமாக அந்தச் சைக்கிளில் டைனமோ ஒன்று பொருத்தி இருந்திருக்கும்.

அவர் கடைசியாகக் கேட்ட பாடல் எதுவாயிருக்கும்?

புஜ்ஜி

"அலே காக்கா வட வேம்ம்மா?"

மொட்டை மாடியில் அம்மா சோறூட்டிக் கொண்டிருக்கையில், அருகில் வந்தமர்ந்த காக்கையைப் பார்த்து புஜ்ஜி சீரியசாகக் கேட்டான். 'அழகான காக்கா வடை வேணுமா?'

காக்கைகள் எப்போதும் வடைக்காகவே காத்திருக்கின்றன என்பது அவன் புரிதல். இரண்டு நாளைக்கு முதல்தான் புஜ்ஜி பாட்டி வடை சுட்ட கதையை முதன்முதலாகக் கேட்டிருந்தான். இனி அடிக்கடி கேட்பான். தெரிந்த கதையையே திரும்பத் திரும்பப் பிடித்தவர்கள் வாயால் கேட்பது ஒரு தனி சுவாரஷ்யம் இல்லையா? குழந்தைகளுக்குப் பேச்சு வர ஆரம்பிக்கும்போது, கதை கேட்பதும் ஆரம்பிக்கிறது. கவனித்தலும், கதை கேட்டலுமே அவர்களின் பொழுதுகளைச் சுவாரஷ்யமாக்கு கிறன. கதை கேட்பது ஒரு நிலையில் கேள்வி கேட்பதாக மாறுகிறது. அதன்மூலமே குழந்தைகள் கற்றுக்கொள்கின்றனர்.

புஜ்ஜி சின்னஞ்சிறு குழந்தையாக இருக்கும் போது தொலைக்காட்சியில் ஒரு வண்ணத்துப்பூச்சி பறப்பதைக் காட்டுவார்கள். அது அவனுக்கு மிகவும் பிடித்திருந்தது. அதைப் பார்த்து தானும் கைகளை உற்சாகமாக அடித்துக்கொள்வான். ஒருநாள் பல்கனியில் தாத்தா தூக்கி வைத்திருந்தபோது திடீரென புஜ்ஜி கைகளை உற்சாகமாக அடித்துக் கொண்டான். தாத்தா ஆச்சரியமாகத் திரும்பிப்

பார்க்க, சற்றுத் தள்ளி ஒரு வண்ணத்துப்பூச்சி! முதன்முறையாக வண்ணத்துப்பூச்சியை அவன் நேரில் பார்த்தது அப்போதுதான்.

உணவு உட்கொள்வதும், தூங்குவதுமாகத் தமது வேலையைத் தொடங்கும் குழந்தைகள் அடுத்ததாகக் கவனிக்க ஆரம்பிக் கின்றன. கவனிப்பதை மிக மகிழ்ச்சியாகச் செய்கின்றன. எதையும் ஆச்சரியமாகப் பார்க்கின்றன. அவர்கள் பார்க்கும் எல்லாமே அவர்களுக்குப் புதிதாகப் பிறந்தவைதான்.

நாய்களைப் பார்க்கும்போதெல்லாம் 'வவ் வவ்' என்பான் புஜ்ஜி. அன்றொருநாள் உறவினர் வீடொன்றில், ஒரு அழகான நாய்க்குட்டியைப் பார்த்து வழக்கம்போல 'வவ் வவ்' என்றான்.

அது 'மியாவ்' என்றது பதிலுக்கு. முதன்முறையாக ஒரு பூனைக்குட்டியைச் சந்தித்தான் புஜ்ஜி.

ஒருமுறை அவனுடைய புத்தகத்தில் படம் பார்த்துப் பெயர் சொல்லிக்கொண்டிருந்தான். தாத்தா கேட்டார் "மேலே என்ன இருக்கு?" புஜ்ஜி அவசரமாக புத்தகத்தை விட்டு அண்ணார்ந்து மேலே பார்த்தான். எல்லோரும் சிரித்துவிட, அவனுக்கும் புரிந்துவிட்டது. 'மேலே என்பது புத்தகத்தில் மேலே' என சில நாட்களிலேயே தெரிந்துகொண்டான். அப்போது அவனுக்கு வயது மூன்று என்பது குறிப்பிடத்தக்கது. ஆக, ஆறுவயதுக் குழந்தையெல்லாம் பேசும்போது 'மேலே' என்றால் உடனே மேலே பார்க்காது என்பதைக் குழந்தைகளை வைத்துப் படமெடுக்கும் இயக்குநர்கள் கவனிக்க வேண்டும்.

குழந்தைகள் எதையும் மிக உன்னிப்பாகக் கவனிக்கின்றனர். ஒவ்வொரு சிறு அசைவிலும் புரிந்துகொள்கின்றனர். வீட்டிலுள்ள பெரியவர்களைப் பிரதி செய்கின்றனர். யாரும் அவர்கள் பார்வையி லிருந்து தப்பிவிட முடியாது. முன்னிரவு வேளைகளில் புஜ்ஜி யாருக்கும் தெரியாமல் நைசாக சாமியறைக்குள் நழுவுவதைத் தாத்தா முதலில் கவனித்தார். சாமிப் படத்துக்கு கொளுத்தி வைக்கப்பட்டிருந்த ஊதுபத்திகளில் ஒன்றை எடுத்து மெதுவாக வாயில் பொருத்திக்கொண்டான். எல்லோரும் ரகசியமாகக் கவனித்தார்கள். வீட்டில் யாருக்கும் அந்தப் பழக்கம் இல்லையே? "எங்க பாத்தீங்க தம்பி?" தாத்தா மெதுவாகக் கேட்டார். அவன் சொன்ன பதில் இங்கே அவ்வளவு முக்கியமில்லை.

தாத்தா சொன்னார் "யாரும் அவனை ஒன்றும் சொல்ல வேண்டாம். தடுக்கப் போனால் இன்னும் இன்னும் செய்வான். அப்பிடியே விடுங்க" யாரும் கண்டுகொள்ளவில்லை. சில நாட்களிலேயே புஜ்ஜி 'தம்'மடிக்கும் பழக்கத்தை விட்டுவிட்டான். இப்போதெல்லாம் அதை மறந்தே போய்விட்டான். நம்மவர்களில்

காக்கா கொத்திய காயம்

பெரும்பாலானோர் தாத்தாவான பின்பே பிள்ளைகளை எப்படி வளர்ப்பது எனத் தெரிந்துகொள்கிறார்கள். எல்லாக் குழந்தைகளையும் போலவே அவனுக்கும் நடிகர் ரஜினியைப் பிடித்திருந்தது. சில நாட்கள் புஜ்ஜி. 'நினைத்தாலே இனிக்கும்' படத்தில் ஒரு பாடலைத் திரும்பத் திரும்பப் பார்த்துக் கொண்டிருந்தான்.

அம்மா ஒருநாள் மிரட்டுவதற்காக புஜ்ஜியிடம் கடவுளைப் பற்றிச் சொல்லிக்கொண்டிருந்தாள்.

"குழப்படி செய்தா கடவுள் மேலே இருந்து பார்த்துக் கொண்டிருப்பார். பணிஷ் பண்ணிடுவார்."

"கடவுளை சுட்டுடுவன்."

கையிலிருந்த விளையாட்டுத் துப்பாக்கியை மேல்நோக்கி உயர்த்திக் காட்டினான்.

எதற்கெடுத்தாலும் சுட்டுவிடுவது புஜ்ஜியின் வழக்கமாக மாறியிருந்தது. காரணம் கணினி விளையாட்டுக்கள். ஷூட்டிங் கேம்ஸ் அவனது பொழுதுபோக்காக மாறியிருந்தது. தன்பெயரை ஒழுங்காகச் சொல்லவோ, நாலைந்து வார்த்தைகள் ஒழுங்காகச் சேர்த்துப் பேசவோ இன்னும் அவனுக்குத் தெரியாதென்பது குறிப்பிடத்தக்கது. ஆனால் கணினியில் தன் பெயரை ஆங்கிலத்தில் தட்டச்சுசெய்து, பாஸ்வேர்ட் எல்லாம் கொடுக்கத் தெரிந்திருந்தது.

அவனது ஒரு வயதிலேயே கணினி பற்றிக் கொஞ்சம் அறிவு வந்துவிட்டது. அப்பா கணினியில் வேலை செய்யும்போது, புஜ்ஜி தவழ்ந்துகொண்டே சென்று அமர்ந்து, அவரை நிமிர்ந்து பார்ப்பான். குரல் கொடுப்பான். அதாவது அவனையும் மடியில் இருத்திக்கொள்ள வேண்டும். அவனும் கீபோர்டைத் தட்டி ஏதாவது செய்துகொள்வான். முக்கியமான வேலையில் இருக்கும்போது இதெல்லாம் சாத்தியமா? அதனால் அப்பா அவனை ஏமாற்ற ஒரு ராஜதந்திர நடவடிக்கையை மேற்கொண்டு வந்தார். அவன் அருகில் வந்ததும், மொனிட்டர் பட்டனை அணைத்துவிட்டு "ஆ போயிட்டுது" என்று கைகளை விரித்துக் காட்டுவார். புஜ்ஜி நிமிர்ந்து 'பே' என்று விழித்துவிட்டு பேசாமல் ரிட்டேர்ன் அடித்துத் திரும்பி வருவான்.

ஒருமுறை அப்படித்தான் அப்பா வழக்கம்போல "ஆ போயிட்டுது" என்றார். புஜ்ஜியும் அலட்டிக்கொள்ளாமல் ரிட்டேர்ன் அடித்தான். அப்படியே போகிற போக்கில் தனக்கு அருகிலிருந்த யு. பி. எஸ். பட்டனை அணைத்துவிட்டு, படு கூலாக

வெளியே போனான். அப்பா 'மொத்தமா போயிட்டுதே' என்று தலையில் கைவைத்துக்கொண்டிருந்தார். அந்தச் சம்பவத்துக்குப் பின்னர், அப்பாவுக்கு அடிக்கடி பயங்கரவாத அச்சுறுத்தலை விடுத்துக்கொண்டிருந்தான் புஜ்ஜி.

இப்படியாக ஆரம்பித்த அவனின் கணினி அறிவு, பின்னர் விளையாட்டுக்களில் வந்து நின்றது. விளையாட்டுக்களில் ஆமி விளையாட்டுக்களே அவனுக்குப் பிடித்திருந்தன. அது மண்ணின் இயல்பாகவும் இருக்கலாம். அவ்வப்போது தன்னைப் போலீசாக வேறு நினைத்துக்கொண்டிருந்தான். அன்று அப்பா அறைக்குள் நுழைந்தபோது புஜ்ஜி கூகுளில் போலீஸ் என்று டைப் செய்து சீரியசாக ஏதோ தேடிக்கொண்டிருந்தான். விக்கிப்பீடியா, ஸ்கொட்லன்ட் யார்ட் எல்லாம் ஓப்பன் ஆகியிருந்தன. அவனது கூகிள் தேடலைப் பார்த்து அப்பா வெலவெலத்துப் போய், இணையத் தேடலுக்கான சிலபல பாதுகாப்பு ஏற்பாடுகளைச் செய்துகொண்டார்.

அவ்வப்போது துப்பாக்கியும் கையுமாக அம்மாவிடம் வந்து கேட்டுக்கொள்வான், "கடவுள் பாத்துட்டிருப்பாரா?" வந்தாப் போட்டுடலாம் என்பதுபோல ஒரு பாவனையுடன். புஜ்ஜிபோல ஏராளமான குழந்தைகள் இருப்பதால்தானோ என்னவோ கடவுள் பூமிக்கு வருவதில்லை.

அம்மாவுக்குக் கொஞ்சம் கவலையாக இருந்தது. என்ன இருந்தாலும் கடவுளைப்பற்றி இப்படி மிரட்டுவதற்கு மட்டும்தான் சொல்லிக்கொடுப்பதா? அவன் பயந்துவிடவில்லை என்பது வேறு விஷயம்! சரி அவனுக்குச் சரியாக அறிமுகம் செய்து வைக்கலாம் என முடிவு செய்தாள். முதலில் பிள்ளையார். "பாருங்க கையில ஸ்வீட்ஸ் எல்லாம் வச்சிருக்கிறார். இவரைக் கும்பிட்டா நிறையச் சாப்பாடு தருவார்", "இது துர்க்கை, கும்பிட்டா ஸ்ட்ரோங்கா இருப்பாங்க, சரஸ்வதியைக் கும்பிட்டா நல்லா படிக்கலாம். லக்ஷ்மி பாருங்க. நிறையக் காசு வச்சிருக்காங்க கும்பிட்டா காசு தருவாங்க." கவனமாகக் கேட்டுக்கொண் டிருந்தான்.

பின்னர் அம்மா கேட்டாள், "உங்களுக்கு யாரைப் பிடிச்சிருக்கு?"

"லக்ஷ்மி"

"ஏன்?"

"அவங்க நிறையக் காசு வச்சிருக்காங்க" குழந்தைகள் எவ்வளவு விவரம் பாருங்கள்.

காக்கா கொத்திய காயம்

“அவங்கள இங்க கூப்பிடலாமா?” அவனே மீண்டும் கேட்டான்.

“எதுக்கு?”

“நிறையக் காசு இருந்தா நிறையக் கார் வாங்கலாம்.”

அவனுக்குக் கார் பிடிக்கும். ஏராளமான விளையாட்டுக் கார்களை வாங்கிக் குவித்திருந்தான். அது லக்ஷ்மியை வீட்டுக்குக் கூப்பிடுகிற அளவுக்குப் போய்விட்டது.

அன்றிரவு தூங்காமல் கொட்டக்கொட்ட விழித்துக் கொண்டிருந்த புஜ்ஜி திடீரெனக் கேட்டான். “அம்மா லக்ஷ்மிக்கு எத்தின வயது?”

அம்மா பயந்து போனாள். ‘வேறு ஏதாவது ஐடியா வைத்திருக்கிறானோ?’ என்று.

“சொல்லுங்கம்மா?”

லக்ஷ்மிக்கு என்ன வயதிருக்கும்? இவ்வளவு நாளா நாம் யோசிக்கவில்லையே? முப்பது சொல்லலாமா? “தேர்ட்டி”

“தேர்ட்டினா த்ரீ ஸீரோதானே, அம்மா அந்த ஃபோனை தாங்க.”

செல்பேசியை வாங்கி த்ரீ, ஸீரோ அழுத்தி அழைப்பெடுத்தான். குழந்தைகள் எவ்வளவு இலகுவாக லொஜிக்காகச் சிந்திக்கின்றன? பெரியவர்கள்தான் குழப்பிக்கொள்கிறோம் இல்லையா?

“அவங்க எடுக்கிறாங்க இல்ல” குறைபட்டுக்கொண்டே தூங்கிப் போனான். குழந்தைகளின் உலகம் அற்புதமானது. அதற்குள் நுழையும்போதே நம்மையும் ஒரு குழந்தை போலவே உணரச் செய்துவிடுகிறது.

“ஹா ஹா ஹா இங்க பாருங்க மங்கி மாதிரியே இருக்கார்”

சுற்றி நின்றவர்களும் சிரித்தார்கள். கோயிலில் முதன்முறையாக ஆஞ்சநேயர் சிலையைப் பார்த்து அவன் அடித்த கமெண்ட்.

இப்போதெல்லாம் புஜ்ஜி செல்லுமிடமெல்லாம் மானாவாரியாக மானத்தை வாங்கிவிடுவதாக அம்மா சொல்கிறாள். அப்படித்தான் அன்றும். ஒரு பெரிய ஆடைக் கடைக்குப் போயிருந்தார்கள். உடைகளைத் தேர்ந்தெடுப்பதில் அம்மா, அப்பா ஈடுபட்டிருக்க, புஜ்ஜி உற்சாகமாக அங்குமிங்கும் ஓடித் திரிந்துகொண்டிருந்தான். இடையிடையே அவனைப் பார்த்துக்கொண்டார்கள். அழகாக ஆடை உடுத்திய

பொம்மைகள் நின்றுகொண்டிருந்தன. அவற்றை வேடிக்கை பார்த்துக்கொண்டிருந்தான் புஜ்ஜி.

ஒரு பொம்மை அவனை மிகவும் கவர்ந்தது. அது ஒரு பெண்குழந்தைப் பொம்மை. சின்னதாகச் சுடிதார் அணிந்து மிக அழகாக இருந்தது. அவனைவிடச் சற்று உயரமாக இருந்தது. புஜ்ஜி சிறு சிரிப்புடன், விநோதமாகப் பார்த்துக்கொண்டிருந்தான். அதன் ஆடையைத் தொட்டுப் பார்த்தான். தன் கைகளை பொம்மையின் கைகளுடன் இணைத்து, கோர்த்துப் பார்த்தான். அம்மா இதைக் கவனித்துக் கலவரமாகி, அப்பாவிடம் ஏதோ சொல்ல, அப்பா விரைந்து வந்தார். அதற்குள் அந்த அசம்பாவிதம் நிகழ்ந்துவிட்டது.

புஜ்ஜி எட்டி, அந்தப் பொம்மையின் வாயில் ஒரு 'உம்மா' கொடுத்துவிட்டான்.

"டேய் டேய்!" சிரித்துக்கொண்டே தூக்கிய அப்பா பின்னர் சொன்னார், "டேய் உன்னோட தலைக்கு மேலே காமெரா இருந்திச்சு. யூ ட்யூப்ல போடப்போறாங்க பார்" புஜ்ஜிக்கு யூ ட்யூப் பற்றித் தெரியாது. தெரிந்திருந்தால் ஒருவேளை தேடிப் பார்த்திருப்பான்.

புஜ்ஜியின் அட்டகாசம் தாங்கமுடியாத ஒரு பொழுதில் அப்பா ஒரு முக்கியமான முடிவை எடுத்தார். அந்த அருமையான ஐடியா யாரோ ஓர் அறிவுஜீவியால் அவருக்கு வழங்கப் பட்டிருந்தது. அதன்படி அப்பா ஒரு பிரம்பு வாங்கி வந்தார். அந்தப் பிரம்பின் பயன் குறித்து அவர் அறிந்துகொண்ட தகவலைப் பகிர்ந்துகொண்டார்.

பிள்ளைகளின் குழப்படி தாங்க முடியாதபோது, ஒருமுறை பிரம்பினால் அடிபோட்டுவிட்டு, அதனை சம்பந்தப்பட்ட 'குற்றவாளி'யின் பார்வையில் படும்படி மாட்டிவைத்துவிட வேண்டும். சம்பவத்துக்குப் பிறகு அந்தப் பிரம்பைப் பார்க்கும் போதெல்லாம் மேற்படி குற்றவாளிக்கு ஒரு பயம் இருக்கும். அதன்மூலம் குற்றச்செயல்கள் பெரிதும் குறைந்துபோய்விடும். முற்றாக நின்று போய்விட்டாலும் ஆச்சரியப்படுவதற்கில்லை என்கிற ரீதியில் அந்த ஆலோசனை வழங்கப்பட்டிருந்தது.

முதலில், அப்பா பிரம்பை புஜ்ஜியின் கண்ணில் படும்படியாக மாட்டிவைத்தார். மேலதிகமாக "குழப்படி செய்தா அடிவிழும்" எச்சரித்தார்.

'இதெல்லாம் சரியா வருமா? என்னமோ போங்கடா' என்பதுபோல் ஒரு பார்வை பார்த்தான் புஜ்ஜி.

காக்கா கொத்திய காயம்

அடி என்றால் என்னவென்று அவனுக்குத் தெரியாது. அதைவிடக் குழப்படி என்றால் என்னவென்றே அவன் அறிந்திருக்கவில்லை. அவன் செய்வது குழப்படியா? அவன் தன் கடமையைத்தானே செய்கிறான்? சம்பந்தமே இல்லாத விஷயங்களை அவனிடம் பேசியது மிகுந்த சலிப்பாக இருந்திருக்கக் கூடும். கண்டுகொள்ளவில்லை. அவ்வப்போது 'எனக்குச் சம்பந்தமில்லை' என்பதுபோல் அந்தப் பிரம்பைப் பார்த்துக்கொள்வான்.

ஒரு சுபயோக சுபதினத்தில், அப்பாவின் புதிய மடிக்கணினி யின் மீது நீரையூற்றி, ஒரேயடியாகத் 'தண்ணி தெளித்துவிட்டான்' புஜ்ஜி. அப்பா பொறுத்தது போதும் எனப் பொங்கியெழுந்து விட்டார். பிரம்பை எடுத்துச் சற்றே மெதுவாக அல்லது சற்றே பலமாக அல்லது என்னவென்றே சொல்லமுடியாதபடியாக, பரிசோதனை முயற்சியாக ஒரு அடி போட்டார்.

அவ்வளவுதான்! புஜ்ஜி "க்ரேல்ல்ல்..." என்பதுபோன்ற ஒலியுடன் ஆரம்பித்துப் பெருங்குரலில் அலறினான். அப்பா பதறிப்போனார். இந்த அடிக்கு இப்படியொரு அழுகையா? ரொம்பவும் அதிகமாக இருக்கே என்ற குழப்பம், கவலை கலந்து பார்த்துக்கொண்டிருந்தார். புஜ்ஜி அப்பாவிடமிருந்து மெதுவாகப் பிரம்பை வாங்கினான்.

பாவம்! சரமாரியாக, பலமாகப் பத்துப் பன்னிரண்டு அடி விழுந்திருக்கும் அப்பாவுக்கு. அன்று, அவன் தனது விளையாட்டுப் பள்ளிக்குப் போகவில்லை. கணினியில் விளையாடிக்கொண் டிருந்தான். கால் நடக்க ஏலாதாம். உள்ளங்காலில் பெயிண்டிங் ஸ்டிக்கால் சிவப்பு, பச்சை, நீலம், ஊதா நிறங்களில் வரிசையாகப் புள்ளி போட்டு வைத்திருந்தான். ரத்தமாம்!

அந்தப் பிரம்பு? அதை அப்போதே ஒளித்து வைத்து விட்டார்கள். புஜ்ஜி கையில் கிடைத்தால் நிலைமை என்னவா வது? எதிர்பார்த்ததைப் போலவே பிரம்புமீது ஒரு பயம் வந்து விட்டது, புஜ்ஜியைத் தவிர மற்ற எல்லோருக்கும்.

பொன்னியின் செல்வன்

அன்று பௌர்ணமி நாள். திருகோண மலையிலிருந்து கொழும்பு சென்றுகொண்டிருந்த நள்ளிரவு நேரம். தூக்கம் வராமல் அந்தச் சொகுசுப் பேரூந்தின் யன்னல் திரைச்சீலையை விலக்கி வைத்துவிட்டு, வெளியே வேடிக்கை பார்த்துக் கொண்டிருந்தேன். இடையில் வீதி திருத்தும் பணிகள் நடைபெற்றதால் பேரூந்து சில நிமிடங்கள் தரித்து நின்றது.

எதிர்பாராத ஆச்சரியம் ஒன்று. நான் இருந்த அந்த யன்னலுக்கு நேராகக் கிட்டத்தட்ட இருபதடி தூரத்தில் ஒரு பெரிய யானை நின்றுகொண்டிருந்தது. அமைதியாக, அசைவின்றி! நிலவு வெளிச்சம் ஒரு பெரிய கற்சிலைபோல, அதற்கு வெண்மை கலந்த சாம்பல் நிறத்தைக் கொடுத்திருந்தது. தனியாக வரும் யானை ஆபத்தானது என்று சொல்வார்களே? யோசனையாக இருந்தது.

பேரூந்து நகரத் தொடங்கியதும் கவனித்துக் கொண்டிருந்தேன். இருபது யானைகளுக்கு மேல் என் கண்ணில் பட்டன. எல்லாமே தனித்தனியாக. வீதியோரங்களில் மேய்ந்துகொண்டு, வீதியின் ஒரு பக்கத்திலேயே மாடுகள் நிற்பதுபோல நின்று கொண்டிருந்தன. ஆச்சரியமாக இருந்தது. தொடர்ந்து ஒவ்வொரு வார இறுதிகளிலும் பயணித்துக் கொண்டிருந்தாலும், அதுவரை கவனித்ததில்லை. வயல்வெளிகளும், தூரத்தில் ஒரு சில குடிசைகளும் அவற்றின் விளக்கு வெளிச்சங்களும், அதற்கும் அப்பால் மலைப்பகுதிம் நிலவு வெளிச்சத்தில் தோய்ந்துபோயிருந்தன.

நிலவொளியில் எல்லாக் காட்சிகளுமே, புதிதாகவும் அதீத அழகுடனும் தோன்றுகின்றன. அதுவே மனத்தில் ஓர் மென்சோகத்தையும் படரச் செய்கிறது. நிலவு வெளிச்சத் துக்கும் சோகத்துக்கும் என்ன சம்பந்தம்? அதுபோல் உணர்ந்திருக் கிறீர்களா? நிலவொளி சோகத்தை ஏற்படுத்துகிறதா? இல்லை அந்த ஒளியில் எமது அடிமனதின் ஏக்கங்கள், நினைவுகள் கிளறப்பட்டுப் பிரதிபலிக்கின்றனவா?

யாழ்ப்பாணத்தில் இருந்தபோது நிலவு பொழியும் நேரங் களில், பக்கத்துப் பிள்ளையார் கோயிலின் பெரிய அரச மரத்தைப் பார்த்துக்கொண்டிருப்பது வழக்கம். அப்போது என் மனத்தில் தோன்றுவதெல்லாம் ஒன்றுதான். இதே போன்ற ஓர் இரவில்தானே, இதே நிலவு சாட்சியாக இருக்க, அரிசிலாற்றங் கரையிலும், கோடிக்கரை மணலிலும், குடந்தை, பழையாறை, தஞ்சாவூர் வீதிகளிலும் வந்தியத்தேவன் குதிரையில் சென்றிருப் பான். படகில் பூங்குழலியுடன் இலங்கைக்கு வந்திருப்பான்? மனம் கற்பனை கட்டிப் பறக்கும். தூரத்தில் குதிரையின் குளம்புச் சத்தம்கூடக் கேட்பதாய் நினைத்துக்கொள்ளும்.

மனம் முழுவதையும் 'பொன்னியின் செல்வன்' ஆக்கிரமித்த காலங்கள் அவை. அநேகமாகப் பதின்மூன்று வயதில் பொன்னி யின் செல்வனைப் படித்தவர்கள் அனைவருமே இப்படித்தான் இருந்திருப்பார்கள்போலும். ஆறாம் வகுப்பு முடித்து, பள்ளியின் ஆண்டிறுதி விடுமுறையின்போது எனக்கு வாசிக்கக் கிடைத்தது. சில தினங்களாகத் தொடர்ந்து வாசித்தேன் என்று சொல்ல முடியாது, அதே தியானமாக இருந்தேன். நாளின் அத்தியாவசிய கருமங்கள் தவிர்ந்த ஏனைய பெரும்பகுதி முழுவதையும் ஆக்கிரமித்துக்கொண்டது பொன்னியின் செல்வன்.

மின்சாரமில்லாத அந்த இரவுகளில் மண்ணெண்ணெய் விளக்கில் வெகு நேரம் விழித்திருந்து வாசித்தது இன்னும் பசுமை யாய் நினைவுகளில். இடையிடையே வீட்டு முற்றத்தில் நிலா வெளிச்சத்தில் வந்து நிற்கும்போது, மனம் நூற்றாண்டுகள் கடந்து, கடல் கடந்து, அரசிலாற்றங்கரையிலும், பழையாற்றிலும், தஞ்சை, கோடிக்கரை என நான் பார்த்தேயிராத இடங்களிலெல்லாம் சஞ்சரிக்கும். எனது நினைவிலும் கனவுகளிலும் வாட்களும் வேல்களும் குதிரையின் குளம்பொலிகளும், யானையின் பிளிறல் களும், வெற்றி முழக்கங்களும்.

வந்தியத்தேவன், குந்தவை, ஆதித்தகரிகாலன், ஆழ்வார்க் கடியான், அருள்மொழி, வானதி, பூங்குழலி, சேந்தன் அமுதன், பார்த்திபன், பழுவேட்டரையர்கள், நந்தினி, சுந்தரச் சோழர், அநிருத்தர், கந்தமாறன், ரவிதாசன் எல்லோரும் என்

சொந்தக்காரர், அயலவர், தெரிந்தவர், எதிரிகள் என்று மாறிப் போனார்கள். அவர்களின் உருவமும் குணவியல்புகளும் மனத்தில் ஆழமாக பதிந்துபோய், பார்க்கும் மனிதர்களிளெல்லாம் அவர்களைத் தேட முயற்சித்திருக்கிறேன்.

கல்கியின் அளவுக்கு மீறாத வர்ணனைகள், நகைச்சுவை கலந்த எழுத்து, ஓவியர் மணியம் வரைந்த உயிரோட்டமுள்ள ஓவியங்கள் என்றும் மனதைவிட்டு அகலாதவை. பொன்னியின் செல்வனை முதலில் வாசித்ததாலோ என்னவோ, அதன்பின் தமிழின் வேறு எந்தச் சரித்திரப் புனைகதைகளோடும் அந்த அளவுக்கு ஒன்ற முடிந்ததில்லை.

பொன்னியின் செல்வனைத் தமிழில் சினிமாவாக எடுக்கும் முயற்சிகள் ஒவ்வொருமுறையும் தோல்வியடையும்போதும், இனம்புரியாத ஓர் மகிழ்ச்சி உண்டாகிறது. கல்கியும், ஓவியர் மணியமும் ஒவ்வொருவர் மனத்திலும் கட்டமைத்த, பதித்துச் சென்ற கதாபாத்திரங்களின் பிம்பங்களை எந்த நடிகர்களாலும் பிரதியீடு செய்ய முடியாதென்பதே காரணம். முதன்முதலில் நடிகர் எம்ஜிஆர்தான் பொன்னியின் செல்வனைப் படமாக்க ஆசைப்பட்டார் என்ற செய்தியைக் கேட்டபோதே அவ்வளவு பயங்கரமாக இருந்தது. எம்ஜிஆர் வந்தியத்தேவனாக நடிப்பதே கொடுமையாக இருக்கும்போது, ஜெயலலிதாவோ, சரோஜா தேவியோ குந்தவையாக நடிப்பது எவ்வளவு கொடூரமாக இருக்கும்?

பொன்னியின் செல்வன் என்ற பெயரை நினைக்கும்போதே கண்ணன் மாமாவின் ஞாபகமும் வரும். அவரிடமிருந்துதான் ஐந்து பாகங்களையும் பெற்று வாசித்தேன். பொதுவாக நான் பெரியவர்களுடன் அதிகமாகப் பேச்சுவார்த்தை வைத்துக்கொள்வதில்லை. அசட்டுத்தனமான பேச்சும், தேவையில்லாத விஷயங்களில் மூக்கை நுழைக்கும் கேள்விகளுமாகப் பொறுமை இழக்கச் செய்பவர்கள் என்ற எனது கருத்தை இன்றளவும் முழுமையாக மாற்றிக்கொள்ள முடியாதது துரதிருஷ்டவசமானதே. எனினும், விதிவிலக்கான சிலரில் கண்ணன் மாமாவும் ஒருவர். பெரியவர் என்கிற தோரணையின்றி எம்மைவிடச் சற்றே வயதுகூடிய நண்பனைப்போல! தோள்மீது கைபோட்டுச் செல்வதுபோல் சொல்லிக் கொடுக்கும் ஆசிரியர்களை நமக்கு அதிகம் பிடித்துப் போகிறதே, அப்படியொரு நண்பனாகவே கண்ணன் மாமாவும்!

ஒரு காலத்தில் தீவிர வாசிப்புப் பழக்கம் உள்ளவராய் இருந்திருக்க வேண்டும். அன்றைய காலத்தில் கொழும்பிலிருந்து யாழ்ப்பாணம் செல்லும்போதெல்லாம் ஒரு சுஜாதா புத்தகத்தை வாங்கிக்கொண்டு ரயிலேறுவதை வழக்கமாகக்

கொண்டிருந்தாராம். அவரிடமிருந்த பொன்னியின் செல்வன் விசேஷமானது. அநேகமாகக் கல்கியில் தொடராக வெளிவந்து, முதன்முறையாக புத்தகமாகத் தொகுக்கப்பட்ட பதிப்பாக இருக்க வேண்டும். மிகுந்த வெண்மையான சற்றே தடித்த தாள்களில் அச்சிடப்பட்டிருந்தது. கதையில் வரும் ஓவியங்கள் சில பிரத்தியேகமான தடித்த வழுவழுப்பான தாளில், கருப்பு வெள்ளையில் ஒரு புகைப்படம் போன்ற பாணியில் வரையப் பட்டிருந்தது. அதுபோன்ற புத்தகத்தை பின்னர் வேறு எங்கும் கண்டதில்லை. அவரிடமும் இருக்கவில்லை. இடம்பெயர்ந்த காலத்தில் தொலைந்துபோனதாகச்சொன்னார்.

சிலரைப் பிடிப்பதற்குக் காரணங்கள் தேவையில்லை. ஏதோ ஓர் இயல்பில் அல்லது பழகும் விதத்தில் ஒத்துப்போயிருக்கலாம். சமயத்தில் நமக்கு மிகப் பிடித்தமானவர்களிடமிருந்தும் விலகியே இருந்துவிடுகிறோம். இயல்பிலேயே யாரிடமும் அதிகம் ஒட்டிக் கொள்ளாத என் போன்றவர்களுக்குக் காலங்கடந்த பின்னர்தான் உறைக்கிறது.

யாழ்ப்பாணத்தில், மானிப்பாய் வீதியில் மசூதிக்கு அருகில் குடியிருந்தபோது கண்ணன்மாமா, வீட்டுக்கு வருமாறு அடிக்கடி அழைத்துக்கொண்டிருந்தார். ஏனோ ஒருமுறைகூடச் செல்லவில்லை. இந்தா வர்றேன் என்பதுபோல் ஒவ்வொரு முறையும் இடம், அடையாளம் எல்லாம் கேட்டுக்கொள்வேன். ஒருமுறை “டேய்! யாராவது வீடு கேட்டா எப்பிடி அடையாளம் சொல்லுவ? அதுக்காண்டியாவது ஒருக்கா வா.”

வீட்டில் ஒருவரைச் சந்திப்பதைவிட வீதிச் சந்திப்பே சிறந்தது என்பது என் அப்போதைய கொள்கை. இன்றளவும் மாறவில்லை. வீதியில், பொது இடங்களில் சந்திக்கும்போதே இயல்பாயிருக்கவும் பேசவும் முடிகிறது என்பது என் நம்பிக்கை. அவரைத்தவிர வீட்டில் யாருடனும் அவ்வளவு பரிச்சயமும் இருக்கவில்லை.

அன்று அலுவலகத்திலிருந்து மாலை வீடு திரும்பியபோது கண்ணன்மாமா வந்திருந்தார்.

“உன்னைத்தான் பாத்திட்டிருக்கிறன். என்னைக் கொண்டு போய் விட்டுவிடு.”

“கொஞ்சம் லேட்டாகும் பரவால்லயா?”

“எனக்குப் பிரச்சினையில்லை நீ ஆறுதலா வா.”

குளித்து வந்து சற்றுநேரம் பேசிக்கொண்டிருந்துவிட்டு வீதியில் இறங்கினோம். பேசிக்கொண்டே மிக மெதுவாக

நடந்து சென்றோம். இலேசான நிலவு வெளிச்சம் இருந்தது. உடல்நிலை, அவரது சிகிச்சை, நாட்டுநிலைமை இப்பிடி நிறையப் பேசினோ.

சில நாட்களில் திரும்பவும் கொழும்பு வந்து 'பைபாஸ்' சிகிச்சை செய்துகொண்டு ஓரிரு மாதங்கள் வீட்டிற்கு அருகிலேயே இருந்தபோதிலும் ஒரேயொரு முறை மட்டுமே சென்று பார்த்திருந்தேன். அலுவலகம், களைப்பு, தவிர்த்த நேரங்களில் நண்பர்களுடன் அரட்டை என ஏதேதோ சமாதானங்களை எனக்கு நானே கூறிக்கொண்டேன். ஓய்வெடுத்தபின் அவர் மீண்டும் வவுனியா சென்றதும் வழக்கம்போல நினைத்துக் கொள்வேன். 'ச்சே பக்கத்தில இருந்தும் அடிக்கடி சந்திக்காமல் போய்விட்டேனே' என. ஒவ்வொருமுறையும் அப்படித்தான் நடந்துவிடுகிறது.

ஓரிரு மாதங்களின்பின் வவுனியாவில். அன்று நீண்டநேரம் கண்ணன் மாமா வீட்டில் அமர்ந்திருந்தேன். அது வன்னியில் கடும் சண்டை நடந்துகொண்டிருந்த ஓர் இரவுப்பொழுது. வவுனியா நகரம் முழுவதும் சனநடமாட்டம் அற்று ஆழ்ந்த அமைதியில் மூழ்கியிருந்தது.

நிலவொளி படர்ந்த வவுனியாவின் யாழ்வீதி சலனமற்றிருந் தது. கண்ணன் மாமா வரவேற்பறையில் கிடத்தப்பட்டிருந்தார்.

கண்ணாடித் தாத்தா

கதை கேட்பது எப்போதும் பிடித்தமானது. குழந்தைப் பருவத்தின் முதற்செயல் கவனித்தலும், கதை கேட்டலுமாக ஆரம்பிக்கிறது. அதுவே முதல் தேடல். அப்போது தொற்றிக்கொள்கிற ஆர்வம் இறுதிவரை குறைவதில்லை.

கதை சொல்தல் என்பது ஒரு கலை. கேட்பவர்களுக்குச் சுவாரஷ்யம் குன்றாமல் சொல்வது சிலருக்கு மட்டுமே சாத்தியம். கேட்பவர்களும் ஆர்வமாக இருக்க வேண்டும் என்பது எப்போதும் அவசியமில்லை. யாரையும் தமது வார்த்தைகளால் கட்டிப்போடும் கதைசொல்லிகள் இருக்கிறார்கள். கண்ணாடித் தாத்தாவும் நல்லதோர் கதைசொல்லி. அவர் தமிழாசிரியராகப் பணியாற்றியிருந்தார். குழந்தைகள் எல்லோருக்கும் பிடித்தமானவராகவும் இருந்தார். தெரிந்த கதைகளையேகூட பிடித்தவர்களிடம் திரும்பத் திரும்பக் கேட்பது குழந்தைப் பருவத்தின் இயல்பல்லவா?

குழந்தைப் பருவத்தில் தாத்தாக்களின் அன்பில், அருகாமையில் வாழக் கிடைத்த குழந்தைகள் கொடுத்துவைத்தவர்கள். அப்பாவுக்கும், குழந்தைக்கும் உள்ள உறவைவிட, ஒரு தாத்தாவுக்கும் பேரனுக்குமான உறவு தனித்துவமானது. தோழமை மிக்கது. வயோதிபப் பருவத்தை இரண்டாவது குழந்தைமை என்கிறார்கள். அதனால்தானோ என்னவோ, குழந்தைகளும் தாத்தாக்களும் இலகுவில் நெருக்கமாகிவிடுகின்றனர். என் போன்றோருக்குத் தாத்தாக்களைப் புகைப்படத்தில் மாத்திரமே

காணக்கிடைத்திருக்கிறது. தாத்தாவின் அன்பு கிடைக்காத ஏராளமானோரைத் தத்து எடுத்துக் கொண்டவர் போலவே கண்ணாடித் தாத்தா இருந்தார்.

யாழ்ப்பாணத்தின் இந்திய இராணுவக் காலப்பகுதி. தூர்தர்ஷனில் ஹிந்தியில் மகாபாரதம் ஒளிபரப்பாகிக் கொண்டிருந்தது. அப்போது தாத்தாவிடம் மகாபாரதக் கதை கேட்டது நினைவிருக்கிறது. பூக்கன்றுகளுக்கு நீர்விட்டவாறோ, ரோஜாச் செடிகளுக்குப் பாத்தி கட்டிக்கொண்டோ, புற்களைப் பிடுங்கியவாறோ இயல்பாகத் தன் வேலையைப் பார்த்தவாறே சொல்லிக்கொண்டிருப்பார். ஒவ்வொரு நாளும் கொஞ்சம் கொஞ்சமாக. ஒரு தொடர்கதை எழுதும்போது, ஒவ்வொரு பகுதியின் முடிவிலும் எதிர்பார்ப்பை அதிகப்படுத்துவது போன்ற உத்தி கையாளப்பட வேண்டும் என்பார்கள். அதுபோலவே அவர் கதை சொல்லும் பாணி அமைந்திருந்ததா என்பது சரியாக நினைவில்லை. ஆனாலும் நாளை எப்போது கதை நேரம் வரும் என்கிற ஆவல் மனதை நிறைத்திருக்கும்.

இடையிடையே பாட்டி வந்து “யாரிது?” என விசாரிப்பார். பாட்டி ஒரு விபத்தில் அடிபட்டதில், ஒரு குழந்தையைப்போல மாறியிருந்தார். சொன்னதும், அடையாளம் தெரிந்ததுபோல, ஞாபகம் வந்துவிட்டதுபோல ஓரிரு வார்த்தைகள் தொடர்ந்து பேசுவார். குழந்தைகளிடம் மிகுந்த அன்பு பாராட்டுவார். அழகாகச் சிரிப்பார். இளமையில் மிக அழகாக இருந்தாராம். அப்போதெல்லாம் தாத்தா சமைக்கும்போதும், வீடு பெருக்கும் போதும் தானும் செய்யப்போவதாக அடம்பிடிப்பது, சாப்பிட அழைத்தால் வராமல் அலைய விடுவது எனப் பாட்டி குழப்படி செய்துகொண்டிருந்தார். இடையிடையே கார் ஓட்டுவதுபோலக் கைகளால் சுற்றிக்கொண்டே வீட்டிற்குள் நடந்து திரிவார். கூப்பிட்டால் ரிவேர்ஸ் எடுத்து, அதே பாவனையுடன் திரும்பி வருவார். எங்களைப் போலவே பாட்டியும் மாறியிருந்தார்.

சற்று வளர்ந்த பத்து, பதினோரு வயதுகளில் பள்ளி விடுமுறை நாட்களின் காலை வேளைகளில் அவ்வப்போது வரும் தாத்தா, சைக்கிளில் ஏற்றிக்கொண்டு வீட்டுக்கு அழைத்துச் செல்வார். சைக்கிள் ஹாண்டிலில் சந்தையில் வாங்கிய காய்கறிகள் நிறைந்த பெரிய பை மாட்டப்பட்டிருக்கும். தன் வீட்டின் அன்றைய குட்டி விருந்தாளியை வரவேற்பறையில் அமரவைத்து, பிஸ்கட், தின்பண்டங்கள் கொடுத்துவிட்டுச் சமையலுக்கான ஆரம்பகட்ட வேலைகளில் இறங்குவார். தாத்தா மிக நன்றாகச் சமையல் செய்வார் என்பதெல்லாம் சாதாரண வார்த்தை. ‘நளபாகம்’ என்றதுமே எனக்குத் தாத்தாவின் நினைவு தான் வரும். இன்றுவரை அதில் மாற்றமேதுமில்லை.

வரவேற்பறையில் சிறிய புத்தக அலுமாரியில் ஏராளமாக அடுக்கி வைக்கப்பட்டிருக்கும் புத்தகங்களிலிருந்து ஒன்றை எடுத்து வாசித்துக்கொண்டிருப்பேன். முதன்முறையாக எனக்கு ஆனந்தவிகடன் பரிச்சயமானது தாத்தா வீட்டில்தான். பாட்டி வந்து எட்டிப் பார்த்துப் புன்னகைப்பார். யாரையும் பெரிதாகக் கண்டுகொள்வதில்லை. அமைதியாகிவிட்டார். குழந்தைத்தனம் குறைந்து தாத்தா சொல்பேச்சுக் கேட்டு நல்ல பிள்ளையாக இருந்தார். சில வேளைகளில் 'யார் வந்திருக்கிறது?' என்கிற அதே கேள்வியைத் தாத்தாவிடம் கேட்பார். அபூர்வமாகச் சில சமயங்களில் பரிச்சயமானவர்போல ஓரிரு வார்த்தைகள் பேசுவார். அப்போதெல்லாம் சற்றுக் குழப்பமாகவே இருக்கும், 'பாட்டி தெரிந்துதான் பேசுகிறாரா? அல்லது வேறு யாரையாவது மனதிற்கொண்டு பேசுகிறாரா' என. இருந்தாலும் பாட்டியின் முகத்தில் எப்போதும் அன்பு ததும்பும் புன்னகை பரவியிருக்கும்.

தாத்தாவின் அப்பா மிக வசதியானவராக வாழ்ந்திருக் கிறார். ஊரின் முதலாவது கார் தாத்தாவின் தந்தையுடை யது. யாழ்ப்பாணத்தின் இறுதி வெள்ளைக்கார அரசாங்க அதிபரிடமிருந்து வாங்கியதாம். நீண்டகாலம் யாழ் கச்சேரியில் தாத்தாவின் தந்தையும், வெள்ளைக்கார அதிகாரியும் அந்தக் காருடன் சேர்ந்துநின்று எடுத்துக்கொண்ட புகைப்படம் மாட்டி யிருந்ததாம். வீட்டில் வில்வண்டி என அழைக்கப்பட்ட இரண்டு மாட்டுவண்டிகள் இருந்தன. ஒன்று ஒற்றை மாட்டுவண்டி, மற்றையது இரட்டை மாட்டுவண்டி. உள்ளே சொகுசாகப் பஞ்சு மெத்தை இடப்பட்டிருக்குமாம். தமிழ் சினிமாவில் மட்டும் பார்த்த கிராமத்துப் பணக்காரக் காதாநாயகியின் வீட்டு மாட்டுவண்டி நினைவுக்கு வரும். மாட்டின் கழுத்தில் கட்டப்பட்ட சலங்கை ஒலிக்க அந்தக் காலத்து மண்வீதியில், வயல்வெளிகளில் மாட்டுவண்டியில் செல்வது போன்ற கற்பனை களைத் தாத்தா சொல்லும் அவரது சிறுவயது அனுபவங்கள்.

நீண்ட இடைவெளிக்குப் பின்னர் கொழும்பில் தாத்தாவைச் சந்தித்தபோது, பாட்டி இறந்து சில மாதங்களாகியிருந்தன. சற்றுக் களைத்துப் போனவர்போல இருந்தார். பதினைந்து வருடங்களுக்கு மேலாகப் பாட்டியின் வாழ்க்கையையும் சேர்த்து வாழ்ந்துகொண்டிருந்தார். பாட்டியை மிக அன்பாகக் கவனமாகவும் பார்த்துக்கொண்டார். அதுவே அவரைச் சலிப்பில்லாமல் தொடர்ந்து உற்சாகத்துடன் இயங்கவைத்தது. அவ்வப்போது பேச்சை நிறுத்தி எங்கோ வெறித்துப் பார்க்கையில் பாட்டியின் இழப்பு தெரிந்தது. தான் இருக்கும்போதே பாட்டி போய்விட்டதில் கொஞ்சம் நிம்மதியும் இருந்தது. இறுதிவரை பாட்டி சிறுபிள்ளைத்தனமாக அடம்பிடித்துக்கொண்டிருந்தார்.

வீட்டிற்கு மருமகள் வந்த பின்பும், தாத்தா சமைத்தால்தான் சாப்பிடுவேன் என்ற தனது உறுதியான கொள்கையை பாட்டி மாற்றிக்கொள்ளவில்லை. இறுதிநாட்களில் பாட்டி செய்த அட்டகாசங்கள், குழப்படிகள் பற்றிச் சிறு சிரிப்புடன், உற்சாகத்துடன் பேசிக்கொண்டிருந்தார். தன் சின்ன மகளின் குறும்புகளைப் பெருமையுடன் சொல்லிக்கொண்டிருக்கும் தந்தை போலவே தோன்றினார்.

அவர் காதலித்துத் திருமணம் செய்துகொண்டாரா என்பது பற்றித் தெரியவில்லை. ஆனால் காதலித்தார். புரிந்து கொள்ளப்படாத காதல் மிகச் சோகமானது. தாத்தாவின் காதலைப் பாட்டி புரிந்துகொண்டிருப்பாரா? பாட்டியால் புரிந்துகொள்ள முடிந்த காலத்தில் தாத்தா தன் காதலைச் சரியாக வெளிப்படுத்தியிருப்பாரா என்பதும் தெரியவில்லை.

தாத்தாவைச் சந்திக்கும்போதெல்லாம் பேசித் தீர்ந்துவிடாத ஏராளமான விஷயங்கள் இருந்திருக்கின்றன. தாத்தாவுடன் சேர்த்து அண்ணன் தம்பிகள் ஐந்துபேர். ஒவ்வொருவரும் மேற்படிப்புக்குச் செல்லும்போது, தாத்தாவின் அப்பா எல்லோரையும் அழைத்து "என்ன படிக்கப் போகிறீர்கள்?" எனக் கேட்பது வழக்கம். அவரவர் தமக்குப் பிடித்த துறையைத் தேர்ந்தெடுத்தார்கள். மற்றைய சகோதரர்கள் எல்லோரும் ஆங்கில மொழியைத் தேர்ந்தெடுக்க, தாத்தா மட்டும் தமிழ்மொழியை விரும்பிப் படிக்க ஆசைப்பட்டிருக்கிறார். தாத்தாவின் அப்பாவுக்கும் தமிழ் பிடித்திருந்ததுபோல. 'நீ ஒருத்தனாவது தமிழ் படிக்கிறியே' என மிகுந்த மகிழ்ச்சியடைந்தாராம்.

தாத்தா நிறையப் படிப்பார். ஆனந்தவிகடனிலிருந்து ரீடர்ஸ் டைஜஸ்ட், டானியல் ஸ்டீல் நாவல்கள் என எல்லாமே அவர் மேசையில் இருக்கும். நாள் தவறாமல் அதிகாலையில் எழுந்து, குளித்து யோகா செய்வார். எல்லோரிடத்திலும் மிகுந்த அன்பு பாராட்டுபவர்.

எப்போதாவது அவர் வீட்டுக்குச் செல்லும்போது அவர் கேட்கும் முதல் கேள்வியே 'சாப்பிட்டுப் போறியா?'. தன்னைப் பார்க்கவரும் எல்லோரையும் அவர் அப்படித்தான் கேட்பார். வாழ்வில் அவருக்கு மிகுந்த மகிழ்ச்சியளிக்கக் கூடியது, அப்போது சம்மதித்து விடுவதுதான். இந்த உலகத்தில், அவருக்கு அதைவிட மகிழ்ச்சியைக் கொடுக்கக்கூடியது வேறு எதுவுமில்லையோ என்பது போலிருக்கும் அவர் உற்சாகம். ஐந்து வருடங்களுக்கு முன்னர் ஒருமுறை சென்றிருந்த போதும் அப்படித்தான். தனியாக ஒருத்தனுக்கு மட்டும் சமையல் செய்வது சில சமயங்களில் மிகுந்த சலிப்பாய் இருப்பதாகச் சொன்னார். யாராவது வந்தால்,

உணவு உட்கொள்ளச் சம்மதித்தால் மிகுந்த மகிழ்ச்சியையும் உற்சாகத்தையும் கொடுப்பதாகச் சொல்வார்.

அவர் சமையல் செய்வதைப் பார்ப்பதே அலாதியானது. மிக நிதானமாக, நேர்த்தியாக ஒரு கலைஞனைப் போல ரசித்துப் பொறுமையாக சீரான வேகத்தோடு, கூடவே பழைய கதைகளையும் சொல்லிக்கொண்டிருப்பார். ஒத்தாசையாக சிறுவேலைகள் சொல்வார். அதில் ஒரு குட்டிப் பயிற்சி வகுப்பே எடுத்துக்கொள்ளலாம். சிறியதும் பெரியதுமாக வகைவகையான கத்திகள் இருந்தன. அவ்வப்போது கூராக்கிக் கொள்ள வசதியாக அதற்கான சாதனமும் இருந்தது. ஒரு முள்ளங்கிக் கிழங்கை வெட்டித் தரும்படி கேட்டார். அதற்கென்று ஒரு சிறிய கத்தியும் கொடுத்து முதலில் 'டெமோ' காட்டினார். மிக மெல்லியதாக பென்சில் சீவுவதுபோல வெட்டும்படி கேட்டுக்கொண்டார். 'முள்ளங்கி இவ்வளவு சுவையானதா?' அதற்குப் பின்னரும் ருசித்ததில்லை. பருப்பு, பாற்கறி, உறைப்பு, துவையல், சுண்டல், குழம்பு என வகைகள். கூடவே தயிர், ஊறுகாய், மூன்று வகையான பொரியல் என விருந்து களை கட்டியிருந்தது. அன்று என் இயல்புக்குமாறாக மூக்குமுட்டச் சாப்பிட்டேன். தேவாமிர்தம் எப்படியிருக்கும் என்பது பற்றிய கேள்விகளோ சந்தேகங்களோ இன்றளவும் எனக்கில்லை.

சிறுவயதில் இருந்த நல்ல குணவியல்புகளை வளர வளரத் தொலைத்துவிடுகிறோமா எனத் தோன்றுவதுண்டு. அதில் முக்கியமானது அன்பை வெளிப்படுத்துவது. தெரியவில்லையா அல்லது தயக்கமா எனப் புரிவதேயில்லை. வெளிநாடு செல்லும் வரையில் தாத்தா தனியாக நான்கு வருடங்கள் அருகில் வசித்திருந்தாலும் நான் அவருடன் பொழுதைச் செலவிட்டது வெறும் நான்கைந்து நாட்கள் மட்டுமே. இதுபற்றித் தாத்தாவுக்கு வருத்தங்கள் இருக்கப்போவதில்லை. அவர் எப்போதும் அன்பு செலுத்துபவராகவே இருந்திருக்கிறார். எதிர்பார்த்ததில்லை. அவரால் நேசிக்கப்பட்ட எல்லோருமே அவரைப் புரிந்துகொண் டார்களா தெரியவில்லை. அதுபற்றியெல்லாம் கவலைப்பட்டு– திட்டமிட்டு யாரும் அன்பு கொள்வதில்லையே. அதுவே அவர் இயல்பு.

இன்றும்கூடக் காதல் என்றவுடன் கண்ணாடித் தாத்தாதான் நினைவில் மகத்தான காதலனாகத் தெரிகிறார். ஒரு பெண்ணைக் காதலிப்பவன் மட்டும்தான் காதலனா? துணையை மட்டும்தான் காதலிக்க வேண்டுமா? வாசிப்பு, சமையல், தியானம், இசை, ஓவியம் எனத் தாம் செய்யும் ஒவ்வொரு விஷயத்திலும் முழு

ஈடுபாட்டுடன் ஒன்றிப்போகும் தருணத்தில் ஒவ்வொருவரும் காதலர்களே.

வாழ்க்கையை அதன்போக்கிலேயே காதலிப்பவர்கள் இவ்வுலகில் ஏராளமானோர் இருக்கிறார்கள். வாழ்க்கையைக் காதலிப்பவர்களால் மட்டுமே ஏமாற்றங்களையும் தோல்விகளையும் புறந்தள்ளிவிட்டு, மேலும் தீவிரமாகக் காதலிக்க முடிகிறது. அதனால் என்ன சாதிக்க முடிந்தது, முடியும்? என்ற கேள்விகள் அர்த்தமற்றவை. எதிர்பார்ப்புகளின்றி எல்லாவற்றையும் காதலிப்பதைவிட வேறென்ன இருக்கமுடியும்?

இதோ இந்தக் காலை வேளையில், எங்கோ தொலைதேசத்தில் ஓர் அடுக்குமாடிக் குடியிருப்பு வீட்டில், குளித்து முடித்து, யோகா செய்து, தியானத்தில் அமர்ந்திருப்பார் கண்ணாடித் தாத்தா!

பங்கர்

விமானம் ஒன்று தாழப்பறந்து செல்லும் பாரிய இரைச்சல் சத்தம். மிக் விமானம் என்று தெரிந்தது. அலுவலகத்தில் இருந்தவர்கள் ஒருகணம் ஆடிப் போனார்கள், அவர்களில் அநேகமானோர் சிங்களவர்கள். அதுவரை அவர்கள் வாழ்க்கையில் கேட்காத ஒலியாக இருக்கலாம். இரண்டாயிரத்து எட்டில் கொழும்பு. நானும் சக தமிழ் நண்பர்கள் இருவர் மட்டும் அலட்டிக்கொள்ளாமல் இருப்பதை ஆச்சரியமாகப் பார்த்தார்கள்.

“நீங்கள் பேசாமல் இருக்கிறீர்களே பயம் இல்லையா?” எங்களுக்குப் பயிற்சியளித்த சிங்களப் பெண்மணி ஷாமேன் கேட்டார்.

“பழகிப் போய்விட்டது.”

உண்மையில் மிக் எங்களை அப்படிப் பழக்கி விட்டது. இரண்டாயிரமாம் ஆண்டில் முதன்முறை யாக மிக் யாழ்ப்பாணத்தில் பறந்தபோது யாருக்கும் எதுவும் யோசிக்கத் தோன்றவில்லை. வீதியில் காவலில் நின்ற இராணுவத்தினர் உட்பட எலோரும் வெலவெலத்துப் போனோம். ‘மரவுச்சித் தாக்குதல்’ என்கிற பெயரில், ராடார்களில் சிக்காமல் இருப்பதற்காகத் தரையிலிருந்து நூறு, இருநூறு மீட்டர் உயரம்வரை மிகக்கீழே பறந்து தாக்கும் உத்தி என்றார்கள். அதுவரை அப்படியொரு அனுபவமே இல்லை. காது கிழிவது போன்ற இரைச்சலுடன், நெஞ்சுக்குள் டார்ர்ர் என்று ஏதோ அழுத்துவதுபோல இருந்தது. ‘அடப்பாவிங்களா அனவுன்ஸ்மென்ட் இல்லாமலாடா பண்ணுவீங்க’

நடிகர் வடிவேலு பாணியில் மனம் அலறியது. தாழப் பறந்து மீண்டும் மேலேழும்போதுதான் விமானத்தைப் பார்க்க முடிந்தது. கூடவே புலிகளின் சுடுகலன்களின் சத்தமும் கேட்டது. நான்கைந்து நெருப்புக் கோளங்கள் விமானத்தைத் துரத்திச் சென்று மறைந்தன.

“டேய் இயக்கம் மிஸைல் அடிச்சிருக்காங்கள்போல” ஆச்சரியமாகப் பேசிக்கொண்டோம். பின்னர் தெரிந்தது அன்டி–மிஸைல் அதாவது பாதுகாப்புக்கு விமானமே பொஸ்பரஸ் தூவிக் கொள்கிறது என்று. முதல்நாள் சில இடங்களில் சத்தம் கேட்டு இராணுவமும் விழுந்து படுத்ததாகப் பேசிக்கொண்டார்கள். சைக்கிளில் வீதியால் சென்றுகொண்டிருக்கும்போது திடீரென மிக் வந்து தொலைத்துவிடும். காதுகளைப் பொத்தக்கூட முடியாது. திகிலாக இருக்கும். அப்படிப் பழகியதுதான்.

அதற்கு முன்புவரை பயம் இருந்தது. பயத்துடன் ஒருவித எச்சரிக்கையுணர்வும் கூடவேயிருந்தது. எண்பத்தேழாம் ஆண்டில் ஒரு காலைவேளையில் தகரம் வேய்ந்த வீதியோர வைரவர் கோவிலுக்குள் அக்காவுடன் பதுங்கி நின்றபோது ஹெலி தாழப் பறந்ததும், ஓர் ஆமி சுட்டுக்கொண்டிருந்ததும் தெரிந்தது. அதுதான் முதல் அனுபவம். சில வருடங்களுக்கு முன்பு வரை ஒரு விமானம் தாழப்பறக்கும் ஓசை கேட்கும்போதும், ஹெலிகொப்டர் தாழப் பறக்கும்போதும் உள்ளே சமநிலை குழம்பி ஒரு பதற்றம் தொற்றிக்கொள்ளும். சட்டென விழுந்து படுத்துவிடவோ, பதுங்கிக்கொள்ளவோ உள்ளுணர்வு என்னையறியாமல் உந்தித் தள்ளுவது போலிருக்கும். ஒரு கணநேரம் மட்டுமே அப்படி. உடனடியாகச் சுதாரித்துக்கொள்வேன்.

“அங்கே விமானம் தாக்க வந்தால் என்ன செய்வீர்கள்?” ஷாமேன் கதை கேட்க ஆர்வமாயிருந்தார்.

“இந்த மாதிரி விமானங்கள் வரும்போது தெரிவதில்லை. திறந்த வெளியில் சென்று படுத்துக்கொள்ள வேண்டியதுதான். ஆரம்ப காலத்தில் ‘பங்கர்’ பாதுகாப்பான முறையாகக் கருதப் பட்டது” அவரிடம் கூறும்போதே பங்கர் நினைவுகள் மனதை ஆக்கிரமித்துக்கொண்டன.

‘பங்கர்’ என்கிற பதுங்குகுழிகள் யாழ்ப்பாணத்தின் அடையாளங்களில் ஒன்றல்லவா? மண்வாசத்தை உணரும்போது கூடவே பங்கர் வாசனையும் நினைவில் வந்துவிடும். அநேகமாக யாழ் நகரப்பகுதியில், கோட்டைச் சண்டை வரைதான் பதுங்கு குழிகளைப் பயன்படுத்தும் வழக்கமிருந்தது. அதன்பிறகு மிகச் சுவாதீனமாக வேடிக்கை பார்க்கப் பழகிவிட்டோம்.

வீட்டில் பங்கர் இருந்தது. எட்டியே பார்த்ததில்லை. பாம்புகள் குடியேறியிருந்ததால் பின்பு மூடிவிட்டோம்.

தொண்ணூறாம் ஆண்டு கோட்டைச் சமர் காலத்தில் அளவெட்டியில் பெரியம்மா வீட்டில் இருந்தோம். 'பொம்பர்' என அழைக்கப்படும் சியாமா செட்டி விமானங்கள் பத்து பலாலியிலிருந்து வரிசையாக யாழ் நகரம் நோக்கிப் போவது தெரியும். விமானச்சத்தம் மறைந்து சற்று நேரத்தில் மிக மெல்லிய தாகச் சில நேரங்களில் சத்தமே இருக்காது. ஆனால் யன்னல் கண்ணாடிகள், கொளுக்கிகள் அதிர்ந்து சத்தம்போடும். தெரிந்து விடும் 'போட்டுட்டாங்கள்'. கீரிமலைச் சிவன் கோவிலில் 'அவ்ரோ' குண்டுபோடும்போது வயலுக்குள் பட்டம் விட்டுக் கொண்டிருந்த எங்கள் 'செட்' எல்லாத்தையும் நிறுத்திவிட்டு வேடிக்கை பார்த்துக்கொண்டிருந்தோம்.

அப்போது மூன்று வகையான விமானங்கள் பாவனையி லிருந்தன. 'பொம்பர்' சிறிதாக இருக்கும். பெரிய சைசில் கறுப்பாக இருக்கும் 'அவ்ரோ'. இவை இரண்டும் குத்தித்தான் குண்டு போடும். அதாவது இலக்கை நோக்கி வேகமாகக் கீழ்நோக்கி வந்து குண்டுவீசிவிட்டு மேலெழுந்து செல்லும். 'அவ்ரோ' எரிகுண்டு போடும் என்றும் சொல்லப்பட்டது. 'பீப்பாக்குண்டு' எனவும் வழங்கப்பட்டது எரிகுண்டு மட்டுமல்ல. மலம் நிரப்பப்பட்ட பரல்களை, பொதிகளை யாழ்நகரப் பகுதியில் வீசியிருந்தன. மூன்றாவதாக 'சகடை' என வழங்கப்பட்டவை. வெள்ளை நிறத்தில் அளவில் பெரியவை. நான்கு ப்ரப்பலர்கள் கொண்டவை. குண்டின் கீழே நின்று பார்க்கும்போது வயிற்றுப் பகுதி செவ்வக வடிவில் ஓட்டையாக இருப்பது தெரியும். குத்துவதில்லை. மூன்று வட்டமடித்து ஒரு பக்கமாகச் சரியும். குண்டு துளையூடாக விழும். குண்டு காற்றில் அப்படி இப்படி ஆடி ஆடிக் கீழ்நோக்கி வரும்.

நீங்கள் பயத்தில் சமநிலை தடுமாறாமல் இருப்பீர்களானால் நின்று நிதானித்து, குண்டு காற்றுவாக்கில் எந்தப்பக்கமாக விழும் என அனுமானித்துச் சாவகாசமாக ஓடிப்போய்ப் பதுங்கித் தற்காத்துக்கொள்ளலாம். ஒருமுறை அப்பா மகாஜனாக் கல்லூரிக்கு அருகாமையில் நடந்துவருகையில் குண்டு போட்டிருக்கிறது சகடை. குண்டு விழுவதைப் பார்த்துவிட்டு அருகிலிருந்த மதகுக்குக் கீழே பதுங்கி பாதுகாப்பாக வந்து சேர்ந்தார்.

பங்கர் வெட்டுவதே ஒரு திருவிழா மாதிரித்தான் நடக்கும். அதுவும் ஒரு சீசன் மாதிரி ஒரே காலப் பகுதியில்தான் ஆரம்பிப்பார்கள். சண்டை தொடங்கிவிட்டது என்றாலும்

உடனடியாக யாரும் பங்கர் வெட்டுவதில்லை. ஆங்காங்கே பரவலாக விமானக் குண்டுவீச்சு நடைபெறத் தொடங்கியதும் மேற்கொண்டு அது வலுப்பெறுமா என்பது பற்றி ஒரு கள ஆய்வு மேற்கொள்வார்கள். பத்திரிகைச் செய்திகள் அதற்கான தரவுகளை வழங்கத் தொடங்கும். அப்போது பத்திரிகை அச்சிடப் பேப்பர் தட்டுப்பாடு. பச்சை, ரோஸ் நிற அட்டைகளில் இரண்டு பக்கங்கள் மட்டும் கொண்ட *ஈழநாடு* பத்திரிகை சில நாட்கள் வெளிவந்துகொண்டிருந்தது. பிரதான தலையங்கமாக, இலங்கை விமானப் படைக்குச் சீனத் தயாரிப்பான மேலும் 12 சீரக விமானங்கள் கொள்வனவு. 12 சீரக விமானம் என்பது புதிதாக இருந்தது. செய்தியை மேலும் படித்தால் C –12 ரக விமானம் என்றிருக்கும்.

‘புதுசா பிளேன் வாங்கியிருக்காங்களாம் இனி கண்ட பாட்டுக்கு அடிக்கபோறான் பங்கர் வெட்ட வேண்டியதுதான்’ முடிவு எடுக்கப்படும். அதற்கு நல்ல நாள், நேரம் பார்ப்பார்களா தெரியவில்லை. இதற்கென்றே தேர்ச்சி பெற்ற சிலர் ஊரில் இருப்பார்கள். வந்து லொக்கேஷன் பார்த்து, வாசல் எந்தப் பக்கம், லி டைப்பா, பங்கரின் கொள்ளளவு சனத்தொகை குறித்து இரட்டை வாசலா ஒற்றைவாசல் போதுமா என்பதெல்லாம் முடிவுசெய்து வேலையை ஆரம்பிப்பார்கள்.

ஐந்தாறு தன்னார்வப் பொதுநல அண்ணன்கள் இணைந்து மண்வெட்டுவதும், அவர்களுக்கும் பார்வையாளர்களுக்குமான தேநீர் சிற்றுண்டி சப்ளை ஒருபுறமும், கிண்டல் கேலிப் பேச்சுக்களுமாக அன்றைய நாள் போகும். பிரதான பகுதி, படிக்கட்டுக்கள் எல்லாம் வெட்டி முடித்து, விளக்கு ஏற்றி வைப்பதற்கு உட்சுவரில் ஒரு சிறு மாடம் மாதிரி ஒன்று வெட்டி விடப்படும். பின்பு மண்ணால், சிலர் சீமேந்தால் உட்பூச்சுப் பூசுவார்கள். இனி முக்கியமான கூரைப்பகுதி ஆரம்பிக்கும். திறந்த மேற்பகுதியில் பொலித்தீன் தறப்பாள் விரித்து அதன்மேல் ஒரே அளவாக வெட்டப்பட்ட பனங்குற்றிகளை நெருக்கமாக வரிசையாக அடுக்குவார்கள். அதற்குமேல் சாக்கு அல்லது யூரியா உரப்பையினுள் மணல் நிரப்பிய மூடைகளை அடுக்க வேண்டும். அது இரண்டு அடுக்காவது இருக்க வேண்டும். பின்பு அதன் மேல் பொலித்தீன்தாள் போட்டு மண்ணைக் கொண்டு மூடவேண்டும். சிலர் மேலே புல், சிறு பூக்கன்றுகள்கூட வளர்ப்பதுண்டு. மேலிருந்து பார்க்கும்போது சாதாரண மண்தரை போன்றே தெரிய வேண்டும் என்பது பிரதானமானது.

பங்கர் இருப்பது தெரிந்துவிட்டால் விமானம் குண்டுவீசக் கூடும். அதனால் பங்கருக்கு நிச்சயம் பிரச்சினையில்லை. அக்கம்

பக்கத்தில் நாலு வளவு தள்ளியிருக்கும் யாரோ ஒருவரின் வீடு தரைமட்டமாகும் அசம்பாவிதம் நிகழ்ந்துவிட வாய்ப்பிருந்தது. அதேபோல ஏதோ ஒரு நாலாவது வீட்டுக்குப் போடப்பட்ட குண்டு நம் பங்கரின்மேல் விழுந்து தொலைக்கவும் நிகழ்தகவு உண்டெனெ அறிக. தாக்குதல் அவ்வளவு துல்லியமானது.

பெரியவர்களுக்கு எப்படியோ, எங்களுக்கு 'எங்கட வீட்டிலையும் பங்கர் இருக்கு' என்கிற பெருமையுடன்(?) இரண்டு மூன்று நாட்கள் சுற்றித் திரிந்த பின்னர் புதிதாக ஒரு கவலை வந்து சேரும். 'என்னடா உள்ள போய் இருக்க ஒரு சான்ஸ் கிடைக்கலையே எப்படா குண்டுபோட பிளேன் வரும்?' எதிர்பார்த்துக் காத்திருந்த அந்தநாள் ஒரு த்ரில் அனுபவம். மண்வாசமும், உள்ளே ஜாம் போத்தல் விளக்கும், அதி பயவாதிகள் சிலர் வைத்திருக்கும் சுவாமிப்படக் காலண்டரும் சூழ, காதைப் பொத்திக்கொண்டு அமர்ந்திருந்த அந்தப் பொழுது களில் பயத்தையும் தாண்டிய சிறு குதூகலமும் இருந்தது. எனக்குப் பயம் இருந்ததில்லை, மிகுந்த வருத்தம் இருந்தது.

வெளியே படியருகே நின்று 'பொம்பர்' சுற்றுவதைப் பார்த்து நேரடி வர்ணனை கொடுத்து, ஆபத்தெனில் உள்ளே வந்தமரும் பதவியைச் சிறுவர்களுக்கு வழங்கமாட்டார்களா? இந்தச் சமூகத்தின்மீது கோபம் மேலிடும். மேற்படியில் ஒருகாலும் இரண்டாவது படியில் இன்னொரு காலுமாக 'போலாம் ரைட்ஸ்' பஸ் கண்டக்டர் பாணியில் நின்றுகொண்டு, "மல்லாகம் பக்கந்தான் ரவுண்டடிக்கிறான் இந்தா குத்துறான்.. போட்டுட்டான்" கமெண்டரி கொடுக்கும் கரெக்டர் ஒன்று ஒவ்வொரு பங்கர் வாசலிலும் வாழ்ந்திருக்கும். அதன்மேல் எங்கள் ஒவ்வொருவருக்கும் ஒருவித பொறாமை இருந்திருக்கும். கோட்டைச் சமரோடு யாழ்ப்பாண நகரப்பகுதியில் பதுங்குகுழி களின் காலம் முடிவுக்கு வந்ததாக நம்புகிறேன்.

தொண்ணூற்று ஓராம் ஆண்டின் இறுதியில் அக்காக்கள், அண்ணன்களின் பரபரப்பான பேச்சிலிருந்து புதிய தகவல் தெரிந்துகொள்ள முடிந்தது. 'சுப்ப சொனிக்' என்றொரு விமானம் வருதாம், சவுண்ட்ட விட வேகமா போகுமாம். குண்டு போட்டுட்டு அங்கால போனாப் பிறகுதான் பிளேன் சத்தமே கேக்குமாம், பீதியோடு பேசிக்கொண்டார்கள். ஆக, பங்கர் இருந்தாலும் ஒரு பயனும் இல்லையென எல்லோரும் தெளிந்திருந்தார்கள்.

ஒரு காலைப்பொழுது, விமானச் சத்தம் கேட்டது. ஏற்கனவே கேட்டு ஞாபகத்திலிருந்த இந்திய 'மிராஜ்' விமானங்களின் சத்தத்தை ஒத்ததாக இருந்தது. முற்றத்தில் வந்து நின்று

அங்கேயுமிங்கேயும் வானத்தில் குத்துமதிப்பாகத் தேடிக் கொண்டிருந்தேன். மிகச்சிறிய இரு முக்கோணங்களாகக் கறுப்பாகத் தெரிந்தன. வழமையாக அதுவரை பார்த்ததற்கு மாறாக சிறியதொரு வட்டம் போட்டுக் கீழ்நோக்கிச் சரேலென இறங்கியது. குண்டுச்சத்தம் கேட்டது. விமானம் தொலைவில் செல்லச் சத்தம் கொஞ்சம் அதிகரித்துத் தூரத்துத் தொடர் இடிமுழக்கம்போல அதிர்ந்தது.

சுப்பசொனிக் முதன்முறை குண்டு போட்டதைப் பார்த்து விட்டோம் என்கிற பெருமையுடன் அன்றைய பொழுது முழுவதும் அதுபற்றியே பேச்சு. ஒரு அரசாங்கம் தன் சொந்த நாட்டு மக்கள் மீது குண்டுபோடும்போதும் ஒரு 'முறை'யைக் கைக்கொள்ள வேண்டுமா இல்லையா? முதல் குண்டு ஒரு அரசாங்க நிறுவனத்தின்மீது போடுவதுதானே முறை? மங்களகர மாக யாழ் அரசாங்க அதிபர் அலுவலகத்துக்கு குண்டுபோட்டு ஆரம்பித்துவைத்தார்கள்.

தொண்ணூற்று ஐந்தில் 'முன்னேறிப் பாய்தல்' நடவடிக்கை யின்போது வீதியோரமாக ஆங்காங்கே வெட்டப்பட்டிருந்த ஒடுக்கமான திறந்த பதுங்குகுழிகள் தனி. அவற்றை யாரேனும் பாவித்தது மிகக் குறைவு. ஒருநாள் இரவு எட்டுமணி இருக்கும். மிகப்பாரியதொரு வெடிப்புச் சத்தம். வீட்டுக் கூரை மீது சிறுகற்கள் விழுந்து தெறித்ததை உணர்ந்து எல்லோரும் வெளியே முற்றத்துக்கு ஓடிவந்தோம். இரவில் விமானத் தாக்குதல் என்றே நினைத்தோம். அல்லது ஷெல்லாக இருக்கலாம். குழப்பமாக இருந்தது. நல்ல நிலவு வெளிச்சம். வீட்டு கேற்றுக்கு அருகில் ஒரு பதுங்குகுழி வெட்டப்பட்டிருந்தது. வீதியால் சென்ற ஒருவர் ஓடிவந்து அதற்குள் இறங்கினார். எனக்குத் தெரிந்து அந்தப் பதுங்குகுழியைப் பாவித்த ஒரே நபர் அவர்தான்.

சற்று நேரத்தில் தெரிந்தது, விமானமில்லை. தலையாழி காம்ப்பில் சக்கை தயாரிக்கும்போது வெடித்துவிட்டது என்று. வீட்டிலிருந்து கிட்டத்தட்ட முக்கால் கிலோமீட்டர் தூரத்தி லிருந்தது. உயரமாகப் பெரியதொரு சிவப்புச் சுவாலையொன்று எழுந்ததாம், பார்த்தவர்கள் மறுநாள் முழுவதும் அதுபற்றியே பேசிக்கொண்டிருந்தார்கள்.

விமானத் தாக்குதலிலிருந்து பாதுகாத்துக்கொள்வது எப்படி? – ஒரு சிறிய கையேடு தரமான தாளில் விளக்கமாக படங்கள் அச்சிடப்பட்டுப் பார்த்திருக்கிறேன். இலங்கைப்படையின் விமானங்களின் படங்கள் பிளான், சைட் வியூ எல்லாம் வரையப் பட்டு, என்னமாதிரியான முறையில் தாக்கும், குண்டுகள், எந்த நாட்டுத் தயாரிப்பு எல்லாம் விபரமாக எழுதியிருந்தது.

காக்கா கொத்திய காயம்

ஒவ்வொரு விமானத்துக்கும் அறிமுகங்கள், 'நமது மக்களால் 'சகடை' என தவறாகப் பெயரிட்டு அழைக்கப்படும் Y–8 ரக விமானம் சீனத் தயாரிப்பாகும்'. 'சுப்பசொனிக் எனத் தவறாக அழைக்கப்படும் J–7 ஜெட் விமானம்' என்பதாக அறிமுகம் ஆரம்பிக்கும்.

திறந்த பதுங்குகுழிகளில், கைகளால் காதுகளைப் பொத்திய வாறு, முழங்கால்கள் நெஞ்சில் அழுந்த குந்தியமர்ந்துகொள்ள வேண்டும் என்பது பொதுவான அறிவுறுத்தல். பதுங்குகுழி இல்லையெனில், கட்டடங்களுக்கு அருகாமையைத் தவிர்த்து, வெளியான பிரதேசத்தில் தரையில் படுத்துக்கொள்ள வேண்டும். விமானம் எங்களை நோக்கி வந்தால், திரும்பி அதே திசையில் விமானம் எங்களைத் துரத்துவதுபோல ஓடுவது சரியல்ல. விமானத்தை எதிர்கொண்டே ஓட வேண்டும், அது தப்பித்துக் கொள்ளும் சாத்தியங்களை அதிகம் கொண்டது என விளக்கப் படங்களிருந்தன. இது விமானத்தின் தன்மையைப் பொறுத்தது. சுப்பர்சொனிக்குக்குப் பொருந்தாது. தாக்குதல் எல்லையில் நாங்கள் இல்லாமல் விமானத்தை எதிர்கொண்டு ஓடி வலியச் சிக்கிக்கொள்ளும் வாய்ப்பும் ஏற்படலாம் என்றும் அப்போதே வில்லங்கமாக வேறு யோசித்த ஞாபகம்.

"விமானக் குண்டுவீச்சிலிருந்து தப்பிக்க எது சிறந்த பாதுகாப்பு முறை?" ஷாமேன் கேட்டார். சரியான பதில் தெரியவில்லை.

"அப்படி எதுவும் உத்தரவதமாகச் சொல்லமுடியாது" ஆரம்ப காலத்தில் விமானச் சத்தம் கேட்டதுமே FM ரேடியோவில் அண்ணன்கள் டியூன் பண்ணிக் கேட்டுக்கொண்டிருப்பார்கள். விமானியும் கட்டுப்பாட்டு அறையிலுள்ளவரும் தொடர்பு கொள்வதைக் கேட்க முடிந்தது. அந்த உரையாடலில் தவறாமல் 'ஜெட் மோட்டர்ஸ்' என்கிற பெயர் இடம்பெறும். சுன்னாகத்தி லுள்ள ஒரு பெரிய கடை அது. அந்தக்கடை எத்தனை முறை தாக்கப்பட்டது என்பது பற்றித் தெரியாது. அப்படித் தாக்கப்பட்டிருந்தால் பக்கத்தில் எதுவுமே எஞ்சியிருக்காது. பின்னாளில் அந்த திவி ரேடியோ முறை கைகொடுக்கவில்லையோ தெரியவில்லை. அப்படியிருந்தால் நவாலித் தேவாலயத்தில் இறந்தவர்களும், நாகர்கோவில் பள்ளி மாணவர்களும் காப்பாற்றப்பட்டிருப்பார்கள்.

"எனக்குத் தெரிந்தவரையில் யாழ்ப்பாணத்தில், புலிகளின் முகாம் தாக்கப்பட்டதாகவோ, புலிகள் உயிரிழந்ததாகவோ ஒரு சம்பவம் நிகழ்ந்ததாக நினைவில்லை. விமானக் குண்டுவீச்சில் கொல்லப்பட்டவர்கள் எல்லாரும் அப்பாவி மக்களும், பள்ளிச்

சிறுவர்களும்தான். அவர்களை உங்கள் அரசாங்க வானொலி பயங்கரவாதிகளாக அறிவிக்கும்."

கனமான ஒரு மௌனத்திற்குப் பிறகு கேட்டார், "அப்படியானால் வேறு வழியே இருக்கவில்லையா?"

"மிகச்சிறந்த வழி ஒன்றிருந்தது. ஆனால் எனக்குத் தெரிந்து யாரும் முயற்சித்ததாகக் கேள்விப்பட்டதில்லை. நிச்சயமாகக் குண்டுவீச்சிலிருந்து தப்பிவிடலாம். ஆனால் பின்விளைவுகள் பற்றிச் சொல்ல முடியாது."

"என்ன அது?"

"அருகில் எங்காவது புலிகளின் முகாம் இருந்தால் உள்ளே நுழைந்துவிடுவது. அதுதான் நூறுவீதம் பாதுகாப்பானது."

ஷாமேன் பெரிதாகச் சிரிக்க ஆரம்பித்தார்.

"இது நகைச்சுவையல்ல. உண்மை. புலிகளின் முகாமைச் சூழ எல்லா வீடுகளும் சேதமடையலாம். ஆனால் டார்கெட் சேதமில்லாமல் அப்பிடியேதான் இருக்கும்."

இப்போதும்கூட ஒரு வன்னியின் யுத்தகாலக் குழந்தைக்கு ஹெலியின், விமானத்தின் ஓசையைக் கேட்கும்போது சட்டென விழுந்து படுக்கத்தோன்றலாம். இன்னும் ஒருசில வருடங்கள் அப்படியிருக்கலாம். கொடுங்கனவுகள் துரத்தலாம். அல்லது சற்றும் கண்டுகொள்ளாமல் எந்தச் சலனமுமின்றிக் கடந்து செல்லுமளவிற்குப் பழகியிருக்கலாம். இரண்டாவதற்குத்தான் அதிக சாத்தியம் உள்ளதாகத் தோன்றுகிறது.

தூர்தர்ஷன்

“மச்சான் நான் நாளைக்கு பின்னேரம் வரமாட்டன்”

நீண்ட கால இடைவெளிக்குப் பிறகு வெற்றிகரமாக வீட்டில் மீண்டும் டிவி போடுவதாகத் தீர்மானித்திருந்தோம்.

“அப்ப நாளைக்கு உள்ள ஹிந்தி நியூஸ், ஹிந்தி சீரியல் எல்லாம் பாக்கப் போறே?” சிறீ கிண்டல் செய்தான்.

உண்மைதான். அது அப்போதைய வழக்கம். எல்லோருடைய பெரு விருப்பத்துக்குமுரிய தெரிவு தூர்தர்ஷன்தான். ஏனெனில் அப்போது வேறு எந்த சனலும் கிடையாது. கிண்டல் செய்த சிறீயும் அடுத்த வருடம் அவன் வீட்டில் புதிதாக டீவி வாங்கிய போது மறக்காமல் அதையேதான் செய்தான்.

முதன்முதல் வீட்டில் டீ.வி. போடும் அந்த நாள் இருக்கிறதே, எங்கள் செட்டில் ஒவ்வொருத்தனுக்கும் திருவிழா மாதிரி. எங்கள் வீட்டில், அந்த வரலாற்றுச் சிறப்புமிக்க முதல்நாள், வெள்ளிக்கிழமையாகவும் அமைந்தது கூடுதல் சிறப்பு. இரவு எட்டுமணிக்கு ஒளிபரப்பாகும் ‘ஒளியும் ஒலியும்’ நிகழ்ச்சிக்காக டீ.விக்கு முன்னால் மாலை ஆறுமணியிலிருந்து பழியாகக் காத்திருந்து தூர்தர்ஷனின் ஹிந்தி நியூஸ், ஹிந்தி சீரியல் எல்லாம் சீரியஸாகப் பார்த்துக் கொண்டிருந்தேன். அப்போதே அசட்டுத்தனமாகத் தெரிந்தாலும் சின்னவயதில் கடந்துபோன சிறுவயது நினைவுகளை மீண்டும் கொண்டுவந்தது. அதே

பழைய மகாபாரதக் காலத்தில் பார்த்த விளம்பரங்களை மீண்டும் திரையில் பார்க்கும்போது, உண்டாகிய மகிழ்ச்சியை வார்த்தைகளில் விவரிக்க முடியவில்லை. பத்து வருஷம் கழித்துப் பழைய நண்பனைச் சடுதியாக வீதியில் பார்த்ததுபோல. நான் எதிர்பார்த்துக் காத்திருந்த ஒளியும் ஒலியும் நிகழ்ச்சி 'மின்சாரக் கண்ணா . . .' பாடலுடன் ஆரம்பித்தது. அப்போது 'படையப்பா' படம் வெளியாகியிருந்தது.

டீவி சீரியல்கள் பெண்களுக்கானவை என்கிற பொதுவான கருத்தை உடைத்துக்கொண்டிருந்தார்கள் பள்ளியில் ஆண்மக்கள். 'எத்தனை மனிதர்கள்', 'பெண்ணின் கதை' என்கிற இருதொடர்கள் பற்றி அவ்வப்போது வகுப்பில் பேசிக்கொள்வார்கள். நாங்கள் டீவி பொருத்தியது தாமதமாகத்தான். எதுவும் புரியாமல் வேடிக்கை பார்த்துக்கொண்டிருப்பேன். சயன்ஸ் ஹோலில் கெமிஸ்ட்ரி வகுப்பைக் கட் அடித்து, 'சக்திமான்' பார்த்த, வளர்ந்த சிறுவர்களும் நம்மிடையே இருந்தார்கள். தமிழில் தயாரான பெரும்பாலான தூர்தர்ஷன் சீரியல்களில் அந்தந்தத் தயாரிப்பாள ரின் சொந்தக்காரர்கள்தான் நடித்தது போலத் தெரிந்தது. இருந்தாலும் யாரும் அதைப்பற்றிக் கவலைகொண்டதில்லை.

தொண்ணூற்றெட்டின் இறுதியில் யாழ்ப்பாணத்தில் ஓரளவுக்கு சீரான மின்சாரம் கிடைப்பதற்கான அறிகுறிகள் தெரிந்தன. அப்போதுதான் புதிதாக டீவி வாங்குவோரும், அது வரை மூடிக் கட்டியிருந்த டீவிக்களைத் திருத்த முற்பட்டோரு மாக டீவி, அன்ரெனா விற்பனை அமோகமாக இருந்தது. எங்கள் வீட்டு டீவி எட்டு வருடங்கள் பாவிக்காதிருந்தும், பழுதுபார்க்கும் எந்த அவசியமுமின்றி அப்படியே வேலை செய்ததில் அப்பாவுக்கு ஒரு தனிப்பெருமை.

எனக்கு நினைவு தெரிந்து வீட்டில் அந்த டீவி இருந்தது. நான் பிறக்கும்போது வாங்கிய 'நஷனல்' டீவி அது. ஊரில் எங்கள் சுற்றுவட்டாரத்தின் முதல் கலர் டீவி என்பார் அப்பா. அந்த டீவிக்கு ரிமோட் கிடையாது. சனலுக்கு மட்டுமே பட்டன்கள். மற்றபடி சரியான அலைவரிசையைப் பிடிப்பதற்குச் சிறிய வட்டச் சில்லுகளை உருட்ட வேண்டும். தொண்ணூற்றொன்பதாம் ஆண்டு ஜனவரியில் சீரான மின்சாரம் வழங்கப்பட ஆரம்பித் திருந்தது. அடுத்தவருடமே குழம்பியது கிடைக்க வேறு கதை.

முதன்முறையாகப் பார்த்த படம் ஞாபகம் வரவில்லை. 'இதயம் போகுதே...' பாடல் கருப்பு வெள்ளையில் அவ்வப்போது பார்த்த ஞாபகமிருக்கிறது. தூர்தர்ஷன் அப்போது அப்படித்தான் தெரிந்தது என நினைக்கிறேன். ஆக, பாக்கியராஜின் 'புதிய வார்ப்புகள்' முதற்படமாக இருக்கலாம். அப்போதெல்லாம்

எனக்கு பண்ணையார் என்று சொன்னாலே கெட்டவர் என்றே மனதில் பதிவாகியிருந்தது. அதைவிட முக்கியமாகப் பண்ணையார் எந்த நேரத்திலும் யாரோ ஒரு பெண்மணியைக் கெடுத்துவிடலாம். ஏனெனில், வயல் வரப்புகளில் பக்கத்தில் யாரோ குடைபிடிக்க, நின்று வேடிக்கை பார்ப்பதைத் தவிர, கெடுப்பதுதான் பண்ணையாரின் பிரதான தொழில் என்ப தாகவே நம்பினேன். கெடுப்பது என்றால் என்னவென்று எனக்குத் தெரிந்திருந்தது. ஒரு பெண்மணியின் தோள்களைப் பிடித்து இப்படியும் அப்படியும் அசைப்பார். பின்பு பெண்மணி தனியாக இருந்து அழுவார். படம் பார்க்க வந்த, பக்கத்து வீட்டுத் தமயந்தி அக்கா 'உஸ்ஸ்ஸ் பண்ணையார் கெடுத்திட்டார்' என்று சொல்லுவார். சில நாட்களில் நானாகவே இதனைக் கண்டுபிடிக்கும் அளவுக்கு தேர்ச்சி அடைந்துவிட்டேன்.

'சின்னச் சின்ன வண்ணக்குயில் ...' உருண்டு போகும் லாம்பு கட்டிய மாட்டு வண்டில் சில்லுக்கூடாக ரேவதி பாடிக் கொண்டே ஒரு பக்கமாகக் கையை வீசி ஆடிச்செல்வது தெரியும். அநேகமாக ஒவ்வொரு நாளும் அந்தப் பாட்டு ஒளிபரப்பாகும். அதன் பிறகு பத்து வருடங்களுக்குப் பிறகுதான் மௌனராகம் படம் பார்த்தேன். பாடல் காட்சி மட்டும் அப்படியே ஞாபகத்தி லிருந்தது. அந்தப் பாட்டு முடியவும் காட்சி மாறிவிடும். அப்போது நாங்கள் அளவெட்டியில் பெரியம்மா வீட்டில் தங்கியிருந்தோம். எண்பத்தேழின் 'ஒப்பரேஷன் லிபரேஷன்' இராணுவ நடவடிக்கைக் காலம்.

'அச்சமில்லை அச்சமில்லை' பாரதி பாடலுடன் நிதர்சனம் ஒலிபரப்பு ஆரம்பமாகிவிடும். வழமைபோல 'வடமராட்சிப் பகுதியில் விமானங்கள்...' என்கிற குரலுடன் இரைச்சலாக ஆரம்பிக்கும் காட்சி சூழ்நிலையை முற்றிலுமாக மாற்றிப் பதற்றம் கொள்ள வைத்துவிடும். தூரத்தில் ஒரு சிறிய விமானம் செல்வது கலங்கலாகத் தெரியும். பின்னர் ஒரு பெரிய கருப்பு விமானத்தின் வயிற்றுப் பகுதி திறந்துகொள்ள உள்ளிருந்து மீன்கள் போன்ற வடிவில் ஏராளமான சிறிய குண்டுகள் கொட்டப்படுவது காண்பிக்கப்படும். தொடர்ந்து சிதிலமடைந்த கட்டடங்கள், உடல்கள், யாரோ ஒரு முக்கியஸ்தரின் இறுதிச்சடங்குகள் எனக் கலவரமாகும். பின்நாட்களிலும்கூட வடமராட்சி என்று யாரேனும் சொல்லும்போதே விமானக் குண்டுவீச்சு காட்சிகள் தெரிவதுபோல ஒரு பயங்கரமான எண்ணத்தைத் தோற்றுவித்து விட்டிருந்தன ஒப்பரேஷன் லிபரேஷன் காலத்துச் செய்திகள்.

யாழ்ப்பாணத்துக்கும் தூர்தர்ஷனுக்குமான தொடர்பு மகாபாரதக் காலத்துப் பழமை வாய்ந்தது. இந்திய இராணுவக்

காலப்பகுதியில் ஒளிபரப்பான மகாபாரதம்தான் காரணம். ஞாயிறு காலை பத்துமணிக்கு என்று ஞாபகம். பெரியவர்கள் கூறியதில் பாரதக்கதை ஓரளவு தெரிந்திருந்ததால், ஹிந்தி புரியாதது பற்றியெல்லாம் கவலையில்லை. அப்போது யாழ்ப்பாணத்தில் எம்வயதினர் மத்தியில் ஏகோபித்த வரவேற்புப் பெற்ற தொடர் அது. ஆர்வத்தில் வில், அம்பு தயாரித்து தனியாகப் பயிற்சி எடுத்துக்கொண்டிருந்தேன். ஏற்கனவே இன்னொரு குழு போரை ஆரம்பித்துவிட்டதில் நண்பன் செந்தூரின் கண்ணில் அம்பு பாய்ந்துவிட்டது. அதனால் எனது இராணுவப் பயிற்சியும் தடைசெய்யப்பட்டது. நீண்டகாலம் சிகிச்சை பெற்று, கண்ணாடி அணிந்து அவஸ்தைப்பட்டு ஒருசில வருடங்களின் பின்புதான் அவனுக்குக் கண் சரியானது.

ஒருநாள் மகாபாரதம் பார்த்துக்கொண்டிருக்கையில், ஆளரவம் கேட்டுத் திரும்பினால் வரவேற்பறையின் யன்னலூடு சிலபல தலைகள் தெரிந்தன. இராணுவத்தினர் சிலர் வெளிய நின்று பார்த்துக்கொண்டிருந்தார்கள். முடிந்ததும், என்னிடம் சிறிய பாத்திரம் எடுத்துவரச் சொன்னார்கள். வீட்டுத் தோட்டத்தில் தக்காளி, பச்சைமிளகாய் பறித்துக்கொண்டுவந்து அதில் வெட்டிப் போட்டு, சிறிது உப்பும் சேர்த்து ஒரு உடனடி சம்பல் தயாரித்து வீட்டு முற்றத்தில் அமர்ந்து சப்பாத்தியுடன் சாப்பிட்டார்கள். மீண்டும் சற்று நேரத்தில் ஆரம்பமான 'விசுவாமித்திரர்' தொடரையும் அப்படியே யன்னலூடு நின்று பார்த்துவிட்டுத் திரும்பினார்கள். பிறகு இந்திய இராணுவம் வெளியேறியபின், தொண்ணூறாம் ஆண்டில் மகாபாரதப் போர் தொடங்கும் முன்னர் எங்கள் போர் ஆரம்பித்துவிட்டது. யாழ்ப்பாணத்தில் மின்சாரம் நின்று போக, எல்லா வீட்டுத் தொலைக்காட்சிப் பெட்டிகளும் உறங்கு நிலைக்குச் சென்றுவிட்டிருந்தன.

யாழ்ப்பாணத்தில் படம் போடுவதென்பது மிகப்பெரிய கொண்டாட்டமாக இருந்த காலகட்டம் ஒன்றுண்டு. மின்சாரம் இல்லாத தொண்ணூறு முதல் தொண்ணூற்றைந்து வரையான காலப்பகுதி அது. டீவி போடுவது என்பது ஒரு சடங்காகிப் போனது. உறவினர் வீடுகளில் திருமணம், பூப்பு நீராட்டு விழாக்களில் தொடர்ந்து இரண்டு மூன்று நாட்களுக்கு ஜெனரேற்றர் வாடகைக்கு எடுத்துப் படம் போடுவார்கள். அதுவும் அந்தக் காலப்பகுதியில் பலவிதமான கட்டுப்பாடுகளும் இருந்ததாகக் கேள்வி. அதற்காகவே கண்துடைப்புக்காக இயக்கப் படக் கொப்பியும் எடுப்பார்கள். ஆரம்பகாலத்தில் மண்ணெண்ணெயில் இயங்கும் நீர் இறைக்கும் பம்ப் உடன் வீட்டுக் கிணற்றில் பொருத்தப்பட்ட மோட்டாரை இணைத்து ஒரு உள்ளூர் ஜெனரேற்றர் தயாரித்து இயக்கப்பட்டது. பின்னர்

ஜெனரேற்றர்கள் பாவனையிலிருந்தன. இரவு வெகுநேரம் தொடர்ந்து பார்க்கக் கூடாதென்று சட்டம் இருந்ததோ என்னவோ தெரியவில்லை. சத்தம் அதிகம் போடாத சிறிய ஜெனரேற்றர் எடுத்து, அதையும் கிடங்கு வெட்டி அதற்குள் வைத்து இயக்கியவர்களும் உண்டு.

இவ்வாறான விசேட தினத் திரையிடுகையில், அதற் கென்றே சில படங்கள் உண்டு. அவற்றைத் தவிர்க்க முடியாது. இங்கு பிரதான பார்வையாளர்கள் பெண்கள். அவர்களுக்கான தெரிவு மிக முக்கியமானது. எண்பதுகளில் இரட்டைப்பின்னல் போட்டுக்கொண்டு பாடசாலைக்குப்போன அன்ரிகளின் மனக்கவர்ந்த ஹீரோவாகப் பிரபு விளங்கினார். இப்போதும் கேட்டு உறுதிப்படுத்திக்கொள்ளலாம். அதேபோல பெரிய அக்காக்களுக்கு கார்த்திக்; அந்த அக்காக்களுக்காக, 'பொன்னுமணி'. அன்ரிகளின் ஃபேவரைட் ஹீரோவாக இருந்த பிரபுவின் 'சின்னத்தம்பி' பற்றிச் சொல்ல வேண்டியதில்லை. கொப்பி என்றழைக்கப்பட்ட வீடியோக் கசெட் கொப்பியை எடுக்கப் போகும்போது, கடைக்காரர் சின்னத்தம்பி கொப்பியை யும் கேட்காமலே எடுத்து வைத்துவிடுவார். டீவியே இல்லாமல் படம்போட்டாலும், சின்னத்தம்பி இல்லாமல் படம் போடவே முடியாது என எல்லோரும் நம்பினார்கள். அதுபோல கொஞ்சம் சின்ன அக்காக்களுக்கு 'மன்னன்'.

ஆண்களுக்காக கண்டிப்பாக 'எஜமான்', 'சின்னக் கவுண்டர்' இடம்பெறும். அன்றைய குழந்தைகளுக்காக விசேடமாக 'துர்க்கா' காட்சியுமுண்டு. கமல் படம் என்று சொன்னாலே 'சிங்காரவேலன்தான்' அப்போதைய ஹிட். 'மகாநதி', 'குணா' பற்றியெல்லாம் யாரும் பேசியே நான் பார்த்ததில்லை. ஒருவகையில் யோசித்தால், படம் பார்ப்பதே சந்தோஷமாக இருப்பதற்கு எனும்போது சிங்காரவேலன்தான் சரியான தெரிவு. அபூர்வமாக ஒருமுறை 'கைதியின் டைரி' படம் பார்த்தேன். மிகவும் பிடித்திருந்தது. அதுதான் நான் முழுமையாகக் கவனித்துப் பார்த்த, கமலின் படமாக இருந்தது.

வவுனியா, வன்னியின் இடம்பெயர் இடநெருக்கடிக் காலங்கள், யாழ்ப்பாணத்தின் தொண்ணூற்றொன்பது வரையான மின்சாரமில்லாக் காலகட்டங்களில் படம் பார்ப்பது போலவே படம் கேட்பது என்பது அதனோடு இணைந்த ஒரு சம்பிரதாயம். ஒருவீட்டில் படம் ஓட்டுவித்தால் சுற்றுச் சூழலில் ஆறேழு வீடுகளுக்குப் படம் கேட்கும். ஓரிரு குரல்கள் தொடர்ச்சியாக இடைவிடாமல் பேசுகின்றன. வெவ்வேறு தொனியில், ஏற்ற இறக்கங்களோடு, மூக்கை உறிஞ்சிக்கொண்டு, அழுதுகொண்டு,

அரற்றிக்கொண்டு மொத்தத்தில் பேசிக்கொண்டேயிருப்பார்கள். சிறிது இடைவெளி கிடைக்கும்போது இசையமைப்பாளரின் "லாலா லலலாலா" கோரஸ் இசைக்கோர்வையை ஒலிக்க விடுவார். பின்னர் மீண்டும் பேச்சு. நாலு வீடு தள்ளியிருந்தே சொல்லிவிடலாம் இயக்குநர் விக்ரமன் படம் போகிறது என. அன்றைய காலகட்டத்தில் கட்டாயம் பார்க்கப்பட வேண்டிய படங்களாக அவையிருந்தன.

வெள்ளிக்கிழமை, தூர்தர்ஷன் காலத்தின் கொண்டாட்டமான நாள். அன்று இரவு 'ஒளியும் ஒலியும்', பத்து மணிக்குத் திரைப்படமும் ஒளிபரப்பப்படும் என்பதால் பரபரப்பாகத் தயாராகியிருப்போம். எட்டுமணி 'ஒளியும் ஒலியும்' நிகழ்ச்சிக்கு ஆறு மணியிலிருந்தே மக்கள் காத்திருக்க, முத்து முத்தாக நான்கு பாடல்கள் ஒளிபரப்புவார்கள். அது அநேகமாக விஜயகாந்த், சத்யராஜ், பிரபு, கார்த்திக், சரத்குமார் பாடல்களாக இருக்கும். அந்த நேரத்தில் மின்சார வெட்டு இல்லாது முழுமையாகப் பார்க்க முடிந்தால் 'சாதிச்சுட்டம்டா' என்றொரு திருப்தி.

இரவு பத்து மணிக்கு ஒரு படம். அதைப் பார்ப்பதற்குத்தான் எத்தனை போராட்டங்கள், சோதனைகள். என்னதான், ஒழுங்காக மின்சாரம் கிடைக்க ஆரம்பித்திருந்தாலும், பழக்க தோஷத்திலோ என்னவோ, இரவுகளில் ஒரு சிறிய மின்வெட்டு இருந்ததுண்டு. எஞ்சின் மாற்றுவதாகவும் சொல்வார்கள். சரியாக ஒன்பது ஐம்பதுக்கு மின்வெட்டு ஏற்படும். சரியாகப் பத்து மணிக்குச் சில நொடிகளுக்குமுன் மின்சாரம் வந்துவிடும். சில நேரங்களில் சரியான நேரத்துக்கு வராது. படம் தொடங்கிப் பத்து, இருபது நிமிடங்கள் கழித்து வரும். வெறுத்துப் போயிருப்போம்.

மின்சாரம் சரியான நேரத்தில் வந்துவிட்டால், டீவி நிலையத்தினர் ஹிந்தியில் இருந்து, ஒளிபரப்பைத் தமிழுக்கு மாற்றி இருக்கமாட்டார்கள். இது அதைவிடக் கொடுமையாக இருக்கும். அப்போது ஒரு வெறி வரும். தமிழுக்காகப் போராடியே தீர வேண்டும் என்கிற தீவிரவாத சிந்தனை தோன்றும். ஏதோ ஒரு மொக்கையான ஹிந்திப் படத்தை இருபது நிமிடம் பார்த்துக்கொண்டிருக்க, திடீரென்று தமிழுக்கு மாற்றுவார்கள். என்ன படம் என்பதே தெரியாது. அநேகமாக அப்படியான படம்தான் போடுவார்கள். சிறுவயதில் ரூபவாஹினியில் பார்க்கும் போதெல்லாம் சிலநொடிகள் ஒளிபரப்பில் மிக அரிதாக குளறுபடி நேர்ந்தாலே உடனே 'தடங்கலுக்கு வருந்துகிறோம்' என்பார்கள். ஆனால் தூர்தர்ஷனில் அந்தமாதிரி மோசமான பழக்கமெல்லாம் கிடையாது. என்னதான் ஆனாலும், எவ்வளவு நேரம் தடங்கினாலும் அவர்கள் எதற்குமே வருந்தியதில்லை.

தெய்வ அனுக்கிரகத்தில்(?!) எல்லாமே சரியாக நல்லபடியாக நடந்தால், அது ஒரு தனித் திருவிழா. மகிழ்ச்சியாகப் பார்த்துக் கொண்டிருக்கையில், படத்தின் டைட்டில் வரும். 'வா ராஜா வா' வாழ்க்கையில் கேள்வியேபட்டிருக்காத படமாக இருக்கும். இருந்தாலும் தைரியத்தை இழந்துவிடாமல், மனதைத் தளர விடாமல் இருக்கும்பட்சத்தில், படத்தின் டைட்டிலைத் தொடர்ந்து பதின்மூன்று விளம்பரங்கள்.

முதலாவதாக 'வீக்கோ டெர்மரிக்' அதே பழைய விளம்பரம். பத்து வருஷத்துக்கு முதல் குளித்துக்கொண்டிருந்த அதே அன்ரிதான் இப்போது அக்காவாகிக் குளித்துக்கொண்டிருப்பார். முதல்கட்ட விளம்பரங்கள் முடியும்போதே கண்ணைக் கட்ட ஆரம்பித்துவிடும். அதையும் தாண்டி, கொள்கைப்பிடிப்புடன் இருந்தால், ஒரு பத்து நிமிடம் விட்டு இன்னொரு பத்து விளம்பரம். இதில் பார்த்துக்கொண்டிருக்கும் பாதிப்பேர் அவுட். ஒரு கட்டத்தில் படுமொக்கைப் படத்தின் வெப்பம் தாங்காமல் எல்லோருமே தூங்கி, சரியாக வணக்கம் போடும்போது எழுந்திருந்து பார்ப்பார்கள். அது மட்டும் எப்படியென்றே தெரிவதில்லை.

என்னதான் கிண்டல் செய்தாலும், எனக்கு சினிமாவையும் நல்ல படங்களையும் அறிமுகம் செய்தது தூர்தர்ஷன்தான். அதுவரை நான் பார்த்திருந்தது 'இந்தியனி'லிருந்து அதற்குப் பிறகு இரண்டு வருடங்கள் வந்த படங்கள் மட்டுமே. முதன் முறையாக நான் பார்த்த படம் ஒரு ஞாயிற்றுக் கிழமை மாலை ஒளிபரப்பான 'வேதம் புதிது'. தொடர்ந்து 'நாயகன்', 'தளபதி', 'மகாநதி', 'குணா', 'ரோஜா', 'பம்பாய்', 'இந்திரா', 'சிவப்பு ரோஜாக்கள்', 'உதிரிப் பூக்கள்' படங்களெல்லாம் தூர்தர்ஷனில்தான் முதன்முறை பார்த்தேன். ஞாயிறு மதியங்களில் விருதுபெற்ற படங்கள் ஒலிபரப்புவார்கள். அவ்வப்போது தமிழ்ப்படங்களும் பார்க்கலாம். ஒருமுறை ஏதோ ஒரு படம், இசை ஏ.ஆர். ரஹ்மான் என்று தெரிந்தது. அதனாலேயே பார்த்துக்கொண்டிருந்தேன். மிக மெதுவாக நகரும் அந்தப் படத்தில் விஜயகுமாரை மட்டும் தெரிந்தது. இடைவேளையின்போது அது பாரதிராஜாவின் 'அந்திமந்தாரை' எனத் தெரிந்தது. அப்போதுதான் கேள்விப்பட்டேன். அதுபோல ஒரு மதியக் காட்சியில்தான் 'கருத்தம்மா' முதன்முதலாகப் பார்த்தேன்.

இரண்டாயிரத்தில் யாழ்ப்பாணத்தில் 'ஸ்ரார் மூவிஸ்' சிலகாலம் மிகப் பிரபலமாக இருந்தது. 'ராம்போ', 'ராக்கி' படங்கள், 'டெர்மினேட்டர் 2' எல்லாம் எத்தனை முறை ஒளிபரப்பி னார்கள் என்று அவர்களுக்கே தெரிந்திருக்காது. மில்லேனியம்

பிறக்கும்போது தொடர்ந்து ஏழெட்டுத் தடவைகளுக்கு மேலாக 'டைட்டானிக்'. ஸ்ரார் மூவிஸ் மோசமான படங்களை ஒளிபரப்பி, யாழ்ப்பாணத்தில் கலாச்சாரத்தைச் சீரழிக்கும் நடவடிக்கையில் ஈடுபடுகிறது என்று காவலர்கள், பத்திரிகைகள் அவ்வப்போது பொங்குவது வழக்கம். அப்படியென்ன மோசமான படங்கள் என்று கண்விழித்துப் பார்த்து ஏமாந்துபோன நண்பர்கள் ஏராளம். டைட்டானிக்கையே அவர்கள் சென்சார் செய்துதான் ஒளிபரப்பினார்கள்.

சமாதான உடன்படிக்கையுடன் 'சக்தி டீவி' யாழ்ப்பாணத்துக்கு அறிமுகமாகிறது. அதற்கு ஒருவருடம் முன்னர் 'சன்டீவி' யாரோ பரீட்சார்த்தமாக ஒளிபரப்பினார்கள் என்று நினைவு. பின்னர் கேபிள் தொலைக்காட்சிகள் வருகையுடன் 'தூர்தர்ஷன்' முற்றாக மறக்கப்பட்டது.

இப்போதெல்லாம் தொலைக்காட்சி பார்க்கும் வழக்கமே என்னிடம் இல்லாமப் போய்விட்டது. இணையமே எல்லாவற்றிற்குமானதாக ஆகிவிட்டது. சினிமா பார்ப்பதற்கும் கணினி மட்டுமே பாவிப்பதால் டீவி தேவையில்லாமல் போய்விட்டது. உலக நடப்பைத் தெரிந்துகொள்ள 'ஃபேஸ்புக்' போதும் என ஒரு நம்பிக்கை. இப்போதெல்லாம் சமயங்களில் ஃபேஸ்புக் இல்லாமல் வாழவே முடியாது என்பதைப்போல, ஒரு காலத்தில் டீவி இல்லாமல் வாழவே முடியாது என்று நம்பியது நினைவுக்கு வருகிறது. டீவி என்றதுமே தூர்தர்ஷனை மறக்க முடியவில்லை. அது நாம் கடந்துவந்த வாழ்க்கையின் ஒரு அடையாளம். இப்போது யாழ்ப்பாணத்தில் யாராவது தூர்தர்ஷன் பார்க்கிறார்களா?

இசைவு

"தம்பி மியூசிக் படிச்சனீங்களா?"

"இல்ல"

எங்களின் அலுவலக வசிப்பிடத்துக்கு எதிரிலிருந்த சாப்பாட்டுக் கடை. இலேசாகத் தூறல் போட்டுக்கொண்டிருந்த மாலை நேரம். நான் அமர்ந்திருந்த அதே மேசையில், எதிரே இருந்தவர் கேட்டார். அப்போதுதான் அவரைக் கவனித்தேன். சமீபத்தில்தான் நாற்பதைக் கடந்திருக்கக் கூடும். பழைய காலத்து நடிகர் முரளி ஸ்டைல் தலை, கட்டை மீசை வைத்திருந்தார்.

தேநீர் குடித்துக்கொண்டே நான் அலைபேசியில் நண்பனுடன் பேசியதைக் கவனித்திருப்பார். ஆரம்ப காலத்தில் கீபோர்ட் பயன்படுத்தமுதல் இளையராஜாவின் பெரும்பாலான பாடல்களில் 'கோர்ட்ஸ்' ஆகப் பயன்படுத்தப்பட்ட கித்தார் பற்றி எனக்குத் தெரிந்ததைப் பேசிக்கொண்டிருந்தேன். குறிப்பாக 'செந்தூரப்பூவே' பாடலின் தொடக்க இசையிலிருந்து, முழுவதும் ஒலிக்கும் அந்த இசை பற்றிப் பேசிக்கொண்டிருந்தேன்.

"இல்ல நீங்க கதைச்சதைப் பார்த்தா படிச்ச மாதிரி இருந்திச்சு."

"இல்ல சும்மா... மியூசிக் பிடிக்கும்... கொஞ்சம் இண்டரஸ்ட் இருக்கு", அசட்டுத்தனமாக ஏதோ உளறி வைத்தேன். இசை பிடிக்காதவர்கள் யாராவது இருக்கிறார்களா என்ன.

சிறு புன்முறுவலுடன் பேச்சை ஆரம்பிக்கும் வழக்கமுள்ள, சிநேகபூர்வமான மனிதராகத் தெரிந்தார். ஆனால் நான் சுத்தமாக அப்படியில்லை, முதற்பார்வைக்கு முற்று முழுதான அசிநேகபூர்வ பிராணி என்றே நண்பர்கள் சொல்வார்கள். என்னிடம் எப்படி வந்து பேசுகிறார் என ஆச்சரியமாக இருந்தது.

அசந்தர்ப்பமாக நடிகர் வடிவேலுவின் நகைச்சுவைக் காட்சியொன்று ஞாபகம் வந்து தொலைத்தது. அவரது அடுத்த கேள்வி 'இசை எங்கயிருந்து வருது?' என்பதாக இருந்தால், நான் உடனடியாக எழுந்து ஓடிவிட வேண்டும் என நினைத்துக் கொண்டேன். நல்லவேளையாக அப்படி எதுவும் நடக்கவில்லை.

"நானும் 'அங்க' இருக்குமட்டும் மியூசிக்கோடதான் இருந்தனான்."

"ஓ! உள்ளுக்கயா இருந்தீங்க?"

பேச்சுவாக்கில் 'உள்ளுக்க' என்பது எல்லோருக்கும் தெரிந்ததுதானே. வன்னி எனப் பொருள்படும்.

"அப்ப முதல்லயே வந்துட்டீங்களா? இல்ல..." எல்லோரும் அடுத்ததாகக் கேட்கும் வழக்கமான கேள்வி இயல்பாகவே வந்தது.

"இல்ல கடைசிநேரம்தான் வந்தது."

"எல்லாரும்..." இழுத்தேன்.

"ஓமோம் கடவுளேயெண்டு ஒருத்தருக்கும் ஒண்டும் நடக்காம பத்திரமா வந்திட்டம். கொஞ்சநாள் முகாமில இருந்திட்டு அப்பிடியே இஞ்ச வந்தாச்சு."

"இங்க ஓக்கேயா?"

"இப்ப எங்களுக்கு ஏதோ கொஞ்சம் பிரச்சினையில்லாம போகுது. எங்கடை இடம் இன்னும் போக விடேல்ல. என்னயிருந்தாலும், இஞ்ச ஒண்டும் பிரச்சனையில்ல. என்ன சின்னவைக்குத்தான் பள்ளிக்கூடத்தில வித்தியாசமாப் பாக்கிற மாதிரி. அவையளுக்கும் தெரியாதுதானே."

சிறிது மௌனமாய் இருந்துவிட்டுத் தொடர்ந்தார்.

"மகள் நல்லாப் படிப்பா. நல்லாப் பாடுவா. பாட்டுப் போட்டிகளில எல்லாம் நல்லாப் பாடி பரிசுகள் எல்லாம் வாங்கிறவ. நான்தான் சொல்லிக் குடுக்கிறனான். வைஃபும் கர்நாட்டிக் படிச்சவ. என்ன, வன்னில இருந்து வந்து இப்பிடியெல்லாம் நல்லாச் செய்ய, இங்க இருக்கிறவைக்கு இதெல்லாம் ஒரு

புதினமாத் தெரியுது. அவ்வளவா விரும்பேல்ல. கொஞ்சம் விலத்தி, வித்தியாசம் காட்டீனம். எங்களுக்கு உதொரு பிரச்சன இல்ல. இவை சின்னப் பிள்ளையளெல்லோ."

"கூடப் படிக்கிறவங்களா?"

"டீச்சர்ஸ் கூட அப்பிடி இருந்தா... பிள்ளையளும் அப்பிடித் தானே இருப்பினம். வேற ஒண்டுமில்ல! போட்டிகள், நிகழ்ச்சியள் இப்பிடியான நேரங்கள்ல என்ன, தங்கட ஊர் ஆக்களைவிட்டு இவையள் எங்கயிருந்தோ வந்து... எண்டுறமாதிரி யோசிக்கினம்."

மழைத்தூறல் நின்றுவிட்டிருந்தது.

"எப்பவுமே மியூசிக்கோடயே இருந்திட்டன். அதைத்தவிர வேற ஒண்டுமே தெரியாம... தெரிஞ்சுகொள்ள விரும்பாம. அங்க கிளாஸ் குடுத்திட்டிருந்தன். தனியாப் பெரிய ஹோல் முழுக்க மியூசிக் இன்ஸ்ட்ரூமெண்ட்ஸ்தான். நிகழ்ச்சிகளுக்கு வாடகைக்கும் வந்து எடுப்பினம். லட்சக்கணக்கில செலவளிச்சுச் செய்தது எல்லாம். ஒரு ரெக்கோர்டிங் பார் கட்டுற ஐடியாவும் இருந்தது."

நாங்கள் இருவரும் இப்போதுதான் சந்தித்துக்கொண்டோம். இதையெல்லாம் என்னிடம் வந்து எப்படிச் சொல்கிறார் என்று ஆச்சரியமாக இருந்தது. மனைவி, பிள்ளைகள் தவிர, வேறு யாரிடமும் பகிர்ந்துகொள்ள முடியாத நிலையில் அவர் இருக்கலாம். தனக்குப் பிடித்த சூழ்நிலையிலிருந்து தனிமைப் படுத்தப்பட்ட ஓர் இசைக்கலைஞனாக, நீண்ட நாட்கள் பேசாமல் விடுபட்ட எல்லாவற்றையும் கொட்டிவிட வேண்டும் என்பது போல நிறையப் பேசினார். பேசலாம்.

"அப்பம் சாப்பிடுவீங்கல்ல..?" பரிசாரகரிடம், "அண்ணே அப்பம்... ரெண்டு டீ!"

"ஸ்கூல்ல படிக்கிற காலத்தில நானும் இன்னும் நாலைஞ்சு ஃபிரண்ட்சும் மியூசிக்கில வெறியாச் சுத்திட்டிருந்தம், ஆளுக்கொரு இன்ஸ்ட்ரூமெண்ட்டும் பழகிக்கொண்டு. நான் பியானோ, வயலின், கித்தார், டிரம்ஸ் வாசிப்பேன். ஆனா கித்தார்தான் மெயின். அதில முதன்முதலா 'இளையநிலா' வாசிச்சப்ப இருந்த சந்தோசம் மறக்க ஏலாது. இண்டைக்கு வரைக்கும் அப்பிடித்தான். இந்தியன் ஆமிப் பிரச்சினையோட கூடவே இருந்த ஃபிரண்ட்சும் பிரிஞ்சு போனதுதான். ரெண்டு பேர் வெளிநாட்டில. மற்ற ஆக்கள் இல்ல."

"அப்பல்லாம் எந்த நேரமும் பாட்டு, பாட்டு பற்றியே பேச்சு எண்டு சுத்தித் திரிஞ்சம். கோயில் திருவிழா, பின்னேரத்தில

ரோட்டில, சந்தில நிண்டு கதைக்கேக்க, கலியாண வீடு எங்க போனாலும் பாட்டுத்தான். செத்த வீட்டில இரவு தங்கி நிக்கேக்கையும் பெடியள் தனியா செட்டாகி ஒரு குரூப் கார்ட்ஸ் அடிச்சுக்கொண்டிருக்கும்; நாங்கள் பாட்டு. எந்தக் கோயில்ல கோஷ்டி நடக்குதெண்டாலும் போயிடுவம்."

யாழ்ப்பாணத்தில் இசைக் குழுக்கள், இசை நிகழ்ச்சிகள் எல்லாவற்றையும் எங்கள் சின்னவயதில் கோஷ்டி என்றே அழைப்பது வழக்கம். காலங்காலமாக அப்படியே அழைப்பார்கள் போலும். "அந்தக் காலத்தில கண்ணன் மாஸ்டரும், அருணாவும் தான் நல்ல ஃபேமஸ்."

"ம் . . . தெரியும். நாங்கள் வளர்ற காலத்தில கண்ணன் மாஸ்டர் கோஷ்டியெல்லாம் விட்டுட்டார். இசையமைப்பாளரா மட்டும்தான் தெரியும். இப்ப இந்தியாவில" என்றேன்.

"எவ்வளவு பெரிய ஆக்கள் அவையெல்லாம். நான் அவரிட்டப் படிச்சனான், அதொருகாலம்." பழைய நினைவு களில் லயித்துப் போனவராகக் கண்கள் எங்கோ கனவில் மிதப்பதைப்போல, சிறுபுன்னகையுடன் மௌனமாக இருந்தார்.

"நீங்க ஏதும் பழகேல்லையா?" என்னிடம் கேட்டார்.

"இல்ல. சின்ன வயதில மிருதங்கம் பழகியிருக்கேன். இடம்பெயர்ந்து போனதோட சரி."

"யாரிட்ட படிச்சீங்க?"

"வேல்மாறன்"

"சரியான ஆள்தான்!"

"ம்ம் . . . இவ்வளவு நாளைக்குப் பிறகும் இப்பவும் ஞாபகம் இருக்கு. டச் விட்டுப் போகல."

"அதான் வேல்மாறன்"

"நாச்சிமார் கோவிலடில 'வயலின்' ஜெயராமன் அங்கிள் வீட்டிலதான் கிளாஸ் நடக்கும். எல்லாத்துக்கும் ஒரு ஒழுங்கு இருக்கவேணும். முதல் வேலையா கோவில்ல போய்க் கும்பிட்டு, வீபூதி, பொட்டு வச்சு ரெடியா இருப்பம். வேல்மாறன் நீர்வேலில இருந்து சைக்கிள்ள வேர்த்து, விறுவிறுத்து வருவார். உடனே முகம், கைகால் கழுவி, கோயிலுக்குப் போய் வந்துதான் வகுப்பை ஆரம்பிப்பார். ஒவ்வொருத்தனையும் தனித்தனியா கவனிச்சு, கை உளையும் வரைக்கும் தாளம் தப்பாம செம்ம ட்ரெயினிங்! அதுப்பிறகு குறூப்பா சேர்ந்து வாசிக்க விடுவார். அங்கதான்

வில்லங்கம் ஆரம்பிக்கும். ஏழெட்டுப் பேர்ல எவனாவது தாளத்தை மிஸ் பண்ணிடுவான். உடனே கண்டுபிடிச்சு வாசிக்கிறதை நிப்பாட்டினா தப்பிச்சோம். இல்லைன்னா தலையைக் குனிஞ்சு, கண்ணை மூடிட்டு, நெத்தியில் ஆள்காட்டி விரலால முட்டுக் குடுத்த மாதிரி இருப்பார். எங்களுக்குத் தெரிஞ்சுடும்.. அவ்வளவு தான் சைலண்ட் ஆகிடுவோம். பிறகென்ன பிரம்பை எடுத்து வரிசையா எல்லாருக்கும் அடிதான்!"

வேல்மாறன் அப்போது பிரபலமான ராஜன் இசைக்குழுவில் தபேலா வாசித்துக்கொண்டிருந்தார். தவிர, புலிகளின் எழுச்சிப் பாடல்களில் மிருதங்கம், தபேலா பெரும்பாலும் வேல்மாறனுடையதுதான். ஞாபகமறதியில் பிழை விடும்போது திட்டுவதற்குப் பிரத்தியேகமான ஒரு வார்த்தை வைத்திருந்தார். 'அரணை!'

"டேய் அரணை! ஒழுங்கா வாசிடா!" சிரிப்பாக இருக்கும். அந்தக் காலத்துக்கு முன்னும்பின்னும் அப்பிடி யாரும் பேசிப் பார்த்ததில்லை.

நான்கு வருஷத்துக்கு முதல் யாழ்ப்பாணம் போயிருந்தபோது, நல்லூர்த் திருவிழாவில் பார்த்தேன், மனைவி குழந்தைகளுடன் நின்றிருந்தார். பேசலாமா என்று யோசித்தேன். அவருக்கு ஞாபகம் இருக்காதே என்று யோசித்து, வழமைபோலப் பேச வில்லை.

"பிறகு மிருதங்கத்தை விட்டுட்டீங்கள்... வேற ஒண்டும் ட்ரை பண்ணேல்லையோ?"

"யாழ்ப்பாணத்தில இருந்தவரைக்கும் நானும் ஷணாவும் அப்பப்ப கீபோர்டை வச்சு ஏதாவது ரஹ்மான் பாட்டு, இண்டர்லூட் மியூசிக் ட்ரை பண்ணி வாசிப்போம். ரெண்டு பேருமே பழகினதில்லை. ஹியரிங்க்லதான். என் இன்னொரு ஃபிரண்ட் சஞ்சய் நல்லா கித்தார் வாசிப்பான். அவன் ரூமுக்குப் போனா கிட்டார்ல ஏதாவது தட்டி பார்க்கிறது... அநேகமா ஏதாவது ஹரீஷ் ஜெயராஜ் பாட்டுதான் ஈசியா வரும். பார்த்தி கொழும்பில இருக்கான். இப்ப இந்தநேரத்தில கூட பார்த்தி இண்டர்நெட்ல ஏதாவது மியூசிக் சொஃப்ட்வேர்ஸ் தேடிட்டிருப்பான். கீபோர்ட்ல ஏதாவது கம்போஸ் பண்ணி வாசிச்சுக்கொண்டிருப்பான். அவனும் எங்கயும் பழகினதில்ல. இயல்பாவே ஒரு ஆர்வம். எனக்கு இப்பவும் ஆசைதான். டைம் ஒதுக்கினாலும் மைண்ட் செட்டாகாது. பொறுமை இல்ல."

"இப்பவும் நீங்க விரும்பினா ட்ரை பண்ணலாம். உங்களைப் பார்த்தா இசை ஞானமிருக்கிற மாதிரி தெரியுது."

'நல்லபடியாத்தானே போயிட்டிருக்கு?' இலேசாகச் சந்தேகம் வந்தது. ஒருவேளை என்னைக் கலாய்க்கிறாரோ? சேச்சே... இருக்காது என எனக்குச் சாதகமாக நம்பிக்கொண்டேன்.

"சின்ன வயசில ஸ்கூல்ல மியூசிக் படிப்பிச்சவர் கண்ணன் சேர். ஒருநாள் கிளாஸ்ல ஒரு அக்கா 'சின்ன சின்ன ஆசை' பாட, இண்டர்லூட் மியூசிக்கெல்லாம் ஒரு மெலோடிக்காவில வாசிச்சார். அவரும் ஒரு கோஷ்டி வச்சிருந்தார்."

"ஓமோம்! தெரியும் தம்பி. 'யாழோசை' கண்ணன்தானே? நல்ல கெட்டிக்காரன்."

"ஆறாம் வகுப்பு படிக்கும்போது அவர் கேட்டார், கித்தார் சொல்லித் தர்றேன்னு... எங்க அந்த நேரம் வீட்டுக்காரர் ஆப்படிச்சிட்டாங்கள்" தமிழ் கூறும் நல்லுலகிற்கு, நல்லதோர் இசைக்கலைஞன்(?!) கிடைக்காமல் போன வரலாற்றுச் சோகத்தை அவரிடம் பகிர்ந்துகொண்டேன்.

கௌரியண்ணன் என்று சொன்னால் அநேகமானோருக்குத் தன்னைத் தெரிந்திருக்கும் என்றார். பெயரைக் கேட்காதது அப்போதுதான் நினைவுக்கு வந்தது. பேச்சினூடே, தானும் நான்கைந்து பாடல்களுக்கு இசையமைத்திருந்ததாகக் கூறினார். ஓரிரு பாடல்களைக் குறிப்பிட்டு "கேட்டிருக்கீங்களா?" என்று சன்னமான குரலில் பாடிக் காட்டினார். பிரபலமான பாடல் களாக இருந்திருக்கலாம். நான் கேட்டதில்லை. தொண்ணூற்று ஐந்தாம் ஆண்டுக்குப் பிறகு நான் அங்கேயிருந்து வந்த எதையுமே கேட்டிருக்கவில்லை, வாய்ப்பிருக்கவில்லை என்பதைச் சொன்னேன்.

"இனி எங்கட இடத்துக்குப் போனாலும், பழைய மாதிரி நிலைமை எப்ப வரும். இனி யாருக்கு இந்தமாதிரி மியூசிக், பாட்டெண்டு மினக்கெட நேரமும் "மனமும் இருக்கும்" சற்றே குரலில் விரக்தியும் வேதனையும் தொனிக்கப் பேசினார். ஆனாலும் அந்தப் புன்னகை மட்டும் மாறவில்லை.

ஒவ்வொரு கலைஞருக்கும், சாதனையாளருக்கும் வெளியில் எவ்வளவு பெரிய அங்கீகாரம் கிடைத்தாலும், தனது சொந்தமண்ணில், சொந்த மக்களால் கொண்டாடப்பட வேண்டும் என்பதே பெரும் உள்ளக்கிடக்கையாக இருக்கும். அதுவே உண்மையான மனத்திருப்தியைக் கொடுக்கும். அது போல சொந்த மண்ணில் கொண்டாடப்பட்ட ஒரு கலைஞன் வேறோரிடத்தில் தனக்கான அடையாளங்களைத் துறந்து வாழ்வதென்பது மிகப்பெரிய வேதனை. எல்லோராலும், குறிப்பாக மென்மையான மனம் கொண்டவர்கள் எனக்

கருதப்படும் கலைஞர்களால் ஏற்றுக்கொள்ள முடியாதது. சிலரால் மட்டுமே மனதளவில் உடைந்து போய்விடாமல் யதார்த்தத்தை ஏற்றுக்கொள்ள முடிகிறது.

நீண்டநேரம் பேசியதில் இருட்டி வேகுநேரமாகியதை உணர்ந்து, "சொறி தம்பி நான் நிறைய நேரத்தை மினக்கேடுத்திப் போட்டன்."

"அதெல்லாம் இல்ல."

"உங்களோட கதைச்சதில என்னமோ சந்தோசமா இருக்கு", விடைபெற்றுக்கொண்டார்.

நாங்கள் எதுவும் செய்வதற்கு இல்லையெனும்போது, சில கேள்விகள் அவசியமில்லாதவை என்றே நினைத்துக்கொள்வேன். அதனாலேயே தவிர்த்துவிடுவேன். அது சரியா, தவறா, ஒருவித அக்கறையின்மையாகத் தோன்றுமா? புரியவில்லை.

நான் தவிர்த்துவிட்டிருந்தேன். போகும்போது, அவரும் எதையோ சொல்ல மறந்ததாக எண்ணினாரோ என்னவோ!

"நான் இப்ப ஒரு கன்ஸ்ட்ரக்சன்ல கன்ரர் லொறி (Canter Lorry) டிரைவரா இருக்கிறன்", முகத்தில் அதே புன்னகை!

பியானோ

'தையல் மெஷினை எதுக்கு ஹோல்ல வச்சிருக்காங்க?'

அதில் தவறேதும் சொல்லமுடியாது. ஆனால், ஏற்கனவே அங்கே இட நெருக்கடியாக இருந்தது. அதனால்தான் எதற்கு இப்படி என்று சற்றுக் குழப்பமாக இருந்தது.

கொஞ்சம் கூர்ந்து கவனித்ததில் அது ஒரு பியானோ என்பது தெரிந்தது. நொந்து போனேன். இவ்வளவு ஞான சூனியமாகவா இருக்கிறோம்? தையல் மெஷின் ஒன்றை உபயோகிக்காத வேளை களில் தலைகீழாகத் திருப்பி விட்டால் ஒரு மேசையைப் போல இருக்குமே, அதேபோலவே அளவில், உருவத்தில் இருந்ததால் சற்றுக் குழம்பி விட்டேன் என என்னை நானே சமாதானப் படுத்திக்கொண்டேன். இருந்தாலும் ஏன் அப்படித் தோன்றியது? எனக்கு மட்டும்தான் அப்படியா?

பக்கத்தில் நண்பனைப் பார்த்தேன். இந்த விஷயம் தெரிந்தால் அவமானமாகிப் போகுமே? இசை குறித்த என் ரசனை கேள்விக்குள்ளாகிவிடலாம்.

எதற்கும் பேச்சுக் கொடுத்துப் பார்க்கலாம்.

"மச்சான் 'அதை' எதுக்கு இங்க வச்சிருக்காங்க?"

"டேய்! போய்ப் பார்ரா... எல்லா வீட்லயும் தையல் மெஷினை ஹோல்லத்தான் வச்சிருக்காங்க!"

"அப்பிடியா? அப்ப சரி! ஆனா ஒரு முக்கிய மான விஷயம். அது தையல் மெஷின் இல்ல. பியானோ!"

"அய்யய்யோ என்னடா? பியானோவா அது? ச்சே!"

"சரி சரி விடு மச்சி. நானும் முதல் அப்பிடித்தான் நினைச்சேன்."

நண்பன் வெளிநாடு செல்லும் விஷயம் தொடர்பான ஆலோசனைக்காக ஒரு பெரிய மனிதரைச் சந்திக்க வேண்டி யிருந்தது, கூடவே நானும். நண்பனின் சொந்தக்காரராக இருந்ததால், போன காரியம் முடிந்து, பொதுவான பேச்சு ஆரம்பமாகியிருந்தது. வேடிக்கை பார்த்தபடியிருந்தேன். நாட்டு நலன் சார்ந்த பொதுவிஷயங்களை அவர் ஒரு வித அக்கறை, கவலை கலந்து தீவிரமாகப் பேசிக்கொண்டிருந்தார்.

அன்றைய நாட்களின் யாழ்ப்பாணக் கப்பல் சேவையிலிருந்து, கொழும்பு நகரத்தின் போக்குவரத்து நெருக்கடி பற்றிய மிக முக்கியமான பிரச்சினைக்கு அவர் அப்போதுதான் வந்திருந்தார். நான் அதைவிட முக்கியமான ஒரு விஷயம் பற்றி மிகத் தீவிரமாக யோசித்துக்கொண்டிருந்தேன்.

'நாம் அமர்ந்திருக்கும் இந்த சோஃபாவில இருந்து அந்த டைனிங் டேபிளுக்கு எப்பிடிப் போறது?' நாங்கள் அங்கு உணவருந்தப்போவதில்லை என்றாலும், அது எனக்கு அப்போதைய அதிமுக்கிய பிரச்சினையாகத் தெரிந்தது.

எந்த வழியும் தெரியவில்லை. சோஃபாவுக்கு மேலால் தாவிக் குதித்துப் போகலாம். அல்லது இந்தப்பக்கமாக மெதுவாக ஏறிக் கடந்து, அப்படியே சரிந்து டைனிங் டேபிள் மீது உருளலாம். அநேகமாக இரண்டாயிரமாம் ஆண்டுக்கு முதல் கட்டப்பட்ட தொடர்மாடிக் குடியிருப்பாக இருக்க வேண்டும். வரவேற்பறை மிகவும் சிறியதாக அமைந்திருந்தது. அதனை மேலும் அழகு சேர்க்கும் விதமாக ஏராளமான பொருட்கள் இட்டு நிரப்பி யிருந்தார்கள். கூடவே பியானோ என்றே கண்டுபிடிக்க முடியாத வாறு அந்தப் பியானோவும் இருந்தது. பார்க்கும்போது அந்தப் பியானோவை இசைக்கும் அழகிய பெண்ணைக் காண வேண்டும் என்ற அவாவும் இயல்பாகவே தோன்றியது.

'எங்கள் எதிரே இருக்கும் அந்தக் கதவுத் திரைச்சீலை எந்த நேரத்திலும், பியானோவில் நடமாடும் நீண்ட அழகான விரல்களால் மெதுவாக விலக்கப்படலாம். கூடவே அந்த விரல்களுக்குச் சொந்தமான அழகிய பெண்ணையும் காணலாம். இதை நான் தவறவிட்டுவிடக்கூடாது' என நினைத்துக்கொண்டேன். அதேநேரத்தில் ஒரு சந்தேகமும் வந்து தொலைத்தது. அந்த அன்ரியையும் அங்கிளையும் பார்த்த போது ஒரு பியானோவை... அல்ல அல்ல, ஏன் ஒரு தையல்

மெஷினைக்கூட வாசிக்க... மன்னிக்கவும், உபயோகிக்கத் தெரிந்தவர்கள்போலத் தோன்றவில்லையே!

எப்படியும் எனது ராசியின் பிரகாரம், அந்தப் பியானோவை வாசிக்கும் ஒரு பாட்டி தள்ளாமையுடன் வரலாம் என அனுபவம் எதிர்பார்த்தது. அப்படி எந்த அசம்பாவிதமும் நிகழவில்லை. அங்கிருந்து புறப்பட்ட பின்னர் நண்பனிடம் கேட்டேன். அவன், "அவங்களுக்கு ஒரு மகள், இப்ப வெளிநாட்டில. ஆனா, நிச்சயமா பியானோ வாசிக்கத் தெரிஞ்சிருக்காது" உறுதி கூறினான். எனது தீர்க்கதரிசனத்தை வியந்துகொண்டேன். தொடர்ந்து, 'யாராவது வெளில இருந்து வந்தவங்க வாங்கிக் கொடுத்திருக்கலாம். அல்லது இந்த வீட்டை வாங்கும்போது இருந்திருக்கலாம். யாரும் வாங்குவதற்கு முன்வராததால் அப்படியே வைத்திருக்கூடும் என்றான். ஒருவேளை பந்தாவுக்கு இவர்களே வாங்கி வைத்திருக்க லாம்' என்பதை மட்டும் கூறிவிட்டு, அவனே ஏற்கவில்லை. பந்தாவுக்கு இப்படி வைப்பதில்லையே.

ஒரு பெரிய கூடத்தின் நடுவில் வைக்கப்பட்டிருக்கும் கிராண்ட் பியானோ அந்தஸ்தையும், ஆடம்பரத்தையும் பறைசாற்றுவதாக இருக்கிறது. ஒரு பாரம்பரிய, பழமையின் அடையாளமாக இருக்கிறது. நானும் சின்ன வயதில் முதன்முதல் பியானோ பார்த்தது வழக்கம்போலத் தமிழ் சினிமாவில்தான். பெரும்பாலும் அந்தஸ்தில் உயர்ந்த தொழிலதிபரின் மகளான கதாநாயகி வீட்டில், அல்லது பெரும்பணக்காரனான வில்லன் வீட்டில். அல்லது பெரும்பணக்காரனாக இருப்பதாலேயே கெட்டவனாக இருக்கப்போகும் யாரோ ஒருவர் வீட்டில் இருக்கும்.

பணக்கார நாயகி வீட்டிலிருப்பது காட்சிப்பொருளாக, ஆடம்பரத்துக்காக மட்டுமல்ல. படத்தின் நாயகன், நாயகியான காதலர்கள் காதலித்துப் பிரிந்துபோனபின் அல்லது பிரிக்கப்பட்ட பின், நிகழும் காதலியின் நிச்சயதார்த்தத்தில் இந்த பியானோவின் பங்கு மிக முக்கியமானது. அது எப்படியோ தெரியவில்லை. மிகச் சரியாகத் தேடிக் கண்டுபிடித்து, பிரிந்து போய்விட்ட முன்னாள் காதலனையே நிச்சயதார்த்தத்துக்குப் பாட்டுப்பாட அழைத்துவருவார்கள்.

காதலன் பரம ஏழையாக இருந்தாலும், அதற்குமுன்னர் ஒரு பியானோவை நேரில் பார்க்காமலோ அல்லது பார்த்தும், தொட்டுப் பார்க்காமலோ இருந்தாலும்கூட, மிகுந்த உணர்ச்சி பொங்க, மோட்டு வளையை அண்ணார்ந்து பாத்துக்கொண்டே முன்னாள் காதலியை வாழ்த்திப்பாடி, பியானோ கட்டைகளை விரல்களால் குத்துமதிப்பாக வாசிப்பார். அதிலிருந்தும் நல்ல

இசை வருவது ஒரு ஆச்சரியம்தான். நாயகியும் ஃபீலாகி விடுவார். நாயகன், நாயகி பாவமாகப் பார்த்துக்கொண்டிருக்கிற மக்கள் தவிர, படத்தில் வேறு எந்த ஆத்துமாக்களுக்கும் அந்தப் பாட்டின் மொழியோ பொருளோ புரிவதில்லை என்பதுதான் சோகம்.

ஓரிரு முறை தொலைக்காட்சியில் பார்த்த, சிவாஜி 'ஆக்ரோசமாக' பியானோ வாசித்துகொண்டே பாடும் 'எல்லோரும் நலம் வாழ' பாடல் பல நாட்களாக எனக்குப் பிடித்த நகைச்சுவைப் பாடலாக இருந்தது. சிவாஜி காலம் அல்லது அதற்கு முன்னைய காலத்திலிருந்து தொடர்ந்த இந்தப் பாரம்பரியம், சமீபகாலமாக இல்லையென்பது ஆறுதலானது.

ரோமன் பொலான்ஸ்கியின் '*The Pianist*' படத்தில் நாஜிக்களிடமிருந்து உயிரைக் காத்துக்கொள்ள ஓடிக்கொண்டிருக்கிறான் ஷ்பில்மேன். போலந்தின் தலைநகரான *Warsaw* வானொலி நிலையத்தில் பியானோ வாசித்துக்கொண்டிருந்த ஒரு யூத பியானோ கலைஞன், பசியோடு, இடிந்த கட்டடங்களில் உணவு தேடி, மீந்த தானியங்களை உண்கிறான். பாசித் தண்ணீரைக் குடிகிறான். மரணம் பின்னாலேயே தொடர்ந்து துரத்திவர ஓடுகிறான். யாருமில்லாத ஒரு வீட்டில் நுழையும் அவன் பியானோ ஒன்றைக் காண்கிறான். ஏற்கனவே அவன் தனது பியானோவை சூழ்நிலை காரணமாக விற்றுவிட்டிருந்தான்.

எப்போதும் இசையுடனே வாழ்ந்த ஒரு கலைஞன். பசி, குளிர், எந்த நேரத்திலும் கொல்லப்படலாம் என்ற சூழ்நிலையில் அந்தப் பியானோவைப் பார்க்கிறான். ஆர்வமாக அருகில் வருகிறான். சிறு சத்தம் கேட்டாலும் நாஜிக்கள் வந்து அவனைக் கொன்றுவிடக்கூடும். அவன் மிக நேசிக்கும் ஒருவிஷயத்தை அருகிலிருந்தும் அடைய முடியாத ஏக்கத்துடன், சோகத்துடன், காற்றிலே கைகளை அசைத்து இசைக்கிறான். அப்போது அவன் வாசிப்பிற்கு ஏற்ப பின்னணியில் பியானோ இசை ஒலிக்கும் காட்சியும் இசையும் மிக நெகிழ்ச்சியானது.

அங்கேயே சமையலறையில் தகரத்தில் அடைக்கப்பட்ட உணவைக் கண்டு திறக்க முயல்கிறான். அப்போது பியானோ வாசிக்கும் சத்தம் கேட்கிறது. பயத்தில் மேலே ஏறி, ஒளிந்து கொள்கிறான். மறுநாள் அதே தகர கொள்கலனைத் திறந்து விட்டு நிமிர, எதிரே ஜெர்மன் இராணுவ அதிகாரி ஒருவர். ஷ்பில்மென் அதிர்ச்சியில் உறைகிறான். "யார் நீ?" எனக் கேட்கிறார் அந்த அதிகாரி. தான் ஒரு பியானோ கலைஞன் என்று ஷ்பில்மென் சொன்னதும், அதிகாரி ஆச்சரியப்பட்டு அவனை அங்கிருக்கும் பியானோவை வாசிக்கச் சொல்கிறார். பசி, களைப்பு, மரண பீதியுடன் இருக்கும் ஷ்பில்மென் நடுங்கும்

விரல்களால் மிக மெதுவாக, வாசிக்கத் தொடங்கி, தன்னை மறந்து அதனோடு ஒன்றிப்போய் வாசிக்க, அவன் திறமை கண்டு பிரமிக்கிறார் அந்த அதிகாரி.

இன்னும் சில தினங்களில் நேசநாட்டுப்படையினர் இங்கே வந்துவிடுவார்கள் எனக்கூறி, அவனுக்கு உணவும், குளிருக்கு இதமாகத் தன் கோர்ட்டையும் கொடுத்துவிட்டுச் செல்கிறார் அந்த அதிகாரி. விடைபெறும்போது அவனிடம் கேட்கிறார்.

"யுத்தம் நிறைவடைந்த பிறகு என்ன செய்யப் போகிறாய்?"

"வானொலி நிலையத்தில் பியானோ வாசிப்பேன்."

"நான் அதைக் கேட்கிறேன்."

கண்டியில் தாத்தா வீட்டிற்குச் சென்றபோது அங்கே முதன்முதலாக ஒரு கிராண்ட் பியானோவை நேரில் பார்த்தேன். பாட்டி பியானோ இசைப்பதில் திறமையானவராம். ஒரு கிறிஸ்தவராக இருந்ததும், சிறுவயதில் தேவாலயத்தோடு வளர்ந்ததும் அதற்கு ஒரு வாய்ப்பாக அமைந்திருக்கலாம். அவரின் உடல்நலக்குறைவு காரணமாக அப்போது அவர் இசைப்பதைப் பார்க்க முடியவில்லை. பின்னர் அவர் உயிருடன் இருந்தவரை சந்திக்கவில்லை.

இன்றும் எங்காவது கிராண்ட் பியானோவைப் பார்க்கும் போது ஒரு தனி ஆர்வம் வருகிறது. கொழும்பு மெஜஸ்டிக் சிட்டியில் ஒரு பெரிய கிராண்ட் பியானோ வைக்கப்பட்டிருந்தது. அதை பார்க்கும்போதெல்லாம் யாராவது வாசிப்பார்களா? யாரும் இசைத்ததை இதுவரை நேரில் பார்த்ததில்லை. ஒரு பியானோவைப் பார்க்கும்போதே நெளிநெளியான கூந்தல் கற்றையாக காற்றில் அலைய, வெள்ளை ஆடையணிந்த பெண்ணொருத்தி வாசிப்பதைப் போன்ற காட்சியும் மனத்திரையில் விரியும். ஒருமுறை நண்பன் ஒருவன் கேட்டான் 'ஒரு பெண் பியானோ வாசித்ததைப் பார்த்திருக்கிறீர்களா?' நாங்கள் யாரும் பார்த்ததில்லை!

காக்கா கொத்திய காயம்

புகைப்படம்

பழைய புகைப்படம் ஒன்றிருக்கிறது வீட்டில். நான், எனது அக்கா, பக்கத்துவீட்டு அக்காக்கள் என மொத்தம் எட்டுப்பேர் நிற்கும் குழுப் புகைப்படம். உயரத்திற்கும் வயதிற்குமேற்ப இறங்குவரிசையில். ஆரம்பத்தில் பெரியக்கா; இறுதியில் நான். அக்காக்கள் எல்லோரும் சிவப்பு, பச்சையில் பஞ்சாபி அணிந்திருக்கிறார்கள். நான் சிவப்பு நிறத்தில் முழுக்காற் சட்டையும் ஆர்ம்கட் பனியனும் இணைந்ததுபோன்ற சின்னஞ் சிறுவர்களின் அப்போதியப் பிரபல ஆடையை அணிந்திருக்கிறேன், கொஞ்சம் வெட்கமும். எனது அக்காவும், இன்னும் இரண்டு அக்காக்களும் தலைமுடியை குட்டையாக வெட்டியிருக்கிறார்கள். அப்போதைய பிரபல 'டயானா கட்' ஆக இருக்கக்கூடும்.

அந்த நாட்களில் பக்கத்துவீட்டு அக்காக்களுக்கு ஒரு தம்பி பிறக்கவில்லை. ஆக, அந்த இரண்டு வீட்டுக்குமான ஒரே தம்பி நான்தான். அயலவர்களால் பொதுவாக 'தம்பி' என்றழைக்கப்பட்ட ஞாபகம் இருக்கிறது. எங்கள் வீட்டின் முற்றத்தில்வைத்து அப்பா எடுத்த புகைப்படம் அது. மிக அபூர்வமான தருணம் அது. நாங்கள் எல்லோரும் ஒன்றாக நின்று எடுத்துக் கொண்ட புகைப்படம் அது ஒன்றுதான்.

எங்கள் ஊரின் முதல் இடம்பெயர்வுக்கு முந்திய 86ஆம் ஆண்டில் எடுக்கப்பட்டிருக்க வேண்டும். புகைப்படத்தில் எங்கள் பின்னாலுள்ள மதிற்சுவர் இன்னும் சில மாதங்களில் முழுவதுமாக உடைத்து அகற்றப்பட்டிருக்கும், எங்கள் வீட்டின்

கூரை நீக்கப்பட்டு, வீடு பெருமளவு சேதமாக்கப்பட்டிருக்கும் என்பதெல்லாம் அதில் தெரியாது. பின்பு மீண்டும் புதிய மதில் கட்டப்படும், வீடு திருத்தப்படும் என்பதோ, மீண்டும் தொண்ணூறாமாண்டு இருவீடுகளும் அடையாளமே தெரியாத ளவுக்கு உருக்குலையும் என்பதோ தெரியாத மகிழ்ச்சியான காலம். இது எல்லாம் நிகழ்ந்து சிலவருடங்களில் பெரியக்கா அகால மரணமடைந்தார். ஏனையோரும் ஒவ்வொரு திக்கில், வெளிநாடுகளில். இந்த ஆறுபேரும் மீண்டும் என்றேனும் ஒன்றாகச் சந்திக்க முடியுமா, இனி அதற்கான சாத்தியங்கள் உண்டா என்பது தெரியவில்லை. சொல்லமுடியாது, ஒருமுறை அது நிகழ்ந்துவிட்டால் அதுவொரு சாதனையாகவுமிருக்கும். நம் ஒவ்வொருவர் வீட்டிலும், அதிலும் குறிப்பாக யாழ்ப்பாணத்தில் எல்லோர் வீட்டிலும் இப்படி ஒரு சாதனையை நிகழ்த்தப்போகும் புகைப்படம் ஒன்றிருக்கும்.

ஒவ்வொரு புகைப்படத்துக்குப் பின்னாலும் ஒரு கதை இருக்கிறது.

ஒரு அழகான காதல் இருக்கலாம். உறவுகளின் இனிய தருணமொன்று இருக்கலாம். கொடுங்கனவை நினைவுபடுத்து வதாக இருக்கலாம். வரலாற்றின் கறுப்புப் பக்கங்களின் சாட்சியாகவும் இருக்கலாம். ஒவ்வொரு புகைப்படமும் எடுக்கப்படுவதற்கு ஏராளமான காரணங்களையும் பேசுவதற்கு ஏராளமான சாத்தியங்களையும் கொண்டிருக்கிறது.

நம் அநேகமான வீடுகளில் ஒரு புகைப்படம் மாட்டப் பட்டிருக்கும். திருமணக் கோலத்தில் அல்லது புதுமணத் தம்பதி களாக எடுத்துக்கொண்டதாக இருக்கும். அதிகமான படங்களில் ஒரு நாற்காலிதான் இருக்கும். ஒருவர் அதில் உட்கார்ந்திருக்க – அநேகமாக மணப்பெண் உட்கார்ந்திருக்க, மற்றையவர் முண்டு கொடுப்பதுபோல நாற்காலியை இறுக்கமாகப் பிடித்துகொண்டு நிற்பார். புகைப்படக் கருவியைப் பார்க்கச் சொல்லியிருப்பார் படப்பிடிப்பாளர். சிலர் விநோதமாகப் பார்ப்பார்கள். சிலர் விரோதமாக. இன்னும் சிலர் விஞ்ஞானத்தின் விந்தையை வியந்துகொள்வது போன்ற ஆச்சரியப்பார்வை. ஆனாலும் பெரும்பான்மையானோர் மிரண்டுபோயிருப்பார்கள். இராணுவம் வாசலில் சோதனைக்கு வந்துநிற்க, அடையாள அட்டையைத் தொலைத்துவிட்டுத் தவிப்பவர்போல ஒரு கலவரமான முகபாவம் வாய்க்கப் பெற்றிருக்கும். மிகச்சில படங்களிலேயே இயல்பாக இருப்பார்கள்.

முதுமைப் பிராயத்தில், துணையிழந்து தனிமையில் வாழும் போது அந்தப் புகைப்படம் கண்ணில் படும்போதெல்லாம்

என்னென்ன தோன்றும்? அதுவே துணை கூடவே இருப்பதைப் போன்ற ஆறுதலைக் கொடுக்கும். சரியாகக் கவனித்துப் பார்த்தால், தாத்தா ஒருவர் பேசும்போதும் கண்கள் அலைபாயும் போதும், கவனமாக அந்தப் புகைப்படத்தைத் தவிர்ப்பதைப் போலிருக்கும். அது அவர்கள் பேச்சைத் தடைசெய்துவிடும் என்பதைப்போல. ஒருவேளை அமைதியில் ஆழ்த்தி அவர்களுக்கு மட்டும் பிரத்தியேகமான உலகிற்கு அழைத்துச் சென்றுவிடக்கூடும். அது அவர்களுக்குச் சொல்லமுடியாத ஏக்கத்தையும் துயரத்தையும் கொடுத்துவிடக்கூடும். ஆனாலும் தனித்திருக்கும் பொழுதுகளில் அவர்கள் அந்தப் புகைப்படத்தையே உற்றுப் பார்த்துக் கொண்டிருக்கக்கூடும். அதில் தோய்ந்து போய்விடுதலே அவர்களுக்கு ஆகப்பிடித்த செயலாகவும் அமைந்துவிடலாம்.

போரின் கொடுமையையும் அதன் தீவிரத்தையும் முழு உலகிற்கும் எடுத்துச்சொல்வதற்கு ஒரு புகைப்படமே போதுமானதாக இருக்கிறது. கடந்த நூற்றாண்டின் மிகப்பெரிய மனிதப் பேரவலம் பற்றிச்சொல்ல ஒரு 'காளான் மேகம்'[1] புகைப்படம் போதுமானது. ஜப்பானின் ஹீரோஷீமா, நாகஷாகி நகரங்களில் அணுகுண்டு வெடித்தபோது ஏற்பட்ட பாரிய புகைமண்டலம் அது.

இராணுவ வீரர்கள் சிலர் நடந்து வந்துகொண்டிருக்கிறார்கள். பின்னால் கரும் புகைமயமாக இருக்கிறது. நான்கைந்து சிறுவர்கள் அழுதுகொண்டு ஓடிவருகிறார்கள். நேபாம்[2] குண்டுவீச்சினால், ஆடைகள் எரிந்து கழன்றுபோன நிலையில் கைகளை விரித்து அலறிக்கொண்டே ஓடிவருகிறாள் ஒரு சிறுமி. அந்தப்படம் வியட்நாம் போரின்போது எடுக்கப்பட்டது.

உயிர் பிழைக்கமாட்டாள் எனக் கருதப்பட்ட கிம் இப்போது கனடாவில் வாழ்ந்துவருகிறார். போரினால் பாதிப்படைந்த குழந்தைகளுக்காக 1997இல் கிம் ஆரம்பித்த தொண்டு நிறுவனம் இப்போது Kim Phuc Foundation International எனும் பெயரில் இயங்கி வருகிறது. இப்போதும் அந்தக் கருப்புவெள்ளைப் புகைப்படத்தைப் பார்க்கும்போதெல்லாம், அந்தச் சிறுமியின் கதறல் கேட்பது போன்ற பிரமையை ஏற்படுத்திவிடுகிறது.

குழுக்குழுவாக இருந்த அந்தப் புகைப்படங்களில் ஆண்கள், பெண்கள், குழந்தைகள் எனப் பலர் அமர்ந்திருக்கிறார்கள். சிலர் படுத்திருக்கிறார்கள். மடங்கிக் குத்துக்காலிட்டமர்ந்து சிலர். கைகளால் காதுகளைப் பொத்திக்கொண்டு தலையைக் குனிந்தபடி சிலர். பிரார்த்தனை செய்வது போன்று கைகளைச்

1. Mushroom Cloud
2. Napalm

சேவித்தபடி சிலர். ஏதோ சொல்ல விழைவது போன்ற பாவனை யுடன் சிலர். குழந்தைகள், பெண்கள், வயோதிபர்கள் எனப் பலதரப்பட்டவர்கள். அவர்களுக்குள் இருக்கும் ஒற்றுமை ஒன்றுதான். அது, அவர்கள் அனைவரும் இறந்துபோயிருக் கிறார்கள். தொண்ணூற்று ஐந்தாமாண்டு யாழ்ப்பாணத்தின் நவாலி சென் பீட்டர்ஸ் தேவாலயத்தில் விமானக் குண்டுவீச்சில் பலியானவர்களின் புகைப்படங்கள் அவை. நிகழ்ந்த ஒருசில மாதங்களின்பின்பு நல்லூர்த் திருவிழாவில், பொருண்மிய மேம்பாட்டுக் கழகத்தின் புகைப்படக் காட்சியில் பார்த்தது இன்னும் நினைவிலிருக்கிறது.

ஒரு புகைப்படம் சிறைப்பிடிக்கப்பட்ட அந்த ஒரு தருணத்திற்கான காத்திருப்பைச் சொல்கிறது. அங்கீகாரத்துக்கான வெறித்தனமான உழைப்பைச் சொல்கிறது. சூழ்நிலை மறந்து செயற்பட வைக்கும் புகழ்போதை பற்றிச் சொல்கிறது. ஒரேயொரு புகைப்படம் ஒரு புகைப்படக்காரருக்கான வாழ்நாள் புகழைப் பெற்றுக்கொடுக்கலாம். மனிதாபிமானம், மனிதநேயம் குறித்த சிந்தனையை அவனுக்கும் பார்வையாளருக்கும் ஒருங்கே ஏற்படுத்திவிடலாம். அதே புகைப்படம் அவன் மீதமுள்ள வாழ்நாளையே கேள்விக்குள்ளாக்கிவிடலாம். படப்பிடிப்பாள ரின் மனச்சாட்சி அவரைக் கேள்வி கேட்கலாம். மரணம் வரை துரத்தும் தீராத மனஉளைச்சலை ஏற்படுத்திவிடலாம். இணையத்தைப் பயன்படுத்தும், மின்னஞ்சலைப் பயன்படுத்தும் அனைவரும் ஒருமுறையேனும் பார்த்துப் பதறிப்போன புகைப்படம் ஒன்றிருக்கிறது.

ஒரு குழந்தை பசியால் வாடி, இயலாமையுடன் நகர்வது போல, களைத்து ஓய்ந்ததுபோல இருக்கிறது. சற்று நேரத்தில் அந்தக் குழந்தை இறந்ததும் அதனை உணவாக்கிக் கொள்ளக் காத்திருக்கிறது ஒரு பருந்து. மனம் பதைக்கும் அந்தப் படத்தைப் பார்க்கும் எல்லோருக்கும் அந்தக் குழந்தை பின்பு என்னவானது என்கிற தவிப்பு உண்டாகியிருக்கும். அதைவிட முக்கியமாக இதனைப் படம்பிடித்தவர் யார் என்ற கேள்வி தோன்றியிருக்கும்.

சூடான் அப்போது வறுமையின் பிடியில் சிக்கி பல்லாயிரக் கணக்கானவர்களைப் பலி கொடுத்தது. ஐ.நா சபையின் மூலம் நாடு முழுவதும் உணவுப் பொருட்கள் பரவலாக வழங்கப்படுகிறது. அப்படியான ஒரு பொழுதில் விமானத்தை நோக்கி உணவுக்காக மக்கள் ஓடிக்கொண்டிருக்கிறார்கள். தனித்துவிடப்பட்ட அந்தப் பெண்குழந்தையின் பெற்றோர் உணவுக்காக ஓடிச் சென்றிருக்கலாம். குழந்தை தானும் உணவு

காக்கா கொத்திய காயம்

முகாம் நோக்கித் தவழ்ந்து செல்கிறது. கெவின் கார்ட்டர் *(Kevin Carter)* படம் பிடிக்கத் தயாராகிறார்.

அப்போது பருந்து வந்து அவளருகில் அமர்கிறது. கெவின் கார்ட்டர் காத்திருக்கிறார். அந்தப் பருந்து என்ன செய்யப் போகிறது என்பதுபோல. இருபது நிமிடங்கள் காத்திருந்து, பருந்து பறந்து சென்றுவிடாமல் மெதுவாக முன்னேறிப் படம் பிடித்துவிடுகிறார். பின்னர் பருந்தைத் துரத்திவிட்டு விமானத்துக்குத் திரும்பிவிடுகிறார். குழந்தை? பெற்றோர் வந்து தூக்கிச் சென்றார்களா? எதுவும் அவருக்கும் தெரியவில்லை. அப்போதைய மனநிலையில் அவர் அதை யோசிக்கவோ கவலைகொள்ளவோ இல்லை.

அந்தப் புகைப்படம் 1994ஆம் ஆண்டுக்கான 'புலிட்சர்' பரிசு பெற்றது. பாராட்டுகளைப் போலவே கேள்விகளும் கண்டனங்களும் எழுந்தன. குற்றவுணர்ச்சிக்கு உள்ளானார் கார்ட்டர். விருது வாங்கி இரண்டே மாதங்களில், தனது முப்பத்து மூன்றாவது வயதில் தாங்கமுடியாத மன உளைச்சலில் தன் வாழ்வை முடித்துக்கொண்டார்.

ஒரு கவிதை புரியவைக்காத பொருளை, பல வாக்கியங்கள் கொடுக்கும் விளக்கத்தை ஒரு புகைப்படம் எளிதில் சொல்லி விடுகிறது. வரலாற்றின் இருண்ட பகுதிகளை வெளிச்சத்துக்குக் கொண்டுவந்துவிடுகிறது. ஓர் இனத்தின் மீதான வன்முறையையும் ஒடுக்குமுறையையும் சொல்லிவிடுகிறது. ஒரு நூற்றாண்டின் பயங்கரத்தை ஒரேயொரு புகைப்படம் சொல்லிவிடுகிறது. ஜெர்மன் நாசி இராணுவத்தினர் தற்பெருமையோடு பிடித்த படங்களே, ஹிட்லர் ஆட்சியின் படுகொலைச் சாட்சியங்களாகின. மிகச் சமீபமாக நம்நாட்டிலும்.

புகைப்படங்கள் காலத்துக்கு நிறம் கொடுக்கின்றன. நாம் வாழாத காலத்தைக் கண்முன் நிறுத்துகின்றன. ஒரு புகைப்படத்தின் அடிப்படையான நிறம் அப்போதிருந்த தொழில் நுட்பத்தை, அந்தக் காலத்தைச் சொல்லிவிடுகிறது. கருப்பு வெள்ளைப் புகைப்படத்துக்குப் பிறகு, வந்த மண்நிறத்தை அடிப்படியாகக் கொண்ட புகைப்படங்கள் ஒரு தனியான உணர்வைக் கொடுக்கும்.

இறுக்கமான உடலோடு ஒட்டிநிற்கும் மேற்சட்டையும், அடியில் பெரிதாக விரிந்த 'பெல் பொட்டம்' ட்ரவுசரும் அணிந்து, ஏராளமான முடியுடன் போஸ் கொடுக்கும் சித்தப்பாவின், மாமாவின் படங்களைப் பார்த்திருக்கிறோம். காதோரம் பெரிய கிருதாவும், பென்சில் மீசையுமாக அப்பாவின் படம்

ஒன்று பார்த்தேன். மாமா ஒருவர் எம்.ஜி.ஆர். ரசிகர் போலும். ஒவ்வொரு படத்திலும் இடுப்பில் கையை வைத்து, தலையைச் சரித்து ஸ்டைலாக போஸ் கொடுத்திருக்கும்போதெல்லாம் அவருக்குள்ளிருந்து எம்ஜியார் எட்டிப்பார்ப்பது போலிருக்கும். சுருள்சுருளாக நீண்டு பின்கழுத்தை மறைக்கும் தலைமுடியும் தொங்கு மீசையுடனான ஆண்களும், பெரிய பூக்கள் போட்ட சேலையும், தலையில் ஒருபக்கமாகச் சூட்டப்பட்டிருக்கும் ஒற்றை ரோஜாப்பூவும், அதிலும் கரையுச்சி வகிடெடுத்து பின்னப்பட்ட கூந்தலுமாகப் புகைப்படங்களில் காட்சிதரும் பெண்களும் எழுபது, எண்பதுகளின் ஸ்டைலையும், அப்போதைய சினிமாவையும் சொல்கிறார்கள்.

புகைப்படம், காலத்தின் சாட்சி. இடைவிடாது இயங்கும் உலகின் உறையச் செய்யப்பட்ட ஒரு கணம். உணர்வுகளின் முழுமையான உள்வாங்கி. திரிபுபடுத்தல்கள் இல்லாத வரலாறு. சமரசம் செய்துகொள்ளாத கதைசொல்லி. பழுப்பேறிய மங்கலான ஒரு புகைப்படம், நம் நினைவுகளின் இடுக்குகளில் மறைந்துபோன ஒரு பொழுதை மீட்டு வருகிறது. ஒரு நொடியில் தொலைந்துபோகச் செய்கிறது. காலங்கடந்து பயணிக்கச் செய்கிறது. காலமாற்றத்தில் நிறம் மாறிப் போய்விட்ட நம் ஊரின், சூழலின் நிஜ முகத்தைக் காணவைக்கின்றன. பால்ய காலத்துக்குக் கைபிடித்துக் கூட்டிச்செல்கின்றன. மறந்து போய் விட்ட ஒரு வாழ்க்கையை நினைத்து ஏக்கங்கொள்ளச் செய்கிறது. நம் உணர்வுகளோடு பின்னிப்பிணைந்தவை சில. பார்த்தவுடன் இதழ்க்கோடியில் சிறுபுன்னகையாக சில. மனதோரம் நெருடும் சிறு நெருஞ்சிகளாக சில.

ஒவ்வொரு புகைப்படத்துக்கும் பின்னால் ஒரு கதை இருக்கிறது. அது ஒரு இனத்தின் தூக்கத்தைப் பலநாட்கள் தொலைந்துபோகவும் செய்துவிடலாம்!

கலைஞன்

முன்னிரவுப்பொழுது. 'கனலில் கருவாகி புனலில் உருவான' பாடல் ஒலித்தது. எங்கேயோ கேட்ட மிகப்பரிச்சயமான குரல்போலத் தோன்றியது. நான் யோசித்துக்கொண்டிருக்க, நண்பன் ஷணா தன்னையறியாமல் மோட்டார் சைக்கிள் வேகத்தைக் குறைத்தான். அவனுக்கும் அதே உணர்வுதான் தோன்றியிருக்க வேண்டும்.

கோவிலுக்குச் சென்றுவிட்டுத் திரும்பிக் கொண்டிருந்தோம். அது இரண்டாயிரத்துப் பத்தாமாண்டு நல்லூர்த்திருவிழா நேரம். மிக மெதுவாகச் சனநெரிசலான பகுதியைக் கடந்து கந்தர்மடம் பகுதியை வந்தடைந்தோம். மோட்டார் சைக்கிள் கந்தர்மடம் சைவப்பிரகாச பாடசாலையை அண்மித்தபோது நல்லூர்த்திருவிழாக்கால வழமையின்படி, மைதானத்தில் ஏதோ இசை நிகழ்ச்சி நடைபெற்றுக்கொண்டிருந்தது.

"நேரமாச்சுது. வீட்டை போகவேணும்" என்று நண்பர்களிடம் விடைபெற்று அவசரமாகப் புறப்பட்டவன், இப்போது மோட்டார்சைக்கிளை வீதி ஓரமாக நிறுத்தினான். அந்த வழியாக வந்து கொண்டிருந்த எல்லோருமே சொல்லிவைத்தது போல வேகத்தை மட்டுப்படுத்தினார்கள். தங்கள் மோட்டார்சைக்கிள்களை ஓரமாக நிறுத்திவிட்டு வீதியோரத்தில் கூடிநிற்கத் தொடங்கினார்கள். காரணம் ஒரு குரல்!

கண்களில் சிறு ஆச்சரியமும் கேள்வியும் கலந்து ஒருவரையொருவர் பார்த்துக்கொண்டார்கள். மகிழ்ச்சியுடன் புன்னகைத்துக்கொண்டார்கள். சற்றுநேரத்தில் பெருங்கூட்டம் கூடிவிட்டது. வீதிப் போக்குவரத்து தடைப்பட, எல்லோரும் ஏதேதோ பழைய ஞாபகங்கள் கிளறப்பட்டு அமைதியாக நின்று கொண்டிருந்தார்கள். அவ்வளவு பேரின் உணர்வுகளையும் பதினைத்து வருடங்கள் பின்னோக்கி அழைத்துச் சென்று விட்டிருந்தது அந்தக் குரல்! அது ஈழ மண்ணின் கலைஞன் பாடகர் சாந்தனுடையது.

எஸ்.ஜி. சாந்தன்! தொண்ணூற்று ஐந்தாம் ஆண்டுவரை யாழ்ப்பாணத்தின் மிகப் பிரபலமான நட்சத்திரப் பாடகர். எந்த மூலையிலிருக்கும் சிறிய கோவில்களிலும் கூட சாந்தனின் இசைநிகழ்ச்சி ஒருமுறையேனும் இடம்பெறாமலிருக்காது. வருடம் முழுவதும் ஒலிநாடாக்களில் கேட்டுக்கொண்டிருந்த, ஒலித்துக்கொண்டிருந்த குரல். எப்போதுமே ஏதோ ஒரு சந்தியில் ஒலிபெருக்கியில் சாந்தன் பாடிக்கொண்டிருப்பார். விடுதலைப் புலிகளின் பிரதான பாடகராக ஏராளமான எழுச்சிப் பாடல் களைப் பாடியிருந்தார்.

எல்லோர் மனங்களிலும் ஆழமாகப் பதிந்துபோயிருந்தது அந்தக் குரல் என்பது வீதியோரமாக மேலும் சேர்ந்துகொண்டிருந்த கூட்டத்தைப் பார்த்தபோது தெரிந்தது. பாடல்களின் இடையே மேடையில் ஒருவர் அறிவித்துக்கொண்டிருந்தார். புனர்வாழ்வு முகாமிலிருந்து விசேட அனுமதி பெற்றுத்தான் அவரை அழைத்து வந்ததாகவும், இன்னும் விடுதலையாகவில்லை என்றும் கூறிக் கொண்டிருந்தார். அந்த அறிவிப்பாளர், இலங்கையின் மூத்த ஊடகவியலாளர் சர்த்தார் என ஃபேஸ்புக் மூலமாகப் பின்னர் தெரிந்துகொண்டேன். ‘பிட்டுக்கு மண் சுமந்த பெருமானார்’ என்ற ஈழத்தில் உருவான பாடலை சாந்தன் பாட ஆரம்பித்தபோது, அங்கிருந்து கிளம்பினோம். குரல் தேய்ந்து, மறைந்து நினைவுகள் தொடர்ந்துகொண்டிருந்தன.

‘குயிலே பாடு...’ தொண்ணூறாமாண்டில் யாழ் நகரத்தின் எந்தவொரு மூலையிலாவது இந்தப் பாடல் ஒலிக்காத காலைப் பொழுது ஒன்று இருந்திருக்குமா? யாழ் இந்து ஆரம்ப பாடசாலை யில் நான் சேர்ந்தபோது ‘இந்தமண் எங்களின் சொந்த மண்’ பாடல் வெளியாகி மிகுந்த பிரபலமாகியிருந்தது. எங்கள் மாலை நேர விளையாட்டுகளில் முக்கியமானது பாட்டுக் கோஷ்டி வைத்தல். தலைவராக கணேஷ், தீபன், தீபா, பிரதீஸ், அச்சாமி, நான் எல்லோரும் சங்கத்தின் நிரந்தர உறுப்பினர்கள். கோஷ்டியின்போது பால்மா பேணிகளை அடுக்கி ட்ரம் செட்

செய்துகொள்வேன். தீபன் இரண்டு பால்மாப் பேணிகளை தபேலாவாக வைத்துக்கொள்வான். சிறு மத்தளம் ஒன்றுடன் கணேஷ் 'மருதமலை மாமணியே' என்று பக்திப்பாடலுடன் ஆரம்பிப்பான். அவன்தான் எங்கள் குழுவில் சாந்தன். தீபன், 'குயிலே பாடு', 'இந்த மண்' பாடல்களைப் பாடுவான். வாரம் ஒருமுறையாவது தவறாமல் கோஷ்டி வைத்துவிடுவோம். அழகிய நாட்களவை.

தொண்ணூற்று ஐந்தாம் ஆண்டுவரை யாழ்ப்பாணத்தில் எங்களுக்கிருந்த அதியுச்ச கேளிக்கையாக இருந்தது 'கோஷ்டி' பார்ப்பதே. மேடை இசைக்குழுக்களை 'கோஷ்டி' என்றுதான் அழைப்பார்கள். அதனைச் சாத்தியமாக்கியது கோவில் திருவிழாக்கள். 'சாந்தன்', 'ராஜன்' என்ற இரு இசைக்குழுக்கள் அப்போது மிகப் பிரபலமாயிருந்தன. முன்னைய காலத்தில் பிரபலமான 'அருணா' என்ற இசைக்குழுவும் இருந்தது. கண்ணன் மாஸ்டர் இசைக்குழுவை எப்போதோ நிறுத்திவிட்டு, இசையமைப்பாளராக மாறியிருந்தார்.

"நாளைக்கு சாந்தன் கோஷ்டியாம்" – இப்படி யாராவது நண்பன் தகவல் சொன்னதும், அன்றிரவு முழுவதும் எப்படா விடியும் என்ற சலிப்பும், பள்ளிக்கூடம் முடிந்து வீட்டுக்கு வந்தது முதல் அதிகரிக்கும் பரபரப்பும் அலாதியானவை. ஒவ்வொரு இசைக்குழுவுக்கும் பிரத்தியேகமான சில பாடல்கள் இருந்தன. எங்கோ தூரத்தில் திடீரெனக் கேட்க ஆரம்பிக்கும்போதே சொல்லிவிடலாம. "கனலில் கருவாகி புனலில் உருவான" என்ற ஆரம்பப் பாடலுடன்தான் சாந்தன் ஆரம்பிப்பார். ராஜன் கோஷ்டி "அதிகாலையிலே அலை ஓசையிலே" – டி.எம்.எஸ் குரலுடன் முதற்பாடலை ஆரம்பிக்கும். இசைக்குழுக்களிலிருந்த கலைஞர்களுக்கும் தனித்தனியாக ரசிகர்கள் இருந்தார்கள். சாந்தன் குழுவில் இருந்த டிரம் கலைஞர் நந்தன், பாடகர் நிரோஷன் பிரபலமானவர்கள். அதேபோல, ராஜன் இசைக்குழுவிலிருந்த 'தபேலா' வேல்மாறன், 'வயலின்' ஜெயராமன்.

கோஷ்டி என்றதுமே என் போலவே எங்கள் பகுதி நண்பர்கள் அனைவருக்குமே கலட்டி அம்மன் கோவில் ஞாபகம் வந்துவிடும். கோவில்கள் நிறைந்த யாழ்ப்பாணத்தில், எங்கள் ஏரியா கோவில் களில் அங்கேதான் திருவிழாக் காலத்தில் அடிக்கடி இசை நிகழ்ச்சிகள் நடைபெறும். நாங்கள் முதன்முறையாகக் கோஷ்டி பார்த்தது அங்கேதான்.

அதுமட்டுமல்லாமல் ஒரு கம்பராமாயணச் சொற்பொழிவை, ஒரு பட்டிமன்றத்தை முதன்முதல் பார்த்தது எல்லாமே கலட்டி

அம்மன் கோவிலில்தான். யாழ்ப்பாணத்தின் கம்பன்கழகம் நடத்தும் பட்டிமன்றங்களும் அப்போதெல்லாம் மிகப் பிரபலம். வில்லுப்பாட்டும் முக்கியமானது. சின்னமணி, ஸ்ரீதேவி என்ற வில்லிசைக் குழுக்கள் மிகப்பிரபலமானவை. அதிலும் ஸ்ரீதேவி குழுவில், நடித்துக்காட்டி, 'ஸ்பெஷல் சவுண்ட் எஃபெக்ட்ஸ்' எல்லாம் கொடுப்பார்கள். கலட்டி அம்மன் கோவில் திருவிழா ஆரம்பிக்கிறது என்பதே அன்றைய நாட்களின் மிக மகிழ்ச்சியான செய்தியாக இருந்ததில் ஆச்சரியமேதுமில்லை. இளவட்டங் களுக்கும், சிறுவர்களுக்கும், எங்களைப் போன்ற பதின்வயதுக்குள் நுழைந்துகொண்டிருந்தவர்களுக்கும் கிரிக்கெட் போட்டிகளைப் பார்ப்பதற்கு அடுத்த நிலையில் கோவில் திருவிழாக்களும் கோஷ்டிகளும்தான்.

யாழ்ப்பாணத்தின் புகழ்பெற்ற பேச்சாளர் ஜெயராஜின் கம்பராமாயணச் சொற்பொழிவு அந்தக் காலகட்டத்தில் மறக்கமுடியாதது. ஒருவர் நட்சத்திர அந்தஸ்துப் பெறுவதற்கு தாய்க்குலங்களின் ஆதரவு இருந்தாக வேண்டும் என்பது அப்போது புரியவில்லை. இப்போது யோசிக்கும்போது ஜெயராஜ் பெண்மணிகளின் ஏகோபித்த வரவேற்பைப் பெற்ற பேச்சாளராக இருந்தார்.

மண்ணெண்ணெய் விளக்கும், நிலவும் மட்டுமே வீடுகளுக்கு ஒளி வழங்கிக்கொண்டிருந்த, சைக்கிள் டைனமோவிலிருந்து ரேடியோவிற்கு மின்சாரம் வழங்கிக் காஸெட் போட்டு பாட்டுக் கேட்ட காலப்பகுதி அது. எப்போதாவது உறவினர்கள் வீடுகளில் திருமணம் போன்ற விசேட நிகழ்வுகளின்போது மட்டும் படம். தொலைக்காட்சிப் பெட்டிகள் எல்லாம் உறங்குநிலையில் இருந்தன. பின்னாட்களில் டீ.வி. சீரியல்கள் வாழ்வின் பெரும் பகுதியை ஆக்கிரமித்துக்கொள்ளும் என்று யாருமே யோசித்திராத அந்நாட்களில், நம் குடும்பத் தலைவிகளின் கதை கேட்கும் ஆர்வம் கோவில் வீதிகளில் காணக்கிடைத்தது.

ஜெயராஜின் சொற்பொழிவுகளின்போது, பெண்கள் பகுதியி லிருந்து எப்போதும் நல்ல வரவேற்புக் கிடைக்கும். சால்வையை ஒருபக்கமாகப் போர்த்திக்கொண்டு, கையொன்றை ஊன்றி ஒரு பக்கமாகக் கால்களை ஒருக்களித்து அவர் அமர்ந்திருக்கும் ஸ்டைல், குடுமி போன்றவையும் பெண்களை ஈர்க்கக் காரணமாக இருந்தது என்று சொல்வோரும் இருக்கிறார்கள். எனக்கென்னவோ அவர் சொல்லும் இடையிடையே சொல்லும் குட்டிக் கதைகள், நடைமுறை சார்ந்த நகைச்சுவைகள் போன்றவையே அதிக மானோரைக் கவர்ந்தது என்று தோன்றுகிறது. ஏனெனில் ராமாயணக் கதை தெரியாதவர்கள் என்று யாருமில்லையே.

சாந்தன் இசைக்குழுவினர் பாடும்போது பாடகர் சாந்தன் மேடையில் சப்பாணி கட்டி அமர்ந்துகொண்டு அவ்வப்போது எம்பி, எட்டிப் பெண்கள் பகுதியைப் பார்த்துச் சிரித்துகொண்டே பப்ளிக்காக 'சைட்' அடிப்பதைக் காணலாம்.

கலட்டி அம்மன் கோவில் கொடியேறிவிட்டாலே, மாலை ஆறுமணிக்கே அவசர அவசரமாக இரவுணவை அள்ளிப் போட்டுக்கொண்டு எங்கள் நண்பர்கள் பட்டாளம் கோவில் வீதியில் சுற்றிக்கொண்டிருக்கும். கோவிலுக்கு முன்னால், வைரமுத்துமாமா வீட்டு கேற்றடிக்கு வலப்புறமாக மேடை அமைக்கப்பட்டிருக்கும். சுவாமி வெளிவீதிக்கு வந்து முதலாவது மண்டபப்படியான வைரமுத்துமாமா வீட்டைக் கடந்ததுமே சிறுவர்கள் எல்லாம் மேடைக்கு முன்னால் இடம்பிடித்து அமர்ந்துகொள்வார்கள்.

சரியாகச் சொற்பொழிவு தொடங்க பதினைந்து நிமிடத்துக்கு முன், வெள்ளைவேட்டி, சட்டையில் ஒருவர் வந்து மைக்கைப் பிடிப்பார். அவரை அப்பர் என்றழைப்பார்கள். 'இந்த நிகழ்ச்சியை நாங்கள் உங்களுக்காகவே ஏற்பாடு செய்துள்ளோம்', 'நீங்கள் அமைதியாக இருந்து', 'கண்டு களித்து', 'இன்புற்று', 'உங்களுக் காகவே' எனத் திரும்பத்திரும்பச் சுற்றிவளைத்துப் பேசிக் கொண்டே போவார். விழா மேடைகளில் 'கடைசியாக ஒன்றை மட்டும் கூறிக்கொண்டு' பேர்வழிகள் போலவே அவரது பேச்சு இருக்கும். "மைக் பிடிச்சுப் பேச ஆசை அதான் இப்பிடி", "நாலுவிரல்லயும் மோதிரத்திண்ட சைசப் பார், அதக் காட்டுறதுக்குத் தாண்டா உந்தாள் கஷ்டப்படுது" போன்ற கமெண்டுகள் பறக்கும். ஒருகட்டத்தில் 'கையத்தட்டுங்கடா' என்று ஆரம்பித்துவைத்து ஓர் கரகோஷம். பின்வந்த நாட்களில் அவரை மேடைக்கருகில் கண்டதுமே கைதட்டல்தான். இவ்வாறாக எங்கள் மத்தியில் அவர் ஏகோபித்த வரவேற்பைப் பெற்ற பேச்சாளராகத் திகழ்ந்தார்.

அவ்வப்போது சிறுவர்களுடன் அமர்ந்துகொண்டாலும், எப்போதுமே எங்களுக்குப் பிடித்த இடம் தேர்முட்டிதான். அப்பு அண்ணன், ரகு அண்ணன், இரணை என்றழைக்கப்பட்ட இரட்டைப்பிறவிச் சகோதரர்கள், ஜனகர், தரணி, நான் இன்னும் பெயர் மறந்துவிட்ட பல ஆரம்பநிலைப் பதின்வயது நண்பர்களும் தேர்முட்டியின் படிக்கட்டுகளில் அமர்ந்திருப்போம். அப்போதுதான் நாங்கள் அறிவியல்ரீதியாகப் புதிய விஷயங்கள் சிலதைத் தெரிந்துகொண்டிருந்தோம். எங்கள் விஞ்ஞான ஆய்வரங்குகள், கலந்துரையாடல்கள் அங்கேதான் நடைபெற்றன.

கிராமங்களில், சிறுநகரங்களில், பெருநகரமாக இருந்தாலும் யாழ்ப்பாணத்தின் ஒவ்வொரு ஆண்களினதும் வாழ்விலும், ஒவ்வொரு கட்டத்திலும் தேர்முட்டிகளுக்கென்று தனியாக ஓரிடம் இருக்கும். அந்தத்தப்பகுதி இளைஞர்களின் கூடவே இருந்த இன்னொரு நண்பனாகவே அவை இருக்கின்றன.

அது ஒரு பம்பல்! பம்பல் என்ற வார்த்தைக்கு சரியான அர்த்தம் தெரியாது. கேளிக்கை, கொண்டாட்டம் என்று பொருள் கொள்ளலாம். அதற்கான உச்சரிப்பு பய்ம்பல், பைம்பல் இந்த இரண்டுக்கும் இடையில் ஒரு தினுசாக இருக்கும்.

கடவுள் நம்பிக்கை உள்ளவர்கள், இல்லாதவர்கள், குழப்ப நிலையிலிருந்தவர்கள் என எல்லோரையுமே கோவில் திருவிழாக்களும் பேச்சாளர்களும் கலைஞர்களும் ஒருங்கிணைத் திருந்தார்கள். இப்போதெல்லாம் பெரும்பாலான கோவில்களின் திருவிழாக்கள் சோபையிழந்து, எந்த ஆரவாரமுமின்றி நடைபெறு கின்றன. ஊரின் திருவிழாவாக இல்லாமல் தனியே கோவிலின் திருவிழாவாக!

ஒருமுறை நண்பன் பார்த்தி, ‘எவ்வளவு நெருக்கடியான சூழலிலும் அப்போதிருந்த மகிழ்ச்சி பிறகு கிடைக்கவேயில்லை. இனியும் கிடைக்காது என்று தோன்றுகிறது’ என்றான். பள்ளிப் பருவமே அப்படித்தான் எனினும், உண்மையும் இருக்கிறது. நாம் வாழ்க்கையைக் கொண்டாடிய காலப்பகுதி அதுதான்.

மின்சாரமில்லை, மண்ணெண்ணெய் விளக்கு. அத்தியாவசியப் பொருட்களுக்குத் தட்டுப்பாடு, பெரும் விலை. பள்ளிக்குச் செல்லும் பிள்ளைகள் வீடு திரும்புவார்களா என்று அம்மாக்கள் சந்தேகப்படக்கூடிய உயிருக்கு உத்தரவாதமில்லாத சூழல். எந்த நேரத்திலும் குண்டுவீச்சு விமானங்கள் தாக்குதல் நடத்தலாம். எந்த முன்னறிவித்தலும் இல்லாது ஒரு எறிகணை வீழ்ந்து வெடிக்கலாம், உயிர் பறிக்கலாம். இதையெல்லாம் புறந்தள்ளி, கடந்து, ஒரு நம்பிக்கை, எதிர்காலம் பற்றிய கனவுகள் இருந்தன. இதையெல்லாம் தாண்டியும் ஒரு அழகான வாழ்க்கை இருந்தது. அதனைக் கொண்டாடும் மனநிலை வாய்த்திருந்தது. அது ஒரு அழகிய காலம்!

இப்போது பாடகர் சாந்தன் எங்கே, என்ன செய்கிறார், தெரியாது. இன்னும் ஏராளமான கலைஞர்கள் எங்கே இருக்கிறார்கள்? என்ன செய்துகொண்டிருப்பார்கள்? மிக இக்கட்டான தருணங்களில், பலரை மன உளைச்சலிலிருந்தும், கவலைகளிலிருந்தும் விடுவித்து, எங்கள் பொழுதுகளைச் சுவாரஷ்யமாக்கிய அவர்களில் பலர், உலகின் ஏதோ ஒரு

மூலையில் ஏதோ ஒரு வேலையில் தம்மை இணைத்துக்கொண்டு அவ்வப்போது பழைய நினைவுகளை மீட்டிக்கொண்டிருக்கலாம்.

கடந்தமுறை யாழ் சென்றிருந்தபோது கலட்டி அம்மன் கோவிலடியைக் கடந்து செல்கையில் பழைய ஞாபகங்கள். அன்று ஒன்றாகத் திரிந்த, தேர்முட்டியிலிருந்து கதைகள் பேசிய நண்பர்கள் இப்போது எங்கிருக்கிறார்களோ தெரியவில்லை. அந்தத் தேர்முட்டியும், ஏராளமான இளைஞர்களின் நினைவு களைச் சுமந்துகொண்டு யாருக்கோ காத்திருப்பதுபோலத் தனித்திருந்தது.

*பாடகர் சாந்தன், 26.02.2017 அன்று யாழ் மருத்துவமனையில் காலமானார்.

கர்ணன்கள்

கிரேக்கப் படைகள் ட்ரோய் நகரைச் சூழ்ந்திருக்கின்றன. கோட்டையின் எதிரே யுத்தம் நடைபெற்றுக்கொண்டிருக்கும் களம். அன்றைய நாள் மோதல் வித்தியாசமானது, முக்கியமானது. நாட்டின் மிகச்சிறந்த வீரனும் நாட்டின் பிரதான படைத்தளபதியுமான இளவரசன் ஹெக்டர் தன் மனைவியிடமும் குழந்தையிடமும் விடைபெற்றுக் கொள்கிறான். அவன் அக்கலிஸ் உடன் ஒற்றைக்கு ஒற்றையாக மோதப்போகிறான்.

அக்கலிஸ் வெல்லப்பட முடியாதவன் என எதிரிகளாலும் மதிக்கப்படும் பெரும் வீரன். ஒரு விடிகாலையில் அக்கலிஸ்சின் தலைக்கவசத்தை அணிந்துகொண்டு போரிடுகிறான் அனுபவமில்லாத இளவயதினனான அவன் உறவினன். அவனை அக்கலிஸ் எனத் தவறுதலாக நினைத்துக் கொன்று விடுகிறான் ஹெக்டர். அதற்குப் பழிவாங்கவே ஹெக்டரை ஒற்றைக்கு ஒற்றை அழைக்கிறான் அக்கலிஸ்.

யுத்தம் ஆரம்பிக்கிறது. கோட்டையின் மேற்தளத்தில் நிற்கும் ஹெக்டரின் மனைவி ஆரம்பத்திலேயே எதையும் பார்க்காமல் திரும்பி, மடங்கி உட்கார்ந்து அழுகிறாள். அவளுக்குத் தெரிந்து விடுகிறது ஹெக்டர் திரும்பப் போவதில்லை என்பது. மன்னருக்கும் தெரிகிறது தன் மூத்தமகனின் முடிவு. இந்தப் போருக்கே காரணமான அவன் தம்பி, ஏனைய படைத்தளபதிகள், ஏன் ஹெக்டருக்கே கூடத் தெரிந்துவிடுகிறது அது தன் இறுதியுத்தம்

என்பது. ஏற்கனவே அவன் தன் தம்பியைக் காப்பாற்றுவதற்காக யுத்தவிதிகளை மீறியிருக்கிறான். அவன் தன்னளவில் உறுதியாகப் போரிடுகிறான். உயிர்துறக்கிறான்.

Troy (2004) படம் பார்க்கும்போது, ஹெக்டரின் கதாபாத்திரம் எனக்குக் கர்ணனையே நினைவூட்டியது. தன் முடிவு தெரிந்தும், களம் தனக்குச் சாதகமாயில்லை என்பது தெரிந்தும், தனக்கான இறுதியைத் தான் விரும்பியபடியே எதிர்கொள்ளும் ஒவ்வொருவனும், தன் கொள்கைக்காக, தான் கொண்ட நியாயத்துக்காக, நன்றிக்காக, நம்பிக்கைக்காகத் தோற்கப்போவது தெரிந்தும் இறுதிவரை மனம்தளராது முழுமனதுடன் போராடி மடியும் யாவரும் கர்ணனையே நினைவூட்டுகிறார்கள்.

மகாபாரதக் கதையில் கர்ணன் மாதிரி தேவர், முனிவர், அரசர், சாதாரண மனிதர் ஆகிய எல்லாத் தரப்பினராலும் மோசமாகப் பாதிக்கப்பட்ட, பலி(ழி) வாங்கப்பட்ட வேறொரு பாத்திரம் இருந்ததாகத் தெரியவில்லை. போர்க்களம் போகு முன்பாகவே மிகப் பலவீனமாக்கப்பட்ட நிலையில் களம்புகுந்த வீரனாக அவனிருந்தான். சின்ன வயதில் மகாபாரதக் கதை தெரிந்துகொண்டபோது, கர்ணனை மிகவும் பிடித்திருந்தது.

கர்ணன் தன் வாழ்நாள் முழுவதும் போராளியாகவே வாழ்ந்திருக்கிறான். துரதிருஷ்டத்திற்கும் ஒடுக்குமுறைக்கும் எதிரான முழுமையான போராளியாக. துரதிருஷ்டம் துரத்த, துரோகங்கள் தொடர, நயவஞ்சகர்களால் ஏமாற்றப்பட்ட நிலையில் தன் முடிவு தெரிந்திருந்தும், இறுதிவரை போராடினான். அவனுக்குத் தனது முடிவு தெரிந்தேயிருந்தது. தன் பாதுகாப்பை உறுதிப்படுத்தும் எல்லாச் சாத்தியங்களையும் அவனாகவே மனமுவந்து விட்டுக்கொடுத்து தன்னை அழிப்பதற்கான சாதகமான சூழலை ஏற்படுத்திக்கொடுத்திருக்கிறான். தான் கற்ற வித்தையை மட்டுமே நம்பிக் களமிறங்குகிறான். வர்க்க வேறுபாடுகளுக்கும், அடையாளச் சிக்கலுக்குமிடையில் வாழ்நாள் முழுவதும் யாருக்கோ தன்னை நிரூபித்துக்கொண்டே இருந்த முழுமையான போராளி அவன்.

மகாபாரதம் எந்தக் காலத்துக்கும் பொருந்தக்கூடிய மாபெரும் இதிகாசம். மிகச் சுருக்கப்பட்ட வடிவம் எனச் சொல்லப்படுகிற ராஜாஜி எழுதிய 'வியாசர் விருந்து' ஏழாம் வகுப்புப் படிக்கும்போது வாசிக்கக் கிடைத்தது. அதற்குமுன்னர் கண்ணாடித்தாத்தா கதை சொல்லக் கேட்டதும், தூர்தர்ஷன் தொலைக்காட்சித் தொடராகப் பார்த்ததும், 'அமர்சித்திரக்கதா'

வில் தனித்தனியாக ஒவ்வொரு பாத்திரங்களின் கதைகளை வாசித்ததும், கிளைக்கதைகளைப் படித்ததுமாகத் தெரிந்திருந்தது. ஏராளமான கதாபாத்திரங்கள். அவை ஒவ்வொன்றுக்கும் விரிவான தனிக்கதைகள், முன்கதைகள். தியாகம், வீரம், நட்பு, துரோகம், நன்றி, காமம், காதல், அறியாமை, குருபக்தி, அரசதர்மம், போரியல் தர்மம், போரியல் வியூகங்கள், சூழ்ச்சி, வஞ்சகம், அரசியல், அத்துமீறல், வர்க்கபேதம், நம்பிக்கைத் துரோகம், பழிவாங்கல் என இன்னும் ஏராளமாக, விரிவாகச் சொல்லப்படுகிறது. முன்பின் நகரும் திரைக்கதைபோன்ற உத்தி, கிளைக்கதைகள் என ஆச்சரியமளிக்கிறது.

நான்காம் வகுப்புப் படிக்கும்போது எங்கள் தமிழாசிரியர் பாடப்புத்தகத்தைக் கற்பிப்பது தவிர, நிறையக் கதைகள் சொல்வார். அருமையாகப் பாடுவார். இராமாயணம், பெரியபுராணம், மகாபாரதம், இவற்றிலிருந்தெல்லாம் நிறையப் பேசுவார். பாடுவார். எங்கள் எல்லோருக்கும் அவரை மிகவும் பிடித்திருந்தது. மகாபாரதக் கதை சொல்லும்போது ஒரு சிக்கல் வந்தது. ஆசிரியரோடு ஒன்றமுடியவில்லை. ஆசிரியருக்கு அர்ஜுனனைப் பிடித்திருந்தது. அது இயல்பானதுதான். அர்ஜுனன் மாவீரன் என்பதில் ஐயமேதுமில்லை. ஆனால் அவன் மட்டுமே வீரனாக இருக்க வேண்டும் என்பதற்காகச் செய்யப் பட்ட கண்ணன், துரோணர் உள்ளிட்டவர்களால் 'இறங்கி வேலை செய்த' அரசியல்கள் சொல்லப்பட்டிருக்கின்றனவே.

கதை சொல்பவர் கதையில் தனக்குப் பிடித்த, தான் மிக ரசித்த கதாபாத்திரத்தின் சார்பாகவே கதை சொல்வதைப் புதிதாகக் கதை கேட்பவரால் மட்டுமே ரசிக்கமுடியும். பெரும்பாலான கதைகள் யாரோ ஒருவர் சார்பாகவே எழுதப்பட்டிருக்கும். அப்படியிருப்பினும் சொல்லப்பட்ட கதையை அப்படியே சொல்வதே கதைசொல்பவரின் நடுநிலை. ஆனால் அதற்கும் மேலாகத் தான் ரசிக்கும் பாத்திரத்தை உயர்த்தி, சிலாகித்து, முக்கியத்துவம் கொடுத்துப் பேசுவதை ரசிக்கமுடிவதில்லை.

வகுப்பில் சிலருக்கு என்னைப்போலவே கர்ணனைப் பிடித்திருந்தது. நான்காவது வகுப்பில் படிக்கும் எனக்கு 'ஆசிரியர் அர்ஜுனனை மட்டுமே அளவுக்கு மீறி முன்னிலைப் படுத்துகிறார்' எனப் புரியுமளவுக்குத் தன்னை வெளிப்படுத்திக் கொண்டதை ஏற்க முடியவில்லை. அது, முதன்முறையாக அவர் பற்றிய எங்கள் எண்ணத்தில் மாற்றம் கொண்டுவந்தது. இறுதியில் வெல்பவனே ஹீரோ, தோற்பவன், இறந்து விடுபவன் வில்லனாகவே இருக்க வேண்டும் என்பது போன்ற நம்பிக்கையின் அடிப்படையில் கர்ணனை மோசமானவனாகவே சித்திரித்தார்.

காக்கா கொத்திய காயம்

ஒரு விஷயத்தை மற்றவர்களுக்கு அறிமுகப்படுத்தும், சொல்லிக்கொடுக்கும் நிலையில் இருப்பவர்கள், மிக முக்கியமாக ஆசிரியர்கள் தங்களின் சொந்த விருப்புவெறுப்புகளை மற்றவர்கள் மேல் திணித்துவிடாமல், மாணவர்கள் சுயமாகச் சிந்தித்து முடிவெடுக்கும் சுதந்திரத்தை அனுமதிப்பது அவசியம். ஆனால் துரதிருஷ்டவசமாக பலருக்கும் அப்படி வாய்த்ததில்லை. அதனால் சின்னவயதிலேயே நடிக்கத் தொடங்கிவிட்டோம். எங்கள் சொந்தக் கருத்துக்களை மனதில் புதைத்துக்கொண்டு வெளியில் 'ஆமாமா நீங்கள் சொன்னால் சரிதான்'. இதுபற்றியெல்லாம் ஆசிரியரிடம் பேச முடியாது. பின்னர் ஆசிரியர் இதே கர்ணனைக் காரணமாக வைத்து இன்னோர் சந்தர்ப்பத்தில் 'கர்ண கொடூரமாக' நடந்துகொள்ளும் அபாயமிருந்தது.

ஒருமுறை தொலைக்காட்சியில் 'கர்ணன்' படம் ஒளிபரப்பான போது உடனேயே அணைத்துச் சென்றுவிட்டேன். சிவாஜியூடாக கர்ணனைக் காண விரும்பாததே காரணம். மற்றபடி சிவாஜி கர்ணனாக நடித்ததுக்கும் கர்ண கொடூரத்துக்கும் எந்தச் சம்பந்தமுமில்லை. நாம் ரசித்த எந்தக் கதாபாத்திரமாக இருந்தாலும் அதனைத் திரையில் எதிர்கொள்வதில்தான் பிரச்சினையே. நாம் மனதில் உருவாக்கி வைத்திருக்கும், அல்லது நாம் முதன்முதலில் ஓவியமாகவோ திரையிலோ ரசித்த விம்பத்தைப் பாத்திரமேற்று நடிக்கும் நடிகர் ஈடுசெய்ய வேண்டுமே என்ற கவலைதான். மேலும் 'முதல் மரியாதை,' 'தேவர்மகன்' போன்ற ஒரு சில படங்கள் தவிர்த்து, சிவாஜி தனது எல்லாப்படங்களிலும் நடிகர் சிவாஜி கணேசனாகவே எனக்குத் தெரிகிறார்.

ஒரு மாவீரனின் முடிவு, ஒரு மாபெரும் சாம்ராஜ்யத்தின் வீழ்ச்சி என்பது சடுதியில் நிகழும் ஒன்றா? இல்லை என்றே தோன்றுகிறது. ஒருவன் வீரியத்தொடு வளர்ந்துவரும் அதே வேகத்திலேயே படிப்படியாகச் சிறுசிறு ஒன்றுக்கொன்று சம்பந்த மில்லாத நிகழ்வுகளாக அவனது வீழ்ச்சிக்கான காரணிகளும் எந்தக் கவனத்தையும் பெறாமல் வளர்ந்து வருகிறது. ஏதோவொரு முக்கியமான தருணத்தில், எதிர்பாராத வேளையில் சிறு சறுக்கலில் எல்லாமே ஒரே இடத்தில் குவிந்துவிடுகின்றன. அல்லது சறுக்கல் நிகழ்வதாலேயே அது முக்கியமானதாகி விடுகிறது. கர்ணனுக்கு எதிர்பார்க்கப்பட்ட, வாழ்வின் மிக முக்கியமான போரில் அது நிகழ்ந்துவிடுகிறது. கர்ணனின் முதல் சறுக்கல் எதுவாக இருக்கும்? பரசுராமரிடம் பொய் சொல்லி வித்தை கற்றதாக இருக்கக்கூடும்.

வாழ்வில் வெற்றி பெற்றவர்களையே நாம் விரும்புகிறோம், ஆதர்ஷமாகக்கொள்கிறோம். 'நியாயமே வெல்லும்' என்று

போதிக்கப்பட்டிருப்பதால், நம்பப்படுவதால், வெல்பவர்கள் நியாயவாதிகளாகவும், தோற்றவர்கள் அநியாயம் செய்தவர்களாகவும் நிலைநிறுத்தப்படுகிறார்கள். அப்படியே ஏற்றுக்கொள்ளப் படுகிறார்கள். வெற்றி பெற்றவர்களின் வரலாறுகள் மட்டுமே இங்கே தேடப்படுகின்றன. விரும்பப்படுகின்றன. அவற்றைப் படித்து மகிழ்ந்து, நம்பிக்கையை வளர்த்துக்கொள்கிறோமே தவிர, தோல்வி கொடுக்கும் பாடங்களை கற்றுக்கொள்ளவோ, காரணங்களைத் தெரிந்துகொள்ளவோ விரும்புவதில்லை. காலங்கடந்து விழித்துக்கொள்ளும்போது அதற்கான அவசியமும் அவகாசமும் இல்லாமலே போய்விடுகிறது.

ஒரு போராளியின் கண்களை எதிர்கொள்வது எப்போதும் கடினமானதாகவே இருந்திருக்கிறது. அவை ஒரு பெருங்கனவை எப்போதும் தேக்கி வைத்துக்கொண்டிருக்கலாம். உள்ளே எரியும் இலட்சியத் தீயின் ஏற்படுத்திய வெம்மையைக் கனன்று கொண்டிருக்கலாம். அந்தக் கண்களில் எங்களுக்கான கேள்வி ஏதேனும் அடங்கியிருக்கலாம். அதன் கூர்மையை தாங்கிக் கொள்ள முடியாமல் தவிர்ப்பதற்கான நம் முயற்சியா அது?

சமயங்களில் அவர்களும் நம் பார்வையைத் தவிர்த்துக் கொள்வதையோ இலக்கின்றித் தொலைதூரத்தில் எதையோ தேடுவதைப் போலவோ ஒரு பார்வையை நீங்களும் சந்தித்திருக்க லாம். நம் கண்களில் தெரியும் கேள்விகளை இருவருமே தவிர்க்க நினைக்கிறோமா? தோற்றுப்போன ஒரு போராளியின் கண்களைச் சந்திக்க நாம் நிர்த்தாட்சண்யமாக மறுத்துவிடுவதற்கு என்ன காரணமிருக்கப்போகிறது? கலைந்துபோன கனவுகளின் எச்சங்கள் தெரிந்துவிடக் கூடுமென்றா? தீர்க்க முடியாத நிரந்தர சோகம் நிறைந்திருப்பதை, நிராகரிக்கப்பட்டவர்களின் வலியை, அது எங்கள் மனச்சாட்சியை எந்தக் கேள்வியும் கேட்டுவிடக் கூடாதென்பதில் காட்டும் கவனமா? குற்றவுணர்ச்சியிலிருந்து நாம் தப்பித்துக்கொள்ளும் மனோபாவமாக இருக்கலாம். அவர்கள் மீதான ஒருவித அக்கறையாகவுமிருக்கலாம்.

போராளிகளை முன்னாள் போராளிகள், இந்நாள் போராளிகள் என அழைப்பதுதான் எவ்வளவு அபத்தமானது. அதற்கான அவசியத்தை நம் சமூகம் எப்போதும் வழங்குவதாக இல்லை. போராளிகள் என்றும் போராளிகளே. வாழ்நாள் முழுவதும் போராடுவதற்காக விதிக்கப்பட்டவர்களாகவே வைத்திருக்கிறது. அதுவும் தோற்றுப்போன, தோற்கடிக்கப்பட்ட போராளிகளின் நிலை மிக மோசமானது.

தோற்கடிக்கப்பட்ட இனத்தின் போராளியான ஒருவரின், போருக்குப் பின்னரான மனநிலை என்ன மாதிரியானது?

தான் நேசித்த, தன் சொந்தமண்ணில் வாழ நேரிடுவது மிகவும் கொடுமையானது. யாருக்காகப் போராடினாரோ அவர்களாலேயே கண்டுகொள்ளப்படாமல், எச்சரிக்கையுடன் கவனமாகத் தவிர்க்கப்பட்டு, செயற்கையான புன்னகையுடன் கடந்து செல்பவர்களை எதிர்கொண்டு வாழ்வதென்பதுதான் பெரும் போராட்டம். உண்மையில் அவர்களின் போராட்டம் போருக்குப் பின்னர்தான் ஆரம்பமாகிறதோ?

யாரென்றே தெரியாத, எங்கிருந்து என்றே புரியாத பல நூறு கண்கள் சதா காலமும் உற்றுநோக்குவது போன்ற பிரமையை உணரக்கூடும். எப்போதும் சந்தேகத்துடன் கண்காணிக்கப் பட்டுக் கொண்டிருக்கக்கூடும். முகமறியாத, எதுபற்றியும் தெரிந்து கொள்ளாத, புரிந்துகொள்ள விரும்பாத யாரோ ஒருவர் முகத்துக்கு நேர் கைநீட்டிக் குற்றம் சுமத்திவிடலாம். தோற்றுப் போன ஒரு போராளி மீது யார் வேண்டுமானாலும் கல்லெறியலாம் என்கிற ஜனநாயகச் சூழல் மிகக்கொடுமையானது. அதுவும் யாருக்காகப் போராடினாரோ அதே சமூகத்தின் அவதூறு, அவர் வாழ்ந்த அல்லது இழந்துவிட்ட வாழ்க்கையை முழுவதுமாக அர்த்தமற்றதாக்கி விடுகிறது.

ஒரு தோற்றுப்போன போராளி என்ன பேச வேண்டும் என்பதையும் நாமே தீர்மானிக்க விரும்புகிறோம். எவற்றைப் பேசக் கூடாது என்பதில் எதிர்த்தரப்பு கவனமாயிருக்கிறது என்பது இயல்பானதுதான். எதிர்பார்க்கப்பட்டதுதான். உண்மை பேசுவது சமயத்தில் யாருக்குமே உவப்பானதாக இருப்பதில்லை. சமயத்தில் மிகுந்த பதற்றத்தை உண்டாக்குகிறது. ஏனெனில் உண்மை யார் சார்ந்தும் இருப்பதில்லை. உண்மை எப்போதும் உண்மையாக மட்டுமே இருக்கிறது. உண்மையை நீ ஏன் சொல்கிறாய்? எதற்கு உண்மையைப் பேச வேண்டும்? இப்போது ஏன் உண்மை பேச வேண்டும்? எப்போதுமே உண்மையைப் பேசக் கூடாது என நாம் உண்மையை எதிர்கொள்ளும் முறையே அலாதியானது. வேடிக்கையானது!

எமது விருப்பங்களையே, நம்பிக்கைகளையே அவர்களும் பேச வேண்டும் என எதிர்பார்க்கிறோம். நம் கற்பிதங்களை அவர்கள் சிதைத்துவிடக் கூடாது. உண்மை நாம் எதிர்பார்த்ததற்குச் சற்று மாறுபாடானதாக இருந்தாலும் அவர்கள்மீது அவதூறுகளை அள்ளிவீசத் தயாராகிவிடுகிறோம். உடனடியாகத் துரோகி என்று முத்திரை குத்திவிடுகிறோம். அவன் யார்? அவர் இழந்தவையெல்லாம் என்னென்ன? யாருக்காக இழந்தார்? அவரது தற்போதைய நிலை என்ன? அவரின் எதிர்காலம்?

உமாஜி

அவருக்காக நாம் என்ன செய்யலாம்? எந்த வகையில் உதவ முடியும்? இதுபற்றி எல்லாம் நமக்குக் கவலை இல்லை.

அவர் ஏதாவது பேசுகிறாரா? அதில் எமக்கு ஒவ்வாத விடயங்கள் இருக்கின்றனவா என்பதை மட்டும் கவனித்துக் கொண்டிருக்கிறோம். நான் யார்? எனக்கு என்ன தகுதி இருக்கிறது? நான் என்ன செய்துகொண்டிருந்தேன் என்பது பற்றி யெல்லாம் வசதியாக மறந்துவிடுவோம். ஒரு கணினியும் இணைய இணைப்பும் மட்டுமே போதும், யாரை வேண்டுமானாலும் துரோகியாக்கிவிட முடியும் என்கிற நம் ஜனநாயகம்தான் எவ்வளவு விநோதமானது!

வாழ்நாள் முழுவதும் தம்மை யாருக்கோ நிரூபித்துக் கொண்டிருப்பது கர்ணனுக்கு மட்டும் விதிக்கப்பட்டதல்ல. தோற்றுப்போனதாகக் கருதப்படும் வாழ்நாள் போராளிகளுக்கும் கூடத்தான். வாழ்நாள் போராளிகள் ஒவ்வொருவரும் ஒருவகை யில் கர்ணன்கள்தான். கர்ணன்கள் பாவம்!

காக்கா கொத்திய காயம்

நிராகரிப்பின் வலி

'மயக்கம் என்ன' படம் பார்த்துக் கொண்டிருந்தேன். தனுஷ், தான் மிக மதிக்கும் நபர் நம்பிக்கைத் துரோகம் செய்தது தெரிந்ததும், அவரிடம் வந்து குமுறிவிட்டுப் போகும்போது அழுதுகொண்டே திரும்பிப் பார்ப்பாரே ஒரு பார்வை! தன்னை நிரூபிக்க சரியான சந்தர்ப்பம் கிடைக்காதவனின் துயரம், நம்பிக்கைத் துரோகத்தின் தாக்கம், நிராகரிப்பின் வலி, அங்கீகாரத்துக்கான ஏக்கம் – எல்லாமே அந்த ஒரு பார்வையில்!

நிராகரிப்பு, நம்பிக்கைத் துரோகத்தின் வலி மிகக் கொடுமையானது. அது மென்மையானவர்களை, மிகத் திறமைசாலிகளை அதீதமாகவே தாக்கி விடுகிறது. அவர்கள் தொலைத்ததாகக் கருதும் அங்கீகாரத்தை, இழந்துவிட்டதாக எண்ணும் வாழ்க்கையை வேறு எதுவுமே ஈடு செய்வதில்லை.

ஒரு சிலர் தாங்களாகவோ அல்லது அன்புக் குரியவர்கள் முயற்சியாலோ மீண்டு வருகிறார்கள். ஆனால் பலர் தம்மையே தொலைத்துவிடுகிறார்கள். அவர்களை மீட்க யாரும் முயற்சிப்பதில்லை என்பது தான் பெரும்சோகம்! நிராகரிப்பையும் நம்பிக்கைத் துரோகத்தையும் வாழ்வில் ஒருமுறையாவது சந்திக்காத மனிதர்கள் யாரேனும் இருக்கமுடியுமா? எத்தனை பேருக்குத் தம் வாழ்வில் நினைத்ததைச் சாதித்த திருப்தி வாழ்நாளின் இறுதியில் கிடைக்கிறது?

எல்லோரிடமும் ஏதோவொரு திறமை இருக்கும். அது அவர்களால் இனங்கண்டு கொள்ளப்பட்டிருக்கலாம். அல்லது அவர்களுக்கு

நெருங்கியவர்களால் சுட்டிக் காட்டப்பட்டிருக்கலாம். பலர் தம்மாலும் பிறராலும் கண்டுகொள்ளாமலேயே பயணத்தை முடித்தும் செல்லலாம். ஆனால் திறமைகள் இருந்தும், உணர்ந்தும் நிரூபிப்பதற்குச் சரியான சந்தர்ப்பங்கள் அமையாதுவிடுதல் அல்லது மற்றவர்களால் சரியாகப் புரிந்துகொள்ளாமல் போதல் என்பது எவ்வளவு கொடுமையானது!

A Beautiful Mind திரைப்படத்தில் ஜோன் நாஷ் *(John Nash)* கதாபாத்திரத்தினூடாகச் சொல்லப்படுவது அங்கீகரிக்கப்படாத மனத்தின் வலி. உலகின் மிகச்சிறந்த பல்கலைக்கழகங்களில் ஒன்றான *Princeton*, அமெரிக்கா. அங்கு படிப்பவர்கள் எல்லோரும் எதிர்கால விஞ்ஞானிகள். அங்கே ஜோன், நம்மைச்சுற்றி நடைபெறும் எல்லா விஷயங்களையுமே, அறிவியலின் அடிப்படையில் சமன்பாடுகளால் விளங்கப்படுத்த முடியுமென்கிறார். அதை எழுதியும் காட்டுகிறார். உதைப்பந்தாட்டத்தில் பந்து கொண்டுசெல்லப்படும் முறைக்கு, குருவிக் கூட்டத்துக்கு தீனி போட்டதும் அவை எப்படிக் கவரப்படுகின்றன என்பதற்கெல்லாம் *Formula* எழுதுகிறார். யாருக்கும் புரியவில்லை. அவர் சொல்வது கிறுக்குத்தனமாகத் தோன்றுகிறது மற்றவர்களுக்கு. விளைவு? கிண்டல் செய்யப்பட, மற்றவர்களிடமிருந்து ஒதுங்கிக்கொள்கிறார் ஜோன். அவருக்கு நண்பர்கள் எவரும் கிடையாது. இருந்தாலும் எதையாவது சொல்லித் தெறித்து ஓட வைத்துவிடுவார். தனிமை, தனது திறமைகளைப் புரிந்துகொண்டவர் யாருமில்லை என்ற வலி மனதைச் சோர்வடையச் செய்கிறது.

மற்றவர்கள்போல இல்லாமல் புதுமையாக ஆராய்ச்சி செய்ய வேண்டுமென நினைக்கும் அவரால் எதையும் கண்டுபிடிக்க முடியவில்லை. அதனால் அவருக்கு வேலை கிடைக்காமல் போகலாம் என்கிறார் அவருடைய ஆசிரியர். ஆசிரியரும், ஜோனும் ஒருநாள் கல்லூரி உணவகத்தில்அமர்ந்து பேசிக்கொண்டிருப்பார்கள். அங்கு ஒருவருக்கு எல்லோரும் தங்கள் பேனாவைக் கொடுத்து வாழ்த்திவிட்டுச் செல்வார்கள். தாங்கள் எடுத்துக்கொண்ட ஆராய்ச்சியை வெற்றிகரமாக முடித்தவர்களுக்கு மரியாதை செய்யும் வழக்கம் அது. அப்பொழுது ஆசிரியர் ஜோனைக் கேட்பார்.

Teacher : What do you see, John?

John : Recognition

Teacher : Try seeing accomplishment

சாதனையாளர்கள் நிச்சயம் திறமைசாலிகள்தான். ஆனால் சாதிக்காமல் இருப்பவர்கள் எல்லோருமே திறமையற்றவர்கள் எனக் கூறமுடியாதே! அதீத திறமை இருந்தும், அதை நிரூபிக்க வாய்ப்புக்கள் அமைந்தும் சந்தர்ப்பவசத்தால் அல்லது ஒருவரின் தனிப்பட்ட விருப்புவெறுப்பால் வாழ்க்கையைத் தொலைத்தவர் களின் வலி மிகக் கொடுமையானது.

அவருக்கு நாற்பத்தைந்து வயதிருக்கலாம். கொஞ்சம் நரை தவிர முகத்தில் இளமை. நாளின் அதிக நேரத்தைக் கோவில் பூசை, பூசைக்கு பூப்பறித்தல் என்றே செலவிடுவதாலோ என்னவோ எப்போதும் வேஷ்டி. எப்போதும் யாருடன் பேசும்போதும் வெள்ளந்தியாகச் சிறு புன்னகையுடனேயே பேசுவார்.

எல்லோரிடமும் வேறுபாடின்றிப் புன்னகையுடன் பேச்சை ஆரம்பிப்பது தமிழர்களின் வழக்கம் அல்லவே. இது இயற்கைக்கு மாறானது இல்லையா? ஆக, அவர் சற்று மனநிலை பிறழ்ந்தவர் என்பதை நாம் பார்த்தவுடன் உணர்ந்துகொள்ள முடியும். தினசரிகள் படிப்பாரென்பது அவரது கிண்டலான அரசியல் பேச்சின் மூலம் தெரியும். சிலவேளைகளில் நானும் நண்பர்களும் அந்தக் கோவிலடியில் நின்று அரட்டையடிப்பதுண்டு. அந்தப் பொழுதுகளில் புன்னகையுடன் கடந்து செல்வார். எங்களிடம் பேசியதில்லை.

ஒருநாள் நண்பர்களிடம் பேச்சுக் கொடுத்திருக்கிறார். கணிதப் பிரிவில் படிப்பதாகத் தெரிந்தவுடன், கல்குலஸ் பற்றி ஆர்வமாக நிறையப் பேசியிருக்கிறார். ஒரு சிக்கலான கணக்கு ஒன்றை உடைப்பது பற்றிப்பேச, நண்பர்களுக்கு ஒரே ஆச்சரியம். அவரிடம் யாரும் அதைக் கொஞ்சமும் எதிர்பார்த்திருக்கவில்லை. பின்னர், அயலிலுள்ள ஒருவர் சொன்னார். அவர் எஞ்சினியரிங் சித்தியடையும்போது அதியுயர் புள்ளிகள் பெற்று ஸ்கொலர்ஷிப் கிடைத்து வெளிநாட்டில் கல்வி கற்கச் சென்றவர். அங்கு ஒரு பேராசிரியரிடம் பாடம் தொடர்பாக முரண்பட, அவ்வளவுதான். அதைப் பிரச்சினையாக்கித் திருப்பி அனுப்பிவிட்டார்கள். இப்படியாகிவிட்டார்.

நான்கு வருடங்களுக்குப் முன் அதே கோவிலடியில் அவரைச் சந்திக்க நேர்ந்தது. கூட நாலைந்து பேர் பேசிக்கொண் டிருந்தார்கள். அதில் இருவர் ஊரின் மிகப் பெரும் செல்வந்தர்கள். படித்தவர்களல்லர். பேச்சினிடையே படிப்பைப் பற்றி பேசியிருக்க வேண்டும்.

“படிச்சு என்ன செய்யிறது?” – அவர் வழமைபோலச் சிரித்தவாறே கேட்டார். எந்த சலனமும் அவரிடம் இல்லை.

யாரும் பதில் பேசவில்லை. அந்த வார்த்தைகளின் பின்னாலுள்ள வலியை அந்தக் கணத்தில் அவரைத் தவிர அனைவரும் உணர்ந் தார்கள், நானும்!

புகழின் உச்சியில் வாழ்ந்துகொண்டிருக்கும் ஒரு கலைஞர் தனது பெயர், அந்தஸ்து, பணம் எல்லாவற்றையும் இழந்து தனிமைப்படுத்தப் படும்போது அவரது உணர்வுகள் எப்படி யிருக்கும்? பொதுவாக சினிமாவிலேயே இதற்கான சாத்தியங்கள் அதிகம். தியாகராஜ பாகவதர் தவிர, பெரும்பாலும் நடிகைகளின் கதைகளையே இவ்வாறு கேள்விப்பட்டிருக்கிறோம்.

கலைஞர்களின் தனிப்பட்ட வாழ்க்கை முறை, நடத்தைகள் தவிர்த்து, தொழில்நுட்பத்தில் ஏற்படுகின்ற மாற்றங்கள், முன்னேற்றங்கள்கூட அவர்களின் வாழ்க்கையைச் சடுதியாக மாற்றிவிடலாம். ஹொலிவுட்டில் மாற்றியிருக்கிறது.

மௌனப் படங்கள் பேசும்படங்களானபோது, சிலர் காலத்துக்கேற்ப, தொழில்நுட்ப மாற்றங்களுக்கு ஏற்பத் தங்களது பாணியையும் மாற்றிக்கொண்டார்கள். சார்லி சாப்ளின் போன்ற சிலர் பிடிவாதமாக தங்கள் பாணியில் தொடர்ந்தும் முன்னெடுத்துச் சென்று அதில் வெற்றியும் கண்டார்கள். சிலர் ஈடுகொடுக்க முடியாமல், விரும்பாமல் தொலைந்தும் போனார்கள்.

The Artist (2011) படம் அது பற்றிப் பேசுகிறது. 1929ஆம் ஆண்டு. பேசும்படம் அறிமுகமாகிறது. அது ஜார்ஜுக்கு முட்டாள் தனமாகப்படுகிறது. சினிமாவில் காட்சிதானே எல்லாமே கதாபாத்திரங்கள் பேசிக்கொண்டால் அது எவ்வளவு அபத்தமாக இருக்கும்? ஆனால் அதுதான் எதிர்கால சினிமா என்கிறார் அவன் பணிபுரியும் ஸ்டூடியோவின் முதலாளி. அவனால் ஏற்றுக்கொள்ள முடியவில்லை. ஸ்டூடியோ முதலாளியுடன் கருத்துவேறுபாடு ஏற்படுகிறது. இதனால் ஏற்படும் விளைவுகள் என்ன? அவன் வாழ்க்கை எவ்வாறு மாறுகிறது? ஒருவகையில் தொழில்நுட்ப மாற்றத்தால் புறக்கணிக்கப்பட்ட ஏராளமான கலைஞர்களின் வாழ்வைச் சொல்லும் ஆவணம் போலவும் படுகிறது.

காலத்துக்கேற்ப தம்மைத் தகவமைத்துக் கொள்பவர்கள் நின்று நிலைபெற அல்லது பிழைத்துக்கொள்ள முடிகிறது. சாதாரண ஒரு மனிதனின் வாழ்க்கையிலிருந்து, பெரும் தொழில் நுட்ப நிறுவனங்களின் கண்டுபிடிப்புகள்வரை இதுதான் அடிப்படை.

நண்பனின் அம்மா இறந்துபோயிருந்தார். கிரியை நடைபெற்றுக்கொண்டிருந்தது. முற்றத்தில் பறை இசைக்கும் குழுவினர் அமர்ந்திருந்தார்கள். யாழ்ப்பாணத்தின் பாரம்பரிய அடையாளங்களில் ஒன்று. இறுதி ஊர்வலங்களிலும், சில கோவில் திருவிழாக்களிலும் பறை இசைக்கப்படுவது வழமை. வழக்கொழிந்து போய்க் கொண்டிருந்தது. அவர்கள் யாழ்ப்பாணத்தின் பிரபலமான 'இன்பம்' குழுவினர். இறுதிப் பறையடிக்கும் குழுவாகக்கூட இருக்கலாம் என அவரே வருத்தப்பட்டு ஒரு பத்திரிகையில் பேட்டியளித்திருந்ததாக ஞாபகம். இன்பம் எப்போதும் சிரித்த முகத்துடன், கனத்த சரீரத்துடன் கருப்பாக, வெள்ளை வேட்டியும், நீலச் சால்வையும் கடுக்கனும் அணிந்திருப்பார் அப்போது. 'இன்பம்' என் எழுதப் பட்ட ஒரு மொரிஸ் மைனர் கார் வைத்திருந்தார். இன்பம் வெளியே சென்றிருந்தார். அவர் குழுவிலிருந்த வயதான ஒரு பெரியவரும் இன்னும் இரு இளைஞர்களும் அமர்ந்து பேசிக் கொண்டிருந்தார்கள். அவர்கள் பக்கத்திலேயே 'பாண்ட்' வாத்தியம் இசைப்பவர்களும் அமர்ந்திருந்தார்கள். பெரும்பாலான இறுதி ஊர்வலங்களில் பறைக்குப் பதிலாக, முன்னர் புலிகளின் இறுதி ஊர்வலங்களில் மட்டுமே இசைக்கப்பட்டு வந்த 'பாண்ட்' இடம்பிடித்திருந்தது.

அளவளாவிக்கொண்டிருந்த பறை இசைக்கும் இளைஞர் களில் ஒருவர், ஏதோ தோன்றியிருக்க வேண்டும். ஒருவேளை நீண்டநாட்களாக நினைத்திருந்திருக்கலாம். பக்கத்திலிருந்த பாண்ட் வாத்தியத்தில் ஒற்றை விரலால் மெல்லியதாக ஒரு தட்டு, ஒரேயொரு தட்டு தட்டினார்.

"டேய் . . ." திடுக்கிட வைத்த அந்தக் குரல் கேட்டு, ஒரு நிமிடம் அந்த இளைஞர் மட்டுமன்றி நாமெல்லோரும் ஆடிப் போய்விட்டோம். பறை இசைக்கும் அந்தப் பெரியவரின் குரல் அது. ஒரு சில நொடிகள் இளைஞரை உறுத்துப் பார்த்த பெரியவர் பின்னர் எதுவும் பேசவில்லை. எல்லோரும் அமைதி யானார்கள். நேரம் நீண்டுகொண்டிருந்தது. யாரும் பேசிக் கொள்ளவில்லை. அந்தப் பெரியவரின் குரலில், உறுத்துப் பார்த்த அந்தச் சிலநொடியில் அவரின் கண்களில், தொடர்ந்த மௌனத்தில் இருந்தது என்ன?

உச்சிவெயில், தகிக்கும் தார் வீதி எதுவுமே அவருக்கு ஒரு பொருட்டல்ல. கால்களில் செருப்பில்லை. கலைந்த, அடர்ந்த நீண்ட முடி, தாடி. அழுக்கான சாரமும் சேர்ட்டும். கையில் ஒரு பை நிறைய ஏதேதோ செடிகள், புற்கள் சகிதம் அவர் பயணம் தொடரும். ஆழ்ந்த சிந்தனை, நேரான கூர்மையான

பார்வை. யாரோடும் பேசி நான் பார்த்ததில்லை. யாரையும் ஏறெடுத்தும் பார்ப்பதில்லை. உங்களோடு எனக்கென்ன சம்பந்தம் அற்ப மனிதர்களே? என்பதுபோலவே அவர் நடவடிக்கைகள். அவரால் யாருக்கும் தொந்தரவில்லை.

யாரும் அவருடன் பேச முயன்றும் நான் பார்த்ததில்லை. கண்டிப்பாகத் திட்டிவிடக்கூடும் என அனைவருக்கும் புரிந்திருந்தது. எங்கு தங்குவார்? சாப்பாட்டுக்கு என்ன செய்வார்? அந்தப் பையில் என்ன? எதற்கு? எங்கே போகிறார் எதுவுமே தெரியாது! அவர் மட்டும் தான் செய்யும் செயலில் எந்தக் குழப்பமும் இல்லாதவராகச் சீரான வேகத்தில் கொஞ்சம் விரைவாக நடந்துசெல்வார்.

எங்கள் வீட்டருகிலிருந்த வயதான பெண்மணி சொன்னார். அவர் ஒரு எஞ்சினியர். மிகுந்த கெட்டிக்காரராம். காதல் தோல்வி காரணமாக அப்படி ஆகிவிட்டார் என்று. அவரை ஏமாற்றியதாகக் கூறப்பட்ட அந்தப் பெண்மணி யாரென்பதைக் கூறி, "அவள் செய்த பாவத்துக்குத்தான் இன்னும் கடவுள் அவளைக் குழந்தையில்லாம தவிக்க விட்டுட்டார்!" என்று கடவுளின் இருப்பு பற்றிய தனது நம்பிக்கையை நிலை நிறுத்தினார். அந்த முன்னாள் காதலியையும் அவர் கண்டுகொண்டதாகத் தெரியவில்லை. எல்லாவற்றையும் மறந்துவிட்டிருப்பாரோ? சில வருடங்களில் கடவுளின் இருப்பைக் கேள்விக்கும் கேலிக்கும் உள்ளாக்கிவிட்டு அந்தப் பெண்மணிக்கு ஒரு குழந்தை பிறந்ததைத் தெரிந்துகொள்ளாமலே இறந்துவிட்டார் அந்த அம்மம்மா.

ஒருநாள் எப்போதோ தனக்குப் படிப்பித்த தமிழாசிரியரை வண்ணார்பண்ணைச் சிவன் கோவிலில் கண்டதும் அப்படியே சாஷ்டாங்கமாக விழுந்து வணங்கினார். அவரிடம் ஆசி பெற்றுக் கொண்டு ஏதுவும் பேசாமலே எந்தச் சலனமுமின்றி விடுவிடென நடந்து சென்றார். எந்தவிதப் பாசாங்குமற்ற, உண்மையான அன்பையும் மரியாதையையும் அங்கு கண்டேன். முதன்முறையாக அவர் ஒரு மனிதனை மதித்ததையும் பொருட்படுத்தியத்தையும் தான் மிக நேசித்த மனிதனுக்கு கொடுத்த மரியாதையையும் பலர் ஆச்சரியத்துடன் பார்த்துக்கொண்டிருந்தார்கள்.

இப்போதும்கூட அவர் தனது நடைப் பயணத்தைத் தொடர்ந்துகொண்டிருப்பார். எந்த சலனமுமின்றி, யாரையும் பொருட்படுத்தாது, ஓய்வின்றி – காலத்தைப் போல! காலமும் யாரையும் பொருட்படுத்துவதில்லை. சலனமின்றி, இயல்பாகத் தன் பாட்டுக்குக் கடந்துசெல்கிறது. காலம் யாருக்கும் காத்திருப்பதோ, எந்தக் கேள்விக்கும் பதில் சொல்வதோ கிடையாது. காலவோட்டத்தில் தீராத எங்கள்

கேள்விகளுக்கான பதில்களைக் கண்டறிய முடியுமா எனத் தேடிக்கொண்டிருக்கிறோம்,

காலம் எந்த வலியையும் ஆற்றுவதுமில்லை. காலம் செல்லச்செல்ல வலி பழகிவிடுகிறோம், மறந்துவிடுகிறோம் இல்லை, சரியாகச் சொன்னால் மறந்துவிட்டதாக நம்பிக்கொள்கிறோம். ஆனாலும் ஏதோ ஒரு சினிமாவோ பாடலோ உரையாடலோ சமயங்களில் வாசனைகளோ கூட அந்த வலியை அதே வீரியத்துடன் நொடியில் உணரச் செய்துவிடுகின்றது!

காலத்தின் போக்கில் எல்லாவற்றையும் விட்டுவிட்டு அப்படியே கைககட்டி வேடிக்கை பார்க்கவேண்டியதுதானா? துரோகங்களும் தோல்விகளும் நினைவுகளில் துரத்த, கழிவிரக்கத்தில் வீழ்ந்து மூழ்கிப்போவதுதானா வாழ்க்கை? ஒரு ஃபீனிக்ஸ் பறவையாக மீண்டும் உயிர்த்து நின்று காட்ட வேண்டாமா? 'வீழ்வேனென்று நினைத்தாயோ?' என மீண்டும் வீறுகொண்டெழுந்து வாழ்ந்து காட்டுவதுதானே துரோகத்திற்குக் கொடுக்கும் உச்சபட்சப் பரிசு என்பான் என் நண்பன். சாதாரண வார்த்தைகளல்ல அவை.

கூடவே இருந்த உற்ற நண்பனின் நம்பிக்கைத் துரோகம் ரணமாகத் தாக்க, தன்மானம் மட்டுமே துணையிருக்க, மூன்று வருடங்கள் இரவுபகலாக உழைத்து உருவாக்கிய நிறுவனத்தை விட்டு வெறுங்கையுடன் வெளியேறிவிட்டான். இலட்சங்களில் கடன், மன உளைச்சல், அழுது தீர்த்துவிட முடியாத வலி, சமயங்களில் பசி, எதுவும் செய்ய முடியாத சூழ்நிலையில் கைவிடப்பட்ட காதல், பகிர்ந்துகொள்ள நண்பர்கள் யாருமற்ற தனிமை, திடீரென இருண்டுவிட்டதுபோல எதிர்காலம் பயமுறுத்திய தூக்கமில்லாத இரவுகள். எந்த நம்பிக்கையின் கீற்றும் தென்படாத அந்தச் சூழலில் தனக்குத்தானே நம்பிக்கை யூட்டி அதை ஓர் ஒளிக்கீற்றாகக் கற்பனைசெய்து அதையே பற்றிக்கொண்டு மீண்டும் உயிர்த்துத், துயரங்களையும், தடைகளையும் அடித்து நொறுக்கித் தன்னம்பிக்கையுடன், கர்வத்துடன் நிமிர்ந்து நிற்கும் நண்பனின், "நடக்கும் பாஸ்... அடிச்சாடலாம் பாஸ்" என்கிற வார்த்தைகள் கொடுக்கும் உத்வேகம் சாதரணமானதல்ல.

மயக்கமென்ன தனுஷ், *A Beautiful Mind* ஜோன் நாஷ், *The Artist* ஜார்ஜ் இவர்கள் மூவரும் தமது சோதனைக் காலத்தைக் கடந்து வாழ்க்கையை வெற்றிகொள்கிறார்கள். அவர்களோடு எப்போதும் உறுதுணையாக இருப்பவள் ஒரு அன்பான பெண். மனைவியாகவும் காதலியாகவும் தோழமையுடன்

அரவணைத்துச் செல்லும் ஒரு பெண். ஆனால் நடைமுறையில் அப்படி எல்லோருக்கும் வாய்த்துவிடுவதில்லை.

இங்கே யாரும் யாருக்கும் ஆறுதலளிப்பார்கள், அரவணைப் பார்கள் என்று எதிர்பார்த்திருப்பது உகந்ததல்ல. காலம் போலவே ஓடிக்கொண்டிருக்க வேண்டும். வருவதை எதிர்கொண்டு சென்று கொண்டே இருக்க வேண்டும். நாம் விழுந்துவிட்டோமா? யாரையும் எதிர்பார்க்க வேண்டியதில்லை. நாமே மெதுவாக கையூன்றி எழுந்துகொள்ளலாம். வலியா? நமது வலி தீரும் வரை அழுது தீர்த்து, நாமே துடைத்துக்கொண்டு மீண்டும் ஓட ஆரம்பிக்க வேண்டியதுதான்... நின்று பார்க்காமல், காலத்தைப்போல!

எதுவும் கடந்துபோகும்!

தொலைந்து போதல்

உங்களுக்குத் தொலைந்துபோய்விட வேண்டும் எனத் தோன்றியதுண்டா? வாழ்வில் ஒருமுறையாவது தொலைய வேண்டுமென்று நினைக்காதவர்கள் யாராவது இருக்கிறார்களா?

எதுவும் பிடிக்காத வெறுமையான சில பொழுதுகளில் தொலைந்துவிட வேண்டும் எனத் தோன்றுவதுண்டு. சடுதியாகத் தனிமை ஒரு கனத்த போர்வையாக மூடிக்கொள்ளும். ஒரு மழைக்காலத்தின் வெளிச்சத்துக்கான ஒரு சிறு கீற்றும் தென்படாத இருளடர்ந்த மேகம் போலக் கவிந்திருக்கும். நான் யார்? யாருக்காக, எதற்காக நான் இருக்கிறேன்? எனக்காக யாராவது இருக்கிறார் களா? என்ன செய்துகொண்டிருக்கிறேன்? என்பதுபோன்ற கேள்விகள் எழும்போதெல்லாம் தொலைந்துபோய்விடுவதைப் பற்றியும் தோன்றும். யாருக்கும் தெரியாமல், எந்தவிதத் தடயங்களுமின்றி, காற்றில் கரைந்து போய்விட வேண்டும் என எண்ணுவதுண்டு. சில சமயங்களில் வாழ்க்கையில் எதையும் சாதிக்காமல் காலத்தோடு தொலைந்து போய்விடுவோமோ என்ற பயம் கலந்த கேள்வியே தன்னம்பிக்கையைத் தொலைந்துபோகச் செய்து விடுகிறது.

ஒரு காலத்தில் யாழ்ப்பாணத்தின் ஒரே தொலைக்காட்சியான தூர்தர்ஷனில் காணாமல் போனவர்கள் பற்றிய அறிவுப்புகள் வரும். சிறுவர்கள், சிறுமிகள் புகைப்படங்களைக் காட்டும்போது, மனதை என்னவோ செய்யும். சின்ன வயதில்

ஊரில் ஒரு திருவிழாக் கூட்டத்தில் அம்மா அப்பாவிடமிருந்து பிரிந்து, தொலைந்துபோன அனுபவத்தைப் பெறாதவர்கள் பாக்கியசாலிகள். அந்தச் சில நிமிடங்களில் வாழ்க்கையே அவ்வளவுதான் என்று தோன்றியிருக்கிறது. ஒவ்வொரு கணமும் நீண்டு செல்லும். வீடு செல்லும் வழி தெரிந்திருந்தும், சொற்ப தூரத்திலேயே இருந்தாலும் அந்தப் பொழுதில் எல்லாமே சூனியமாகியதைப் போன்ற உணர்வு நெஞ்சை அழுத்தும்.

நான் அவ்வளவுதான். தொலைந்துபோய்விட்டேன் என்ற உணர்வே வேறெதையும் சிந்திக்கவிடாது. பெரும் தவிப்புடன் தேடிக்கொண்டிருக்கும் அந்த வேளையில் சரியாக, தொலைந்துபோன ஒரு சகாவின் அறிமுகப் படலம் ஒலி பெருக்கியில் ஆரம்பமாகும். பச்சைப் பாவாடை சட்டை அணிந்த சிறுமியோ அல்லது நீல நிறத்தில் சேர்ட் அணிந்த சிறுவனின் பெயரையோ அறிவிப்பார்கள். கூடவே அப்பா, அம்மா பெயர் விபரங்கள். ‘பெயர் சொல்ல ஒரு பிள்ளை’ கிடைத்த மகிழ்ச்சியில் பெற்றோர் அரக்கப்பரக்க ஓடுவார்கள். பெயர் சொல்ல முடியாத பாலகர்களை ஒலிபெருக்கியில் சற்று அழவிட்டு ‘சிறப்பு’ நிகழ்ச்சியும் ஒலிபரப்பாகும்.

“அதுவொரு மிகப்பாரிய இடம்பெயர்வு. லட்சம் மக்கள் ஒரே இரவில் நாட்டைக் காலி செய்ய முயன்றால்? எனக்கான ஒரு பயணப்பையை என் சைக்கிளில் மாட்டிக்கொண்டு, என் குடும்பத்தினரிடமிருந்து ஒரு மதிய வேளையில் தொலைந்து போயிருந்தேன். வெட்டவெளியில் இரவில் கடும் குளிர், மதியம் பெய்த பெருமழையில் தொப்பலாக நனைந்து, தொடர்ந்து சுட்டெரித்த வெய்யிலில் காய்ந்து, பசி, தாகம் மறந்து, மரத்துப்போன நிலையில் நகர்ந்துகொண்டிருந்தேன். வழியில் தெரிந்தவர்களிடம் கூறிவிட்டு இரவு முழுவதும் பூட்டிய ஒரு கடை வாசலில் உட்கார்ந்திருந்தேன். அசதியில் சற்றுத் தூங்கி காலையில் சாரிசாரியாகச் செல்பவர்களை அசுவாரசியமாகப் பார்த்தவாறு இருந்தேன். கவலைப்படவும் தோன்றவில்லை. தூரத்தில் என்னைக் கண்டுகொண்ட அப்பா மகிழ்ச்சியாகக் கையசைத்ததைக்கூட யாரோ யாரையோ பார்த்துக் கையசைப்பதைப் போலவே சலனமின்றிப் பார்த்துக் கொண்டிருந்தேன்”, இது நண்பனின் அனுபவம்.

தொலைத்தலும் தொலைந்து போதலும் எமக்கு ஒன்றும் புதிதல்லவே. ஆனாலும் சிலரை மறக்க முடிவதில்லை.

ஒரு காலைப் பொழுதில் கொழும்பு தமிழ்ச்சங்கத்திற்கு அருகில் அவனைப் பார்த்தேன். அவன் நிலா. என் நண்பனின் தம்பி. மிக இலகுவாக, இனிமையாக எல்லோருடனும் பழகக்கூடிய

அவன் வீடு எப்போதும் நண்பர்களால் நிறைந்து, கலகலப்பாக இருக்கும். அவனும் நண்பர்கள் சிலரும் ஒரு பயணத்திற்கான தயாரிப்பில் இருந்தார்கள். கொழும்பிலிருந்து திருகோணமலை, பின்னர் திருகோணமலையிலிருந்து கப்பலில் யாழ்ப்பாணம். கையசைத்துச் சிரித்தான். பேசுவதற்கு இருவருக்கும் அப்போது அவகாசம் இருக்கவில்லை.

இரண்டு நாட்களின் பின்னர் நண்பன் தொலைபேசியில் அழைத்தான். அதுவரை நான் கேட்டிராத ஒரு இறுகிப்போன குரலில், தம்பியைத் தொலைத்துவிட்டதாகச் சொன்னான். எப்படி, என்ன பேசுவதென்று எனக்குத் தெரியவில்லை. அவனுக்கும் தெரியவில்லை. சற்று நேரம் மௌனமாகக் கழிந்தது.

"எப்ப எடுக்கிறது?"

"பொடி ஹொஸ்பிட்டல்ல"

இருவரும் அபத்தமாக ஏதேதோ பேசிக்கொண்ட ஞாபகம். எங்கள் இருவருக்கும் முற்றிலும் புதிதான, சற்றும் எதிர்பார்க்காத சூழ்நிலையும் உரையாடலும் அது. அவனைப் பார்த்தேயிராத என் பெற்றோர் உட்படப் பலரின் நிம்மதி அன்று தொலைந்துபோனது. ஏன், எதற்கு என்ற கேள்விகள் மனதைக் குடைந்துகொண்டிருந்தன.

ஓரிரு மாதங்களில் நண்பனின் குடும்பம் கொழும்பு வந்திருந்தனர். மிகுந்த தயக்கத்துடன் அவர்களைச் சந்திக்கச் சென்ற என் மனநிலையைச் சொல்லிவிட முடியாது. எப்படி எதிர்கொள்வது? என்ன பேசுவது? இயல்பாகவே அவர்கள் என்னை எதிர்கொண்டது மன நிம்மதியளித்தது. மிகக் கவனமாக, மறந்து போய்க்கூட அவன் பற்றிய எந்தப் பேச்சையும் எடுக்கவில்லை, அவர்களும் கூட! பேசிப் பேசியே களைத்திருந்தார்கள். பேசி என்ன ஆகப்போகிறது? இடையிடையே சிறு மௌனம். அது அவன் நினைவுகளால் நிரம்பியிருந்தது. மாலையிட்டிருந்த புகைப்படத்தில் அவன் சலனமின்றிச் சிரித்துக்கொண்டிருந்தான்.

நண்பனிடமும் அதுபற்றிப் பேசவில்லை. கொஞ்சம் கொஞ்சமாகச் சில நாட்களில் சொல்லிமுடித்தான். அவனுக்கும், யாருக்குமே எதுவும் புரியவில்லை. காரணங்கள் ஏதும் இருக்கவில்லை. பிழையாக ஆள்மாறி, தவறுதலாக நடந்திருக்குமோ? தெரிந்திருக்கவில்லை. எதற்காக இப்படி? யாரிடம் கேட்பது? கேள்விகள் மட்டுமே எஞ்சியிருந்தன. அதன் பின்னர் பலமாதங்களாக இதுபோன்ற சம்பவங்கள் நடைபெறும் போதெல்லாம் தொலைக்காட்சியில் அவன் வீடு காட்டப்படுவது வழமையாகிப் போனது. வழமையாக நண்பனுடன் அமர்ந்து

பேசிக்கொண்டிருக்கும் முன் வராந்தாவிலிருந்து படிக்கட்டு ஈறாக நிலம்வரை ஒரு குடம் சரிந்து நீர் ஓடியதுபோல இரத்தம் ஓடி உறைந்துகிடக்கும் காட்சி அடிக்கடி ஒளிபரப்பாகி மனதைக் கனக்கவைக்கும்.

யாழ்ப்பாணம் சென்றிருந்த ஒரு காலைப்பொழுது. இரவு முழுவதும் பயணித்த அசதியிலிருந்த என்னைத் திடுக்கிடச்செய்தது ஒற்றைத் தொலைபேசி அழைப்பு. ஏராளமான கேள்விகளுடன் சென்றேன். சாரங்கன்! ஒருகாலத்தில் அவனும் நானும் நண்பர்களாகயிருந்தோம். பின்னர் பெரிய இடைவெளி – வேறுவேறு பிரதேசத்தில் வளர்ந்ததாலும், சந்திப்பதற்கான வாய்ப்புகள் அறவே இல்லாததாலும். எப்போதாவது நேரில் சந்திக்கும்போது ஓரிரு வார்த்தைகள் பேசுவதுடன் கடந்து விடுவது வழக்கம். பின்னர் அதற்கும் வாய்ப்புகளிருக்கவில்லை. அப்போது அவன் மருத்துவக்கல்லூரி மாணவனாயிருந்தான். அவனைப் பற்றி எதுவும் பெரிதாகத் தெரிந்திருக்கவில்லை. நல்ல ரசிகன், பாடகன் என்று தெரியும். நன்றாகக் கவிதைகள் எழுதுவானாம், அதிகமாக ஆங்கிலத்தில். இவையெல்லாம் நண்பர்கள் சிலர் சொல்லக் கேட்டிருக்கிறேன். அதுவரை அவன் ஒரு மருத்துவனாகியிருக்க வேண்டும் என்றே நினைத்திருந்தேன்.

தெரிந்த முகங்கள், நண்பர்கள் சிலர் குழப்பமும் துயரமும் கேள்விகளுமாக நின்றிருந்தார்கள். ஓரளவிற்குமேல் நெருங்க முடியாமல் நெடி முகத்திலறைந்தது. நண்பர்கள் யாருக்குமே அருகில் சென்று பார்க்கத் துணிவிருக்கவில்லை. இரண்டு நாளைக்கு முதலே நடந்திருக்க வேண்டுமென்றார்கள். பாரம் தாங்காமல் நைலோன் கயிறு ஈய்ந்து, கால்கள் தரையில் துவண்டிருந்தன. தன்னைத் தொலைத்திருந்தான். யாருக்குமே காரணம் தெரியவில்லை. ஏராளமான ஊகங்களை ஒவ்வொருவரும் வெளியிட்டார்கள். ஏற்கனவே அவன் ஓரிரு முறை இது பற்றிக் கூறியதை நண்பர்கள் பலரும் பேசிக்கொண் டார்கள். தனது துறையில் நாட்டமின்றி மருத்துவப்படிப்பைக் கைவிட்டிருந்ததாகவும், மிகுந்த விரக்தியில் இருந்ததாகவும். மிகுந்த மனவலிமை கொண்ட அவன் ஏன் இப்படிச் செய்தா னென்றும் புலம்பியவாறு நண்பர்கள். அந்த நாளை அவன் திட்டமிட்டிருந்ததாகப் பின்னர் தெரிந்தது. ஆனால் எதற்காக? யாருக்கும் விடை தெரியவில்லை. ஏன் அவன் அப்படிச் செய்தான்? அவனைத் தூண்டியது எது? இறுதி நேரத்தில் என்ன நினைத்திருப்பான்?

தொலைந்துபோனவர்கள் நிறைந்த பூமி இது. விரும்பித் தொலைவதும், தொலைக்கப்படுவதும் இங்கே புதிதல்ல. புதிது

புதிதாகத் தொலைகிறார்கள். தொலைபவர்களைத் தேடுபவர்களும் தேடிக்கொண்டே இருக்கிறார்கள். முடிவில்லாத தொடர் கதை இது. தொலைந்து போகிறவர்கள் பற்றிய செய்திகளெல்லாம் சாதாரண நிகழ்வாகப் பழகிவிட்டன. அதுபற்றியெல்லாம் யாரும் பெரிதாக அலட்டிக்கொள்வதில்லை, நமக்குத் தெரிந்தவர்களாக இருக்கும்வரையில். ஓர் கனவோடு வெவ்வேறு பாதைகளில் ஏராளமானோர் ஆரம்பித்த பயணத்தில் பலர் தொலைந்திருக்கிறார்கள், சிலர் வழிதவறிப் போயிருக்கிறார்கள், பாதியில் கனவைத் துறந்தவர்கள் சிலர், சக பயணிகளாலேயே தொலைக்கப்பட்டவர்கள் சிலர்.

விரும்பித் தொலைந்துபோதல் சில சமயங்களில் மிகுந்த மகிழ்ச்சியைக் கொடுக்கிறது. இக்கட்டான பல தருணங்களில் மன ஆறுதலையும் அமைதியையும் கொடுக்கிறது. மனதை அழுத்தும் பிரச்சினைகளிலிருந்து பெயர்ந்து, மனதை இலேசாக்கி, மிதந்து, சிறகடித்துப் பறந்து தொலைந்துபோய்விட முடிகிறது. நல்லதோர் இசையில் அப்படியே லயித்துக் கரைந்து தொலைந்து போய்விடலாம். இனியதொரு நினைவு இந்தக் கணத்திலிருந்து தொலைந்து பால்ய காலத்துக்கு அழைத்துச் சென்றுவிடலாம். நல்லதொரு புத்தகம், எழுத்து நம்மைச் சில நிமிடங்கள், சமயங்களில் பல மணித்துளிகள்கூட எங்கெங்கோ நினைவுகளின் ஆழத்தில் மூழ்கித் தொலைந்து போய்விடச் செய்துவிடலாம். உண்மையான, நேர்மையானதொரு காதலின் நினைவுகளில் தொலைந்துபோகலாம். பிடித்த கவிதைகளில், பிடித்ததொரு பாடலில், பிடித்த சினிமாவில், இலக்கியத்தில் அது கொடுக்கும் உணர்வுகளில் தொலைந்துபோய்விட முடிகிறது. உறவுகளின் அன்பில், இயற்கையின் அழகில் தொலைந்து போகலாம்.

விரும்பித் தொலைவதற்கு ஏராளமான சாத்தியங்கள் இருக்கின்றன. அவையே பல சமயங்களில் தொலைந்துபோகாமல் மீள்வதற்கும் வழிசெய்கின்றன. வாழ்க்கையை நிரந்தரமாகத் தொலைத்துவிடாமல், காணாமல் போய்விடாமல் காப்பாற்றி விடுகின்றன. அடிக்கடி விரும்பித் தொலைவதும் மீள்வதுமே வாழ்வைச் சுவாரஸ்யமாக்குகிறது. தொலைந்து தொலைந்து மீள்வோம்!

A-9

“அங்க போயிற்று மறந்திடுறேல்ல . . . கோல் பண்ணுங்கோ பதின்னாலாம் திகதி அங்க வருவன்... சந்திப்பம்” – பிரதீபன் அண்ணன்.

20.18pm புறக்கோட்டை ரயில் நிலையம், கொழும்பு.

எனது இருக்கையில் அமர்ந்திருந்தேன். நல்ல மழை. இருந்தாலும் வெள்ளவத்தையிலிருந்து சும்மா துணைக்காகக் கூடவே வழியனுப்ப வந்திருந்தார் அண்ணன் பிரதீபன்.

“தாங்க்ஸ்ணே ... பாத்துப்போங்க சந்திப்பம்”

இருவரும் கைகாட்டிக் கொண்டோம்.

ரயில் நகரத் தொடங்கியது. வவுனியா வரை ரயில்ப் பிரயாணம். பின்னர் பேரூந்தில் புகழ்பெற்ற *A–9* வீதியூடாகப் பயணம். 2002 சமாதான உடன்படிக்கையை அடுத்து மிக நீண்டகாலத்துக்குப் பின்னர் யாழ்ப்பாணத்துக்கும் கொழும்புக்கும் சாத்தியமாகியிருந்த தரைவழிப் பயணப் பாதை அது. *A–9* என்கிற யாழ்–கண்டி வீதி.

தாண்டிக்குளம், வவுனியா. மணி 5.30.

யாழ் செல்லும் பேரூந்துகள் வரிசையாக நிறுத்தப் பட்டிருந்தன. பயணிகள் தேநீர் அருந்திக் கொண்டும், சிலர் வீதியோரத்துக் கை பம்ப் அடிக்கும் குழாய்க் கிணற்றில் நீர் இறைத்துப் பல் விளக்கிக்கொண்டுமிருந்தார்கள். டீ குடித்துவிட்டு ஜன்னலோர இருக்கையில் அமர்ந்து வேடிக்கை

பார்த்துக்கொண்டிருந்தேன். ரயில்வே பாதையில் இரண்டு மயில்கள் சாவகாசமாக நடைபோட்டன. தூரத்தில் மயில் அகவும் சத்தம்.

அலைபேசியில் டினேஷனின் எண்ணை எடுத்துவைத்து, யோசித்தேன். கோல் பண்ணலாமா? என் முன்னே இரண்டு தேர்வுகள். அழைப்பெடுத்தால் என்னவாகும்? உடனடியாக டினேஷன் மோட்டர்சைக்கிளில் இங்கே வருவான். அடம்பிடித்து வீட்டுக்கு அழைத்துச்செல்வான். அங்கே போனால் எப்படியும் இரண்டு நாட்கள் கிளம்ப அனுமதிக்கமாட்டார்கள். அன்புத் தொல்லை.

எடுக்காவிட்டால்? இப்படியே யாழ்ப்பாணம் போய்விட்டு ஐந்து நாட்களில் திரும்ப வரலாம். இரண்டு நாட்கள் டினேஷன் வீட்டில் தங்கிவிட்டு, கொழும்பு செல்லலாம். இது நல்ல யோசனை.

இருநிலையில் நின்ற மனதைத் தீர யோசித்துச் சாதகமான முடிவுக்குக் கொண்டுவந்திருந்தேன்.

நம் ஒவ்வொரு செயலுக்கும் சாத்தியமான பல விளைவுகள் உருவாகலாம். எதிர்வுகூற முடியாது. ஒரு செயலைச் செய்யும்போது என்ன நடைபெறும், செய்யாவிட்டால் என்ன நடைபெறும் என சாத்தியமான, எமக்குச் சாதகமான இரண்டு விளைவுகள் பற்றிச் சிந்திக்கிறோம். ஆனால், சாத்தியமான, எமக்குச் சாதகமல்லாத விளைவுகளும் ஏற்படலாம். சமயங்களில் முற்றிலும் எதிர்பாராத மூன்றாவது விளைவுகூட உண்டாகலாம்.

செல்பேசியை வைத்துவிட்டுத் தெளிவான மனநிலையுடன் இயற்கையை ரசிக்கத் தொடங்கினேன்.

முறிகண்டிப் பிள்ளையார் கோவில். நேரம் காலை 8.45 மணி.

'ஓ! முருகண்டிக்கு வந்தாச்சா? அப்பிடி இப்பிடி ஏதும் லேட்டாப் போனாலும் எப்பிடியும் பன்ரண்டு மணிக்கு வீட்ட போயிடலாம்' என் யாழ்ப்பாணப் பிரயாணத்தில் ஒருநாளும் இவ்வளவு விரைவாக வந்ததில்லையே என நினைத்துக் கொண்டேன்.

"அவங்கள் அடிச்சா முதல் ஷெல் இங்கதான் வந்து விழும்!"

யாரோ ஒருவர் கலவரத்தை ஏற்படுத்தினார். வன்னியிலிருந்து யாழ் மண்ணிற்கான நுழைவாயிலான முகமாலைப்பகுதி. நாங்கள் வந்த பேருந்து, புலிகளின் செக் பொயிண்டில் இறக்கிவிட்டுத் திரும்பிவிட்டதிலேயே ஏதோ குளறுபடி எனத் தெரிந்தது.

வழமையாகப் புலிகளின் சோதனை முடிந்ததும் யுத்த சூனியப் பிரதேசம் கடந்து, இராணுவத்தின் செக் பொயிண்ட் வரை கொண்டுபோய்விடும்.

யுத்த சூனியப்பிரதேசம் கிட்டத்தட்ட முன்னூறு மீட்டர் தூரம் இருக்கலாம். அதற்கான வாயிற்கதவு ஒன்றிருந்தது. திறந்தே யிருந்தது. அருகே நின்றிருந்த ஒரு புலி உறுப்பினர் "அங்கால போகவேண்டாம் செஞ்சிலுவைச் சங்கம் கதைச்சிட்டிருக்கு" என்றார். கதவுக்கு அந்தப்பக்கம் செஞ்சிலுவைச் சங்கம் சிறு கண்காணிப்புச் சாவடி அமைத்திருந்தது. அங்கே யாரும் இருக்க வில்லை. வெளியேறியிருந்தார்கள்.

திரும்ப வந்தவழியிலேயே சில அடிகள் நடந்து, அருகிலிருந்த கொட்டகைக்கு அருகே நின்றுகொண்டோம். என்ன நடக்குது? நடந்திருக்கும்? அதற்குள் சூனியப் பிரதேசத்தில் புலிகள், இராணுவம் இருதரப்பும் ஒரு பயணியாக அன்றி ஆயுதங்களுடன் நுழையக் கூடாது. யாராவது மீறும்போது அது, மோதலின் ஆரம்பமாக இருக்கும். சண்டை தொடங்கப் போகுதோ? அப்படியே ஆரம்பித்தால் என்ன செய்வது?

எல்லோர் மனதிலும் அந்தக் கேள்வி தோன்றியிருக்கும். யாரும் பேசிக்கொள்ளவில்லை. சரியாக அந்தச் சமயத்தில்தான் எல்லோர் மைண்ட் வொய்சையும் காட்ச் செய்து யாரோ ஒரு சிங்கன் சிக்சர் அடித்தார்.

"அவங்கள் அடிச்சா முதல் ஷெல் இங்கதான் வந்து விழும்!"

பீதியைக் கிளப்பிய அவரை எல்லோரும் ஏக காலத்தில் பார்த்துக்கொண்டார்கள். ஷோர்ட்ஸ், டி ஷர்ட் அணிந்து, ஆறுமாத கர்ப்பிணி வயிறும், நெற்றியில் முறிகண்டியின் வீபூதியும் சந்தனமும் துலங்க ஒரு தெய்வீகச் சிரிப்புடன் பேசினார். இந்த உலகுக்கு ஏதோ ஓர் உண்மையைத் தெரிவித்துவிட்ட மலர்ச்சி அவர் முகத்தில் தெரிந்தது. 'அப்பிடியென்ன பெரிசா சொல்லிட்டேன் ஏதோ என்னால் முடிஞ்சது' என்கிற ஒரு அவையடக்கமும் எளிமையும் கூடத் தெரிந்தது.

உண்மையில் அப்போதுதான் புலிகளின் கட்டுப்பாட்டுப் பகுதியில் நின்றுகொண்டிருக்கிறோம் என்பது பலருக்கும் உறைத்தது. கண்களில் பீதியுடன் ஒருவரையொருவர் பார்த்துக் கொண்டார்கள். ஓரிரண்டுபேர் அவசரமாகப் பக்கத்தில இருந்த பஸ் ஸ்டாண்டுக்குள் 'கவர்' எடுத்து நின்றுகொண்டார்கள். 'பஸ் ஸ்டாண்ட்' நான்கு தடிகள் நாட்டப்பட்டு, மேலே கூரை ஓலையால் வேயப்பட்டிருந்தது இங்கு குறிப்பிடத்தக்கது. அதில் ஆச்சரியப்பட ஏதுமில்லை.

நீங்கள் யாழ்ப்பாணத்தைச் சேர்ந்தவராயின், தொண்ணூற் றைந்தாமாண்டு காலம்வரை அங்கே வாழ்ந்தவராயின் புரியும். திடீரென ஹெலியோ, பொம்பரோ வந்துவிட்டால் கையில் இருக்கும் ஈழநாதம் பேப்பரால் தலையைக் கவர் செய்தபடி ஓடுவதையோ, மண்ணெண்ணெய்க் கியூவிலிருந்து, கானைத் தலைக்குமேலே பிடித்தபடியே தெறித்தோடுவதையோ நீங்கள் கண்டிருக்கக் கூடும். சொல்லமுடியாது நீங்களேகூட அப்படி ஒருமுறையேனும் கவர் எடுத்திருக்கலாம்.

பீதி கிளப்புவது ஒரு அற்புதமான கலை. தமிழர்கள் பலருக்கும் இயல்பாகவே வாய்த்திருக்கிறது. நடிகர் வடிவேலுவின் பாஷையில் சொல்வதானால், தமிழனுக்கு எந்த ரணகளத்திலும் ஒரு கிளுகிளுப்பு தேவைப்படுகிறது.

பீதியைக் கிளப்புவது நம்மவர்களின் இயல்பான குணமாகவே மாறிப்போய்விட்டது. பீதி கிளப்புவதில் பலவகைகள் இருந்தாலும் நமது நாட்டுச் சூழ்நிலை சார்ந்து இரண்டு பிரதானமானவை. வேலை கிடைத்துக் கொழும்புக்கு வர ஆயத்தமானபோது, அது சமாதானகாலம் என்றாலும் யாழ்ப்பாணத்தின் நிலைமை சரியில்லை. அது இப்பவோ, அப்பவோ என்று இருந்தது. ஒரு பெண்மணி இப்படிக் கூறினார். “இனி சண்டை வந்தா கொழும்பிலதான் அடிவிழுமாம்.” ‘நேற்றுத்தான் தலைவர் கடிதம் போட்டவர்’ என்கிற ரீதியில் பேசினார்.

அவர் வேண்டுமென்றே கூறாவிடினும் இயல்பாகவே அப்படி வந்தது. அப்படியே பழகி விட்டது. இது ஒரு ரகசிய எதிர்பார்ப்பாகவும், மனதிற்கு மகிழ்ச்சியைக் கொடுக்கக் கூடியதாகவும் இருந்திருக்கிறது. நாம் இருக்கும் இடம் தவிர, மற்றைய இடங்களில், நாம் விரும்பும் பிரதேசம் ஒன்றில் அடி விழப்போகுதாம் என்ற பீதி ஒருவித மனக்கிளர்ச்சியை உண்டாக்கிவிட்டிருக்கலாம். “யாழ்ப்பாணத்துச் சனத்துக்கு அடிச்சாத்தான் புத்திவரும்” என அவர்களும், “கொழும்புச் சனத்துக்கு அடிச்சாத்தான் தெரியும்” என இவர்களும் பேசுவதைப் பலரும் கேட்டிருக்கக்கூடும். ‘எங்கயாவது அப்பப்ப அடி விழவேணும்’ என்போரும் இருக்கிறார்களாம்.

இரண்டாவது வகை நாம் ஒரு இக்கட்டான சூழ்நிலையில் மாட்டிக்கொண்டு உள்ளூரப் பயந்துபோயிருக்கும்போது பக்கத்தி லிருப்பவனை இன்னும் அதிகமாகக் கலங்கவைப்பதில் ஒரு அற்ப சந்தோஷம்.

பொம்பர் குண்டுபோட மேலே வட்டம் போட்டபடியிருக்கும். எங்க போடப்போறானோ? என்னாகப் போகுதோ? எல்லோரும்

முழுசிக்கொண்டு பங்கருக்குள்ள இருப்பார்கள். அந்த நேரத்தில் ஒருவர் கதை சொல்ல ஆரம்பிப்பார் பாருங்கள். "அண்டைக்கு தெல்லிப்பளையில நடந்தது தெரியுமோ? இப்பிடித்தான் பங்கருக்குள்ள ஏழுபேர் இருந்தவையாம். பக்கத்தில குண்டு விழுந்து, மண்மூடி அவ்வளவுபேரும் சரி."

அப்படித்தான் அந்தப் பீதியூட்டுனரும் இராணுவம் அடிக்கப்போகும் ஷெல் குறித்துப் பேசினார்.

இராணுவப் பகுதியிலிருந்து ஒரு பேரூந்து வந்தது. ஆர்வமாக அருகில் சென்று விசாரித்தார்கள் சிலர். அது நாங்கள் வருவதற்கு சற்று முன்பு இங்கிருந்து சென்ற பேரூந்து என்பது தெரிந்தது. 'ஆமி திருப்பி அனுப்பீட்டான்' என்றார்கள்.

இப்போது வாயிற்கதவைப் பூட்டினார் அந்தப் புலி உறுப்பினர். "இங்க இருந்து போன லொறி ஒண்டில ஆயுதங்கள் இருந்ததாம். ஆமி கண்டுபிடிச்சுட்டான்களாம். அதான் விடுறானில்லையாம்", யாரோ தகவல் அறிந்து சொல்லிக்கொண்டிருந்தார்.

அப்ப விடமாட்டாங்களா?

இப்போது எனக்குப் பீதியாக இருந்தது. திரும்பிக் கொழும்பு செல்ல வேண்டியதுதானா? அது ஒன்றும் பிரச்சினையில்லை. என்னிடமிருந்தது ஐம்பது ரூபாய் மட்டுமே என்பதுதான் இப்போது பிரச்சினை. முகமாலை ஆமி பொயிண்டிலிருந்து யாழ்ப்பாணத்துக்கு இருபது ரூபாய் போதும். அப்போது வாழ்க்கை இரண்டு அட்டைகளை நம்பியிருந்தது. ஒன்று தேசிய அடையாள அட்டை. ஏ.டி.எம். அட்டை. அது, சில வினோத பழக்கங்களைக் கற்றுக்கொடுத்திருந்தது. கையில் கடைசிக் காசு தீரும்வரை அக்கறையில்லாமல் இருந்துவிட்டுப் பின்பு வெள்ளவத்தை கொமர்ஷல் வங்கி இயந்திரத்தில் பணமெடுத்துக் கொள்வது. பயணங்களில் தேவையான அளவு பணத்தைமட்டும் கையில் வைத்திருப்பது என்கிற முன்யோசனையே இல்லாத அபத்தமான வழக்கமிருந்தது. சமயங்களில் அதைச் சமயோசித புத்தியாகவும் சிலர் சொல்வதுண்டு. இப்போது அது எனக்கு ஆப்பு வைத்துவிட்டது. ஒருவேளை திரும்பிச் செல்வதாக இருந்தால், வன்னியில் கொமர்ஷல் ஏடிஎம் எங்கே இருக்கிறது?

சரி, என்னமோ நடப்பதை வேடிக்கை பார்க்கலாம் மனநிலையில் இருந்தேன். சுற்றுமுற்றும் பார்க்க, தெரிந்த முகமாக ஒருவன்,

"ஹலோ எங்கயோ பாத்தமாதிரி இருக்கே..."

"வேற எங்க சயன்ஸ் ஹோல்லதான்"

“எங்க பெராவா?”

“ஓமடா இப்ப ட்ரெயினிங்... செலிங்கோ பில்டிங் கட்டுது புதுசா”

“அந்த உயரமான பில்டிங்”

“அதேதான் ... நீ எங்க”

“வோட்டர் சப்ளை ப்ராஜெக்ட் ஒண்டில இருந்தேன் கன்றாக்ட் நேற்றயோட முடிஞ்சுது”

“வேற வேலை எடுத்துட்டியா?”

“அடுத்தது கன்றாக்ட் சைன் பண்ணச் சொல்லியிருக்காங்க. இன்னொரு பிபிஓ கம்பனிலயும் வேலை ரெடி. அப்பொயிண்ட் மெண்ட் லெட்டர் இண்டைக்கு வந்து எடுக்கச் சொன்னாங்க. ஒரு கிழமை வீட்ல ரெஸ்ட் எடுத்துட்டு வருவம்னு வந்துட்டேன். நிறைய நாளாச்சு வந்து, நீ எங்க?”

“எனக்குக் காய்ச்சல்டா ... நானும் ஒரு கிழமை வீட்ல ரெஸ்ட் எடுக்கத்தான் வர்றன்”

அடுத்தவருஷம் இருவரும் ஒரே கம்பனியில், வேலையில் சேர்ந்து நண்பர்களாகப்போவது தெரியாமல் நானும் பார்த்தியும் பேசிக்கொண்டிருந்தோம்.

“தம்பி கதவைத் திறந்துவிடு தம்பி நாங்கள் நடந்து போறம்“

பொறுமையிழந்த சிலர் கதவைப் பூட்டிய புலி உறுப்பினருடன் பேசிக்கொண்டிருந்தார்கள்.

“அய்யா கொஞ்சம் பொறுங்கோ... செஞ்சிலுவைச் சங்கம் பொறுப்பெடுக்காமல் அப்பிடி விடேலாது... சுட்டுடுவான்கள்”

“சுடமாட்டான் தம்பி நாங்க என்ன குண்டு வைக்கவே போறம்” விவரமாக அல்லது விவரமில்லாமல் ஒருவர் பேச, இன்னும் சிலரும் சேர்ந்துகொண்டார்கள்.

“எப்பிடியும் இண்டைக்கு விடமாட்டான்” கவர் எடுத்து நின்ற ஒருவர் நம்பிக்கை தெரிவித்தார்.

இங்கேயே நிற்கவேண்டி வருமோ? மிகுந்த யோசனையுடன் நொந்துபோயிருந்தேன். வேறு வழி இல்லை. எப்பிடியாவது யாழ்ப்பாணம் போகவேணும். செக்போஸ்ட் கதவைத் திறக்கும் போராட்டத்தில் இப்போது நானும் முன்னிலையில் நின்றேன். ஒருகட்டத்தில் எல்லோரும் ஒருமித்து களத்தில் குதிக்க அரைமனதாக, “பாத்துப் போங்கோ” கதவைத் திறந்துவிட்டார்

அந்தப் புலி உறுப்பினர். விரைவாக நடக்கத் தொடங்கியிருந் தோம். “ஒழுங்கா லைன்ல போங்க” பின்னிருந்து குரல் கேட்டது.

“ஓட்டோவில விட்டுப் பிடிக்கிறாங்களோ தெரியேல்ல” மகிழ்ச்சியாக ஒரு குரல்!

அந்தப் பீதியூட்டுனர் என்முன்னே சென்றுகொண்டிருப்பதை இப்போதுதான் கவனித்தேன்.

“வரவேண்டாம் எண்டு சொல்லுறாங்கள்”

முன்னே சென்றுகொண்டிருந்தவர் குரல் கொடுத்தார்.

இராணுவத்தின் சாவடிக்கு இன்னும் ஐம்பது மீட்டர்கள் கூட இல்லை. வரிசை ஸ்தம்பித்து நின்றது. திரும்பப் போறதோ? குழப்பமாக அரைமணி நேரம் கடந்தபின்னர், பத்துப் பத்துப் பேராக அழைத்தார்கள். வழமையாகவே இராணுவச் சோதனை மிகக் குறைந்த நேரத்திலேயே முடிந்துவிடும். அன்று இன்னும் விரைவாகச் சோதனையை முடித்ததாகத் தோன்றியது. “ஓக்கே பிரச்சினை சரியாயிட்டுதுபோல” பேசிக்கொண்டோம். யாழ் செல்லும் மினி பஸ் ஒன்றில் ஏறியமர்ந்துகொண்டதும் மிகுந்த நிம்மதியாக இருந்தது.

‘அப்பாடா தப்பிச்சம்’

முகமாலை சோதனைச்சாவடி கடந்ததும், வழமைக்கு மாறான காட்சியொன்று காணக் கிடைத்தது. வீதியின் இருபுறமும் இராணுவத்தினர் வரிசையாக அமர்ந்திருந்தார்கள். இருநூறு பேருக்குக் குறையாமல் சண்டைக்குத் தயாராவதுபோல ஆயுதங் களோடு. எதுவும் விபரீதமாகத் தோன்றவில்லை. ஒருவேளை காலையில் சண்டைக்குத் தயாராக வந்திருக்கலாம். இப்போது எல்லாம் சுமுகமாகிவிட திரும்பிச்செல்லக் காத்திருக்கலாம்.

கொடிகாமம் சந்திக்கு அருகாமையில் மினி பஸ் அரைமணி நேரம் காத்திருந்தது.

“இப்பல்லாம் ஒவ்வொருநாளும் இப்பிடித்தான் ஆமியின்ர கன்வே போறதுக்காக ரோட்டை மறிச்சு வச்சிருவாங்கள்” யாரோ வெளிநாட்டிலிருந்து வந்த தம் உறவினருக்குச் சொல்லிக் கொண்டிருந்தார். ஆயாசமாக இருந்தது. மணி ஒன்று காட்டியது. மீண்டும் மினிபஸ் ஓடத் தொடங்கியது. சாவகச்சேரியில் பிரதான வீதியைவிட்டு ஒரு ஒழுங்கைக்குள் சென்று மீண்டும் தரித்து நின்றது. வீதியில் ஆமி கன்வே செல்வது தெரிந்தது.

“என்ன மச்சான் ஆர்ட்டிலறி எல்லாம் கொண்டுபோறாங்கள், எங்கயோ அடிக்கப் போறாங்களோ? நாகர்கோவில், அங்காலைப்

பக்கம்...” என்றேன் பார்த்தியிடம். பாருங்கள், நானும் தமிழன் தான்! இப்போது கொஞ்சமும் சந்தேகமின்றி நீங்கள் நம்பலாம்.

நேரம் இரண்டரை ஆகியிருந்தது. யாழ்நகரப் பகுதி வெறிச் சோடியிருந்தது. அல்லது என் பிரமையோ? வைத்தியசாலை, பேருந்து நிலையம் எல்லாமே ஒருவித அச்சமூட்டும் அமைதி யுடன். ஒருவேளை சென்ற வருடத்தின் அசம்பாவிதங்கள் தொடர்ந்துகொண்டிருக்கலாம். மனோகரா தியேட்டர். மோகன்லாலும் ஜீவாவும் பெரிய சைசில் ஆக்ரோசமாகத் தெரிந்தார்கள். ‘அரண்’ படம் ஓடிக்கொண்டிருந்தது. .

மாலை 5.00 மணி.

குட்டித் தூக்கம் கலைந்து ஞாபகமாகப் பிரதீபன் அண்ணனுக்கு அழைப்பெடுக்கச் செல்பேசியை எடுத்தேன். ‘டயலொக்’ தொடர்புச்சேவை செயலிழந்திருந்தது. பக்கத்தில் பிள்ளையார் கோவிலில் பூசைக்கு ஆயத்தமணி அடித்தது. அயல் நண்பர்களைக் காணலாம் என்று கோயிலுக்கு வந்தேன்.

“ஜீ எப்ப வந்தது? பிரச்சினை இல்லையா?” என்றார் சுதா அய்யா.

“பிரச்சினையா எங்க?”

“ஜீ பொறுத்த நேரத்தில வந்திருக்கு, ஏ 9 பாதை பூட்டீட்டாங்கள்” என்றார் மூர்த்தி அண்ணன். அவ்வளவு அதிர்ச்சியாக இல்லை அப்போது.

“அது பிரச்சினையில்ல. ரெண்டு மூண்டு நாளில திறந்திடு வாங்கள்.”

ஆறுமணி. யாழ் கோட்டைப் பகுதியிலிருந்து பூந்திரி கொளுத்தியதுபோல தீப்பிழம்புகள் கிளம்பிச் சென்றன. தொடர்ந்து இடிமுழங்குவதுபோலச் சத்தமும் கேட்டது.

“பூநகரிக்கு மல்ரிபரல் அடிக்கிறாங்கள்”

அன்று 11 ஆவணி 2006! முகமாலைப் பகுதியில் மோதல் தொடங்கியதாகவும், யாழ்ப்பாணம் முழுவதும் இரவு முதல் ஊரடங்குச் சட்டம் அமல்படுத்தப்படுவதாகவும் வானொலிச் செய்தி தெரிவித்தது.

ஊரடங்கு

ஊரடங்கு மதியம் இரண்டு மணிநேரங்கள் தளர்த்தப்படுவதாக வானொலி அறிவித்தது. எங்கே யாவது வெளியே செல்ல வேண்டும். கொழும்பி லிருந்து யாழ்ப்பாணம் வந்துசேர்ந்த இரண்டுமணி நேரத்தில் ஏ–9 வீதி மூடப்பட்டு, அன்றிரவே ஊரடங்குச்சட்டம் அமலுக்கு வந்திருந்தது. வீட்டுக்குள் அடைபட்டு, மாட்டிக்கொண்டதை நினைத்து நொந்துபோயிருந்தேன். மறுநாள் முழு ஊரடங்கு. இப்போதுதான் வெளியே செல்ல முடிந்தது.

சைக்கிளை எடுத்துக்கொண்டு நாச்சிமார் கோவில் பக்கமாக ஒரு ரவுண்ட்ஸ் அடித்துவிட்டுத் திரும்பினேன். மதவடி ஒழுங்கைக்கு எதிரே செந்தூர் அண்ணனின் அம்மா வீட்டுக் கேற்றடியில் நின்றிருந்தார், “தம்பி எப்ப வந்தது?”. பேசிக் கொண்டிருந்தோம்.

‘டப்’ என்றொரு சத்தம். பின்னால் திரும்பிப் பார்த்தபோது, சைக்கிளில் வந்துகொண்டிருந்த இளைஞன் அப்படியே பாறி விழுவதுபோல் சரிந்தான். கூடவே வந்தவன் தன் சைக்கிளைப் போட்டுவிட்டு, அருகிலிருந்த கடைக்குள் ஓடுகிறான். சிவப்பு நிறப் பல்சர் ஒன்று நிதானமாகக் கடந்து வந்தது. ஹெல்மெட் அணிந்தபடி பின்னாலிருந்தவன் கையில் ஒரு பிஸ்டல். பல்சர் மிக மெதுவாக, நிதானமாக மதவடி ஒழுங்கைக்குள் இறங்கிச் செல்கிறது. ‘யார் இவர்கள்?’ இனம்புரியாத பதற்றம். இதயத்துடிப்பு எகிறியது. ‘இப்போது என்ன

செய்ய வேண்டும்?' குழப்பமும் அதிர்ச்சியுமாக அன்ரியிடம் அவசரமாக விடைபெற்றுக்கொண்டு மெதுவாக சைக்கிளை மிதிக்கத் தொடங்கினேன்.

ஓரிரு அடிகள் கடந்து திரும்பிப் பார்த்தபோது, தலையில் சுடப்பட்டு இறந்துகிடந்தவனைச் சுற்றிக் கூட்டம் கூடுகிறது. திரும்பித்திரும்பிப் பார்த்துக்கொண்டே செல்கையில், இடது பக்கமாகக் குச்சொழுங்கைக்குள்ளிருந்து ஒரு குரல், "தம்பி நிக்காத பேசாம போடா!" சைக்கிளில் ஒருவர் வீதியை நோக்கி வந்துகொண்டிருந்தார். 'போட்ட' குழுவைச் சேர்ந்தவராகத்தான் இருக்க வேண்டும். பார்க்கவில்லை.

வீடு வந்தபின்பும் பதற்றமாக இருந்தது. திரும்பத் திரும்ப அந்தக் காட்சியே ஞாபகத்தில் வந்தது. கேற்றடியில் நின்று பார்க்கக், கூட்டம் குழுமியிருப்பது தெரிந்தது. மீண்டும் ஊரடங்கில் வெறிச்சோடியது வீதி. ஒருசில மணிநேரங்கள் அநாதரவாக நடுவீதியில் கிடந்தது சடலம். பின்னர் போலீஸ் வாகனம் எடுத்துச்சென்றது. மிக அருகில் பார்த்த 'சம்பவம்' அது. பின்னர் பழகிப்போய்விட்டது.

அது இரண்டாயிரத்து ஆறாம் ஆண்டின் ஓகஸ்ட்மாத ஊரடங்கு நாட்கள். அதுவரை அனுபவத்தில் காணாத புதுமை யான ஊரடங்காக இருந்தது.

ஊர் மயான அமைதியில் உறைந்திருக்க, தூரத்தில் கேட்கும் நாய்க்குரைப்பும், மிக மெல்லிய லாம்பு வெளிச்சத்தில் அச்சத்தோடு கடந்துபோகும் கலவர ராத்திரிகளைக் கொண்ட இந்திய இராணுவகால ஊரடங்கு உங்களுக்கு இன்னும் ஞாபகமிருக்கலாம். கொக்குவில், பிரம்படி வீதியில் வரிசையாகப் பலரைப் படுக்கவைத்து யுத்த டாங்கியால் ஏற்றிக் கொல்லப்பட்ட அன்றைய ஊரடங்கை நீங்கள் கடந்திருக்க லாம். வெளிநாட்டிலிருந்து ஊருக்கு வந்திருந்த மகனை ஒரு ஆமிக்காரன் நெஞ்சில் கத்தி சொருகி அடிவயிறு வரை இழுக்க, சகோதரர்கள் கதற கண்முன்னால் துடித்து அடங்கிய அவன் உடலை வீட்டு முற்றத்திலேயே எரித்துவிட்டுக் கோவிலில் சென்று கழித்த ஊரடங்கு இரவைப்பற்றி எங்களுக்கு யாரேனும் விவரித்திருக்கலாம். கொக்குவில் இந்துக்கல்லூரி மைதானத்தில் வடக்குப் பக்கமாக இருக்கும் வேப்பமரத்திற்கு கீழ் ஐம்பதிற்கும் மேற்பட்ட உடல்களைப் புதைத்த அந்த ஊரடங்கு இரவை நீங்கள் இன்னும் மறக்காதிருக்கலாம். அந்த மாதிரியான ஊரடங்கு போலிருக்கவில்லை இது.

தேர்தல் மறுநாள் அறிவிக்கப்படும் மந்தமான பகற்பொழுதை யும், இரவு கடந்துபோன ஏதோ ஒரு வேண்டடத்தகாத நிகழ்வை

அறிவிக்கும் காலைச் செய்திக்குக் காத்திருக்கும் ஊரடங்கு நம் நினைவுக்கு வரலாம். இரண்டாயிரத்து ஒன்றில் அப்படியொரு தேர்தலின் மறுநாள் காலை வானொலிச் செய்திதான், வவுனியா வில் பள்ளி நண்பன் சாந்தரூபன் தவறுதலான துப்பாக்கிச் சூட்டில் மரணமடைந்ததாக அறிவித்தது. அந்த ஊரடங்கு போலவுமில்லை இது.

இது முற்றிலும் எதிர்பார்க்காதது. அங்கேயே இருந்தவர் களுக்கு வழமை போலவே தோன்றியிருக்கலாம். அன்றைய சாதாரண நாட்களே தேர்தல் நாள் ஊரடங்கின் சாயலை நினைவுபடுத்தியவாறு இருந்தனவாம். அப்படியொரு ஊரடங்கு விதிக்கப்படுவதற்கான எந்த அறிகுறிகளும் அந்தக்கணம் வரை தென்படவில்லை.

ஏற்கனவே யாழ்குடாநாட்டில் அப்படியொரு சடுதியான ஊரடங்கு அனுபவம் வாய்த்திருந்தது. முதல்நாள் மாலைதான் நண்பர்கள் திட்டமிட்டிருந்தோம், மறுநாள் ராஜா தியேட்டர் செல்வதாக. தியேட்டரில் 'அமர்க்களம்'. அன்றைய காலைப் பொழுது அவ்வளவு அமர்க்களமாக விடியும் என்று எதிர் பார்த்திருக்கவில்லை. அது இரண்டாயிரமாம் ஆண்டு மே பத்தாம் திகதி. காலவரையற்ற ஊரடங்கு பிறப்பித்திருப்பதாக வானொலி அறிவித்தது, ஆச்சரியமாக இருந்தது. எதற்காக? சற்று நேரத்தில் துப்பாக்கி வேட்டுச் சத்தங்கள் கேட்க ஆரம்பித்தன. குழப்பம். 'கச்சேரியடிக்கு இயக்கம் வந்திட்டுதாம்' என்கிற செய்தி வேகமாகப் பரவியது. 'சத்தமே இல்லாம எப்பிடி வந்தாங்கள்?', 'அப்ப நாளைக்கு யாழ்ப்பாணம் ஃபுல்லா அவங்கள் கண்ட்ரோல்ல வந்திடும்போல?' போன்ற கேள்விகள் கேட்கப்பட்டுக் கொண்டேயிருந்தன.

பெயரளவிலான ஊரடங்கே தவிர சனநடமாட்டம் அதிகரித்தது. நகரப்பகுதியிலிருந்து பலர் இடம்பெயர்ந்து செல்வதுமாக, தொடர்ந்தவை பரபரப்பான நாட்களாகின. அந்த நாட்கள் 'மிக்' விமானத்தையும், மல்ரிபரல் ரொக்கட்களின் சத்தத்தையும் அறிமுகப்படுத்தின. பின்பு இரவு நேரத்தில் மட்டும் ஊரடங்கு விதிக்கப்பட்ட எல்லாம் ஓய்ந்து போய்விட்டதென்று நம்பிய ஓர் இருள் கவிந்துகொண்டிருந்த மாலைப்பொழுது. தலையாழிப் பகுதியில் கொல்லப்பட்ட யாழ் இந்துக்கல்லூரி மாணவன் சஞ்சீவனின் மரணம் மறந்துபோய்விட்ட பழைய ஊரடங்கின் ஞாபகங்களை மீட்டுக் கொண்டுவந்திருந்தது. அதுவரை வாய்வழியாகக் கேள்விப்பட்ட ஃபீல்ட் பைக் ஆமி குறித்த அச்சம், அதன்பின்னர்தான் எல்லோருக்கும் மனதில் பதிந்துபோனது. அன்றைய நாட்களின் ஊரடங்கு போலவு மில்லை இது.

ஊரடங்கு தளர்த்தப்படும் நேரங்களில் வீதிகள் மிகுந்த பரபரப்பாக இருந்தன. ஒவ்வொருநாளும் யாரோ, யாரையோ சுட்டுக்கொண்டிருந்தார்கள். தெரிந்தவராக இல்லாதவரை அதைப்பற்றி அக்கறைப்படும் நிலையில் மக்களில்லை. சங்கக் கடைகளிலும் பெட்ரோல் செட்களிலும் வரிசையில் நிற்பதற்கே நாளின் பெரும்பகுதி சரியாக இருந்தது. மின்சாரம் இருந்தது. வீட்டில் அடைபட்டிருக்கும் நேரத்தில் டீவி நிகழ்ச்சிகளும் படங்களும் பார்க்க முடிந்தது.

ஊரடங்கு தளர்த்தி மீண்டும் அமலுக்கு வந்த பின்னரும், அவரவர் வீட்டு வாசல்களில் கூட்டம் போட்டு, நின்றுகொண் டிருந்தோம். அது பழகிப்போயிருந்தது. நண்பன் எபி வீட்டில் டீவி பார்த்துக்கொண்டிருந்த அந்த மாலை நேரம். வீதியில் ஆரவாரமாகச் சத்தம் கேட்டது. வெளியில் வந்தால், நம்ப முடியாத காட்சி.

ஊரடங்கு நேரத்தில், யாழ் நகர எல்லைக்குள் காங்கேசன் துறை வீதியா அது? என்று ஆச்சரியமாக இருந்தது. நடு வீதியில் தகரப்பேணிகளை அடுக்கி வைத்து ‘பிள்ளையார் பேணி’ விளையாடிக்கொண்டிருந்தது ஒரு கூட்டம். நாங்களும் வேடிக்கை பார்த்துக்கொண்டிருந்தோம். பதினைந்து பேரளவில் ஆரம்பித்தது. பின்னர் ஐம்பதுக்கும் அதிகமானோர் கலந்துகொள்ள, பெரும் கூச்சல். சத்தத்தில் தட்டாதெருச் சந்தியிலிருந்து வழமையாக ரோந்துக்கு வரும் அந்த மூன்று ஆமிக்காரரும் மெதுவாக நடந்து வந்துகொண்டிருந்தார்கள்.

“இதில நிக்கிற ஆக்களில பாதிப்பேர நான் இதுக்குமுதல் பார்த்ததேயில்ல... எங்கட ஏரியா இல்ல. யார் யாரோ எந்த குறூப்போ தெரியல. ஆமி வந்தா அவனும் குழம்புவான்”, என்றார் தயா அண்ணன்.

ஆமிக்காரர் நெருங்கியதும் எல்லோரும் அந்தந்த இடத்தில் அப்படி அப்படியே நின்றுவிட, அவர்களும் சுற்றிச் சுற்றி நோட்டம் விட்டுக்கொண்டே சென்றார்கள். எதுவும் பேச வில்லை. அவர்கள் கடந்து சென்றதும் மீண்டும் விளையாட ஆரம்பித்தார்கள். அன்று மாலை. இருட்டும் நேரத்தில் மீண்டும் வந்த அந்த மூவர் அணி கேற்றடியில் நின்றுகொண்டிருந்த எங்களிடம் சொன்னது. “நாங்க ஒண்ணும் செய்ய மாட்டம்... கேஃபியூ டைம்ல வேற ஆமி வந்தா... ஃபீல்ட் பைக் ஆளுங்க வந்தா சுடும். நாங்க ஒண்டும் செய்ய ஏலாது”

அன்றைய இரவுகளில் ஏழுமணிக்கு தயா அண்ணன், எபி, ஜேப்பி எல்லோருமாக ஒன்றுகூடுவது வழமை. எங்கள்

வீட்டு முற்றத்தில் அமர்ந்து பேச மேசையிடப்பட்டிருந்தது. அம்மா, அப்பா எதிரில் படியில் அமர்ந்திருப்பார்கள். முற்றத்திலிருந்த மாமரமும், பக்கத்தில் பிள்ளையார் கோவில் அரசமரமும் கொடுக்கும் இதமான காற்று. அநேகமாக மின்சாரம் தடைப்பட்டிருக்கும் அந்த இரவுகளில் அம்மா தேநீர் கொண்டுவந்து தர, குடித்துவிட்டுத் தெம்பாகப் பேசிக் கொண்டிருப்போம்.

பதினொன்று, பன்னிரண்டு மணிவரை சுவாரசியமாகப் பேசிக்கொண்டிருந்துவிட்டு, கேற்றடிக்கு வந்து இரண்டு பக்கமும் கவனித்து மிகுந்த எச்சரிக்கையுடன் வீதியைக் கடந்து அவரவர் வீட்டுக்குப் போவார்கள். இப்படி இரவில் நடமாடுவது தட்டாதெருச்சந்தி ஆமிக்குத் தெரியாதென்று நம்பிக்கொண்டிருந் தோம். ஒருநாள் ஏரியா நண்பன் கேக்கேயிடம் ஆமிக்காரன் கேட்டான், “நேற்று இரவு பத்துமணிக்கு இதே டி ஷேர்ட்டோட ரோட் க்ரொஸ் பண்ணிப் போறே என்ன? நான் அங்கயிருந்து பாத்துக்கொண்டிருந்தனான்.”

ஆரம்ப நாட்களில், முகமாலை தாண்டி இந்தப்பக்கம் இயக்கம் வந்திருக்கலாம் என ஒரு ஊகம் இருந்தது. வீதி ரோந்துக்கு வந்த மூவர் அணியிடம் சந்தேகத்தைக் கேட்டோம்.

“உங்கட ஆக்கள் இப்ப எங்க நிக்கினம்?”

“முகமாலைலதான்” என்றார்கள்.

“விஷயம் தெரியாம கதைச்சிட்டுப் போறாங்கடா . . .”, “பாவம் பயபுள்ளைங்க நம்பீட்டு இருக்கானுங்கபோல” – அவர்கள் கடந்ததும் பேசிக்கொண்டோம்.

என்னதான் ஊரடங்கு நேரத்தில் தெரியாத ஆமியிடம் மாட்டிக்கொண்டாலும், ஒரு ஆமிக்காரன் நம்மைப் பார்த்துப் பேச ஆரம்பித்துவிட்டால் பிறகு சுடமாட்டான், ஏன் அடிக்கக்கூட மாட்டான் என்கிற நம்பிக்கை அல்லது மூடநம்பிக்கை அப்போது எங்களிடமிருந்தது. அதை உறுதிப்படுத்துவது போலவும் சில அனுபவங்கள் கிடைத்திருந்தன.

கொழும்புக்கான கப்பல் போக்குவரத்து அன்றுதான் ஆரம்பித்திருந்தது. அதற்கான நீண்ட வரிசையில் காத்திருந்துவிட்டு வீடு திரும்பிக்கொண்டிருந்தோம். நானும் எபியும் பயணிகள். வழியனுப்ப ஜேப்பியும், தயா அண்ணனும். நான்கு பேரும் இரண்டு சைக்கிள்களில் யாழ் ரயில் நிலையம் தாண்டி, ஆரியகுளம் சந்தியில் வந்து மிதக்கையில் அங்கே நின்றிருந்த ஆமி கையைக் காட்டினான். இறங்கி நின்றோம். கையில்

பயணப்பை. எங்கே என்று கேட்க அவசியமில்லை. ஊரடங்கு மாலை ஆறுமணிக்கு. அப்போது மணி ஆறு இருபது ஆகியிருந்தது. அந்த ஆமிக்காரன் குடித்திருந்தது, நெடி தாக்கியதில் தெரிந்தது.

“இப்ப என்ன நேரம்? நான் இப்ப உங்கள சுட்டு இந்தக் குளத்துக்க தூக்கிப் போடலாம் யாரும் கேக்க ஏலாது தெரியுமா?”

அவன் கையிலிருந்த துவக்கையே பார்த்துக்கொண்டிருந்தேன். ‘வெறில வேற நிக்கிறான் மாறிச்சாறி ட்ரிக்கரை அமத்தித் துலைச்சிடப் போறான்’. ஒருவாறு நேரம், சட்டம், ஒழுங்கு பற்றிச் சிறு வகுப்பெடுத்துவிட்டு, “கெதியாப் போங்க வீட்ட” என்றான்.

“அடப்பாவி அரைமணித்தியாலம் மினக்கெடுத்திட்டு கெதியாப் போகச் சொல்றான்”, ஜேப்பி முணுமுணுத்தான்.

பேய் வேகத்தில் சென்றோம். எதிரில் பலாலி வீதியில் பெரிய தொரு ஆமி பொயிண்டைக் கடக்க வேண்டும். வீதி நெடுக, ஏறத்தாழ நூறு மீட்டர் நீளத்துக்கு முட்கம்பி வேலி இருந்தது. காவலுக்கு நின்றவர்கள் நிறுத்தவில்லை. எதுவும் பேசவில்லை. அமைதியாகப் பார்த்துக்கொண்டிருந்தார்கள். உள்ளூர மிகுந்த கலவரமாக இருந்தது. ‘போகவிட்டு சுட்டுடுவாங்களோ?’ என நான்கு பேரும் ஒரே நேரத்தில் பீதியடைந்தோம். யாராவது நிறுத்தி ஏதாவது விசாரிக்கமாட்டார்களா என்றிருந்தது.

ஒருவாறு தட்டாதெருச் சந்திக்கு அருகில் வந்தபோது, எதிர்கொண்டது மூவர் அணி. அசுவாரசியமாகப் பார்த்தது. என்னைக் கண்டதும் “இவர் யார்? நான் காணவே இல்லையே” – லீடர்.

“கொழும்பிலருந்து வந்தவர்” என்றார் தயா அண்ணன். அதற்குமேல் ஒன்றும் கேட்கவில்லை.

“தம்பி அந்தப்பக்கம் எங்கயும் அடி விழுதோ?”

சைக்கிளில் செல்லும்போது, எதிரே வருபவரை இப்படி நலம் விசாரிக்கும் புதியதொரு பண்பாடு நிலவியது. இது இரண்டாயிரத்து ஐந்தாமாண்டு செப்டெம்பர் மாதமளவில் பரவலாக உருவானது. பின்னர் வலுப்பெற்று வந்தது.

ஆரம்ப நாட்களில், வீதியில் சென்றுகொண்டிருப்போம். எங்கேயாவது வெடிகுண்டுச் சத்தம் கேட்கும். சத்தம் வந்த திசையில் ஆமிப் பொயிண்ட் இருந்தால் தவிர்த்துச் செல்ல வேண்டும். அல்லது வாங்கிக் கட்டிக்கொள்ள நேரிடும். பின்பு அதுவே பழகிப்போய் எந்தச் சத்தமும் கேட்கவில்லை என்பதே, அமைதியே ஒரு அசாதரணமான பயத்தைக் கொடுத்தது.

ஓர் பெரிய வெடிச்சத்தம். கிளைமோராக இருக்க வேண்டும். சத்தம் கேட்டதும், கேற்றடிக்கு ஓடிவந்தேன். சனநடமாட்டம் பெரிதாக ஆரம்பிக்காத காலைப்பொழுது. 'தட்டாதெருச் சந்தியில் இல்லை, ஒரு வேளை சிவலிங்கப் புளியடியாக இருக்குமோ?' ஆனால் தொடர்ந்து துவக்குச் சூட்டுச் சத்தம் கேட்கவில்லையே. என்ன நடந்திருக்கும்?' யோசித்துக்கொண்டு நின்றேன்.

அந்தப்பக்கமிருந்து நடுத்தர வயது மனிதர் ஒருவர் சைக்கிளில் வந்துகொண்டிருந்தார். வலது கை தோள்மூட்டுக்குக் கீழே இரத்தத்தில் தோய்ந்திருந்தது. 'தட்டாதெருச் சந்தி ஆமி அடிச்சுப்போட்டான்போல. அதான் இந்த நிலைமைல ஹொஸ்பிடல் பக்கம் போகாம இந்தப் பக்கம் வர்றாரோ?'

அதிர்ச்சியடைந்து பார்த்துக்கொண்டிருந்தேன்.

நான் ஏதும் கேட்பேன் என்பதுபோல என்னையே பார்த்துக் கொண்டு வந்தவர் தானாகவே, "வெடிச்சிட்டுது தம்பி" என்றார்.

எனக்குப் புரியவில்லை, "ஆமி அடிச்சுப்போட்டானா?" என்றேன்.

"வெடிச்சிட்டுது தம்பி", மறுபடியும் சொல்லிக்கொண்டு அப்படியே போய்விட்டார்.

குழப்பமாக இருந்தது. கொஞ்ச நேரத்தில்தான் புரிந்தது. 'அட அப்பிரசண்டுகளா!' – ஆமிக்கு கிளைமோர் வைக்கிறேன் பேர்வழி என யாரோ செய்த கைங்கரியம். பலர் பழகிக்கொண் டிருந்த காலம். யாழ் இந்துக் கல்லூரிச் சந்தியில் வீதியோரம் இருந்த ஒரு கிணற்றடியில் ரோந்துவரும் யாரோ மூன்று ஆமிக் காரனுக்கு இலக்கு வைத்த கிளைமோர் அது.

"ஐயோ ஃபீல்ட் பைக்!", கலவரம் நிறைந்த குரலில் சொன்னான் எபி.

அவன் சொன்ன அதேகணத்தில் மிக வேகமாக எங்களைக் கடந்துசென்ற மோட்டார் சைக்கிளை ஓட்டிவந்த ஆமி கையை அசைத்துச் சைகை காட்டினான். வெளியில் வரச் சொல்கிறானா? யோசிக்கையில், "உள்ள போகச் சொல்றான்" எங்களுக்குச் சாதகமாகச் சொன்னான் எபி.

இரண்டாவதாக வந்த மோட்டார் சைக்கிள் சரியாக கேற்றருகில் நின்றது. மூன்றாவது மோட்டார் சைக்கிள் சரியாக நடுவீதியில் கிறீச்சிட்டு அரைவட்டம் அடித்தது, மதிய நேர தாரின் தகிப்பில் அது அடையாளமாகச் சில வாரங்களுக்கு

அப்படியே இருந்தது. நான்காவது பைக் வீதியின் அந்தப்பக்கம் நிற்க, முதலாவது பைக் பிள்ளையார் கோவில் தாண்டிச்சென்று திரும்பிவந்து கேற்றை இடித்து உள்ளே நுழைவதுபோல நின்றது. பைக்கிலிருந்து அப்படியே பின்புறமாகக் குதித்திறங்கிய ஓர் ஆமிக்காரன் கேற் தாண்டி உள்ளே வேகமாகச் செல்ல – இரண்டாவது பைக்கில் பின்னாலிருந்தவன் அப்படியே எழுந்து, மதிலுக்கு மேலாகத் தனது எம்–16 துவக்கை வீட்டை நோக்கிப் பிடித்து 'லோட்' செய்தான். இதெல்லாம் ஒருசில வினாடிகளில் சடுதியாக நிகழ்ந்தது.

ஒரு துப்பாக்கி சடக் சடக்கென்று சுடுநிலைக்குத் தயார் செய்யும் பிரத்தியேகமான ஒலியை அடையாளம் கண்டு கொள்ளத் தெரியவில்லையெனில் நாங்கள் இலங்கை சனநாயக சோஷலிசக் குடியரசின் வடபகுதிப் பிரஜைகள் என்று கூறிக் கொள்வதில் அர்த்தமே இல்லை. சத்தம் கேட்ட அக்கணமே அப்படியே ஃப்ரீஸ் ஆகி நின்றபோதுதான் கவனித்தோம். நாங்கள் தப்பியோட முயற்சித்திருந்தோம்.

எங்கள் வீட்டு வாசலில் நின்றுகொண்டிருந்த ஐந்து பேரில் நான் கேற்றை விட்டு இரண்டடி பின்னகர்ந்திருந்தேன். கண்ணன் நடு முற்றத்தில். பிகே எப்படி உள்ளே ஓடினான் என்றே தெரியவில்லை. ஃபோர்டிக்கோ கடந்து ஹோலுக்குள் நுழைந்திருந்தவன், 'லோட்' சத்தத்திற்குக் கைகளை உயர்த்தியபடியே மெதுவாகத் திரும்பினான். எபி சைக்கிளில் அமர்ந்திருந்தவன் இறங்கி நிற்க, பக்கத்தில் குகன். வீட்டின் உள்ளே சென்ற ஆமி வேறு யாரும் ஓடிச்சென்று பதுங்கவில்லை என உறுதிசெய்து திரும்பிவந்தான். எல்லோரையும் வீதிக்கு அழைத்தார்கள். நீளமான வீட்டின் இறுதியில் சமையலறை இருந்தது. வீட்டின் முன்பகுதியில் நடந்துகொண்டிருக்கும் அசம்பாவிதம் வீட்டில் யாருக்கும் தெரியவில்லை.

"ஹாண்ட்ஸ் அப்!"

கையைத் தூக்கியபடி நின்றுகொண்டிருந்தோம். வீதியில் சடுதியாக ஒரு ஊரடங்கு தோற்றம் ஏற்பட்டுவிட்டது. அக்கம்பக்கம் வீடுகளில் கேற்றுக்கு உள்ளே நின்று எல்லோரும் எட்டிப் பார்த்துக்கொண்டிருந்தார்கள். எல்லாரும் எங்களை மாதிரியே வீதியில் நின்று பேசிக்கொண்டிருந்தவர்கள்தான். எங்களைக் கட்டம் கட்டிவிட, எல்லோரும் ஓடிவிட்டார்கள். 'ஊரடங்கு நேரம் சும்மா ரோட்டில நிண்டதுக்கே அடி பின்னிடுவாங்கள்... இதுல ஓடியிருக்கிறம் சுட்டுடுவாங்களோ?' இதயத்துடிப்புக் கேட்கிற மாதிரி இருந்தது.

'ஃபீல்ட் பைக் குறூப் என்றால் என்னவென்று தெரியுமா? அச்சுவேலிக் காம்ப்காரர் என்றால் எப்படிப்பட்டவர்கள் என்று தெரியுமா?' என்றெல்லாம் யாழ்ப்பாணத்தில் கேட்க வேண்டிய அவசியமேயில்லை. சற்று முன்னர்தான் நேற்று இடம்பெற்ற ஒரு சம்பவத்தைப் பகிர்ந்திருந்தார்கள், "லேடீஸ் கொலிஜ் ஏரியால ஒரு கடைல சனம் நிண்டிருக்கு. கடைல இருந்த சோடாவ எல்லாம் எடுத்து சனத்துக்கு குடிக்கக் குடுத்திட்டு பிறகு அடிச்சிருக்காங்கள்."

"கம் திஸ் சைட்..."

'அடப்பாவி! உள்ள போகச் சொல்றான்னு சொன்னியேடா வெளில வரச் சொல்லியிருக்காண்டா!' என்பதாய் எபியைப் பார்த்தேன். அவன் கண்டுகொள்ளாத மாதிரி வெகு சிரத்தை யாகத் தனது சைக்கிளை மதில் கரையோரமாகச் சற்றுத்தள்ளி நிறுத்தினான். இதைச் செய்யும்போது தலையைக் குனிந்து ஒருவித மாகப் பவ்வியமாக நடந்துகொண்டான். 'டேய் என்னடா பண்ற? இந்த நேரத்தில இது ரொம்ப முக்கியம் பாரு, இங்க என்ன நடந்துட்டிருக்கு சுடப்போறானோ தெரியல.. இதுல சைக்கிள கொண்டுபோய்...' அந்த ரணகளத்திலும் சிரிப்பு வந்தது.

வரிசையாக நின்றிருந்தோம். எபிக்கும் கண்ணனுக்கும் கைகள் நடுங்கிக்கொண்டிருந்ததுபோல, எனக்கு சற்றே அவுட் ஒஃப் ஃபோகஸில் ஒரு பிரமை. அதனால் என் கைகளைச் சிறிது தாழ்த்தி தோள்மூட்டோடு அழுத்திக்கொண்டேன். எல்லோருக்கும் நெஞ்சில் ஓரிரு இன்ச் இடைவெளி விட்டுத் துப்பாக்கியைப் பிடித்திருந்தார்கள்.

"ஐசி..."

எடுத்துக் கொடுத்துவிட்டு, மீண்டும் கைகளை உயர்த்திக் கொண்டோம். கைகளைக் கீழேவிட்ட யாருக்கோ அடி விழுந்த தாம் என்பது ஞாபகமிருந்தது. இப்போது நம்பிக்கை வந்திருந்தது, சுட மாட்டாங்கள். ஆனால், அடி பின்னியெடுக்க இன்னும் பிரகாசமான வாய்ப்பிருக்கிறது.

'என்ன செய்றீங்க?', என்பதுபோலப் பார்த்தான் லீடர். கேட்கவில்லை.

"அப்பி சிடி கத்தா... சிடி கத்தா... சிடி கத்தா..." – ஆரம்பத்திலிருந்தே கண்ணன் எதோ சொல்ல முயன்றார். சிடி கத்தா தாண்டி வார்த்தைகள் வரவில்லை. அதாவது 'நாங்கள் டிவிடி எடுத்துக்கொண்டு படம் பார்ப்பதற்காக வந்து நின்றபோது,

நாசமாப் போவார் உங்களிடம் மாட்டிக்கொண்டோம்' என்பதைச் சிங்களத்தில் அழகாகச் சொல்ல விழைந்தார். இரண்டு டிவிடியையும் எடுத்துப் பார்த்தான் லீடர். *'Narnia'*, *'The Brothers Grimm'*.

இப்போது தலைவன் என்னைப்பார்த்து அருகில் வருமாறு தலையை அசைத்தான். 'என்னைத்தான் கூப்பிடுகிறானா?' முகத்தில் பாதியை மறைத்திருந்தது பெரிய கூலிங்கிளாஸ். குழப்பமாக இருந்தது. அதே குழப்பத்தில் எபியும் இருந்தான். அவன்தான் எனக்கருகில் நின்றிருந்தான். அவன் மீண்டும் மீண்டும் தலையசைக்கிறான். இருவரும் ஒருவரையொருவர் பார்த்துக்கொண்டோம்.

'ஒருவேளை அவனை அடிக்கக் கூப்பிட்டு நான் கிட்டப் போய், வீணாய் நான் அடிவாங்க வேண்டி வருமோ?' என்று யோசித்தேன். 'ஜீ வாங்கிற அடியைத் தான் வாங்க வேண்டி வருமோ?' என அவன் யோசித்தானாம். இருவரும் நகர வில்லை. அவன் சலிக்காமல் தலையை அசைத்தான். 'இதுக்கே ரெண்டு பேரையும் போட்டு மிதிக்கலாமே' என்கிற பீதியும் ஏற்பட்டது. அவனும் களைத்துப்போய், எபியைக் கையசைத்துக் கூப்பிட்டான். மிக மெதுவாக, 'ஊரடங்கு நேரத்தில் இனி வெளியே உங்களைக் காணக்கூடாது' என ஆங்கிலத்தில் சொன்னான். பின்பு எல்லாரும் போய்விட்டார்கள்.

படபடப்பு அடங்க வெகு நேரமானது. பிறகு வழக்கம்போல யார் யார் என்னவெல்லாம் செய்தார்கள் எனக் கலாய்க்க ஆரம்பித்தோம்.

கண்ணன் அண்ணணிடம், "அதென்னண்ணே சிடி கத்தாக்கு மேல ஒண்ணுமே வரல?"

நான் இன்னும் ஆச்சரியம் தாங்கமுடியாமல், "டேய் அவ்வளவு டென்ஷன்லயும் அந்த சைக்கிளைத் தள்ளி நிப்பாட்டின பாரு... ஏண்டா?" எபியிடம் என் சந்தேகத்தைக் கேட்டேன்.

"அண்டைக்கு கொக்குவிலுக்க மாட்டினவங்கள சைக்கிளுக்கு மேல போட்டு சேர்த்து மிதிச்சிருக்கிறாங்கள். எப்பிடியிருக்கும்? எங்க என்னென்ன பார்ட்ஸ் டமேஜ் ஆகுமோ தெரியாது... அதான்..."

மறுநாள் பிள்ளையார் கோவிலடியில் இதுதான் பேச்சாக இருந்தது.

“அது ஏண்டா உங்களுக்கு அடிக்காமல் விட்டுட்டாங்கள்?” – மூர்த்தி அண்ணன்.

“அண்ணே ரொம்பக் கவலையோட கேக்கிறமாதிரியே இருக்கு?”

“இல்லடா எல்லாம் பிள்ளையாரிண்ட செயல் அவர்தான் காப்பாற்றிவிட்டிருக்கார்.”

“ஆமா பிள்ளையார்தான். சொன்னா கேக்கிறீங்களாடா? டேய் மயூ பாத்தயில்ல... போடா போய் பூசைக்கு மாவிலை பிடுங்கீட்டு வா”, சுதா அய்யா.

“நீங்க எல்லாரும் வெள்ளை டி ஷர்ட், க்ளீன் ஷேவ்ல இருந்ததாலதான் விட்டுட்டாங்கபோல”, அப்பா ஒரு காரணத்தைக் கண்டுபிடித்தார். நல்லவேளை அப்பா ஆமியிலோ, போலீஸிலோ இல்லை. பின்பு கறுப்புச் சட்டை அணிந்தவர்கள், தாடி வைத்தவர்கள் எல்லோருக்கும் பெரும் அச்சுறுத்தலாக இருந்திருக்கும்.

“என்ன ... நேற்றோ நடந்தது?” ஆர்வமாக விசாரித்தார் மதவடி செந்தூர் அண்ணன். பின்பு அவரே, “அவங்கள் நேற்று எங்கயோ யாருக்கோ அடிச்சுட்டுக் களைச்சுப்போய் வந்திருக்க வேணும்” உறுதி தொனிக்கக் கூறினார்.

“அதெப்பிடி சொல்றீங்க?”

“இல்ல... இங்க வரமுதல் எனக்கு அடிச்சவங்கள்டா... அப்பத்தான் தெரிஞ்சுது”

இரண்டு நாட்கள் கழிந்தபின் எங்களுடன் வந்து பேசிய, நாச்சிமார் கோவிலடி சாருஜனும் அதையே உறுதி செய்தான்.

“அண்டைக்கு நாச்சிமார் கோவில் குளத்தடில சைக்கிளோட நிண்டு கதைச்சிட்டு இருந்தனாங்கள். ஃபீல்ட் பைக் சத்தம் தூரத்தில கேட்டுச்சு. உடன எல்லாரும் ஓடினம். நான் படு ஸ்பீடா ஓடிப்போய் சைக்கிளை வீட்டுப் படில, இந்தா ஏத்தப்போறன். ச்சா! அதுக்குள்ளே குறுக்க ஒரு பைக் சில்லு வந்து நிண்டிச்சு. அவ்வளவுதான்.”

“முதல் அடி வாயப்பொத்தி. அதிலயே நான் பல்லெல்லாம் கழண்டு போச்செண்டுதான் நினைச்சன். பிறகு ஒண்டும் தெரியேல்ல. அடிச்சுட்டுப் போயிட்டாங்கள். ரெண்டு நாளா வாயத் திறக்கவே முடியேல்ல.”

அப்போதுதான் கவனித்தோம். கணிசமான அளவு வீங்கி யிருந்தது அவன் முகம்.

"ஆனா நல்ல டீசண்டான ஆக்கள். ஒரு வசனம்கூட கதைக்கேல்ல. அடிச்சாங்கள் போயிட்டாங்கள்" மிக சீரியசாகப் பாராட்டினான்.

"நாங்க அப்பவே சொன்னதுதானே ... யாரெல்லாம் மாட்டினது?"

– அன்றைய மாலை நேர ரோந்துக்கு வந்த ஏரியா ஆமிக் காரன். அப்போதும் நாங்கள் வீட்டு கேற்றடியில் நின்றோம் என்பது முக்கியமானது.

"ஏ கொழும்பிலருந்து வந்து சாகப்போறியா?"

ஒரு விடைபெறல்

அப்பாவுக்கு எப்படிச் சொல்வது?

இப்போதைய பெரிய குழப்பம் அதுதான். இன்று கப்பலுக்குச் சென்றுவிடுவேன் என்கிற நம்பிக்கை இருந்தது. சிறிது சந்தேகம் கலந்த பயத்துடந்தான். சரியாக வீதி மூடப்பட்ட நாளில் கொழும்பிலிருந்து யாழ்ப்பாணம் வந்து மாட்டிக்கொண்டதில் மிக மன உளைச்சல் அடைந்திருந்தேன். இன்று அதிலிருந்து விடுதலை கிடைத்துவிடலாம். இதற்காக மூன்று மாதங்களாக காத்திருந்தேன்.

ஒருமாதத்திற்கு முன்னரே இன்றைய நாளைத் தேர்ந்தெடுத்திருந்தேன். வேறு தெரிவுகள் கிடையாது. இன்று கப்பல் ஓடுமா இல்லையா என்பதெல்லாம் தெரியாது. இப்போதுவரைகூடத் தெரியாதுதான். ஒருவேளை கப்பல் ஓடினால் சென்றுவிட வேண்டும். அவ்வளவுதான்! இன்றைய நாளைத் தவறவிட்டால் நான் மீண்டும் கொழும்பு செல்வது சாத்தியமே யில்லை என நம்பினேன்.

நவம்பர் இருபத்தியேழாம் நாள். மாவீரர் நாளின் இறுதி நாள். வழமைபோல மாவீரர் தினங்களுக்கே யுரிய நம்பிக்கைபோல அசம்பாவிதங்கள் ஏதும் நிகழுமா என்கிற குழப்பங்கள் எல்லோருக்குமிருந்தன. எல்லோரையும்விட அதிகமாக இராணுவத்துக்கு இருக்கும். குறிப்பாக இறுதிநாள் அதியுச்ச பதற்றம் நிலவும். அவசியமில்லாமல் வெளியில் செல்வதை எல்லோரும் குறைத்துக்கொள்வார்கள். சாதாரண நாட்களே அப்படியெனில், நாளொரு கிளைமோர் வெடிப்பும், பொழுதொரு துப்பாக்கிச் சூடுமாகத்

தொடரும் இந்த நாட்கள்? அதனால்தான் இன்றைய நாளை எதிர்பார்த்துக் காத்திருந்தேன். வழக்கமாக என்னை வழியனுப்ப நான்கைந்துபேர் வருவார்கள். தயா அண்ணன், ஜேப்பி இருவரும் கண்டிப்பாக வருவார்கள். அவர்களிடம்கூட இதுபற்றி ஏதும் சொல்லவில்லை. ஏதேனும் அசம்பாவிதம் நிகழலாம். தனியாகவே எதிர்கொள்ள வேண்டும்.

காலையில் வழமைபோல ஐந்து மணிக்கு யாழ் வானொலி இன்றைய கப்பல் சேவை பற்றிச் சொல்லவில்லை. அவர்களுக்கும் உறுதியான அறிவித்தல் கிடைக்கவில்லை போலும். அதுபற்றிய கவலையெல்லாம் எனக்கிருக்கவில்லை.

கேற்றைத் திறந்துகொண்டு வெளியே வரும்போது திரும்பிப் பார்த்தேன். ரேடியோக் கேட்டுக்கொண்டிருந்த அப்பா வாசல் கதவருகே நின்றுகொண்டிருந்தார். ஒரு சல்யூட் பாணியில் வலது கையை அசைத்தேன். அப்பாவும் கையைக் காட்டினார். ஏதோ சொல்லவந்தவர் போலவும் தோன்றியது. எதுவும் பேசவில்லை. அம்மாவைக் காணவில்லை. வானம் வெளிக்கத் தொடங்கியிருந்தது. நேரம் ஐந்தரை.

பிள்ளையார் கோவிலில் அம்மா. வீதியின் அடுத்தகரை வரைக்கும் குடை பரவியிருந்த பெரிய அரசமரத்தின் இலைகள் குளிர் காற்றுக்குச் சிலுசிலுத்துக் கொண்டிருந்தன. வைரவரைச் சுத்திக்கொண்டுவந்த அம்மா என்னைப் பார்த்த மாதிரியிருந்தது. பார்க்காத மாதிரியுமிருந்தது. ‘இறங்கிப் போய்ச் சொல்லுவமோ, இல்ல கையக் காட்டுவமோ’ யோசித்துக்கொண்டே தலையை அசைத்தேன். அம்மாவைப் பொறுத்தவரைக்கும் இது வழக்கமானதுதானே. கோயிலைக் கடந்து வரும்போதுதான் இது வழக்கம்போல இல்லையே என்பது நினைவுக்கு வந்தது. திரும்பிப் பார்த்தேன். அம்மா கோவிலுக்குள். பிள்ளையாருக்கு எப்பிடியோ, எனக்கு அம்மாவை ஒரு பக்திமானாக அல்லது பக்திமாட்டியாகப் பார்த்ததாக ஞாபகமில்லை. ‘மனிசி என்னமோ பிள்ளையாரோட டீல் பேசுது போல’ என நினைத்துக்கொண்டேன். எனக்கு கடவுளுடன் டீல் பேசுவதில் உடன்பாடு கிடையாது.

கடவுள் நம்பிக்கை இருந்த காலத்திலேயும் டீலிங் வைத்துக் கொண்டதில்லை. இருபது வயதில் தீவிர கம்யூனிஸ்டாக உணர்ந்த மாதிரியே, பன்னிரெண்டு வயதில் ‘திருஞானசம்பந்தர் ரேஞ்சுக்கு’ இல்லையெண்டாலும், அவருக்கு அடுத்தடுத்த ராங்கில இருக்கவேணுமெண்டொரு நினைப்பு இருந்தது. தீட்சை கேட்கிற அளவுக்குப் போக முடியாது என்பதால், ஷோர்ட் ரூட்டில போவமெண்டு முடிவெடுத்து ஒவ்வொரு பிள்ளையார்

கோவில் திருவிழாவிலும் வேட்டியைக் கட்டிக்கொண்டு சுதா அய்யருக்கு பிரதான அஸிஸ்டெண்டா களமிறங்கியதுண்டு. ஏதோ என்னால் அவ்வளவுதான் முடிந்தது.

வீதியில் யாருமில்லை. தூரத்திலும் எந்த வாகனச் சத்தமுமில்லை. ஆறுமணிதான் ஊரடங்கு தளர்த்தும் நேரம். ஆனால் காலையில் மட்டும் அவ்வளவு கறாராக இல்லை. அது கப்பற் பயணிகளுக்காகவும் இருக்கலாம்.- காலை ஐந்தேமுக்கால் மணிக்கெல்லாம் த்ரீவீலர்கள் விரையத் தொடங்கிவிடும். இன்று மட்டும் வழமைக்கு மாறான அமைதி.

ஆள் நடமாட்டத்தையே கண்டிராததுபோல தட்டாதெருச் சந்தி இராணுவக் காவலரண். அது முன்னர் சோதனைச் சாவடியாக இருந்தது. சமாதானம் ஏற்பட்ட காலத்திலிருந்து கடந்த வருடம்வரை யாழ்ப்பாணத்தில் ஏராளமான காவலரண்கள் கவனிப்பாரற்றிருந்தன. யாரும் அவற்றைச் சட்டை செய்வதில்லை. இப்போது அப்படியிருப்பது ஒருவித மர்மமாக இருக்கிறது. எப்போதும் உறங்குநிலையிலுள்ள இராணுவக் காவலரண்தான் அதிக அச்சமூட்டுவதாயுள்ளது. உள்ளிருக்கும் துப்பாக்கிகள் எங்கே பார்த்துக்கொண்டிருக்கின்றன எனத் தெரிவதில்லை.

'இப்போது யாரும் வரமாட்டார்கள். இந்த வீதி என்னுடையது' என்பதுபோல நாய்க்குட்டியொன்று நடுவீதியில் நின்று முன்னங்காலொன்றை நீட்டிக் கொட்டாவி விட்டது. சாவகாசமாக நடந்து கடந்தது. ஊரடங்கு நேரம்தான், காவலரனை மெதுவாகக் கடந்தபோது, எந்தச் சலனமுமில்லை.

யாருமில்லாத வீதியில் கொஞ்சம் பனிக்காற்றோடு வேகமாகப் போவது மிகுந்த உற்சாகமாயிருந்தது. தொடர்ந்து அப்படிச் செல்லமுடியாது. இராணுவம் நிற்கக்கூடிய இடங்களில் வேகத்தை மட்டுப்படுத்த வேண்டும். இராணுவம் நின்றால் அவர்களைக் கண்டுகொண்டோமென்று காட்டிக்கொள்ள வேண்டும். ஆனால் அவர்களைப் பார்க்கக் கூடாது. அது அனாவசியமானது. அவர்கள் நம்மை ஏதேனும் கேட்க விரும்பினால் அவர்களாகவே அழைப்பார்கள்.

நாம் அவர்களைத் திரும்பிப் பார்க்கும்பட்சத்தில், நமக்கு நிறைய நேரம் மேலதிகமாக இருக்க வேண்டும். 'நம்மை ஒருவன் பார்க்கிறானே, அவனை அழைத்து ஏதேனும் பேசாவிட்டால் மனவருத்தம் அடையக்கூடும்' என்கிற நல்லெண்ணத்தோடு அவர்கள் நம்மை நிறுத்திப் பேச வாய்ப்பிருக்கிறது. நமக்குத்தான் வேறு வேலைகள் இருக்கின்றனவே தவிர, அவர்களுக்கு அதுதான் வேலை, பொழுதுபோக்கு எல்லாமே. அதனால்

அவர்களைக் காணும்போது, நாம் கண்டும் காணாதமாதிரி ஒரு ஆக்சன் போடுவோம். பதிலுக்கு அவர்கள் காணாமலும் கண்டு கொண்ட மாதிரியும் ஒரு ரியாக்சன் கொடுப்பார்கள். இது எந்த ஒப்பந்தத்திலும் எழுதப்படாதது. சொல்லிப் புரியவைக்கவும் முடியாது. வாழ்ந்து பழகியதிலேற்பட்ட இருதரப்புக்குமான ஒருவித புரிந்துணர்வு உடன்படிக்கை.

சிவலிங்கப்புளியடி கடந்து, யாழ் இந்துக்கல்லூரி வந்ததும் அனிச்சையாக இடதுபுறம் பார்த்தேன். கிளைமோர் வெடித்த அந்தக் கிணற்றடி அப்படியேயிருந்தது. மனோகரா சந்தி, சிவன் கோவிலடி கடந்து ஸ்டான்லி வீதியையடைந்ததும் புதுக்குழப்பம். தவறான வழிக்கு வந்துவிட்டோமோ? ஸ்ரீதர் தியேட்டரைக் கடக்க வேண்டும். ஊரடங்கு நேரத்தில் எந்த ஆமிப் பொயின்டையும் கடக்கலாம் என்கிற அசட்டுத் துணிச்சல் இருந்தபோதும், ஸ்ரீதர் தியேட்டர் அப்போது ஏனோ மிகப் பயங்கரமானதாகத் தோன்றியது. கொஞ்சம் சிக்கலான ஏரியா. அங்கே ஏதும் அசம்பாவிதம் நடக்கவும் வாய்ப்புண்டு. கஸ்தூரியார் ரோட் சந்தியில் திருப்பலாமா என இருமனதாக இருந்தது. எதுவானாலும் பரவாயில்லை போய் விடலாம். நேரே பார்த்துக்கொண்டு மிதமான வேகத்தில் சென்றுகொண்டிருந்தேன். நல்லவேளையாக அங்கேயும் இராணுவம் காவலிலிருந்ததது. இருந்தாலும் படபடப்பு. யாரேனும் கூப்பிடுகிறார்களா, ஏதேனும் சத்தம் கேட்கிறதா?

ஆரியகுளம் சந்தி, கடந்ததும் நிம்மதிப் பெருமூச்சு. அப்பாடா! நான் தப்பி வந்துவிட்டேன். புகையிரத நிலையம் நோக்கி நிம்மதியாகச் சென்றது சைக்கிள். அங்கே கப்பலுக்கான வரிசை நின்றிருந்தது. மகிழ்ச்சியில் கூவத் தோன்றியது.

கடவுள் நம்பிக்கை இல்லையென்று சொன்னேனில்லையா? சிறிய திருத்தம். வரிசையில் அதிகபட்சம் நாற்பதுபேர்தான் நின்று கொண்டிருந்தது, கடவுளைக் கண்டதற்கு இணையாகவேயிருந்தது. இதுவரை இப்படி நான் பார்த்ததேயில்லை. சைக்கிளை பூட்டித் திறப்பை எடுக்கும்போது, 'இது அவசியமா?' என்று தோன்றியது. அநேகமாக இன்று மாலை உரிமை கோராத இந்தச் சைக்கிளை யாரோ ஒருவர் திருடிச் செல்லப் போகிறார். ஒருவேளை இன்று நான் செல்லாவிட்டால் எனக்குத் தேவை. யாராவது தெரிந்தவர்கள் வந்தால் பார்க்கலாம். என்றுமில்லாத பரபரப்புடன் வரிசையில் நின்றுகொண்டேன்.

இது யாழ் குடாநாட்டில் அங்கிங்கெனாதபடி எங்கும் நிறைந்திருக்கும் ஏராளமான வரிசைகளில் எனக்கு மிகப் பரிச்சயமானது. முதன்முதலாக கப்பல் புறப்பட்டது ஒரு மதிய

வேளையில்தான் அறிவிக்கப்பட்டது. ஓடிவந்து மாலைவரை நின்று காய்ந்து, திரும்பிவந்தோம். அது அவ்வளவு பெரிதாகத் தெரியவில்லை. ஆனால் இரண்டாவது கப்பற்பயணம் மறக்க முடியாத அனுபவமாக இருந்தது. சாதித்துவிடுவோம் என்கிற நம்பிக்கையோடு அதிகாலை ஆரம்பித்த பயணம். களத்தில் இறங்கியபோதுதான் தெரிந்தது. ஏராளமான சாதனையாளர்கள் தன்னம்பிக்கையோடு காத்திருந்தார்கள்.

ஆஸ்பத்திரி வீதி. நேரம் ஐந்து ஐம்பது. வேம்படிச்சந்தி தாண்டி அந்தப்பக்கம் செல்லமுடியாமல் குறுக்கறுத்து வீதித் தடை போடப்பட்டிருந்தது. சிங்கள மகாவித்தியாலயம் செல்ல வேண்டும். ஆறுமணிக்குத்தான் வீதித்தடையை அகற்றுவார்கள். காத்திருந்தோம். எப்படியும் எல்லோரும் ஓட ஆரம்பித்துவிடுவோம் எனத் தெரிந்தது. அது பள்ளிக்காலத்தில் பங்குபற்றிய மரதன் ஓட்டத்தை ஞாபகப்படுத்தியது. என்னிடம் ஒரு சிறிய பயணப் பை; பெரிய சுமைகளோடு பலர். ஏராளமான தெரிந்த முகங்களை பார்க்க முடிந்தது. யாழ் பல்கலைக்கழக நண்பர்கள் அதிகமிருந்தார்கள். பக்கத்தில் நின்ற என் சகபயணி எபியைப் பார்த்தேன். உள்ளே எதுவுமேயில்லை என நம்பும்படியாக சிறிய பை ஒன்றை வைத்திருந்தான். ஓடுவதற்குத் தயாராகவே வந்தவன்போல, மிருதுவான துணியில் அரைக்காற்சட்டை அணிந்திருந்தான்.

"மச்சி! ஓடேக்க காச்சட்டை கழண்டிடாது?" முக்கியமான சந்தேகத்தைக் கேட்டு வைத்தேன். இப்போதுவிட்டால் பிறகு கேட்க முடியாது பாருங்கள்.

வழக்கம்போல நம்மிருவரையும் வழியனுப்ப தயா அண்ணன், ஜேப்பி, கேக்கே, மயூரன் உள்ளிட்ட ஏழு பேர் கொண்ட குழு வந்திருந்தது. நேரம் நெருங்கியது. ஒருவித அமைதி. காவலுக்கு நின்ற ஆமிக்காரன் மெதுவாக வீதியின் குறுக்காக இருந்த இரும்புக் குழாயில் கையை வைத்தான். கிட்டத்தட்டத் தள்ளிக்கொண்டு, முன்வரிசையில் நின்ற சிலர் குனிந்து, தடை தாண்டிப் பாய்ந்து ஓட ஆரம்பித்தோம். நீண்ட நாட்களுக்குப் பிறகு ஓட்டமா? நாக்குத்தள்ளி , மூச்சு வாங்கியது. அப்படியொன்றும் அதிக தூரமில்லை. குறுந்தூரம்தான். சிங்கள மகாவித்தியாலயத்துக்கு அருகிலிருந்த இன்னொரு தடையையும் இராணுவத்தினரையும் கண்டதும், இலக்கை அண்மித்தவுடன் ஏற்படும் ஆசுவாசம். ஆனால், அங்கே நின்ற ஆமி தனக்கு இடப்புறமாக இருந்த ஒழுங்கையைக் கைகாட்டினான்.

அப்போதுதான் புரிந்தது. "சுத்தி வரச் சொல்றாண்டா!" ஒரு குரல் மூச்சு வாங்கியபடி கூவியது. "எங்களை ஒரு வழி பண்ண

முடிவு செய்திட்டாங்கள்." அந்த ஒழுங்கைக்குள் ஒருமுறை சென்றிருக்கிறேன். ஒரு தேவாலயம் இருந்தது. அருகில் கொழும்பு விமானப் பயணத்திற்கான அலுவலகம். சுற்றிவருவதற்கு ஏறத்தாழ எழுநூறு மீட்டர் தூரம் இருக்கலாம். ஓடினோம். அப்படி ஒரு ஓட்டத்தை சந்தித்ததேயில்லை. ஷெல்லடிக்க இடம்பெயர்ந்து ஓடும்போதுகூட நாங்கள் 'ஓடி'யதில்லையா? சிலர் விழுந்து எழுந்து ஓடினார்கள். "செருப்பு அறுந்து போச்சுது" என்று சொல்லிக்கொண்டே வெறுங்காலுடன் வெகு வேகமாக என்னைத்தாண்டி ஓடிக்கொண்டிருந்தான் கேக்கே. இவன் எதுக்கு சம்பந்தமில்லாமல் இப்பிடி ஓடுறான்?'. இன்று வரிசையில் இடம்பிடித்து கொடுப்பதற்கெல்லாம் வாய்ப்பு இருக்காது.

சுற்றி வந்து, மீண்டும் சிங்கள மகாவித்தியாலத்துக்கு அருகில் நின்றோம். வீதித்தடையைத் தள்ளிவிடுவதுபோலத் தள்ளுமுள்ளு. வரிசை கிடையாது. கடும் நெரிசல். எபி தடையோடு ஒட்டி நின்றிருந்தான். அவனுக்கு வாய்ப்பிருந்தது. நான் சற்றுத்தள்ளி வீதியின் நடுவில். மூச்சு முட்டியது. பனிக்குளிர் நாளான அன்று காலை ஏழு மணிக்கே வேர்த்துக் கொட்டியது. சுற்றிலும் இளைஞர், இளைஞிகள். நெருக்குதலில் அசையவோ, திரும்பவோ முடியவில்லை. கொஞ்சம் ஆசுவாசப்படுத்திக்கொள்ள ஒரு சமயோசிதமான முடிவொன்றை எடுத்தேன். மிகுந்த பிரயத்தனப் பட்டுப் பயணப்பையுடன் கைகளைத் தலைக்குமேலே தூக்கிக் கொண்டேன். அவசரப்பட்டு விட்டேன் என்பது பிறகுதான் தெரிந்தது. மீண்டும் கைகளை கீழே இறக்க முடியவில்லை. அப்படியே நின்றுகொண்டிருந்தேன்.

நிறையப்பேர் வித்தியாசமான போஸ்களில்தான் நின்று கொண்டிருந்தார்கள். ஓரிருவர் மயங்கிவிட்டார்கள். நான் மூச்செடுக்க சற்று அவதிப்பட்டுக்கொண்டிருந்தேன். மறந்து போய்விட்டிருந்த ஆஸ்துமா நினைவுக்கு வந்தது. யாரோ ஒரு பெண்ணுக்கு நெரிசலில் மூக்கிலிருந்து இரத்தம் வந்தது. அருகில் நின்றவர்கள் அவரை கஷ்டப்பட்டு வெளியே அழைத்துச் சென்றார்கள். சற்றுநேரத்தில் எனக்கு அருகில் நின்றுகொண் டிருந்த பெண்ணிடம் ஏதோ வித்தியாசம் தெரிந்தது. அவர் மயங்கிவிட்டிருந்தார். 'அடுத்தது நான்தான்' எனக்குள் எச்சரிக்கை மணி ஒலித்தது. அந்தப் பெண்ணை அழைத்துச் செல்கையில் அப்படியே ஜனத்திரளிலிருந்து வெளியேறினேன். புகையிரத நிலைய வீதியில் எங்கள் குழு காத்திருந்தது. ஜேப்பி தண்ணீர்ப்போத்தலை நீட்டினான். இப்போதுதான் காற்றைக் கண்டதுபோலக் கடுமையாக மூச்சு வாங்கியபடி வீதியில் அமர்ந்திருந்தேன்.

போரில் தோற்ற இலங்கை வேந்தன் நிராயுதபாணியாக, சிறு பயணப்பையுடன் திரும்பி வந்ததுபோலச் சோர்ந்துபோய் இருந்தேன். ஒருமணி நேரம் கடந்திருக்கும். இலங்கை வேந்தன் கடலில் குதித்து நீச்சலடித்துத் தப்பி வந்ததுபோல, எபி உடை யெல்லாம் வியர்வையில் குளித்திருந்தான். அவனை உள்ளே கூப்பிட்டு, வெளிநாட்டு பாஸ்போர்ட்காரன் இல்லையென்றதும் திருப்பி அனுப்பிவிட்டதாகச் சொன்னான்.

"சரி, இனி என்ன போகலாமா?", தயா அண்ணன், எங்கள் குழுவின் லீடர்.

அன்றைய முயற்சியில் எங்கள் குழுவுக்கு சேதம் அதிகம். கேக்கேயின் செருப்பு போய்விட்டது. ஒருத்தனுக்கு சட்டை கிழிந்திருந்தது. ஒருத்தனுக்கு கையில் ரத்தக்காயம். வேலியில் முட்கம்பி கிழித்துவிட்டது.

அப்போது எபி, மிகமுக்கியமான ஒரு சம்பவம் பற்றிச் சொன்னான். அவன் காற்சட்டை அபாயகரமான நிலைவரை வழுகிவிட்டதாம். இதைச் சொல்லும்போது என்னைத் திரும்பிப் பார்த்தான். அருகில் நின்ற ஆமிக்காரன் சுட்டிக்காட்டி யிருக்கிறான். இவனுக்கே தெரிந்திருந்தது. தலையில் பையை வைத்துக்கொண்டு கையை இறக்க முடியாமல், ஒற்றைக்கையால் எதுவும் செய்ய வழியில்லாமல் நின்றிருக்கிறான். பிறகு அதே ஆமிக்காரனோடு ஒரு கை போட்டு, அவிழவிருந்த மானத்தைத் தூக்கி மாட்டியிருக்கிறான்.

பிறகு தொடர்ந்த கப்பல் பயணங்கள் எங்களது செயற்பாடு களில் ஒரு நல்ல மாற்றத்தைக் கொண்டுவந்திருந்தது. அதன்படி, நாங்கள் அதிகம் அலட்டிக்கொள்வதில்லை. அநேகமாக ஒன்று விட்ட ஒரு நாளைக்குக் கப்பல் போகும். அதிகாலையில் அதுபற்றி வானொலி அறிவிக்கும். அது முன்னூறு பேர் பயணிக்கும் சிறியளவிலான பயணிகள் கப்பல்.

நான் ஒரு தீவிர கப்பற்பயணியாக மாறியிருந்தேன். விடியற் காலையில் எழுந்து, சுத்தபத்தமாகக் குளித்து, ஆறுமணிக்கு தேநீரைக் குடித்துவிட்டு வீட்டை வீட்டுக் கிளம்பிவிடுவேன். எனக்கு முன்பாகவே தயா அண்ணனும் ஜேப்பியும் தயாராகிக் காத்திருப்பார்கள். வீட்டில் சொல்லிக் கொள்வதில்லை. சிறிய பயணப்பை எப்போதும் தயாராக இருக்கும். யாரும் எதுவும் கேட்கமாட்டார்கள். கப்பலுக்குச் செல்வது அன்றாடம் நடைபெறும் சாதாரண நிகழ்வாகிவிட்டது. அதுபோல மதியம் தோல்விகரமாகத் திரும்பிவருவதும்.

‘வழக்கம்போல வந்தாச்சா’ பார்வை சிலநாட்கள் இருந்தது. பிறகு அதுவுமில்லை. அநேகமாக காலை ஆறு பதினைந்துக்கு நாங்கள் புகையிரத நிலையத்தை அண்மிக்கும்போதே முடிவு தெரிந்துவிடும். குறைந்தபட்சம் ஆயிரம் பேர் நமக்கு முதலே நின்று வரவேற்பார்கள். அப்படியே திரும்பி விடலாம்தான். வந்து என்னதான் செய்வது? அப்படியே அங்கேயே எதற்கோ காத்திருந்து, வேடிக்கை பார்த்து பத்து, பதினோரு மணிக்கு வீடு திரும்புவோம். எப்போதாவது காலை வேளையில் என்னைப் பார்க்க நேர்கையில் அயல் அன்ரிமார்கள், “தம்பி இண்டைக்கு கப்பலுக்கு போகேல்லையோ?” என்று நலம் விசாரிக்கும் அளவுக்குப் பிரபல கப்பற்பயணியாக மாறியிருந்தேன்.

எதுவும் நடப்பதாயில்லை. பயணத்துக்குக் காத்திருப்பவர்கள் தூர இடங்களில் இருந்தெல்லாம், முதல்நாள் இரவே சென்று புகையிரத நிலையத்திலும், அயலில் தெரிந்தவர்கள் வீடுகளிலும் தங்கிக்கொள்வார்கள். அந்த ஐடியா நமக்கு உகந்ததாகப் படவில்லை. இதைவைத்துப் புதிதாக சிறியளவில் தங்குமிட பிஸினஸூம் ஆரம்பித்திருந்ததாகக் கேள்வி. தவிர இடையில் வந்து சொருகிக்கொள்ளும் அரசியல், அதிகார சிபாரிசுப் பயணிகள். ஆக, சாதாரணர்களால் சாதாரணமாகப் கப்பலில் இடம்பிடிப்பது சாத்தியமென்று படவில்லை. இருந்தாலும் நாம் கடமையைச் செய்யத் தவறவில்லை.

என்றாவது ஒரு நாள் அந்தப்பக்கம் போகாமல் இருந்ததுண்டு. அவ்வளவுதான். யாரோ ஒருவர் திடீரென்று தோன்றித் தகவல் சொல்வார், “என்ன இண்டைக்கு போகேல்லையே? அங்க ஆக்களே இல்லையாம். நிண்ட எல்லாரையும் ஏத்தீட்டுப் போயிட்டாங்களாம்!” போகிற போக்கில் ‘கிளைமோர்’ வைத்துக் கலவரமாக்கிவிடுவார். உண்மையில், அவர் தூங்கிவிட்டு அப்போதுதான் எழுந்து வந்திருப்பார். ஒருவேளை அவர் கனவு கண்டுமிருக்கலாம். ஆனால் நாம் குழம்பிவிடுவோம். இந்தக் கொடுமைக்காகவே தவறாமல் போய்த்தொலைய வேண்டியிருந்தது.

என் நம்பிக்கை எல்லாம் சுத்தமாக வடிந்திருந்த ஒரு கட்டத்தில் இறுதித் திட்டம் ஒன்று தோன்றியது. இதில் பிசகினால் முயற்சி செய்வதையே விட்டுவிட வேண்டியதுதான்!

அடுத்தமாதம் இருபத்தி ஏழாம் திகதி! மாவீரர் வாரத்தின் இறுதிநாள். அந்த நாட்களின் உச்ச பதற்றமான நாளில் கப்பல் ஓடுமா என்றெல்லாம் தெரியாது. ஊரே அடங்கிக் கிடக்கும். அசம்பாவிதங்கள் நிகழ வாய்ப்புண்டு. கூடுதல் பாதுகாப்பு இருக்கும். யாரும் வெளியில் திரிய விரும்பமாட்டார்கள். பயணிகள் யாரும் இங்கே வந்து தங்கி நிற்கமாட்டார்கள்.

ஆக, எனக்கான வாய்ப்பு ஒன்று இருக்குமானால் அது அன்று மட்டும்தான்.

நேரம் எட்டு மணி. பின்னால் திரும்பிப் பார்த்தேன். வரிசை புகையிரத நிலையம் வரை நீண்டிருந்தது. ஆயிரத்து ஐநூறு பேர் இருக்குமா? அப்படியானால் இன்று கப்பல் ஓடுவது உறுதி. ரேடியோவில் அறிவித்திருக்க வேண்டும். நம் நண்பர்கள் தவிர்க்கமுடியாமல் வேறெங்கோ சென்றிருக்க வேண்டும். நான் இங்கே வந்திருப்பது தெரியாதிருக்க வேண்டும். வீட்டுக்குத் தெரிவிக்க ஒருவழியும் புலப்படவில்லை.

லாண்ட் லைன் தொலைபேசிகளுக்கே தொடர்புகொள்ள முடியும். சிவகுமார் அண்ணனின் கடைக்கு எடுத்து அப்பாவிடம் தகவல் சொல்லலாம். பக்கத்தில் ஒரு கொம்யுனிக்கேஷன் இருக்கிறது. ஒருமுறை சென்றிருக்கிறேன். அங்கே ஒரு மைனாவும் தொலைபேசிக்கு அருகில் நின்றது. அது பேசும். என்னைப் பார்த்து ஆர்வமாக ஏதோ சொல்லிக்கொண்டு அருகில் வந்தது. "தம்பி கவனம் அது கொத்திப்போடும்" என்கிறார் கடைக்காரர். பேசாம போ என்று அதட்டியதும், என்னமோ சொல்லிக்கொண்டு திரும்பிப் போனது. அநேகமாக கடைக்காரரைத் திட்டியிருக்கும். அங்கே போகலாம். வரிசையிலிருந்து வெளியே செல்ல வேண்டும். சொல்லிவிட்டுச் செல்லலாம். ஆனால் எதற்கும் உத்தரவாதமில்லை. பிசகினால் அவ்வளவுதான்! இவ்வளவு நாள் காத்திருப்புக்குப் பின் ஒரே ஒரு வாய்ப்புக் கிடைத்திருக்கிறது. இந்த இடத்தைவிட்டு நகரவே கூடாது.

காலை பதினோரு மணிக்குள் நான் வீடு திரும்பவில்லை யெனில், கப்பலுக்குச் சென்றுவிட்டதாக அப்பா எடுத்துக் கொள்வார். அம்மாவிடம் இறங்கி ஒரு வார்த்தை சொல்லி யிருக்கலாம். அசட்டையாக இருந்துவிட்டோமா?

என் முன்னே வரிசையின் இடையில் வந்து புகுந்து கொண்டவர்கள் அவ்வப்போது என் நம்பிக்கையைத் தளரச் செய்தார்கள். ஏதோ ஒரு செல்வாக்கில் இடையில் நுழைந்து கொண்டார்கள். நான் இப்போது எத்தனையாவதாக இருப்பேன்? எப்படியும் முன்னூறுக்குள் இருந்தாக வேண்டும்.

"கெதியா கூப்பிட்டாங்கள் எண்டா நல்லது. இடைல வந்து பூந்திட்டு இருக்குதுகள்" என்முன்னால் நின்றவரும் நான் நினைத்ததையே சத்தமாகச் சொன்னார்.

"கன நாளா வெயிட் பண்றீங்கபோல"

"ஓம், உங்களையும் அடிக்கடி கண்டிருக்கிறன். கொழும்போ நீங்கள்?" என்றார்.

பரஸ்பரம் நம் அலைச்சலைப் பகிர்ந்துகொள்ள ஒருவர் கிடைத்துவிட்ட குறுமகிழ்ச்சி. அவர் யாழ்பல்கலைக்கழக மூன்றாம் வருட மருத்துவ மாணவர்.

"யூனிவர்சிட்டிகாரருக்கு ஒரு கப்பல் போனதா கதைச்சாங்கள் அதில கிடைக்கேல்லையா?" என்றேன்.

"எங்க? எல்லாத்திலயும்.. அதான் எங்கட லெக்சரர் சொன்னார் முதலாவது கப்பல்ல வெளிநாட்டுக்காரர் போனது. ரெண்டாவதில யாழ்ப்பாணத்தில உள்ள ரவுடி, கேடி எல்லாம் போனதெண்டு. ஆனா அது இன்னும் போய் முடிஞ்சமாதிரித் தெரியேல்ல."

சிறு சலசலப்பு. எல்லோரிடமும் பரபரப்புத் தொற்றிக் கொண்டது. வரிசையின் முன்னாலிருந்த தடை அகற்றப்பட்டிருந்தது. மேலதிகமாக இராணுவத்தினர் வந்து நின்றார்கள். சிலர் இந்தப்பக்கமாக வந்து ஒழுங்குபடுத்தினார்கள். வரிசை நகரத் தொடங்கியது. ஒவ்வொருவராக உள்வாங்கப்பட்டார்கள். இப்போது மீண்டும் எனக்கு அந்தச் சந்தேகம் வந்து தொலைத்தது. நான் முந்நூறுக்குள் நிற்கிறேனா? என் ராசிப்படி, சரியாக நான் அருகில் வரும்போது நிறுத்திவிடுவார்களோ?

இப்போது நான் நகரத் தொடங்கியிருந்தேன். நெஞ்சுக்கு கூட்டுக்குள் படபடப்பு அதிகமானது. வேகமாக நடக்கத் தொடங்கினேன். இதோ இந்த ஆமிக்காரனைக் கடந்துவிட்டால் நான் சென்றுவிடுவேன். என்னைத் தடுத்துவிடக் கூடாது. நான் அவனைப் பார்க்கக் கூடாது. அவனை நெருங்கிக்கொண்டிருந் தேன். என்முன்னால் நின்ற அண்ணன் கடந்து செல்கிறார். நான் இப்போது அவனைக் கடக்க முற்படுகிறேன். சரியாக அதேநேரம் அவன்கை என் நெஞ்சை உரசியபடி ஒரு கைகாட்டி போல விறைப்பாக தடுத்து நின்றது.

என் ராசி வேலை செய்ய ஆரம்பித்துவிட்டதா? என் முகம் அப்போது எப்படி மாறியிருந்தது என்பதுபற்றி எனக்குத் தெரியவில்லை. ஆமிக்காரன் சிரித்துக்கொண்டே கேட்டான். "கொழும்பா? கட்டாயம் போக வேணுமா?". தலையாட்டி வைத்தேன். பத்து நிமிடத்தில் சில யுகங்கள் கழிந்தது, "யன்ன மள்ளி". தோள்தட்டிப் புன்னகைத்தான். விட்டால் போதும் என்பதுபோல வேகமாக நடந்தேன்.

டோக்கன் வழங்கியபோதுதான் தெரிந்தது. நான் நூற்று முப்பத்திநாலாவது ஆள். நாற்பத்தி மூன்றிலிருந்து இங்கே வந்திருந்தேன். கொழும்பு முகவரி கொடுத்து, பதிவு செய்து எல்லாம் முடிந்தது. ஆறு பேருந்துகள் தயாராக நின்றன. இனி

எத்தனை நாளானாலும் கவலையில்லை. என்னிடம் கப்பலுக்குக் கொடுக்க, திருகோணமலையிலிருந்து கொழும்பு பஸ் கட்டணத் துக்கு செலுத்துவதுபோக போதுமான பணமில்லை என்பது தெரிந்தது. நேற்று பின்னேரம் ஏடிஎம்மில் எடுக்க நினைத்து மறந்துவிட்டிருந்தேன். பாதகமில்லை. ரெண்டு நாளானாலும் சாப்பிடாமல் செத்துப் போய்விடமாட்டேன்.

இப்போது என் கவலையெல்லாம் அப்பாவிடம் சொல்ல வேண்டும் என்பதுதான். ஒரு பெரிய பிரச்சினை தீர, அடுத்த பிரச்சினையைத் தேடிக்கொள்கிறது மனம். வரிசைப்படி மூன்றாவது பேரூந்தில் ஏறிக்கொண்டேன். ஒருவேளை இந்தப் பேரூந்துகள் செல்லும்போது அப்பா பார்க்கக்கூடும். எங்கள் வீதியால்தான் வழமையாகச் செல்லும். ஆனால் அந்த நேரம் அவர் தயாராக நிற்க வேண்டுமே. கப்பலுக்குச் செல்லும் பேரூந்துகள் மிக வேகமாகச் செல்லும். தூரத்துச் சத்தத்தி லேயே தெரிந்துவிடும். தவிர, வேறு போக்குவரத்துச் சேவை கிடையாது. முதலாவது பேரூந்து வரும்போது வெளியில் வந்தால் மூன்றாவதில் என்னைக் கண்டுகொள்ள வாய்ப்பு இருக்கிறது.

பேரூந்துகள் வேகமாக நகரத் தொடங்கின. வைத்தியசாலை கடந்து, கஸ்தூரியார் வீதியால் திரும்பும்போது இன்னும் வேகம் பிடித்தன. நான் இடதுபக்க ஜன்னல் வழியாகப் பார்த்தவாறு நின்றுகொண்டிருந்தேன். வலது பக்கம் நிற்கலாமா என்றொரு யோசனை வந்தது. ஒருவேளை அப்பா நிற்காவிட்டால், ஜேப்பி வீட்டில் நண்பர்கள் நிற்க வாய்ப்புண்டு. தெரியப்படுத்திவிடலாமே என்று குழப்பமாக இருந்தது. இல்லை, அங்கே யாரும் நிற்க வாய்ப்பில்லை என்று நம்பினேன்.

யாழ் இந்து ஆரம்ப பாடசாலை கடந்து இடதுபக்கமாகத் திரும்பியது பேரூந்து. இப்போது இந்தப் பேரூந்துச் சத்தம் எங்கள் வீட்டிற்குக் கேட்கும். என் இதயத் துடிப்புச் சத்தம் இப்போது எனக்கு கேட்பது போலிருந்தது. தட்டாதெருச் சந்தியை அடைந்ததும் நான் பேரூந்தின் யன்னலுக்குக் கிட்டவாக எட்டிப் பார்த்தவாறு நின்றுகொண்டேன். யன்னலுக்கு வெளியே கைகளை நீட்டிக்கொண்டேன். இதோ, பிள்ளையார் கோயில் வரப்போகிறது என்றதுமே நான் கைகளை பலமாக அசைக்கத் தொடங்கியிருந்தேன்.

ஓரிரு கணங்களில் சடுதியாகக் கடந்து சென்றது எங்கள் வீடு. அந்தக் காட்சி அதிவேகக் கமெராவினால் சிறைப்பிடிக்கப்பட்ட புகைப்படம்போல இருந்தது. எங்கள் வீட்டு ஹேட்டில் அப்பா கையசைத்தவாறு நின்றிருந்தார்.

புத்தகங்கள்

புத்தகங்கள் எனக்கும் ஒரு போதை. இப்போதைய இணைய யுகத்தில் புத்தகம் வாசிக்கும் வழக்கமில்லாது போய்விட்டது. இணையத்தில் நாள்தோறும் எத்தனையோ வாசித்தாலும் புத்தக மாகக் கைகளில் வைத்துப் படிக்கும்போதே முழுமை யான உணர்வு கிடைக்கிறது. உண்மையான வாசிப்பை நிறுத்திப் பத்து வருடங்களாகிவிட்டன. புத்தகக்கடைகளில் நுழைந்தால் நேரம் போவதே தெரிவதில்லை. பணமும்தான். ஒரு கட்டத்தில் மண்டைக்குள் குரல் கேட்க ஆரம்பித்துவிடும், 'ஓடிடு ஓடிடு!' மீறி நின்று பணப் பையைப் பதம் பார்த்து வருவது வழக்கம்.

சின்ன வயதில் எல்லாச் சிறுவர்களையும் போலவே எனக்கும் 'அம்புலிமாமா' வாசிக்கத்தான் ஆசையாக இருந்தது. ஆனால் அறிவுபூர்வமாகச் சிந்திக்கும் அப்பாக்களின் வழக்கப்படி, என் அப்பாவும் 'கோகுலம்', அவ்வப்போது 'ரத்னபாலா'வாங்கித் தருவதையே வழக்கமாகக்கொண்டிருந்தார். நாலாம் வகுப்புப் படிக்கும்போது ஸ்கொலர்ஷிப் எக்ஸாம், யாழ்ப்பாணத்து அப்பா, அம்மாவைப் பயமுறுத்திய காலம். பந்திபந்தியாகத் தமிழ் வாசிக்க நிறைய சோம்பேறித்தனம் காட்டிவந்ததால் அப்பா அருகிலிருந்த நாச்சிமார் கோயிலடி நூலகத்தில் என்னை உறுப்பினராகச் சேர்த்துவிட்டார். எல்லா அப்பாக்களையும்போல இரண்டு 'சிறுவர் நீதிக் கதைகள்' புத்தகத்தை எடுத்துக்கொடுத்து வாசிப்புப் பழக்கத்தை ஆரம்பித்துவைத்தார். எல்லாச் சிறுவர் களையும்போல நானும் சில மாதங்களிலேயே

பெரியவர் அநீதிக்கதைகளைத் தேட ஆரம்பித்தேன். நீதி மீறப்படும் கதைகளில்தானே எப்போதும் சுவாரஷ்யம் அதிகம்!

நாச்சிமார் கோயிலடி நூலகம்! என் பள்ளி விடுமுறை நாட்களை அதிகமாகக் கழித்தது அங்கேதான். சமயங்களில் காலை நூலகம் திறக்கும் நேரத்திற்கு முதலே சென்று காத்திருக்கும் வழக்கம் வேறு ஏற்பட்டிருந்தது. அப்போதெல்லாம் உலகின் ஆகச்சிறந்த வேலை, ஒரு நூலகத்தில் நூலகராகவோ, உதவியாளர்களில் ஒருவராகவோ வேலை செய்வதுதான் என்பது என் அசையாத நம்பிக்கையாக இருந்தது. அதன்பின்னர் கனகராயன்குளத்திலும் வவுனியாவிலும் கொழும்பிலும் நூலகங்களுக்குச் சென்றாலும் நாச்சிமார் கோயிலடி நூலகம் அளவுக்கு ஒன்றியதில்லை.

அவ்வப்போது நூலகங்களில் வேலை பார்க்கும் சில மனிதர்களைப்பற்றி ஆச்சரியமடைந்ததுண்டு. கொடுத்து வைத்தவர்கள், எவ்வளவு ரசனையான வேலையில் இருக்கிறார்கள்? அப்படியிருந்தும் ஏன் சிலர் வேண்டா வெறுப்பாகப் பதில் சொல்கிறார்கள்? இவ்வளவு புத்தகங்களிருக்க ஏன் வெறுமனே தூங்கிக்கொண்டிருக்கிறார்கள்? என புத்தகங்களினூடு மட்டும் வாழ்க்கையைப் படித்த என் அறிவுக்கெட்டியபடி யோசித்ததுண்டு. பின்னர் ரசனைவேறு, வாழ்வாதாரத்துக்கான தொழில் வேறு, வாழ்க்கை என்பது முற்றிலும் வேறு என்பதெல்லாம் புரிந்தது.

புத்தகங்களைப் புதிதாக அறிமுகப்படுத்துவதைப் போலவே, தான் வாசித்த, சேகரித்து வைத்திருக்கும் புத்தகங்களை மற்றவர்களுக்கு வாசிக்கக் கொடுப்பது மிகுந்த மகிழ்ச்சியைக் கொடுக்கும் காரியம். ஆனால் அதற்குச் சரியான நபர்களாக இருக்க வேண்டுமே என்பதுதான் பிரச்சினை. நல்ல காரியங்களைத் தொடர்ந்து செய்வதா வேண்டாமா என்பதையும் சுற்றியிருப்பவர்களே தீர்மானிக்கிறார்கள். எனக்கு நிறையப் புத்தகங்களை வாசிக்கக் கொடுத்த நண்பர்கள் மிக முக்கியமானவர்கள்.

தீனு! ஏராளமான புத்தகங்களைச் சேமித்து வைத்திருந்தான். எந்தவொரு புத்தகத்தையும் இழந்துவிட விரும்பாத அவன் யாருக்கும் இரவல் கொடுப்பதில்லை – ஏற்கனவே பெரிதும் பாதிக்கப்பட்டிருப்பான்போல. நான் மட்டுமே விதிவிலக்கு. யாழ்ப்பாணத்தில் ஒரு காலத்தில் 'பீப்பீ Bag' என்ற புத்தகப்பை ஒன்று பிரபலமாகியிருந்தது. அதுவரை இல்லாத வித்தியாசமான வடிவத்தில் ஆங்கில P எழுத்துக்கள் நிறைய அச்சிடப்பட்டிருக்கும். பின்னர் P அச்சிடாமல் வந்தபோதும் 'பீப்பீ Bag' என்பதே பெயரானது. அப்படி ஒரு பையில் முப்பது, நாற்பது புத்தகங்களை எடுத்து வருவான் தீனு. அநேகமாக அவன் பாண் வாங்கப்

போகும் காலை ஏழுமணிக்கு, அவ்வளவு புத்தகத்தையும் கொடுத்துவிட்டுப் போய்விடுவான். பின்னர் நான் வாசித்து முடித்ததைச் சொன்னால், மீண்டும் வேறு புத்தகங்களைக் கொடுத்துவிட்டுப் பழையதை எடுத்துச் செல்வான். இதை ஒரு கடமை போலவே சலிக்காமல் செய்துவந்தான்.

ஏராளமான 'முத்து', 'லயன்' காமிக்ஸ், 'பூந்தளிர்' புத்தகங்களும் அவனிடமிருந்தன. அவன் வீடே ஒரு கலைக்கூடம் போலிருக்கும். சிறிய, பெரிய அளவுகளில் உலோகச் சிலைகள், சிற்பங்களென்று நிறைந்திருந்தது. யானைத் தந்தத்தில் செதுக்கப்பட்ட தஞ்சைப் பெரிய கோயிலின் மினியேச்சர் எனக்கு மிகப்பிடித்திருந்தது. அவன் அப்பா ஆபிரிக்காவிலிருந்து வாங்கி வந்திருந்தார். ஒவ்வொரு காமிக்ஸ் புத்தகத்திற்கும் அதன் அட்டைக்கு முன்னால் இன்னொரு அட்டை வைத்து பைண்ட் செய்து, சற்றே முன்நோக்கிச் சரிந்த உயரமான எழுத்துக்களில் பெயர் எழுதி வைத்திருப்பான். இப்போதும் அப்படி பைண்ட் செய்யப் பட்ட புத்தகங்களைக் காணும்போதெல்லாம் தீனு ஞாபகம்தான் வரும்.

வவுனியாவில் இருந்தபோது புதன்கிழமையே மனம் பரபரப்பாகிவிடும். மறுநாள் காலை வரப்போகும் 'தினமுரசு' வாராந்த பத்திரிகைக்காக ஆவலுடன் காத்திருப்போம் நண்பர்கள் எல்லோரும். மக்சீம் கார்க்கியின் 'தாய்' தொடராக வெளிவந்த போது படிக்க ஆரம்பித்தேன். கார்லோஸ், பூலான்தேவி, இடிஅமீன் என்கிற தொடர்கள் ஒவ்வொன்றாக வெளியாகின. அற்புதன் எழுதிய 'அல்ஃபிரட் துரையப்பாவிலிருந்து காமினி வரை' மிகப் பிரபலமான நெடுந்தொடர். அதைத் தனியாகச் சேகரித்துவைத்திருந்தேன். தவிர, 'காதில பூ கந்தசாமி'யின் அரசியல், சினிமா நையாண்டி எனக் களைகட்டும். என்றாவது ஒருநாள் தினமுரசு வரத் தாமதமானால் அன்றைய நாளே துக்கதினம் போலாகிவிடும். அற்புதன் இறந்ததைத் தொடர்ந்து பத்திரிகையின் நிறம் மாறி, வாசிப்பதில் ஆர்வமேதுமில்லாமல் போய்விட்டது.

தோழர் கனகராசா! அப்போது நான் ஆறாம் வகுப்புப் படித்துக்கொண்டிருந்தேன். அப்போதே எனக்கு மாலை நேரங்களில் எங்கள் வீட்டு வாசலில் வீதியோரமாகத் தோழருடன் நின்று அரட்டையடிக்கும் பழக்கம் இருந்ததென்பதைப் பெருமை யுடன் சொல்லக் கடமைப்பட்டிருக்கிறேன். அவருக்கும் அப்படி யொன்றும் வயது அதிகமில்லை, அறுபதுதான். இருவரும் வீதியை வேடிக்கை பார்த்தவாறே ஆறு மணிவரை நின்று பேசிக்கொண்டிருப்பது வழமை.

யாழ் நகரப்பகுதியில் நாங்கள் இருந்த வீட்டுக்குப் பக்கத்தில் அமைந்திருந்தது மில்க்வைற் சவர்க்காரத் தொழிற்சாலை. அந்தத் தொழிற்சாலையின் உரிமையாளர்தான் கனகராசா. 'மில்க்வைற் அங்கிள்' என்றே வீட்டில் அனைவரும் அழைப்போம். ஒரு காலத்தில் யாழ்ப்பாணம் மட்டுமன்றி, மலையகம், சிங்களக் கிராமப் புறங்களிலும்கூட மில்க்வைற் சோப் மிகப் பிரபலமாக இருந்ததாம். உடனடிப் பாவனைகேற்றமாதிரி சிறிய அளவுகளிலும்கூடத் தயாரிக்கப்பட்டதுதான் அதற்குக் காரணம் என்று சொல்வார்கள். தொண்ணூறாம் ஆண்டுக்குப் பின்னர் சோப் தயாரிப்பு நிறுத்தப்பட்டிருந்தது. ஆனாலும் வேலை பார்த்தவர்கள் யாரும் இடைநிறுத்தப்படவில்லை. தவிர வாய்பேச முடியாத பலர் அங்கே வேலையில் இருந்தார்கள். அவ்வப்போது உபகரணங்களை இயக்க வேண்டும் என்பதற்காகச் சிறிய அளவில் உற்பத்தி செய்தார்கள்.

தோழர் கனகராசா ஒரு பக்திமான். சைவ உணவு மட்டுமே கொள்பவர். மேற்சட்டை அணிவதில்லை. நெற்றி, கைகள், மார்பில் திருநீறு தரித்து, உருத்திராட்ச மாலை அணிந்து, வேட்டி, சால்வை உடுத்தி, ஆறடி உயரத்தில் மாணிக்கவாசகர் போல இருப்பார். மணியடித்ததுபோல ஒரு கணீர்க்குரல். தேவாரப் புத்தகங்கள், திருக்குறள், சுவாமிப் படங்கள் பொறித்த ஸ்டிக்கர்கள் என ஏராளம் அச்சடித்துச் சிறுவர்களுக்கு இலவசமாக வழங்குவார். தண்ணீர்த் தாங்கிகள், கொள்கலன்கள் போன்றவற்றைப் பொது நிறுவனங்களுக்கு அன்பளிப்புச் செய்வதுடன், பேரூந்துத் தரிப்பிட நிழற்கூரைகளும் அமைத்துக் கொடுத்திருப்பார். தவிர மரங்கள் வளர்ப்பதை ஊக்குவிப்பவர். தனது தோட்டத்தில் ஏராளமான அரிய மூலிகைச்செடிகள், மரங்களைப் பதியம்போட்டு, தன்னைப் பார்க்க வருபவர்களுக்குப் பரிசாகக் கொடுப்பார்.

இன்னுமோர் முக்கியமான விஷயம்: புத்தகங்கள், ஓய்வு நேரங்களில் எப்போதும் வாசித்துக்கொண்டேயிருப்பார் போலும். எங்கள் வீட்டுக்கும் கொடுத்துவிடுவார். அவரது பெரிய வீட்டின் நூலகம் போன்ற ஓர் அறை முழுவதும் ஏராளமான புத்தகங்கள் அடுக்கிவைக்கப்படிருந்தன. *கல்கி, கலைமகள், கோகுலம், ஶ்ரீ ராமகிருஷ்ண விஜயம், ஞானபூமி, மங்கையர்மலர்* உள்ளிட்ட இன்னும் பல புத்தகங்கள். எதையும் வாசித்துவிடுவது என்ற கொள்கையில் அப்போது வாழ்ந்துகொண்டிருந்த நானும் ஒன்றையுமே விட்டுவைக்கவில்லை. தவிர தொடர்கதைகள் தனியாக பைண்ட் செய்து வைத்திருந்தார். கல்கியின் 'சிவகாமி யின் சபதம்' அப்படித்தான் வாசித்தேன்.

வீட்டுக்குச் சென்று புத்தகங்களை வாங்கிவருவேன். சமயங் களில் நான் செல்லும்போது தோழர் வெளியில் எங்காவது சென்றிருப்பார். வீடு திரும்பியதும் காவலாளி அல்லது அவர் மனைவி நான் தேடி வந்ததைச் சொல்வார்கள். இரவு, ஒரு கையில் லாம்பும், இன்னொரு கையில் புத்தகங்களுமாக கேற்றடியில் வந்து நின்று, "பையா!" என்று குரல் கொடுப்பார். அநேகமாக நான் அப்போது தூங்கிவிட்டிருப்பேன். "சின்னவன் தேடி வந்தவனாம்" என்று அப்பாவிடம் புத்தகங்களைக் கொடுத்துச் செல்வார். 'பையா', 'சின்னவன்' என என்னை அழைப்பது அவர் மட்டும்தான்.

ஈழத்தின் சிறந்த நகைச்சுவை எழுத்து என்று சொல்லப்படும் '*சிரித்திரன்*' இதழை அறிமுகப்படுத்தியவரும் மில்க்வைற் அங்கிள் தான். 'மைனர் மச்சான்', 'மிஸ்டர் அன்ட் மிசிஸ் டாமோடிரன்' போன்ற நகைச்சுவைப் பாத்திரங்களை சந்தித்தேன். *சிரித்திரன்* ஆசிரியர் சுந்தரின் வீடு எங்கள் வீட்டிற்கு எதிரில் நாலைந்து வீடுகள் தள்ளியிருந்தது.

இறுதிநாட்களில் தோழர் கடும் நோய்வாய்ப்பட்டிருந்தபோது அம்மாவும் அக்காவும் பார்க்கச் சென்றிருந்தார்கள். நான் அப்போது வவுனியாவிலிருந்தேன். இறுதியாகச் சந்தித்த அந்தப் பொழுதில், பேச சிரமப்பட்ட நிலையில் அவர், அம்மாவிடம் பேசிய ஓரிரு வார்த்தைகள், 'பையன் எப்பிடியிருக்கிறான்?'. அவர் தோழனை மறக்கவில்லை.

ஒருமுறை அங்கிளுடன் பேசிக்கொண்டிருந்தபோது, எதிர்ப் பக்கத்திலிருந்து சைக்கிளில் வீதியைக்கடந்து புன்னகைத்த படி வந்தார் ஒருவர். வெள்ளையாக, ஒருபக்கம் சரித்து தலைவாரியிருந்தார். "இவரைத் தெரியுமா? இவர்தான் செங்கை ஆழியான்" என்றார். செங்கை ஆழியானின் 'முற்றத்து ஒற்றைப் பனை' வாசித்து சிரித்துக்கொண்டிருந்திருக்கிறேன். அதற்கு சில வருடங்கள் முன்னர் 'ஆச்சி பயணம் போறாள்' அக்காவுக்குப் பள்ளியில் பரிசாகக் கிடைத்திருந்தது. அவர் பெயர் தெரியும். அப்போது வாழ்க்கையில் முதன்முறையாக எழுத்தாளர் ஒருவரை, எனக்கு எழுத்தில் பரிச்சயமான ஒருவரை நேரில் பார்த்தேன். அவரிடம், "பையன் நம்ம தோஸ்த்து. உங்களைப் படிச்சிருக்கான்" என்று அறிமுகப்படுத்தினார் அங்கிள். இம்முறை என்னைப் பார்த்துப் புன்னகைத்தார். கொஞ்சம் வெட்கம் கலந்த புன்னகையாகப்பட்டது. ஒருவேளை அது என் கண்களில் இருந்திருக்கலாம்.

வார இறுதி நாட்களில் மாலை நேரங்களில் நான் அம்மா புத்தகச்சாலையில் காமிக்ஸ் புத்தகங்கள் பார்த்துவிட்டு வருவேன்.

சிரித்திரன் வீட்டு வாசலில் ஒரு வாகனம் நின்றுகொண்டிருக்கும். அது வழமையானது. அன்டன் பாலசிங்கமும், திருமதி அடேல் பாலசிங்கமும் அங்கே வந்திருப்பார்கள். எங்கள் வீட்டருகே தோழர் நின்றிருப்பார். நானும் அவருடன் இணைந்துகொள்வேன். சைக்கிளில் செங்கை ஆழியான், தலையசைத்துப் புன்னகைத்துச் செல்வார். அழகிய நாட்களவை.

நம் தமிழர்களின் வாழ்க்கை முறை பற்றிக் கொஞ்சம் கூர்ந்து அவதானித்தால் சில விடயங்களைப் புரிந்துகொள்ள முடியும். படிப்பது, பாடப்புத்தகமாக இருப்பது மட்டுமே பயனுள்ளது. கற்றல் என்பது பணமீட்டுவதற்கான மூலதனமாக மட்டுமே இருக்க வேண்டும். அது சிந்திக்க வைக்க வேண்டும் என்பதற்கான அவசியமில்லை. சிந்திப்பது சமயங்களில் உருப்படாமல் போகச்செய்துவிடும் அபாயமுமுண்டு. கல்வி என்பது மனமுதிர்ச்சியைக் கொடுக்க வேண்டும் என்கிற எந்த அவசியமும் கிடையாது. கவனித்துப் பார்த்தால், நம்மில் பலருக்கும் வயது மட்டுமே முதிர்கிறது. எந்தவயதிலும் மனம் சற்றும் முதிர்வதில்லை. அதை யாரும் எதிர்ப்பார்ப்பதுமில்லை. ஒரு வகையில் அதை யாரும் விரும்புவதுமில்லை.

இந்நிலையில் வாசிப்புப் பழக்கம் பற்றிச் சொல்ல வேண்டிய தில்லை. புத்தகம் படிப்பது ஒரு வேண்டாத வேலை என்பது தமிழர்கள் பலரின் கருத்து. படிப்பது நல்ல விஷயம்தான். ஆனால் காசு கொடுத்துப் புத்தகம் வாங்குவது அவ்வளவு புத்திசாலித் தனமல்ல என்பது அறிவார்ந்த பலரது கொள்கை. வாசிப்பது நல்லது நானும் செய்தேன், ஆனால் இப்போதெல்லாம் நேரமே கிடைப்பதில்லை என்பது நண்பர்கள் சிலரது ஆதங்கம். வாசிப்புப் பழக்கமுள்ள எங்கள் வீட்டில், முன்பெல்லாம் அப்பாவின் கேள்வி வித்தியாசமானது. “சொந்தமாக வீடில்லாமல், நிலையான இடமில்லாமல் புத்தகங்களைச் சேர்த்து என்ன செய்யப் போறே?” இது நியாயமாகவே தோன்றினாலும், சொந்தமாக வீடில்லாதவன் வாசிக்கக்கூடாது என்பது அநியாயமில்லையா? தொடர்ந்து சந்தித்த இடம்பெயர்வுகள், அதனால் தொலைந்துபோன புத்தகங்கள் அப்பாவை இப்படி யோசிக்க வைத்திருக்கலாம். சமயத்தில் நானும்கூட அப்படி யோசித்ததுண்டு.

ராஜேஸ்குமார், பட்டுக்கோட்டை பிரபாகர், சுபா ஆகியோ ரின் கிரைம், துப்பறியும் நாவல்களில் ஆரம்பித்து, வீட்டில் அம்மா, அக்கா வாசிக்கும் லஷ்மி, இந்துமதி, சிவசங்கரி, அனுராதா ரமணன் நாவல்கள் என எது கிடைத்தாலும் விடுவதில்லை. எப்போதாவது பக்கத்து வீட்டிலிருந்து வரும் ரமணிச்சந்திரன் கதைகளில் நாலைந்து வாசித்ததுண்டு. என்டமூரியின் கதைகள்

பிடித்திருந்தன. 'துளசிதளம்', 'மீண்டும்துளசி' புத்தகங்களை மின்சாரமற்ற காலத்தில் லாம்பு வெளிச்சத்தில் படித்துவிட்டுப் பட்ட அவஸ்தைகள் ஏராளம்.

சுஜாதா, 'வாத்தியார்'. ஒவ்வொருமுறை வாசிக்கும்போதும் ஏதோ ஒன்று புதிதாகக் கவர்கிறது. அல்லது அப்படி எனக்குத் தோன்றுகிறது. நமக்குள் இருக்கும் நகைச்சுவை, ரசனை கலந்த ஒரு கொண்டாட்டமான மனநிலை எப்போது எம்மை நீங்கிச் செல்கிறதோ அப்போதே நாம் மனதளவில் வயது போனவர்களாகிறோம் என நம்புகிறேன். அந்த மனநிலையை முதுமையிலும் தக்கவைத்திருப்பவர்கள் மனதளவில் எப்போதும் இளமையானவர்களாகவே இருக்கிறார்கள். இறுதிவரை இளைஞனாகவே எங்களுடனிருந்த வாத்தியாரின் எழுத்துக் களில் எப்போதும் கலந்திருக்கும் நக்கல், நையாண்டி, எள்ளல் போன்றவைதான் என்னை மிக மிகக் கவர்ந்தவை. முக்கியமாக அவரின் சுய எள்ளல்! 'கற்றதும் பெற்றதும்' தொடரும், கணையாழியின் கடைசிப் பக்கங்களுமே போதும். அவ்வப்போது கணையாழியின் கடைசிப் பக்கங்களைப் புரட்டிக் கொண்டிருக்கிறேன்.

ஆரம்பத்தில் பாலகுமாரன் புரியவில்லை. பின்பு தினமுரசுவில் 'இனி என் முறை' தொடராக வந்தபோது புரிந்தது, பிடித்துக்கொண்டேன். இருபது வயதில் பாலகுமாரனைத் தேடித்தேடி வாசிக்க ஆரம்பித்தேன். ஒவ்வொரு நாவலும் வாசித்து முடிக்கும்போதும் நாமே வாழ்ந்து முடித்த அனுபவம் கிடைப்பதைப்போலத் தோன்றும். 'சிநேகமுள்ள சிங்கம்' என்னை மிகப் பாதித்திருந்தது. முதன்முதலில் வேலை கிடைத்து அலுவலகம் சென்றபோது, பலதரப்பட்ட மனிதர்களோடு பழகியபோது, புதிய சூழலில், எல்லோரையும் புரிந்துகொள்ள, சரியாக நடந்துகொள்ள ஏதோ ஒருவகையில் எனக்கு அவரின் எழுத்துக்கள் துணை நின்றதாக உணர்ந்தேன். அவர் சாமியாராக மாறமுதல், இளமைக்கால பாலகுமாரனை என்றும் பிடிக்கும்.

சில காலம் ஓஷோ பைத்தியமாகவே அலைந்ததுண்டு. நண்பன் அருளும் இணைந்துகொண்டான். அப்போது ஓஷோவின் புத்தகங்கள் கிடைப்பது அரிதாக இருந்தது. நூலகங்களில் கண்டதில்லை. ஒரு மாதிரியாகப் பார்ப்பார்கள், அங்கேயெல்லாம் கேட்க வேண்டாமென்று மணி எச்சரித்திருந்தான். ஓரிரு கடைகளில் மட்டுமே பெற்றுக்கொள்ள முடியும். ஒரு ரகசிய இயக்கம்போல ஓஷோ புத்தகங்களாக வாங்கி வாசித்துக் கொண்டிருந்தோம்.

அப்போதெல்லாம் யாராவது ஓஷோ வாசிப்பவரைச் சந்தித்தால் ஒரு தனி மகிழ்ச்சி. எங்களுக்கும், அவருக்கும். அப்படியான சந்திப்பு வெகு அரிதாகவேயிருந்தது. ஓஷோவின் வாசகன் என்றதும் அடுத்த கேள்வி, 'அப்போ முதல்ல பாலகுமாரன் படித்திருப்பீர்களே?' என்பதுதான். அதென்னவோ அப்படித்தான். நாம் எல்லோருமே ஓஷோவுக்கு முதல் பாலகுமாரனைப் படித்திருந்தோம்.

ஒவ்வொரு நிமிஷத்தையும் உணர்ந்து அந்தக் கணத்திலேயே வாழவும், வாழ்க்கையைக் கொண்டாட்டமாக அணுகவும்தான் சொல்லியிருப்பார் ஓஷோ. ஆனால் ஓஷோ படித்தவன் எல்லாம் ஒரு மாதிரியாகவே வாழ்வதாக ஒரு கருத்து. உள்ளுக்குள் கேள்விகளைக் கேட்டுக்கேட்டு மேலும் குழம்பிக்கொள்கிறோமா தெரியவில்லை. அருள் சொல்வான் "ஓஷோ பற்றிக் கேள்வியே படாதவன்தான் அந்த வழியில வாழுறான்".

யாழ்ப்பாணத்தில் பலருக்கும் மோசமான ஒரு காலம் அது. அங்கிருந்து மீண்டு கொழும்புக்குத் தப்பிப்பிழைத்து வந்துசேர்ந்திருந்தேன். ஒருமுறை அப்பா தொலைபேசும்போது ஏரியா நண்பன் குறித்துப் பேசினார். "அவனுக்கு ஏதோ பிரச்சினைடா டிப்பிரசன் மாதிரி. யாரோ அவனுக்கு ஓஷோன்ர புத்தகங்களை வேற குடுத்திட்டாங்களாம்." அப்பா தெரியாமல் சொன்னாரா அல்லது தெரிந்தேதான் சொன்னாரா தெரிய வில்லை. என் புத்தக அலுமாரிக்குள் இருந்துதான் புத்தகங்கள் ஏரியாக்கு சப்ளை ஆகியிருந்தது.

'ஜே.ஜே: சில குறிப்புகள்' வாசிக்க ஆர்வமாயிருந்ததன் காரணமாக எனக்குக் கிடைத்த அனுபவம் அதிர்ச்சியானது. முன்னர் கேள்விப்பட்டிருந்தாலும், 'ஜேஜே' திரைப்படம் வெளியானபோதுதான் வாசிக்கும் ஆர்வம் அதிகரித்தது. அப்போது இணைய வசதியும் கிடையாதென்பதால் தேடியறியவும் வாய்ப்புகளில்லை. நாச்சிமார் கோயிலடி நூலகத்துக்குச் சென்றேன். அங்கே இருந்த பெண்மணி விரோதமாகப் பார்த்தார். அவருக்கும் எனக்கும் எந்தப் பிரச்சினையுமில்லை. எனினும் ஒரு நூலகர், வாசகரை விரோதமாகவே பார்ப்பது நம் பண்பாடுகளில் ஒன்றல்லவா?

'ஜே.ஜே: சில குறிப்புகள்' என்றபோதே முறைத்தார். சுந்தர ராமசாமி என்றபோது நெற்றியைச் சுருக்கி, "அப்பிடி யாரும் இல்லையே" என்றார். நான் சோர்ந்து திரும்பும்போது, கடுமையான குரலில், "அம்மா வந்தாள் இருக்கு" என்றார். அது எனக்கும் தெரியும். யாழ் பல்கலைக்கழகத்தில் கலைப்

பிரிவினருக்குப் பாடமாக இருந்திருக்க வேண்டும். அவர்கள் வந்து 'அம்மா வந்தாள்' மட்டும் வாசிப்பார்கள்போல. அது மட்டும் பிரபலமாயிருந்த்து. ஒருமுறை நான் 'மோகமுள்' தேடினேன். அப்போது இன்னொரு பெண்மணி இருந்தார். நான், "தி ஜானகிரா . . ." எனும்போதே, "அம்மா வந்தாள் இருக்கு தம்பி" என்றார் மகிழ்ச்சியாக. "இல்ல மோகமுள் . . .". "அம்மா வந்தாள் இருக்கு" என்றார் கடுமையாக. 'முடிஞ்சா அதைப் படி இல்லையெண்டா வீண் பிரச்சினை பண்ணாமல் போயிடு' என்கிற தொனியில். அங்கே தேடும் முயற்சியைக் கைவிட்டு வெளியேறினேன்.

கட்டணம் செலுத்திப் புத்தகம் எடுத்து வாசிக்கும் ஒரு சிறு நூலகம். உரிமையாளரிடம் கேட்டேன். "சுந்தர ராமசாமி?"

"ஓ... அவரோ" முக்காலமும் உணர்ந்த புன்னகையொன்றைச் சிந்தினார். எனக்கு நம்பிக்கை வந்திருந்தது. வேறு ஏதோ வேலையாக இருந்தவர் சற்றுநேரத்தில் என்னிடம் உற்சாகமாகத் திரும்பி, "அய்யோ அவர் பழைய ஆளெல்லோ தம்பி. எங்கட அப்பா காலத்துக்கு முந்தின ஆக்கள்" அட்டகாசமான சிரிப்புடன் சொன்னார்.

இவர் பழசா இருப்பார் போலயே. அவர் அப்பா? அவ்வளவு பழைய ஆளா அவர்? மிகக் குழப்பமாகிவிட்டது. பின்பு தேடவில்லை. யாரிடமும் சுந்தர ராமசாமி என்ற பெயரையே சொன்னதில்லை.

சம்பவம் நிகழ்ந்து இரண்டு அல்லது மூன்று வருடங்கள் கடந்திருக்கும். வீட்டில் *வீரகேசரி* பத்திரிகையைப் புரட்டிக் கொண்டிருக்கையில் அந்த அதிர்ச்சியளிக்கும் செய்தி வந்திருந் தது, 'எழுத்தாளர் சுந்தர ராமசாமி நேற்றுக் காலமானார்.' நொந்துபோனேன்.

நோயுற்ற நாட்களின் பகற்பொழுதுகள் எனக்கும் புத்தகங் களுக்குமான இடைவெளியைச் சுருங்கச் செய்திருக்கின்றன. ஏராளமான புத்தகங்களை நான் வாசித்தது அந்தப் பகற்பொழுதுகளில்தான். என் நினைவு தெரிந்து முதல் நோய்வாய்ப்பட்ட பொழுதுகளில் கிறீம் கிரக்கர் பிஸ்கெட்டும், நெஸ்டோமோல்டோடும் கரைந்துபோன பொழுதுகளில் மாறுதலளிக்க சில புத்தகங்களும். அன்றைய ஒருநாளின் மாலைப் பொழுதில்தான் முதன்முதலாக 'வேங்கையின் மைந்தன்' என்ற புத்தகத்தைப் பார்த்தேன். ஒடுக்கமாக, நீளமாக, தடித்த அந்தப் புத்தகத்தில் படங்கள் மட்டுமே பார்த்துக்கொண்டிருந்தேன். எழுத்துக் கூட்டி வாசித்துக்கொண்டிருந்த வயது அது.

வெம்மையும் அயர்ச்சியும் நிறைந்த நோயுற்ற பொழுதுகளில் மெக்சிக்கோவின் பாலைவனத்திலும், டெக்சாஸ் மாநிலத்தின் வீதிகளிலும் குதிரைகளின் கனைப்பொலியுடன், குளம்புகள் புழுதி கிளப்ப, தொப்பியணிந்து, வின்செஸ்டர் துப்பாக்கியும் ஏந்தியவாறு பயணித்துக்கொண்டிருந்தேன். பின்நாளில் மொஸ்கோவின் பனிச்சாரல்களில், முழங்கால்வரை காலணிகளும், கம்பளித் தொப்பியும், நீண்ட குளிர்தடுப்பு அங்கியும் தரித்தவாறு சஞ்சரித்துக்கொண்டிருப்பேன். இரண்டு ஆண்டுக்கு முன் ஒரு நோய்ப்பொழுதில் 'சூதாடி' அதற்கு சில ஆண்டுகளுக்கு முன் 'கசாக்குகள்'. அதற்கும் முன்பொருமுறை 'புத்துயிர்ப்பு'. பின்பொருமுறை 'போரும் அமைதியும்' கையில் எடுக்கலாமா என யோசித்து அவ்வளவு நாட்கள் தங்காது, தாங்காது என்று கைவிட்டிருந்தேன்.

இயேசு, புத்தர், நபி, கிருஷ்ணர் ஆகியோர் மட்டுமே எங்களுக்கான செய்திகளைக் கொண்டுவந்தவர்கள் அல்லர் என நம்புகிறேன். நாம் வாழ்வில் சந்திக்கும் ஒவ்வொரு மனிதர்களும் எமக்கு எதையோ உணர்த்திக்கொண்டேயிருக்கிறார்கள். ஒவ்வொருவரிடமும் கற்றுக்கொள்ள ஏதாவது இருக்கிறது. புத்தகங்களும் அப்படித்தான். அவற்றினூடு கதைசொல்லிகள் புதிது புதிதாக வாழ்வைத் தரிசிக்க வைக்கிறார்கள். ஒவ்வொருவருமே தமக்குரிய பாணியில் எதையும் புதிய பார்வையோடு அணுகச் செய்கிறார்கள். அறியாத பக்கங்களையும் திறக்கிறார்கள்.

புத்தகங்கள் எப்போதுமே என் சிறந்த நண்பனாக, நல்லாசானாக இருந்திருக்கின்றன. வாழ்வின் சில பாதுகாப்பான பகுதிக்குள் மட்டுமே பழக்கப்பட்ட வயதில், வெளி மனிதர்கள், முரண்பாடுகளைச் சந்தித்திராத பருவத்தில் சிறந்த புத்தகங்களே வழிகாட்டிகளாகவும், சமயங்களில் வாழ்வியலைச் சொல்லிக் கொடுப்பவையாகவும் இருந்திருக்கின்றன.

கடவுளைத் தேடி

சஞ்சு என் தம்பி போன்றவன். அவனைக் குழந்தையிலிருந்து தெரியும். சில வருடங்களுக்குமுன் இந்தியாவிலிருந்து திரும்பியபோது சந்தித்தோம். ஒரு மார்க்கமாகவே பேசிக்கொண்டிருந்தான். 'வாழ்வின் நிலையாமை' குறித்து ஏதோ பேச விழைந்தான். ஏற்கனவே ரிசர்சனில் வேலைபோன கடுப்பில் வெட்டியாகச் சுற்றிக்கொண்டிருந்தேன். 'என்னடா இது? நல்லா இருந்த பெடியன்தானே' என ஆச்சரியமாக இருந்தாலும், சிலமாதங்களில் சரியாகிவிடும் என்றே நினைத்தேன். அப்படித்தான் தாய், சகோதரிகளும் நினைத்திருக்கிறார்கள். ஆனால் அப்போதே நிலைமை கைமீறிப் போய்விட்டது பின்னர்தான் தெரிந்தது.

சென்னையில் தனியாக இருந்திருக்கிறான். அதிகமில்லை இரண்டே இரண்டு வருடங்கள்தான். அப்போது ஏற்பட்ட கூடாத சகவாசம். தினமும் காலையில் தானே சோறு வடித்து, வெங்காயம், உப்பு சேர்க்காத வெறும் மரக்கறி அவியல் மட்டும் சமைத்து உண்கிறான். வேலை முடிந்து வீடு வருவதில்லை. இரவில் வீட்டில் தங்குவதில்லை. வார இறுதி விடுமுறைகளில் வீட்டை மறந்துவிடுகிறான். வீட்டின் கடைசிப்பிள்ளை. ஆரம்பத்தில் கவலைப் பட்ட வீட்டவர்கள் இப்போது கைகழுவி விட்டு விட்டார்கள். கணவனை இழந்தவர்கள், குடும்ப வாழ்க்கை கசந்தவர்கள், வாழ்ந்து முடித்தவர்கள் பெருமளவில் இணைந்திருக்கும் கூட்டத்தில் அந்த இருபத்தியிரண்டு வயதுக் குமாரன் ஏன் போய் இணைந்துகொண்டான் என்பது புரியவில்லை.

பன்னிரண்டு வயதில் ஒரு 'ஞானக் கிறுக்கு' மனநிலை வருவதுண்டு. ஒருசிலருக்கு ஓரிரு வருடங்கள் அந்த எண்ணம் மனதிலிருக்கும். என்போல் பலருக்கு அவ்வப்போது வந்து போகும். சமயப் புத்தகங்களில் சிவனடியார்கள் கதைகள் படித்ததுமோ, ஆசிரியரிடம் அடிவாங்கி, அம்மாவிடம் திட்டு வாங்கிக் கஷ்டப்பட்டு ஒரு தேவாரத்தைப் பாடமாக்கியதும் ஏற்படும் ஒருவித மமதையோகூட அப்படி எண்ணவைக்கலாம். ஆளாளுக்கு விதவிதமாக எதையாவது செய்துகொள்வோம். நேற்று வரைக்கும் பள்ளிக்கூடத்தில், பக்கத்தில் கூடயிருந்து அத்தனை சேட்டைகளும் செய்துகொண்டிருந்த நண்பன் திடீரென ஒரு நாள் காலையில் 'நாங்களும் திருஞானசம்பந்தருக்கு ஈக்குவலா வந்திட்டோம் பாத்தியா?' என்பது போலவே நெற்றி கைகளில் வீபூதிக் குறிகள் தரித்துத் தீட்சை பெற்ற திடீர்ச் சிவனடியாராகிக் கலவரத்தை ஏற்படுத்துவான். என்னால் முடிந்தது, வீட்டுக்குப் பக்கத்தில் பிள்ளையார் கோயில் திருவிழா நாட்களில் மட்டும் வேட்டி கட்டிக்கொண்டு சுதா ஐயருக்கு அசிஸ்டெண்டாகி மணியடித்தல் உள்ளிட்ட சிறு உதவிகளில் ஈடுபட்டுக்கொண்டிருந்தேன். இந்த ஞானக்கிறுக்கு மனநிலை சிலருக்குத் தொடர்ந்தும் அப்படியே இருக்கலாம். ஆனாலும் சஞ்சுவுக்கு என்னவானதோ தெரியவில்லை.

இலத்தீன் அமெரிக்காவைச் சேர்ந்த பெண் ஒருவர் மின்னஞ்சல் அனுப்பிருந்தார். வழக்கமாக வரும், 'வாழ்த்துகள்! உங்களுக்குப் பணம் கிடைத்திருக்கிறது, நீங்கள் செய்ய வேண்டியது . . .' வகையான கடிதமல்ல. திருமணம்செய்ய விரும்பும் மடலுமல்ல. தனது மனக்கஷ்டத்தை என்னிடம் சொல்லிப் புலம்பியிருந்தார். என்னைப் பார்த்து ஏன்? ஆரம்பத்தில் கண்டுகொள்ளவில்லை. பின்னர் ஒருநாள் பார்த்தபோது, ஏழெட்டு மின்னஞ்சல்கள் அதேபோல. குழம்பிப்போனேன். என்னை ஒரு ஆன்மீகக் குருபோலப் பாவித்து எழுதியிருந்தார்கள். யோசித்ததில், ஒருவாறு கண்டுபிடித்தேன்.

அது ஒரு சமூக வலைப்பின்னல். 'எது கிடைத்தாலும் அதில் ஒரு அக்கவுண்ட்' என்கிற தமிழர்களின் இணையக் கொள்கையின் அடிப்படையில் நானும் எப்போதோ உருவாக்கிவைத்திருந்தேன். மற்றபடி பார்ப்பதில்லை. ஜீ என்கிற பெயரில் 'நான் கடவுள்' பட ஆர்யாவின் தியான நிலைப் படங்கள் போட்டிருந்தேன். அதனால்தான் சாமியார் என்று நினைத்துவிட்டார்கள் போலும். சும்மா இருப்பவனை உசுப்பேற்றி, சாமியாராக்கும் பக்தைகள் கும்பல் உலகெங்கும் வியாபித்திருப்பது தெரிந்தது. நாடு, மொழி, மதம் கடந்து சாமியார்களின் தேவை எப்போதும் உண்டென்பது புரிந்தது.

ஒருகணம் மனத்திரையில் லத்தீன் அமெரிக்க அழகிகள் நடுவில் நான் ஆன்மீகச் சொற்பொழிவாற்றும் காட்சி ஓடி மறைந்தது. அப்படியொன்றும் கஷ்டமில்லை. கொஞ்சம் பயிற்சி. யோகா, மொழிவளம், அமைதியான குரலில் பேச்சுத் திறமை, குட்டிக் கதைகள். அவ்வளவுதான். உழைப்பும் முயற்சியும் தேவை!

"நீங்கள் அம்மா பகவானைக் கும்பிடுறேல்லையோ?"

'நீங்க எல்லாம் எதுக்கு இன்னும் இருக்கிறீங்கள்? நாங்க எல்லாம் அப்பவே அப்டேட் ஆகிட்டோம்' பாவனையில் சிரித்துகொண்டே கேட்டார், நண்பன் வீட்டுச் சுவாமி அறைக்குள் நுழைந்த சொந்தக்காரப் பெண்மணி. தாராளமாக ஆபணரங்கள் சூழ்ந்த ஏராளமான உடல்வாகு. மேற்கொண்டு நாங்கள் இரண்டு வார்த்தைகள் பேசும்பட்சத்தில், 'உவள் கடைக்காரத் தங்கராசுவின்ர பெட்டை நேற்று ஓடிட்டாளாம் உங்களுக்குத் தெரியுமே...' என்று பேச ஆரம்பித்துவிடக்கூடிய சிநேகபூர்வ சமூக ஆர்வலர் களையொன்று முகத்தில் தெரிந்தது.

"எதுக்குக் கும்பிட வேணும் யார் அதுங்க?" என்றான் நண்பன் மிகுந்த எரிச்சலுடன்.

அந்தப் பெண்மணி எதுவுமே நடக்காத மாதிரி மந்தகாசத் துடன் வேறு பேச்சில் கவனமாகிவிட்டார். அந்த ஒரு கேள்வியி லேயே நண்பன் மிகுந்த எரிச்சலானான். எனக்கும் அப்படித்தான் இருந்தது, அவர் கேட்ட தோரணை.

"பார் மச்சி! இதுங்களால குனிஞ்சு வளைஞ்சு யோகா, எக்சர்சைஸ் செய்ய சான்சே இல்ல. அஞ்சு நிமிஷம் கண்ணை மூடிட்டு அமைதியா இருக்கமுடியாது. வாழ்க்கைல மௌனமா இருக்கிறதப் பற்றிக் கேள்வியேபட்டிருக்காதுகள். சதா சர்வ காலமும் அடுத்தவனைப் பற்றிய ஊர்க்கதை. வாயைக் கண்ட்ரோல் பண்றதுன்னா பஜனை பாடவேண்டியதுதான். பார்! கள்ளச்சாமியாரக் கும்பிடுறதுக்கெண்டே காலங்காலமா கடவுளால அளவெடுத்து டிசைன் பண்ணின ஜீவராசி மாதிரி ஒரு அசட்டுத்தனமான களை தெரியுதில்ல?" நண்பன் எக்கச்சக்கமான டென்ஷனில் சிரித்துக்கொண்டே பேசினான்.

"யாழ்ப்பாணத்தில் இப்போ அவர்கள்தான் ட்ரெண்டாம்" என்றான் நண்பன். ஏற்கனவே இந்து மதத்தில் ஏராளமான கடவுளர்கள் இருப்பதாலோ என்னவோ மேலும் புதிதாகச் சேர்த்துக்கொள்வதில் மனத்தடையேதுமில்லை. மனிதக் கடவுளர்களை அறிமுகப்படுத்திக்கொள்ளவும் 'அப்டேட்'

ஆகிக்கொள்ளவும் ஆர்வம் காட்டி வருகிறார்கள் அதிதீவிர மதவாதிகள். அதிலும் காலத்துக்குக் காலம் 'ட்ரெண்ட்' மாறுவதில் ஒரு பெருமைவேறு.

என் அனுபவத்தில் சந்தித்த இந்த மாதிரிப் பக்தர்கள் பொதுவான சில குணவியல்புகள் கொண்டவர்கள். இவர்களில் பெரும்பாலானோர் பெரும் வசதிபடைத்தவர்கள். பொருளாதாரக் கவலைகள் ஏதுமற்றவர்கள். வெளிநாட்டிலிருந்து பணம் கிடைத்துக்கொண்டிருக்க, நடைமுறை வாழ்க்கைச் சிக்கல் ஏதுமில்லாததால் ஏதாவது ஒரு விஷயத்தைத் தேடிப்பிடித்துக் கவலைப் படுபவர்கள் சிலர். புதிதுபுதிதாக யாரையாவது கண்டறிந்து கும்பிடத் துடிக்கும் வித்தியாசமான தேடல் மிக்கவர்கள் பலர். ஒரு சாரார், ஏதோ தமக்கு மருத்துவர்களால் கண்டறியப்படாத வியாதி இருப்பதாகத் தாங்களாகவே நினைத்து மற்றவர்களிடம் புலம்பிக்கொள்பவர்கள்.

இன்னொரு கோஷ்டி, கொலஸ்ட்ரோல், சர்க்கரை வியாதிக்காகக் கூட உணவுக்கட்டுப்பாட்டைப் பின்பற்றாமல் பஜனை பாடியே குணமாக்கி விடலாம் என நம்புபவர்கள். உடலை வளைத்துப் பயிற்சி செய்ய, கண்மூடி கால்மணிநேரம் தியானம் செய்ய முடியாமைதான் இவர்களை ஒன்றிணைக்கும் பொதுவான புள்ளி. நம்மில் பலருக்குச் சில நிமிடங்கள் அமைதியாக வாய்மூடி மௌனித்திருக்க முடிவதில்லையே. தவிர, சில விதிவிலக்குகளும் உண்டு. ஒருமுறை, "எனக்கு இந்தக் கோயிலுக்குப் போறது, பூசை, திருவிழா எல்லாம் பிடிக்காது கண்ணுக்குத் தெரியாத கடவுளை நம்புறதில்லை" எனப் பேசி ஆச்சரியப்படவைத்த அறிவுஜீவித்தனமான பெண்மணி ஒருவர், அடுத்த கணமே "நான் பகவானோட புக்ஸ் படிப்பேன். பஜன்ஸ் போவேன்" என்று படு சீரியசாகப் பேசி குபீர்ச்சிரிப்பை வரவழைத்தார்.

நண்பன் வெள்ளவத்தையில் தங்கியிருந்த வீட்டின் உரிமையாளர் ஒரு வயதான பெண்மணி. அந்த வீடு அமைந்திருந்த சற்றுப் பெரிய காணி பத்துப் பன்னிரண்டு கோடிகளுக்குமேல் தேறும். அவர் சொல்லிக்கொண்டிருந்தார், வீட்டை விற்றுப் பணத்தை பகவானுக்குக் கொடுக்கப்போகிறாராம். விமானம் வாங்குவதற்காம். அவர் பணம் அவர் கொடுக்கிறார் எங்களுக்குப் பேச ஒன்றுமில்லை. கொஞ்சம் யோசித்தால், பகவானின் தேவைகளைக் கவனிக்க அரசியல்வாதிகளும் பெரும் பணக்காரர்களும் அவர்களின் கோடிக்கணக்கான கறுப்புப் பணமும் இருக்கிறதே. இங்கேயே அந்த மூதாட்டி சிலபேருக்குக் கடவுளாக மாறிவிட அருமையான வாய்ப்பிருக்கிறது என்பதுதானே யதார்த்தம்.

திருகோணமலையில் வசிக்கும் மனிதர் அவர். அவருக்குப் பிள்ளைகள் இல்லை. பெரும் வசதிபடைத்தவர் கிடையாது. ஆனால் பெரியதொரு நல்ல காரியம் செய்கிறார். வறுமையில் வாடும் பிள்ளைகளின் கல்விக்கு உதவுகிறார். ஆசிரியையான மனைவியுடன் நன்கு படிக்கக்கூடிய சிறுவர்களாகத் தேர்ந்தெடுப் பாராம். காரணம், யார் கஷ்டப்பட்டு உழைத்த பணமும் வீணாகிவிடக்கூடாது என்கிற கவனம். அவரால் கல்வியுதவி வழங்கப்பட்ட முதலாவது பெண் அநேகமாக இரண்டு வருடத் துக்கு முன் யாழ் பல்கலைக் கழகத்திலிருந்து மருத்துவராக வெளிவந்து இப்போது பணியிலிருப்பார். இரண்டாவது பையன் போன வருடம் பேராதெனியவிலிருந்து எஞ்சினியராக வந்திருப்பார். சிலர் இப்போது பல்கலைக்கழகத்திலும், இன்னும் சிலர் பள்ளியிலும்.

“வெளிநாட்டிலருந்து வாற சிலபேர் வசதியில்லாத பிள்ளைகளின் படிப்புக்கு உதவிசெய்ய வேணுமெண்டு வந்தா, தெரிஞ்சவ என்னைக்காட்டி விடுவினம். நான் நேரா ஒரு பெடியன் வீட்டை கூட்டிட்டுப் போய் நேரடியா அறிமுகப்படுத்தி விடுவன். ஒரே தரத்தில தொகையாக் குடுக்காம மாதமாதம் பத்தோ, பதினைஞ்சோ அனுப்பச் சொல்லுவன். ஒரு பெடியன் எஞ்சினியரிங் என்டர் பண்ணியிருந்தான். அவன் வீட்டில ஒருமேசைகூட இல்ல. இப்பிடி எல்லாம் நாட்டில இருக்கிறாங்கள். நான் என்ர பெடியளுக்குச் சொல்லுறது இதுதான். நீங்கள் எனக்கு ஒண்டும் செய்யத்தேவையில்ல. கோயிலுக்கு கோபுரம், மண்டபம் கட்டத் தேவையேயில்ல. படிச்சு நல்லபடியா வசதி வந்தாப்பிறகு, கஷ்டப்படுற நாலு பிள்ளையளப் பாத்துப் படிப்பியுங்கோ”. என்னிடமும், “தம்பி உமக்கும் சொல்லுறன் நீரும் ஒருகாலத்தில செய்யும்” என்றார்.

அன்று ஓர் உண்மை புரிந்தது. வெளிநாட்டிலிருந்து வருபவர்கள் எல்லோருமே கோயில் கும்பாபிஷேகம் செய்யவும், காவடி எடுப்பதற்கும் மட்டுமே அல்ல. சத்தமில்லாமல் உருப்படி யான காரியங்கள் செய்பவர்களும் இருக்கிறார்கள். என்ன, அதெல்லாம் வெளிப்படையாக நம் கண்களுக்குத் தெரிவதில்லை.

இந்துமதம் கொடுக்கும் சுதந்திரம் எனக்குப் பிடிக்கும். கடவுளை விரும்பினால் கும்பிடலாம், கோயிலுக்குப் போக வேண்டும் என்கிற அவசியமில்லை. எல்லாம் அவரவர் விருப்பம். பெரும்பான்மை மிதவாதிகளாலானது. தீவிரவாதிகள் கூடக் கோயில், குளம் என்பதோடு நிறுத்திக்கொள்கிறார்கள்.

அதிதீவிரவாதிகள்தான் கடவுளைத்தேடி அலைகிறார்கள். இந்த அதிதீவிரவாத பக்தர்கள் மிகுந்த ஆச்சரியப்பட வைப்பார்கள்.

வாரத்தின் ஒவ்வொரு நாள் காலையில் ஒவ்வொரு சைவக் கடவுளர்களுக்கு விரதம் இருக்கும் பக்தர்கள் வியாழக்கிழமை சாய்பாபாவுக்கு! அதைவிட செவ்வாய்க்கிழமை காலையில் விரதத்தோடு அம்மன் கோயிலுக்குப் செல்பவர்கள், மாலையில் தேவாலயத்திற்குக் கிளம்பிவிடுவார்கள். மாதாவுக்கு மெழுவர்த்தி ஏற்றினால், நினைச்சது நடக்குமாம் என்று திகிலாக்குவார்கள்.

இந்த அதிதீவிர பக்தர்களுக்குக் கடவுள் தொடர்ந்தும் மௌனமாகவே இருப்பது ஒருகட்டத்தில் சலித்துவிடுகிறது போலும். நம் பிரார்த்தனையைக் கேட்கிறாரா இல்லையா? எந்த எதிர்வினையும் இல்லையே? கடவுளுக்கும் நமக்குமான தொடர்பாளர் ஒருவரின் தேவை உணரப்படுகிறது. இந்த எண்ணம் தான் ஆரம்பகட்ட போலிச்சாமியார்களின் தோற்றுவாயாக இருக்கலாம். பின்னர் அவர்களையே கடவுளாகக் கொள்ளும் அளவிற்குப் பக்குவப்பட்டுவிடுகிறார்கள் நம் பக்தர்கள்.

யாழ்ப்பாணத்தில் டிவி சீரியல்கள் இல்லாத தொண்ணூற்றைந்து வரையான காலத்தில் சாயிபாபா பிரபலமாக இருந்தார். இப்போது, அம்மா பகவான் உள்ள அளவிற்கெல்லாம் இல்லை. ஏனெனில் அப்போது மண்ணெண்ணெய் வரிசை, மாவுக்கான வரிசை எனப்பல பிரச்சினைகள் மக்களுக்கு இருந்தன. அன்றாடத் தேவைகள் குறித்த கவலைகளோ, பண நெருக்கடிகளோ இல்லாத சிலருக்கே பாபா அவசியப்பட்டார். நானும் சிறுவயதில் நம்பியும், நம்பாமலும் வேடிக்கை பார்க்கச் சென்றிருக்கிறேன்.

எல்லா மதக்கடவுளையும் ஓர் பிரார்த்தனையில் சரிக்கட்ட வேண்டும் என்கிற சர்வமத போதையில் இருப்பவர்களை ரட்சிப்பது போலவே அவருடைய பஜனைப் பாடல்களில் இயேசு, புத்தர், அல்லா எல்லோரும் வருவார்கள். அவர்கள் எல்லோருடைய பிரதிநிதிதானாம் அவர் என அவரே சொன்னாராம். இதெல்லாம் மற்ற மதத்துக்காரர்களிடம் வேகாது. அவர்கள் தங்கள் கடவுளை நம்புகிறவர்கள் ஆயிற்றே. ஆனால் அதிதீவிரவாத பக்தர்களிடம் நன்றாக வியாபாரம் செய்யலாம். இவர்களிடம் பேசும்போது எடுத்ததற்கெல்லாம், 'பகவான் என்ன சொல்லியிருக்கிறாரெண்டா...' என ஆரம்பிப்பார்கள். அவர்கள் வாழ்நாளில் வாசித்ததே அந்த ஒரே புத்தகமாகத்தான் இருக்கும்.

வாசிப்புப் பழக்கம் உள்ளவர்களுக்கு எவ்வளவு நல்ல புத்தகங்கள் தீராமல் கொட்டிக்கிடக்கின்றன. அது இல்லாதவர்களுக்கு யாரேனும் சொல்லும் சிறு ஆறுதல் வார்த்தைகள்கூடப் பெரியபெரிய தத்துவங்கள்போலத் தெரிகிறது. இந்த அப்பாவி

ஆத்துமாக்களை உய்விக்கவே அவ்வப்போது பகவான்கள் அவதரிக்கிறார்கள்!

வேலையிழந்து சுற்றிக்கொண்டிருந்த காலத்தில் 'வாழும் கலை' அமைப்பினரின் பயிற்சியொன்றுக்குச் சென்றிருந்தேன். இஸ்லாம், பௌத்த, கிறிஸ்தவ மதத்தினர் எல்லாரும் வந்திருந்தார்கள். மூச்சுப் பயிற்சி, யோகா, சில தியான முறைகள் என நன்றாகவே இருந்தன. மருத்துவரிடம் செல்லும்போது மட்டும் மூச்சை நன்றாக இழுத்துவிடும் என் போன்றவர்களுக்கு அது நல்ல அனுபவம்.

அங்கே ஒரு விஷயத்தைக் கவனிக்க முடிந்தது. பயிற்சியளித்த பெண்மணி அவ்வப்போது சிறுவர் நீதிக்கதைகள் பாணியில் குட்டிக் கதைகள் சொல்வார். அதற்கு விழுந்து விழுந்து சிரித்துக் கொண்டிருந்தார்கள் நம் தாய்க்குலங்கள். எல்லோரும் படித்து, சமூகத்தில் நல்ல நிலைமையில் இருப்பவர்கள். நம் சமூகத்தின் வாசிப்பையும் நகைச்சுவை உணர்வையும் நினைக்கப் பரிதாபமாக இருந்தது. அங்கேதான் செந்திலைச் சந்தித்தேன்.

'நித்தியானந்தம்..!', வணக்கம்போலச் சொல்லிவிட்டுப்பேச ஆரம்பித்த செந்திலை எல்லோரும் சற்று ஆச்சரியமாகப் பார்த்தார்கள்.

செந்தில் நித்தியானந்தாவைப் பின்பற்றுபவர் என்றும், இங்கேயுள்ள தியான முறைகளைப் பற்றி அறிந்துகொள்ளும் ஆர்வத்தில் வந்ததாகவும் கூறினார். பார்ப்பதற்குக் கறுப்பாக, உயரமாக நீள்முடிக் குடுமி, தாடி என நித்யானந்தாவின் இன்னொரு 'கெட்டப்' போலவே இருந்தார். அவரிடம் இதைச் சொன்னபோது மகிழ்ச்சியுடன் சிரித்தார்.

முதன்முறை நித்தியைப் பார்த்தபோது உயரமும் ஆகிருதியுமாக விரித்த தலைமுடி, புலித்தோல் ஆடை, கையில் பெரிய சூலமுமாக இருந்தாராம். அப்படியே சிவபெருமானைப் பார்த்ததுபோல இருந்தது என்றார். அதற்குமுன்னர் சிவபெருமானை எங்கே பார்த்தார் என்று கூறவில்லை. நானும் கேட்கவில்லை. எழுத்தாளர் சாருநிவேதிதாவும்கூட அப்படித்தான் கூறிக்கொண்டிருந்தார்.

செந்தில், அமெரிக்கா சென்று படித்து சில வருடங்கள் வேலை செய்துவிட்டுத் திரும்ப இங்கே வந்து நல்ல சம்பளத்தில் பணிபுரிந்துகொண்டிருந்தார். நித்தி, அவருக்கு அமெரிக்காவில் அறிமுகமாகியிருக்கலாம். உண்மையில் எனக்கும் 'கதவைத் திற காற்று வரட்டும்' தொடர் வாசித்ததில் ஓர் எழுத்தாளராக நித்தியைப் பிடித்திருந்தது.

உண்மையில் நித்தி, ஜக்கி வாசுதேவ், சுக போதானந்தா என எழுதும் எல்லோரையும் சுவாரசியமாக வாசிக்க முடிந்தது. காரணம், எல்லோரிடமும் ஓஷோவின் ஏதோ ஒரு சாயல் இருந்தது. தவிரவும் ஓஷோவை வாசித்தவர்களுக்கு இவை மிக எளிமையாகவுமிருக்கும். ஓஷோ பற்றி செந்திலும் நானும் பேசிக்கொண்டோம். 'இருபது வருஷத்துக்குப் பிறகு வந்திருக்க வேண்டிய மனுஷன். இப்ப இருந்திருந்தா எப்பிடியிருக்கும்?' எனச் சிலாகித்துக்கொண்டிருந்தார்.

ஓஷோவுக்கும், நித்திக்கும் மிகப் பெரிய வேறுபாடு ஒன்றிருந்தது. ஓஷோ காமமும் கடவுளை அடையும் வழி என்றார். எந்த இடத்திலும் தவிர்க்கச் சொல்லவில்லை. அதைக் கொண்டாட்டமாக அணுகச் சொன்னார். அதனாலேயே செக்ஸ் சாமியார் எனவும் பேசப்பட்டார். நித்தி? "இந்த வாழ்க்கையில் ஒன்றுமில்லை. துறவுதான் சிறந்தது" எனக் கூறிக்கொண்டிருந்தார்.

ஐந்து நாள் பயிற்சி முடிவின்போது தொலைபேசி இலக்கங்கள் பரிமாறிக்கொண்டோம். நித்தியின் தியான, சொற்பொழிவு சிடிக்கள் சில தருவதாகச் சொல்லி விடைபெற்றார். அதன்பிறகு இருவரும் பேசிக்கொள்ளவில்லை. சிடிக்கள் பெற்றுக்கொள்ளும் அவசியமும் இல்லாதுபோனது. செந்திலைக் கடைசியாகச் சந்தித்துச் சரியாக நான்காவது நாள் நித்தியின் 'உலக சினிமா' வெளியாகியிருந்தது.

இந்த நித்தி விவகாரத்தால் எத்தனை பேர் மறைமுகமாகப் பாதிக்கப்பட்டார்கள்? மன உளைச்சலைச் சந்தித்தார்கள்? நண்பர் ராஜனுக்குத் தெரிந்த பெண்ணொருவர் அறைக்குள்ளேயே முடங்கியிருந்தாராம். வீட்டிலிருந்த நித்தி படத்தை உடைத்து எறிந்துவிட்டாராம். இன்னொரு பெண் அன்றுதான் நித்தி படம் பொறித்த பெண்டென்ட் ஒன்று தங்கத்தில் செய்து, பூஜை யறையில் வைத்துவிட்டு, டீவியில் பார்த்திருக்கிறார். எனக்கும் பெரிய அதிர்ச்சியாக இருந்தது, 'நித்தியை வணங்குபவர்கள் கொழும்பிலும் இருக்கிறார்களா?' சிலர் டீவி கேபிள் இணைப்பைத் துண்டித்திருந்தார்கள்.

நம் சமூகம் பல விசித்திரமான பழக்கவழக்கங்கள் கொண்டது. நமக்கு யாரையாவது பிடித்துவிட்டால் கடவுள் அளவுக்கு உயர்த்திக் கொண்டாடுவோம். ஒரு செலிபிரிட்டியின் ரசிகனாக நம்மைக் காட்டிக்கொண்டால் அதற்கெனச் சில கொள்கைகளை நாங்கள் வகுத்துக்கொள்வோம். நமக்குப் பிடித்தவர் என்ன கோமாளித்தனம் செய்தாலும் நாம் அதை நியாயப்படுத்த வேண்டும். அவர்மீது எமக்கு விமர்சனங்கள்

வந்தாலும் வெளிப்படுத்தக் கூடாது. இறுதிவரை நின்று அவருக்காகப் போராட வேண்டும். யார்மீதும், எதன்மீதும் காலம் மாற நம் மதிப்பீடுகளும் மாறலாம். ஆனால் அதை ஏற்றுக்கொள்வதில் சிக்கல்.

'ரெண்டு வருஷத்துக்கு முதல் நீதானே அப்பிடிச் சொன்னே?' என்கிற கேள்விகள் வரலாம். எமக்கு யாரையேனும் பிடித்திருந் தால், அவர் செய்யும் பிழைகள், தவறுகளுக்கெல்லாம் நாங்கள் பதில் கூற வேண்டிய நிலைமை ஏற்படும். நாம் அப்படி இல்லா விட்டாலும் மற்றவர்கள் எதிர்பார்ப்பார்கள்.

எனக்கு நித்தி மீது கோபமெல்லாம் வரவில்லை. ஏன் கோபம் வர வேண்டும்? நான் நித்தியைக் கடவுளாக நம்பவில்லை. அவர் கட்டுரை வாசித்திருந்தேன். தியான முறைகள் நன்றாக இருந்ததாம். ஒரு யோகா டீச்சராக நித்தியைப் பார்த்த ஒருவருக்கு கோபம் வர என்ன காரணம் இருக்க முடியும்? செந்திலுக்குக் கோபம் வர நியாயமான காரணம் உண்டு. அவர் நித்தியின் போதனைகளை நம்பிப் பிரம்மச்சரியத்தைக் கடைப்பிடிக்கவே எண்ணம்கொண்டிருந்தார். செந்தில் மிக மோசமாக ஏமாற்றப் பட்டிருந்தார்.

உண்மையில் நானும் பாதிக்கப்பட்டேன் என்பது அன்று மாலையே தெரிந்தது. நித்தி பற்றியும், சாரு எழுதியது பற்றி யெல்லாம் அவ்வப்போது நண்பன் ஜெயனிடம் பேசும்போது குறிப்பிட்டிருக்கிறேன். அன்றைய மாலைச் சந்திப்பில் கேட்டான், "என்ன மச்சான் உன்ர ஆள் மாட்டீட்டாராம்?"

அப்போதுதான் செந்திலின் நிலையை எண்ணிப் பார்த்தேன். எத்தனை நண்பர்களின் கிண்டல்களையும் கேள்விகளையும் எதிர்கொண்டிருப்பார்? சிலநாட்கள் தலைமறைவாகவே இருந்திருக்கக் கூடும். அன்றோடு வெறுத்து எல்லாவற்றையும் தலைமுழுகியிருக்கக் கூடும். மாறாக, இன்னொரு சாத்தியமும் உண்டு. இன்றும் அவர் அதே தீவிரத்தோடு இருக்கக்கூடும்.

நித்தி, ஜக்கி வாசுதேவ், ரவிஷங்கர் இவர்களெல்லாம் கார்ப்பொரேட் சாமியார்களாக இருக்கின்றபோதிலும், அவர்கள் கற்றுக் கொடுக்கும் மூச்சுப் பயிற்சி, தியான முறைகள் மூலம் எமக்கு நன்மை, மன அமைதி கிடைக்கிறது எனில், அதை மட்டும் எடுத்துக்கொள்ளலாம். அவர்களை எப்படிப் பார்க்கிறோம்? அவர்கள் சொல்வதில் எதை எடுத்துக்கொள்கிறோம் என்பதில் தான் எல்லாம் தங்கியுள்ளது. ஒரு யோகா டீச்சரையும், ஒரு தியான குருவையும் ஏன் கடவுள் ஸ்தானத்துக்கு வழிபட

வேண்டும்? மனிதருக்கான மரியாதை மட்டும் போதுமே. கணித ஆசிரியருக்கோ, நீச்சல் பயிற்சியாளருக்கோ புகைப்படம் மாட்டிப், பூ வைப்பதில்லையே!

இந்துமதத்தின் ஜனநாயகத்தன்மை அலாதியானது. அது மனிதனுக்குக் கொடுக்கும் உச்சபட்ச சலுகை, நாம் விரும்பினால், அதற்கேற்ப பயிற்சியும் முயற்சியும் செய்தால் நாமே கடவுளாகிவிடலாம் என்பதுதான். கடின உழைப்பும் விடா முயற்சியும் கொண்ட ஒருசிலர் பகவான்களாகிறார்கள். சொந்தமாக யோசிக்க முடியாத, விரும்பாத அதிதீவிரவாதிகள் பகவான்களின் பக்தர்களாகிறார்கள்.

ஒருவகையில் யோசித்தால், இந்துக்களில் மிகுந்த பக்தியுணர்வு கொண்டவர்களே மிகப்பெரிய நாத்திகவாதிகளாகவும் இருக்கிறார்கள். அவர்கள் தான் கடவுளை நம்பாமல் மனிதனைக் கடவுளாக்கி வணங்குகிறார்கள்!

நீர் தேடும் படலம்

"இதெல்லாம் நடக்குமெண்டு நினைக்கிறீரோ தம்பி?"

அவ்வப்போது சிரித்துக்கொண்டே கேட்பார் மானேஜர்.

"ஏன் நடக்காதா எல்லாம் சரியாத்தானே இருக்கு?"

"இட்ஸ் ஒக்கே! நான் சும்மா கேட்டன் நீர் என்ன நினைக்கிறீர் பாப்பம் எண்டு..."

'இட்ஸ் ஒக்கே' என்பதே மானேஜரின் தாரக மந்திரம். 'ஒரு பொல்லாப்புமில்லை' என்கிற 'விசர்ச்செல்லப்பா' என்கிற நல்லூர் செல்லப்பா சுவாமிகளின் வார்த்தைக்கு ஈடானதாக அடிக்கடி சொல்வார். மானேஜரும் நல்லூரடிதான். ஏதேனும் லிங்க் இருக்குமோ என்னமோ என அவ்வப்போது நினைத்துக்கொள்வேன்.

"என்னவாம்? தம்பி இரணைமடுத்தண்ணி கொண்டுவரப் போறாராமோ?

சிறி இடையில் வந்து "இப்பிடித்தான் முந்தியும் மகாவலி" கதைசொல்ல ஆரம்பிப்பார். 'அடப் பாவீங்களா நடக்காதுன்னு நினைச்சுக்கொண்டா வேலை செய்யுறீங்க?' எனத் தோன்றும்.

"என்ன இப்பிடி கதைக்கிறீங்க? இயக்கமே ஒக்கே சொல்லிட்டாங்களே?"

“என்னமோ பாப்பம்… எங்களுக்கு நல்லா பே பண்ணீனம்… சந்தோஷமா வேலை செய்துட்டுப் போகவேண்டியதுதான். இட்ஸ் ஒக்கே”, மானேஜர்

முதல் வேலை எங்களுக்கு என்னமாதிரியான அனுபவங்களைக் கொடுத்திருக்கும்? அதுவரை நாம் பார்த்து வளர்ந்தது வெளியுலகம், மனிதர்கள் பற்றி அலட்டிக்கொள்ளத் தேவையில்லாத வாழ்க்கையின் பாதுகாப்பான ஒருபகுதியை மட்டுமே. நாங்கள் சொந்தமாக, சுயாதீனமாக யோசிப்பதற்கோ, பிறரை எடை போடுவதற்கோ எந்த அவசியமும் அவ்வளவாக இருந்ததில்லை. முதல் வேலை வேறு ஒரு உலகத்திற்குள் புகுவது போன்றது. நிறையக் கற்றுக் கொடுக்கும், அரசியலைக் கூட! நாங்கள் விழிப்புடன் இருந்துகொண்டால். என் முதல் வேலையும் அப்படித்தான்.

எல்லாவற்றையும்விட அதுவரை எனக்குத் தெரியாத முக்கியமான ஒரு உண்மையைப் புரியவைத்தது. அது, யாழ்நகரப் பகுதியில் நான் வசிக்கும் பிரதேசத்திற்கு அருகில் மூன்று கிலோ மீட்டருக்குள்ளேயே நல்ல தண்ணீர் கிடையாது. நீர்வழங்கல் சபை மூலம் குடிநீர் குழாய்மூலம் வழங்கப்படுகிறது என்பது. பக்கத்திலுள்ள பிரச்சினையே தெரிந்திருக்கவில்லையே என ஆச்சரியமாகவும் அதிர்ச்சியாகவுமிருந்தது. நாங்கள் ஒருபக்கம் தண்ணீரைக் கணக்கின்றிக் கவலையின்றித் ‘தண்ணீராய்’ இறைத்துக்கொண்டிருக்கிறோம். அருகிலேயே பற்றாக்குறை. சற்றுத்தள்ளி, தீவுப் பகுதிகளில் அத்தியாவசியத் தேவைகளுக்கே தண்ணீர்ப் பஞ்சம். இதற்கெல்லாம் தீர்வு? அதற்கான திட்டம் தான் எங்களின் ப்ரொஜெக்ட்.

ஆசிய அபிவிருத்தி வங்கியின் நிதியுதவியுடன், இரணைமடுக் குளத்திலிருந்து யாழ் குடாநாட்டிற்கு நீர் வழங்கும் திட்டம்! அதற்கான சாத்தியக்கூறு ஆய்வு ஒன்பது மாதங்களுக்குத் திட்டமிடப்பட்டிருந்தது.

நான்தான் அங்கே இருந்தவர்களிலேயே சின்னப்பையன். பாலா அண்ணன், வேணு தவிர எல்லோருமே மாமாக்கள், தாத்தாக்கள்! டீம் லீடர் இங்கிலாந்துக்காரர். அவுஸ்திரேலியா, அமெரிக்கா, பாகிஸ்தான் உள்ளிட்ட வேற்று நாட்டவர்கள், இலங்கையின் பொறியியல் துறையின் விரிவுரையாளர்கள், துறை சார்ந்த வல்லுனர்களுடன் பணிபுரியும் அனுபவம் வாய்த்தது. தவிர விதவிதமான தமிழர்களுடன், சிங்கள இனத்தவருடனும் பழகுவதற்கு வாய்ப்பளித்தது. நிறையக் கற்றுக்கொடுத்தது.

“தம்பி உமா நீங்கள் சின்னப் பிள்ளையள், இதெல்லாம் பழகவேணும். இப்பிடி வர்ற நேரத்தப் போடக்கூடாது. மேல சைன்

பண்ணியிருக்கிற ஆளின்ர டைம் பாத்து அதுக்கேற்றமாதிரிப் போடவேணும்."

பதினோரு மணிக்கு அலுவலகம் வந்து ஒன்பது மணி என்று வருகைப் பதிவேட்டில் பதிவதன் சூட்சுமம் புரிந்தது. முன்னாள் அரசாங்க உத்தியோகத்தர்களின் அவ்வப்போதான அறிவுரைகள் அவை.

நாவலர் வீதியில் அலுவலகம் அமைந்திருந்தது. இயங்க ஆரம்பித்த முதல் இருவாரங்கள் மிக நகைச்சுவையான காட்சிகள் அரங்கேறிக்கொண்டிருந்தன. ஒவ்வொரு நாளும் புதிதாக ஒருவர் அறிமுகமாகிக்கொண்டிருந்தார்கள். அவர்களில் பாலா அண்ணன் மிக முக்கியமானவர். இன்றுவரையும் திட்டத்தில் இணைந்திருப்பவர். வேணுதான் முதலில் அறிமுகமான நண்பர்.

டீம் லீடர் மட்டும் முதல் நாளிலிருந்தே வெகு தீவிரமாகத் தனது வேலையை ஆரம்பித்துவிட்டார், உப அணித்தலைவரான நாகாவும் அப்படித்தான்! நான் *AutoCAD*இல் படித்ததை அவ்வப் போது பயிற்சி செய்வதுபோல வரைந்துகொண்டிருக்க, அருகில் பாலா அண்ணன். சற்றுத்தள்ளி வேணு. சிறி அங்கிள் ஒரு பெரிய யாழ்ப்பாணத்தின் வரைபடத்தை டைனிங் டேபிளில் பரப்பிவைத்து மூன்று நாட்களாக விடாது முறைத்துப் பார்த்துக் கொண்டிருந்தார். அடுத்தவாரம் இலேசாக நடுவில் கிழிந்து போயிருந்த வரைபடத்தைக்காட்டி, "பாலாண்ணே இங்க பாருங்க பார்வையின்ர கொடூரம் தாங்கமுடியாம மப் தானாக் கிழிஞ்சுபோச்சு!"

பொறியியல் மாணவி கலா டிரெயினிங்கிற்காக வந்திருந்தார். தன் அருகில் வந்தமர்ந்தவரைப் பார்த்து சிறி கேட்டார், "இதில எங்கட ஒஃபிஸ் எங்கயிருக்கெண்டு கண்டுபிடியும் பாப்பம்." தொடர்ந்து சில நாட்கள் இருவரும் சேர்ந்து வரைபடத்தைத் தீவிரமாக முறைத்தார்கள்.

ஒரு கன்சல்டண்ட் தாத்தா அப்துல் கலாம் குழந்தைகளைக் கனவு காணச் சொன்னதை அப்படியே பின்பற்றினார். தனது அறையில் உட்கார்ந்தபடியே தூங்கிக்கொண்டிருப்பார். திடீரெனக் கண்விழித்து ஏதாவது ஐடியாக்களோடு வருவார். எல்லாமே தேவையில்லாததுதான். சமூகவியலாளரான ஒரு தமிழ்க் கன்சல்டன்ட்டின் அறையில் ஒரே கள்வாசம் வீசும். மற்றபடி தொந்தரவில்லை. சமூகம் மேசையில் தலைகவிழ்ந்து தூங்கியபடியே இருக்கும்.

வேலையில்லாத நேரத்தில் அசிரத்தையாக உட்கார்ந் திருப்பது, சுவரை வெறித்துக்கொண்டிருப்பது, கணினியைச்

சும்மா வெறித்துப் பார்ப்பது, கதிரையில் மல்லாக்க படுத்து விட்டத்தைப் பார்ப்பது என ஒவ்வொருவரும் மற்றவரைப் பார்த்துச் சிரித்துக்கொள்வது வழக்கம். மானேஜர் வித்தியாச மானவர். தன் எதிரே சற்றுத்தள்ளி இருக்கும் கதிரைகளில் அலுவலக உதவியாளர்களும், டீம் லீடரின் வாகனச் சாரதியும் உட்கார்ந்திருக்க வேண்டும் என்பது அவர் சட்டம்.

ரங்கா அண்ணன் எல்லோருக்கும் டீ கொடுத்துவிட்டு, இந்திய ராணுவம் அடித்தது, பூசா முகாமில் கொண்டுபோய் வைத்திருந்தது, உள்ளிட்ட தனது மலரும் நினைவுகளைச் சிரிப்புடன் சொல்வார். இன்னொரு நாள் டிரைவர் ஜெயா தனது கதை. இப்படியே முன்னாள் நீர்வழங்கல் சபையின் உத்தியோகத்தர்களின் கதைகள், நாட்டு நடப்பு எனக் க(ளை)தை கட்டியது.

“வேலையில்லாம இருந்தாலும் ஆக்கள் பாக்கேக்குள்ள அப்பிடியிருக்கக் கூடாது. நானெல்லாம் பழைய ஒஃபிசில அப்பிடித்தான் சும்மா இருக்கிற ஃபைலை அங்க வச்சு, அங்க இருக்கிறத இங்கவச்சு அடிச்சுப் பிடிச்சு ஏதாவது செய்வன்” மானேஜர் சிரித்துக்கொண்டே உதவிக் குறிப்புகள் வழங்குவார்.

இதெல்லாம் முதல் பதினைந்து இருபது நாட்கள் மட்டுமே. ஒரேமாதத்திலேயே வேலை சூடுபிடித்துப் பரபரப்பாகப் போய்க் கொண்டிருந்தது. ஒருசிலர் மட்டும் தொடர்ந்து ஓய்வெடுத்துக் கொண்டே இருந்தார்கள், ஆய்வுக்காலம் முடியும் வரைக்குமே.

முதன்முறையாகப் பண்ணைப்பாலம் கடந்து தீவுப் பகுதிகளுக்குச் செல்ல சந்தர்ப்பம் கிடைத்தது. லெவலிங் வேலை களுக்காக ஊர்காவற்துறை, புங்குடுதீவு, வேலணை, சரவணை, அராலித்துறை பகுதிகளில் ஒரு மாதத்திற்கும் மேலாகச் சுற்றிக்கொண்டிருந்தோம். நயினாதீவு, நெடுந்தீவு, எழுவைதீவு, அனலைதீவுப் பிரதேசங்களுக்கு ஒருமுறைமட்டுமே செல்லநேர்ந்தது. சென்றுகொண்டிருந்தோம். ஏனைய பிரதேசங்களுக்கு அடிக்கடி. காரைநகருக்கும் ஊர்காவற்துறைக்குமிடையில் ‘பார்ஜ்’ ஓடுவதெல்லாம் அப்போதுதான் தெரியும். இடைப் பட்ட நாட்களில் பண்ணைப்பாலம் திருத்தும் பணிகள் நடைபெற்றதால் காரைநகர் சென்றே தீவுப்பகுதிகளுக்குச் செல்ல வேண்டியிருந்தது. குறிப்பாகத் தீவுப்பகுதியெங்கும் தீர்க்கமுடியாதிருந்த தண்ணீர்த்தேவை பற்றி அப்போதுதான் முழுமையாகப் புரிந்தது. அநேகமான வீடுகளில் கிணறுகள் வற்றிப்போய், பரிசோதனைக்கு ஒரு வாளி நீர்கூட அள்ள முடியாத நிலை.

யாழ்குடாநாட்டில் மக்களின் அன்றாடத் தேவைக்கான நீர் பெறப்படுவது நிலக்கீழ் நீர் மூலமாகவே. விவசாயமும் நிலத்தடி நீரான கிணறு, சிறியளவில் மழைநீரையும் நம்பியே மேற்கொள்ளப் படுகிறது. இன்னொரு நீர் மூலமான மேற்பரப்பு நீர் அதாவது ஆறு, குளம் போன்றவை கிடையாது. வழுக்கியாறு எனப்படும் மழைக்கால ஆறு ஒன்றுள்ளது. ஏனையவை சிறு மழைக்காலக் குளங்கள் அல்லது குட்டைகள் மட்டுமே. மழை நீரைத் தேக்கி வைத்திருப்பதற்கான பாரிய நீர்நிலைகள் கிடையாது. மழை நீர் அப்படியே வழிந்தோடிக் கடலில் கலக்கிறது.

நிலத்தடிநீர் தொடர்ந்து எடுக்கப்படுகிறதே தவிர, அது பிரதியீடு செய்யப்படுவதில்லை. மீண்டும் நிலத்துக்குக் கீழ் செலுத்தப்படும் வாய்ப்புகள் மிகக் குறைவு. பெருமளவு விவசாய நிலங்கள் படையினரின் கட்டுப்பாட்டில் உயர் பாதுகாப்பு வலயங்களிலிருந்தன. ஏனைய பிரதேசங்களிலும் பயிர்ச்செய்கை மேற்கொள்வது குறைந்துவிட்டது. பயிர்நிலங்களுக்கு நீர் பாய்ச்சும் போது ஒரு சிறிய சதவீதமான நீர் நிலத்துக்குக் கீழ் செல்ல வாய்ப்புண்டு. அதுபோல மழை நீரும் மிகமிகக் குறைந்தளவே உட்செல்லும். தற்போது வீட்டுக் கூரையிலிருந்து இறங்கும் மழை நீரை நிலத்தின் கீழ் செலுத்தும் முறை பின்பற்றப்படுகிறது. புதிதாகக் காட்டப்படும் வீடுகளுக்கு இது கட்டாயம். சல்லிக் கற்கள், மணல் நிரப்பப்பட்ட குழியினுள் பீலிக் குழாய் நீரைச் செலுத்துதல். இது நீண்டகால அடிப்படையில் கொஞ்சம் பலன்தரும்.

இப்படியே போனால், ஒருகட்டத்தில் என்னவாகும்? நிலத்தடி நீர் தீர்ந்து போகும். அதற்கு முன்னர் ஆழமான பாறைகளுக்குக் கீழேயுள்ள நீர் மாசடையும். கடல் நீர் உட்புகுந்து கலக்க, உப்புத்தன்மையாகும். 2030ஆம் ஆண்டில் யாழ்ப்பாணம் முழுவதும் சுத்தமான நிலத்தடி நீர் அற்றுப்போகும் வாய்ப்புண்டு என்பதுதான் திட்டத்திற்கான அடிப்படை. ஆக, யாழ்குடாநாட்டின் நீர்த்தேவைக்கான பாரியதொரு நீர்நிலை வேண்டும். அதுதான் இரணைமடு.

இரணைமடுவிலிருந்து யாழ்ப்பாணத்திற்குத் தண்ணீர் கொண்டுவருவதெல்லாம் சாத்தியமா?

"இதெல்லாம் நடக்குமெண்டு நினைக்கிறீரோ தம்பி?" என்று மானேஜர் அடிக்கடி கேட்பதிலும் நியாயமிருந்தது. பத்திரிகைகளில் இதுபற்றிச் செய்தி வெளியானபோதே பலருக்கும் பலவித சந்தேகங்களிருந்தன. முக்கியமான பிரச்சினை குளம் புலிகளின் கட்டுப்பாட்டிலிருந்தது. இதற்கு அவர்கள் சம்மதிப்பார்களா? இதயப் பகுதியான வன்னியிலிருந்து எந்த

வளமும் சுரண்டப்படுவதை அவர்கள் அனுமதிக்கமாட்டார்கள் என்பது போன்ற கேள்விகள் இருந்தன.

முடியும் என்பதில் எந்த சந்தேகமுமிருக்கவில்லை. ஆரம்பத்தி லேயே இத்திட்டம் பற்றி முழுமையாக விளக்கப்பட்டு, புலிகளுடன் பேசி, அவர்களின் முழுச் சம்மதத்துடனேயே ஆரம்பிக்கப்பட்டது. புலிகள் தரப்பில் தூயவன் என்பவருடன் பேசிய அவுஸ்திரேலியா வாழ் தமிழ்க் கன்சல்ட்டன்ட் ராகா சொல்லிக்கொண்டிருந்தார். "அவர் என்னை சேர் எண்டு கூப்பிட்டார், நான் அவரை அண்ணை எண்டு கூப்பிட்டன், தூயவன் அண்ணை கேட்டார், 'இரணமடு பற்றி நிறைய நியூசுகள் கேள்விப்பட்டிருப்பீங்கள் தானே! நீங்கள் அணைக்கட்டை உயர்த்துறதால ஏதும் பாதிப்பு வருமோ?"

"இல்ல அப்பிடியெல்லாம் ஆகாது."

இரணைமடுவில் விமான ஓடுபாதை இருக்கிறது என்பதெல்லாம் அப்போது ஊர்ஜிதமற்ற செய்திகளாகவேயிருந்தன.

இரணைமடு நீர்த்தேக்கத்தின் ஒரு குறிப்பிட்டளவு மட்டுமே விவசாயத்திற்குப் பயன்படுகிறது. மேலதிக நீர் மழைக்காலத்தில் கடலுக்குள் திறந்துவிடப்படுகிறது. இந்த மேலதிக நீரை மாத்திரமன்றி, அணைக்கட்டின் உயரத்தை அதிகரிப்பதன் மூலம் கொள்ளளவை அதிகரித்து, அதன் மூலம் சேகரிக்கப்படும் நீரை யாழ் குடாநாட்டின் நீர்த்தேவைக்குப் பயன்படுத்துதலே திட்டத்தின் நோக்கம்.

ஒருமுறை டீம் லீடருக்கும், கன்சல்டண்ட் சிங்கத்துக்கு மிடையே தொழில்நுட்ப விஷயத்தில் கடுமையான விவாதம். சிங்கம் அவுஸ்திரேலியாவிலிருந்து வந்திருந்த தமிழர். எங்களிடம் மிக அக்கறையாகப் பேசுவார். இன உணர்வு, தாயகப்பற்று மிக்கவர். டீம் லீடரின் பார்வையில் ஐரோப்பியப் பார்வையில் இலங்கை என்பது இந்தியா, பாகிஸ்தான் போன்ற ஒரு நாடு என்பதாக மட்டுமே தெரிந்தது. அப்படியில்லை! உண்மையில் இனவேறுபாடு, அதனாலேற்பட்ட யுத்தம் என்கிற மோசமான விளைவுகள், பின்னடைவுகள் தவிர இலங்கை பல விடயங்களில் ஏனைய தென்னாசிய நாடுகளுடன் ஒப்பிட முடியாதது என்பதைச் சிங்கம் வலியுறுத்தினார். சிங்கம் சத்தமாகப் பேசி, மேசையில் குத்தி, டீம் லீடர் பாவமாக முகம் சிவந்து ஓரிரு நாட்கள் தொடர்ந்தது. இறுதியில் தமிழர் சிங்கத்தின் யோசனை எல்லா மட்டத்திலும் ஏற்றுக்கொள்ளப்பட்டது.

மானேஜர்தான் மிகவும் சோகமாக இருந்தார். "என்ன இருந்தாலும் அவர் எங்களுக்காக லண்டன்ல இருந்து வந்திருக்

கிறார். சந்தோஷமா வேலை செய்துட்டு சந்தோஷமா அனுப்பி வைக்கவேணும் இப்பிடி சண்டை பிடிச்சு ...”

நாட்டு மக்களின் எதிர்காலத் தண்ணீர்ப் பிரச்சினைக்கான தீர்வுக்குக் கோடிக்கணக்கில் பணம் செலவளித்து ஆய்வு செய்யும் திட்டத்தில், ஒரு வெள்ளையரின் சந்தோஷத்தைப் பற்றி கவலைப்பட்டுக்கொண்டிருந்தார் அப்பாவி மானேஜர். அவர் எங்களுக்காக ஒன்றும் வரவில்லை. அவர் ஐரோப்பாவில் நியமிக்கப்படாமல் எல்லாமே ஆசியாவின் திட்டங்களில் பணியாற்றக் காரணம், அவருக்கு பிரெஞ்சு தெரியாததுதான் என்கிற உண்மையெல்லாம் பற்றி மானேஜருக்குக் கவலையில்லை. ‘என்ன இருந்தாலும் சிங்கம் செய்தது சரியில்ல’ என்கிறமாதிரியான நிலைப்பாட்டில் இருந்தார்.

சமூகவியலாளர் என்றொருவர் ப்ரோஜெக்ட்களில் இருப்பார். ஆரம்பத்தில் இவர் எதற்காக என்றொரு கேள்வி தோன்றும். சமூகத்தை ஆய்வு செய்து எப்படி முன்னேற்றலாம் எனக்கண்டறிய முயல்கிறார்களா? என்றொரு சந்தேகம் இருந்தது. அதெப்படி? எங்கோ தாய்வானில் பிறந்த ஒருவர், எக்கச்சக்கமான சம்பளத்துடன் வேலைக்கு வந்து, மடிக்கணினியுடன் ஓர் ஏசி அறையில் அமர்ந்துகொண்டு யாழ்ப்பாணம் பாஷையூரில் இரவு கடற்தொழிலுக்குச் செல்லும் ஒருவரின் வாழ்க்கைத்தரத்தை, *Excel, SPSS* மென்பொருட்களின் உதவியுடன் உயர்த்தமுடியும் என்கிற ரீதியில் அப்போதெல்லாம் கோக்குமாக்காகச் சிந்தித்த துண்டு. எங்கள் ப்ரொஜெக்டில்தான் உண்மையைத் தெரிந்து கொள்ள முடிந்தது.

அலுவலகத்தில் பெண் சமூகவியலாளர் ஒருவர், ஆய்வின் மூலம் மக்களால் இரண்டுரூபாய் கொடுக்க முடியுமா எனக் கண்டறிந்துவிடும் திட்டத்தில் இருந்தார். ஒரு யூனிட் நீருக்கான விலை இரண்டுரூபாய் என்று அப்போது தீர்மானிக்கப் பட்டிருந்தது. அதைச் செலுத்த முடியுமா என்பதற்காக ஒரு கள ஆய்வு. அப்போது யாழ் பல்கலைக் கழகத்திலிருந்து வெளியேறிய சமூகவியல் படித்த கலைப்பிரிவு மாணவிகள் பத்துப்பேர் இதற்கென உள்வாங்கப்பட்டிருந்தார்கள். கேள்விக் கொத்து தயாரிக்கப்பட்டுக் குறித்த பிரதேச மக்களுக்கு வழங்கப் பட்டிருந்தது.

வீட்டில் தென்னை மரம் இருக்கிறதா? சைக்கிள், மோட்டார் சைக்கிள் இருக்கிறதா? வீட்டில் ஆடு, கோழி வளர்க்கிறீர்களா? உள்ளிட்ட ஏராளம் கேள்விகள்.

இதைப் பார்த்த மானேஜர் கேட்டார், “தம்பி நான் சும்மா கேக்கிறேன். ஏன் இப்பிடியெல்லாம் கேக்கினம் நேரடியா

ரெண்டுரூபா தருவீங்களா மாட்டீங்களா எண்டு கேக்க வேண்டியதுதானே?"

நம் மக்களோ கேள்விக்கொத்தில் பெரிய அரசியல் நகைச்சுவையைச் செய்திருந்தார்கள்.

கேள்வி : வெளிநாட்டில் யாராவது இருக்கிறார்களா?

ஆம். கனடாவில் இரண்டு பேர், லண்டனில் ஒருவர்.

மாத வருமானம்?

2500/–

கூசாமல் நிரப்பியிருந்தார்கள் ஓரிருவரல்லர்; அநேகமான எல்லோருமே.

யாராவது குடும்ப விவரம் கேட்டு விண்ணப்பப்படிவத்தை நிரப்பக் கொடுத்தால், அவ்வளவுதான். 'நிவாரணம் தரப் போறாங்கள்போல' என்றே மக்கள் தொலைநோக்குப் பார்வையோடு சிந்திக்கப் பழகியிருந்ததன் விளைவு அது.

பேச்சுவார்த்தையும் இழுபறியாக இருந்த நேரம். புலிகள் யாழ்ப்பாணத்திலிருந்து உத்தியோகபூர்வமாக வெளியேறியிருந்தனர். இதனைக் காரணம்காட்டி தமிழர் சிலர் அலுவலகத்தைக் கொழும்புக்கு மாற்ற முனைந்தனர். 'நிலைமை மோசமாகிவிட்டது, எப்போதும் தாக்குதல்கள் ஆரம்பிக்கலாம்', 'இனி யாழ்ப்பாணத்தில் வாழமுடியாது' என்றெல்லாம் கொழும்பு தலைமையகத்திற்குப் பிரச்சாரம் செய்யத் தலைப்பட்டார்கள். உண்மையில் அதற்கு வலுவான காரணங்கள், சம்பந்தப்பட்டவர்களின் தனிப்பட்ட குடும்ப, மருத்துவ நலன்கள் சார்ந்தவையாக இருந்தன.

உபதலைவர் நாகா யாழில்தான் தொடர்ந்தும் இயங்க வேண்டுமென்பதில் உறுதியாக இருந்தார். கள ஆய்வு உள்ளிட்ட முழுவேலையும் இங்கே இருந்தன. இறுதியில் டீம் லீடர் பீதியூட்டப்பட்டு, கொழும்பு சென்றார். களவேலைகளுக்குச் சென்று பாதுக்காப்புச் சிக்கல்களை எதிர்கொள்ளும் அவசிய மில்லாதோர், அலுவலகத்திலேயே வேலையேதுமின்றித் தூங்கு வோர் என ஒருசிலரும் கொழும்பு சென்றார்கள்.

கொழும்பு சென்ற தமிழர்கள், யாழ்நிலைமை குறித்த எதிர்மறையான பிரச்சாரத்தில் ஈடுபட, இங்கே மானேஜர் அதை வெற்றிகரமாக முறியடிப்பதில் முன்னின்றார். பணி நிமித்தம் வரும் சிங்கள கன்சல்டன்களிடம் 'இங்கே எந்தப் பிரச்சினையும் இல்லை, சுமுகமாகவேயுள்ளது' என நம்பிக்கை

யூட்டுவார். ஒருமுறை இரு சிங்கள ஆய்வாளர்கள் இரணைமடு சென்றவேளையில், அவர்கள் வாகனத்தை மோட்டார் சைக்கிள் ஒன்று நீண்ட நேரம் பின்தொடர்ந்துள்ளது. டிரைவர் ஜெயா சொன்னாராம், "நீங்கள் தென்பகுதியிலிருந்து வந்திருப்பதால் உங்களுக்குப் பாதுகாப்புக் கொடுக்கத்தான் வருகிறார்கள்", இதைச் சொன்னதும் மானேஜர் மிக மனமகிழ்ந்து பாராட்டினார்.

வரலாற்று முக்கியத்துவம் வாய்ந்த அல்லது பின்னாளில் வாய்க்கப்பட்ட அந்த ஜனாதிபதித் தேர்தல் முடிந்ததும் யாழில் உண்மையிலேயே நிலைமை மாறத் தொடங்கியது.

ஒரு மாலை நேரம். மூன்று மணி இருக்கலாம். ஒரு கிரனைட் வெடிக்கும் ஓசையும் அதனைத் தொடர்ந்து நீண்டகாலத்துக்குப் பின்னர் துப்பாக்கி வேட்டுச் சத்தங்களும் கேட்க ஆரம்பித்தன. செல்பேசிகள் ஒலிக்கத் தொடங்கின. "தட்டாதெருச் சந்தியால போற ஆக்களுக்கு ஆமி அடிக்கிறானாம் . . . வீட்ட பாத்து வா" அப்பா.

யாழ்ப்பாணத்தில் முறுகல் நிலை ஆரம்பித்திருந்தது. நீண்டகால இடைவெளியின் பின்னர் துப்பாக்கிச் சூட்டுச் சத்தங்கள் கேட்க ஆரம்பித்திருந்தன. அதனைத் தொடர்ந்து ஆங்காங்கே அசம்பாவிதம் நிகழும்பட்சத்தில் அப்பகுதியில் வீதியில் செக் பொயிண்ட் கடந்து செல்லும் மக்களுக்கு அடி விழவும் ஆரம்பித்திருந்தது.

எங்கள் அலுவலகத்தில் வைத்திருந்த *GPS* இரண்டும் அனுமதி பெறாதவை. ஆமிக்குக் காட்டவேண்டாம் என்று மட்டும் அறிவுறுத்தியிருந்தார்கள். அப்போது யாழ்ப்பாணத்தில் முறைப்படி பதிவு செய்து அனுமதி பெற்றுத்தான் வைத்திருக்க வேண்டும். அல்லது விசாரணையின்றிக் கைதுசெய்யலாம் என்கிற தகவலும் தெரிந்தது. சாதாரண *GPS*, ஏதோ பெரிய ஆயுதத்தை வைத்திருப்பது போலப் பீதியைக் கொடுத்தது.

மண்டைதீவு செல்லும் சோதனைச் சாவடி. டாஷ்போர்டில் மறைத்து(*?!*) வைத்திருந்த *GPS*ஐ எடுத்து அனுமதியுள்ளதா எனக் கேட்டு, யோசனையுடன் பார்த்தார்கள். ஆமியிடம் அதனைக் கொடுத்துவிட்டுச் செல்வது அவ்வளவு உசிதமல்ல எனத் தீர்மானித்த சிறி தனது ராஜதந்திரத்தைப் பிரயோகித்தார், "அப்ப இவர இங்க விட்டுட்டுப் போறம்."

'அடப்பாவிங்களா! அவங்களே யோசிச்சிட்டு விடுற மாதிரி இருக்கானுங்க நீங்க ஏன்யா என்னைப் பிடிச்சுவைக்க ஐடியா குடுக்கிறீங்க? சரி அப்பிடியே இருந்தாலும் ரெண்டு பெருசுங்க நீங்க இருக்கீங்க நான்தான் ஆமிகூட இருக்கணுமா?'

கொலை வெறியிலிருந்தேன். ஆமிக்காரன் அசுவாரசியமாக GPSஐ என்னிடமே தந்துவிட்டுச் சற்றுத்தள்ளியிருந்த பேரூந்து தரிப்பிடம் போன்ற சிறிய குடிலில் போய் அமர்ந்திருக்குமாறு சொன்னான். ‘நாடு இருக்கும் நிலையில் இப்படி வந்து’ மிகுந்த கடுப்புடன் அமர்ந்திருக்கையில் ஒருவர் வந்து எதிரே அமர்ந்தார்.

வியாபாரம் செய்பவர். ஏதோ அனுமதிக்காகக் காத்திருப்ப தாகச் சொன்னார். நிறையப் பேசினார். ஏற்கனவே எனக்கு நல்ல மனநிலை. திடீரென என்னைப் பற்றியும் கேள்வி கேட்க ஆரம்பித்தார்.

“ஏன் இங்க இருக்கிறீங்க?”

விவரத்தைச் சொன்னேன்.

“இதவச்சு என்ன செய்யிறது? ஃபோன் மாதிரி இருக்கு…”

“இப்ப இந்த இடத்தின்ர பொயின்ர காட்டுது பாருங்க. இத வன்னிக்கு அனுப்பினா இந்த இடத்துக்கு ஷெல் அடிப்பாங்க”

“இது உங்கடையா?”

“இல்ல ஒஃபீஸ்ல இருந்து …”

“நீங்க இயக்கமோ?”

“இல்லண்ணே, இது வேற விஷயத்துக்கு பாவிக்கிறம் நாங்க.”

சற்று நேரம் நம்பாமல் யோசனையுடன் பார்த்துக்கொண் டிருந்தவர் அவசரமாக, “தம்பி நான் வாறன்.”

“அப்ப நீங்கள் தண்ணி கொண்டு வாறதெண்டுதான் நிக்கிறியள்” – காலை ஆறுமணிக்கு தீவுப்பகுதிகளுக்குப் புறப்படும் போது மானேஜர் சிரித்துக் கொண்டே கேட்பார்.

“ஓம் வரும்தானே! கொண்டு வருவம்”, செல்வா.

செல்வா உறுதியாக நம்பினார். தீவுப் பகுதிகளில் களத்தில் நிற்கும்போது ஊர் மக்களுடன் பேசுகையில் அவ்வளவு நம்பிக்கை யுடன் பேசுவார். “இரணை மடுவிலருந்து தண்ணி கொண்டு வரப்போறம் அதான் வந்திருக்கிறம்.”

பொதுவாக இப்படியான ஆச்சரியமளிக்கும் பெரிய விஷயத்தை எப்படிச் சொல்ல வேண்டும்? உயரமான ஒரு வெள்ளைநிறப் பிக்கப்பில் வந்திறங்கிய, குளிர்க் கண்ணாடியணிந்த

வெள்ளைநிற வெளிநாட்டுக்காரர் ஆங்கிலத்தில் சொல்ல, அதை ஒருவர் தமிழில் மொழிபெயர்த்துச் சொல்ல வேண்டும். காலங் காலமாக அதுதானே நம்பகத் தன்மையுடையதாக இருக்கிறது? அப்படித்தானே நாம் நம்புகிறோம்? அதுதானே முறை?

அப்படியல்ல, எண்ணெய் வைத்துப் படிய வாரிய தலையுடன், ஹையேஸ் வானில் வந்திறங்கிய, கட்டம்போட்ட அரைக்கைச் சட்டையணிந்த தமிழர் சொன்னாலும்கூட ஏற்றுக் கொள்ளலாம் போலயே என எண்ணவைக்கும் அளவுக்கு 'தண்ணீர் இந்தா இந்தச் சந்தில வந்து நிக்குது, கையத்தட்டிக் கூப்பிட்டா ஓடி வந்திடும்' பாணியிலிருக்கும் அவர் உடல்மொழியும் பரபரப்பான பேச்சும்.

கேட்கும் எல்லோரும் ஒருவழியாகத் தயக்கம் கடந்து நம்பிக்கை கொள்ளும் நேரம் பார்த்துச் சரியாக முக்கியமான ஒரு கேள்வியைக் கேட்பார், “தேங்காய் இஞ்ச என்ன விலை போகுது?”

ஒன்பது மாதங்கள் போதாமல் ப்ரொஜெக்ட் மேலும் மூன்று மாதங்கள் நீட்டிக்கப்பட்டது. களவேலைகள் நிறைவு பெற்றதால் யாழ் அலுவலகம் மூடப்பட்டு உபதலைவர் நாகா, பாலாவுடன் எனக்கும் கொழும்புத் தலைமையகத்தில் வேலை.

இறுதிப்பணிகளில், சில சமயங்களில் இரவு பத்து மணிவரை மூன்றுபேரும் கடும் வேலையிலிருப்போம். உபதலைவர் நாகா எங்கள்மீது எப்போதும் அக்கறை கொண்டவர். வெளியே பெரிதாகக் காட்டிக்கொள்ளமாட்டார். அக்கறை என்பது பேச்சில் தெரியவேண்டியதில்லையே. இப்போதும் எனது கடுமையான நம்பிக்கை அது.

பாலா என்கிற பாலேந்திரா! அதிகம் பேசி, அலட்டிக்கொள்வதில்லை. பலசமயங்களில் ஒற்றை ஆளாக இந்தத் திட்டத்தைக் கொண்டுசெல்பவராகத் தோன்றியிருக்கிறார். நீண்டகாலமாகத் திட்டத்தில் இணைந்திருப்பவர். முதல்வேலையில் எல்லாருமே மறக்க முடியாதவர்கள்தான். ஆனால் எனது வழக்கத்தைப் போல யாருடனும் தொடர்பில் இல்லை. இன்னும் நான் நல்ல நண்பராகத் தயக்கங்களின்றித் தொடர்பு கொண்டு பேசக்கூடிய அளவில் நெருக்கமாக உணர்வது அண்ணன் பாலாவிடம் மட்டுமே. நீண்ட நாட்களாக அவரிடம் பேசவில்லை.

சென்ற ஆண்டு பழைய தலைமை அலுவலகத்திலிருந்தபோது, கிளிநொச்சி , பரந்தனில் அமையவிருக்கும் நீர்த்தாங்கிகளின் வரைபடங்கள் இருந்தன. கட்டுமான வேலைகள் ஆரம்பித்து

நடைபெறுவதாக அவ்வப்போது செய்திகள் பார்க்கக் கிடைத்தன. பின்பு பல சலசலப்புகள், குழப்பங்கள்! விவசாயிகள் எதிர்ப்புத் தெரிவிப்பதாக, இரணைமடுத்திட்டம் கைவிடப்படுவதாக, இழுபறியில் உள்ளதாக, பின்பு கடல்நீரைச் சுத்திகரிக்கும் திட்டத்தை ஆரம்பிப்பதாக எனப் பல்வேறுபட்ட செய்திகள்.

ஒன்றும் புரியவில்லை. எல்லாம் சரியாகத்தானே இருந்தது? வன்னிமக்களின் நலன்கள் பாதிக்கப்படும் திட்டத்துக்குப் புலிகள் சம்மதித்திருப்பார்களா? என்னதான் பிரச்சினை? ஒருமுறை அவசரமாக வெளியே செல்கையில், பாலா இதுகுறித்து டீவியில் பேசிக்கொண்டிருந்ததைப் பார்த்தேன்.

சில மாதங்களுக்கு முன்னர் தொலைபேசியில் பேசும்போது கேட்டேன். "என்னண்ணே நடக்குது?"

ஒரே சொல்லில் பதில் சொன்னார்.

"அரசியல்!"

ஆதலினால் காதல்..!

எங்கோ தூரத்து ஒலிபெருக்கியில் 'இந்த மண் எங்களின் சொந்தமண்' பாடல் ஒலித்துக் கொண்டிருக்கும் மாவீரர் நாட்காலம். சாந்தனின் குரலில் பாடல் அப்போதுதான் வெளியாகியிருந்தது. பள்ளியில் ஓலைக்கூரை வேய்ந்த இரு வகுப்பறை களில் ஒன்று எங்களுடைய 'ஐயா சேரி'ன் வகுப்பு. எங்கள் வகுப்பின் கரும்பலகை தாண்டி அந்தப் பக்கம் நேராகத் தெரியும் வகுப்பறை ஆபத்தானது. அங்கிருந்து இரைதேடும் கொடிய வேட்டை மிருகத்தின் பளபளப்போடு கூடிய இரு கொள்ளிக் கண்களோடு ஜெயானந்தராசா சேர் எங்களைக் கண்காணிக்கலாம். நாம் சிக்கிக் கொள்ளக்கூடாது. இப்படியொரு இக்கட்டான தருணத்தில் நாங்கள் இரகசியமான ஒரு விளையாட்டில் ஈடுபட்டிருந் தோம்.

அதனை எலி விளையாட்டு என்று சொல்ல லாம். ரகசியத்தன்மை கருதி இரண்டுபேர். ஒருவர் தனது கண், மூக்கு, வாய் எனத் தொட்டுக் காட்டு வார். மற்றையவர் பெயர் சொல்ல வேண்டும் – இறுதியில் எலி சேர்த்து. கண்ணெலி, மூக்கெலி, வாயெலி என்பதாக. கொஞ்சம் வேகமாக மாறி மாறித்தொட, வேகமாகச் சொல்ல வேண்டும். இந்த இடத்தில் இடையில் காதைத் தொடுவார். அந்த நேரத்தில் காதெலி என்று அவசரப்பட்டு சொல்லி விட்டீர்களானால் அவ்வளவுதான், கேம் ஓவர்!

உண்மையில் அதுகுறித்து நாம் மிகவும் வெட்கப் பட்டோம். சொல்லக்கூடாத ஒரு வார்த்தையைச்

சொல்லிவிட்டதாக. 'காதல்' என்பதைவிடக் 'காதலி' என்பது அப்போது மோசமானதாகத் தோன்றியது. காதல் என்பதை அப்போதுதான் கேள்விப்பட்டோம் என்றில்லை. அது வேறு வடிவத்தில் இருந்தது. இரண்டாம் வகுப்பில் படிக்கும்போது ஒருத்தன் சொன்னான், "டேய் மீனா டீச்சர்தான் என்ர வைஃப்". நாமெல்லாம் திகைத்துப் போனோம். ஏற்றுக்கொள்ளவே முடியாத கலாச்சார அதிர்ச்சியாக இருந்தது. 'என்ன தைரியம் இருந்தா வெளியில சொல்லுவ?'

பள்ளி விடுமுறை. விளையாட்டுக்களுக்கு எல்லாம் ஒரு சீசன் இருக்கிறதல்லவா? அப்போது சாமி விளையாட்டு. நாங்கள் இருந்த வீட்டில் சிறு சுவாமி சிலைகள், மணிகள், தீபங்கள் எல்லாமிருந்தன. அயல் வீடுகளிலிருந்த நண்பர்கள் எல்லோரும் கூடிக் காலையில் திருவிழா. சிலமுறை பொங்கல்கூட வைத்திருக்கிறோம். இப்படியாக ஒருநாள் பூசையை முடித்து மாமரத்துக்குக் கீழே உட்கார்ந்திருந்தோம். பக்கத்துவீட்டு அன்ரி, ரகசியக் குரலில் அவசரமாக அழைத்தார்.

ஒழுங்கையில் ஓர் அண்ணன் சைக்கிளில் உட்கார்ந்திருந்தார். இரண்டு அக்காக்கள் சைக்கிளில் வந்து இறங்கிநின்றார்கள். "லவ் பண்ணினம்" என்றார் அன்ரி. அவர்கள் தங்களுக்குள் சிரித்துப் பேசிக்கொண்டே இருந்தார்கள். அன்ரி ரகசியமான குரலில் சொன்னார், "டேய் உள்ள மணி, சேமக்கலம் எல்லாத்தையும் கொண்டுவந்து சத்தம்போட்டு அடியுங்கடா" என்றார். புரிய வில்லை. ஏன் அவர்களைக் குழப்ப வேண்டும்?

நல்லவேளையாக நாங்கள் யாரும் அன்ரியின் பேச்சைக் கேட்கவில்லை. காதல் மோசமானது, யாராவது காதல் செய்தால் குறுக்கே புகுந்து குழப்ப வேண்டும் என்று தெரிந்துகொண்ட தருணம் அது. அன்ரி ஒரு தீவிரக் கலாச்சாரக் காவலர் என இப்போதுதான் புரிகிறது. இன்றுவரை அந்த மனநிலை அப்படியே தான் உள்ளது. தொழில்நுட்ப வளர்ச்சி காரணமாக டிஜிட்டல் கமெரா, இணையத்தளம் என்று முன்னேறியிருக்கிறோம். காதலர் களை மறைந்திருந்து படமெடுத்து இணையத்தளங்களில் பதிவேற்றும் இன்றைய செயற்பாட்டாளர்களின் முன்னோடியாக அந்தப் பெண்மணியை நினைத்துக்கொள்கிறேன்.

பருவ வயதின் ஆரம்பங்களில், பள்ளிக்காலத்தில் காதலுக்கு அடிப்படை, சக மாணவி ஒருத்தியால் நாம் கவனிக்கப்படுகிறோம் என்பதுதான். அது ஆகச்சிறந்த, சடுதியாக இரண்டு சிறகுகள் முளைத்தது போன்ற உணர்வைக் கொடுத்துவிடுகிறது. ஆனால் எதற்கும் சற்றே திரும்பி, நம் இளம் ஆசிரியரையும் கவனிக்க வேண்டும். எக்கச்சக்கமான சிறகுகளோடு அவர் நின்றிருக்கக்

காணலாம். அந்தப்பிராயத்தில் மாணவிகள் ஒவ்வொருவருக்கும் ஆசிரியர்தான் ஹீரோவாக இருப்பார்.

பெண் தனது வீட்டில் பார்க்கும் அப்பா, அண்ணா தவிர்த்து அந்நிய ஆடவனாக, மரியாதைக்குரிய, பரிச்சயமான இளைஞராக ஆசிரியர்தான் இருப்பார். அதுவும் தவிர, ஒருவரைத் தொடர்ந்து பார்க்கப் பார்க்கப் பிடிக்கும் என்கிற உளவியலின்படியும் பிடித்துப் போகலாம். இது பள்ளிப் பருவத்திலிருந்து வளர்ந்து, உயர்கல்வி, பல்கலைக்கழகம் என எங்கும் காணப்படும் ஈர்ப்பு. சிலருக்குக் காதலாக மாறிவிடுவதுமுண்டு. அதுபோல ஆசிரியருக்கும் ஒரு பெண்ணின்மீது ஈர்ப்பாகிப் பரஸ்பரம் காதலில் முடியலாம்.

இந்தவகைக் காதல்களில் ஆசிரியர்கள் பின்பற்றும் முறை எல்லோருக்கும் தெரிந்ததுதான். என்ன, குறித்த மாணவிக்கு மட்டும் அப்போது புரியாது. அவளை மட்டும் அதிகம் திட்டுவது, அவளுடன் மட்டும் பேசாமல் தோழிகளுடன் நல்லபடியாகப் பேசுவது என ஒருவிதமான 'என்னுடன் மட்டும் ஏன்' என்கிற கேள்வியை அவள் மனதில் வெற்றிகரமாகக் கேட்க வைத்துவிடுவதுதான் அதன் உளவியல். அலெக்சாண்டர் காலத்துப் பழமைவாய்ந்த இந்த முறையைத்தான் இன்றும் ஆசிரியர்கள் பயன்படுத்துகிறார்கள். இன்னமும் அது வெற்றியளித்துக்கொண்டே இருக்கிறது. சில பொறிமுறைகள் எப்போதுமே ஒன்றுதான் இல்லையா?

பதின் வயதுகளில், வவுனியாவில் படித்துக்கொண்டிருந்த நாட்கள். நண்பர்களில் சிலர் கோஸ் பார்க்க ஆரம்பித்திருந்தனர். 'கோஸ்' என்பது காதலியை மட்டுமல்ல, அழகான பெண்களையும் குறிக்கும் பொதுவான வார்த்தை. யாழ்ப்பாணத்தில் அதுவே 'சரக்கு' என வழங்கப்பட்டது. கொழும்பில் 'துண்டு' என்பது. காதலிப்பதைச் 'சரக்குப் போடுவது' என்று கூறுவார்கள். அது எனக்கு அவ்வளவு நல்ல வார்த்தையாகப் படவில்லை என்பதால் பயன்படுத்தியதில்லை. என் முதல் வேலையில் மாமா வயதான ஒரு கன்சல்ட்டண்ட் சொன்னார், "உமா அது நல்ல வார்த்தைடா. லவ்வர் எண்டுறத அப்பிடித்தான் சொல்லுவம், நாங்க படிக்கேக்க" என்கிறார். சில நாட்களிலேயே இன்னொரு கன்சல்ட்டண்ட் தாத்தா கதை சொல்ல ஆரம்பித்தார், "அப்ப நாங்கள் பெராவிலே படிக்கேக்க ஒரு சரக்கு...". காலங்காலமாக நம் முன்னோர் அதையேதான் பயன்படுத்தி வந்திருக்கிறார்கள் என்று கண்டுகொண்ட தருணம் அது!

தினமுரசு வாசித்து, 'காதலர் தினம்' என்ற ஒன்றை முதன் முதலாகக் கேள்விப்பட்ட காலம். அன்று அணியும் ஆடையின்

நிறங்கள் எதனைக் குறிக்கும் என்றெல்லாம் தெரிந்துகொண்டோம். எப்படியாவது அடுத்த காதலர் தினத்தைக் கொண்டாடுவது என உறுதியெடுத்துக்கொண்டோம். சில வருடங்கள் சலிக்காமல் தொடர்ந்து உறுதியெடுத்தோம் என்பது முக்கியமானது.

அடுத்த காதலர் தினத்தைக் கொண்டாடும் முயற்சியில் பலர் முனைப்பாக இருந்தார்கள். எங்களுடன் படித்த 'எலி' சந்து பொந்துகளிலெல்லாம் நேரங்காலம் இல்லாமல் சைக்கிளில் பேயாய் திரிந்தான். அவனது லட்சியம் 'அவசரமாக ஒரு லவ்வராக' மாறுவது என்று அப்பிள் அண்ணை கிண்டல் செய்வார்.

காதல், வாழ்க்கைப் பாதையை மாற்றிய அனுபவம் பலருக்கும் எனக்கும் வாய்த்திருந்தது. கனி! நான் தினமும் போய்வரும் பாதையில் அவள் வீடு இருந்தது. தினமும் ஒருமுறை யாவது சந்திக்க நேர்ந்தது. 'காலையும் மாலையும் கனியைத் தரிசிப்பது கண்களுக்கு நன்மை பயக்கும்' என்ற மருத்துவக் குறிப்பை நண்பன் ஒருவன் சொன்னான். 'காலையில் கனியைப் பார்த்தால் அந்த நாள் கனியநாள் அதாவது இனியநாளாகும்' என்றான் இன்னொருவன். கனியின் கன்னங்கள் மாம்பழம்போல இருக்கின்றதென்றும் லைட்டாகக் கடிக்க வேண்டும் என்று தோன்றுவதாகவும் ஒருவன் சொன்னான். 'அது எப்பிடிறா எல்லாரும் ஒரேமாதிரியே யோசிக்கிறீங்க' என்று தோன்றியது. அதே ஐடியா என் தீவிர பரிசீலனையில் இருந்ததை நான் வெளியில் சொல்லவில்லை. தவிர, ஓரிருமுறை அதிகாலைக் கனவுகளில் வந்தது கனியாக இருக்குமோ? என்ற பலத்த சந்தேகமும் எனக்கிருந்தது. எவ்வளவு யோசித்தும் வழக்கம்போலக் கண்டுபிடிக்கவே முடியவில்லை என்பது சோகம்.

அன்று வழமைபோல நானும் நண்பனும் சில்ட்றன் பார்க்கில். உடற்பயிற்சி செய்யும் கம்பியின்மீது தாவி ஏறி, சற்றே உயரத்தில் காலைத் தொங்கவிட்டுக்கொண்டு அமர்ந்திருந்தோம். நல்ல காற்று, குளுகுளுவென நிழல். அருமையான பொழுது. யாரது எதிரே? கனி. அடடே! நான் காண்பது நிஜம்தானா? சைக்கிளை விட்டிறங்கி வீதியைக் கடக்கமுற்பட்டாள். அருகில் தோழி. நம்ப முடியவில்லை. 'நான் இன்னும் காதலிக்கவே ஆரம்பிக்கவில்லையே? அதற்குள் எப்படி அவளுக்குத் தெரிந்திருக்கும்? உண்மையில் காதல் வலிமையானதுதான்' வியந்துகொண்டே நண்பனைப் பார்த்தேன். அவன் கலவரமாகி யிருந்தான்.

'சம்பந்தப்பட்ட நானே சைலண்டா இருக்க, இவன் எதுக்கு இப்பிடியிருக்கிறான்?' திரும்பவும் கனியைப் பார்த்தபோது,

என்னிடமும் கலவரம் தொற்றிக்கொண்டது. அப்போதுதான் நண்பன் சொன்னான். இரண்டு நாட்களுக்குமுன் அந்த நாய் கனியிடம் தோழி மூலமாக ப்ரப்போஸ் பண்ணியிருந்ததை. 'அடப்பாவி! முதல்லயே சொல்லமாட்டீங்களாடா?' குதித்திறங்கி ஓடிவிடலாமென நினைத்தேன். அவகாசம் இருக்கவில்லை. கனி சொற்பொழிவை ஆரம்பித்தாள்.

கொடுமையைப் பாருங்கள். சமதளத்தில் நின்றால் ஒருவர் பாராட்டுரை நிகழ்த்தும்போது தலையைக் குனிந்து கொள்ளலாம். உயரத்தில் இருந்ததால் என்ன செய்வதென்றே தெரியவில்லை. மேலே அண்ணாந்து பார்க்கலாமா? ஆனால் அது வழக்கமில்லையே. தலையை எப்படி வைத்துக்கொள்வது என்பதே அப்போது தலையாயப் பிரச்சினையாக இருந்தது.

கனிக்கு தமிழ் மொழியாளுமை நன்கு கைவரப்பெற்றிருந்தது. அவள் பேசிய சில வசனங்கள், சில வருடங்கள் வரை எனக்குப் புரியவில்லை. ஆனால் அதற்கு அவளது தமிழ்ப்புலமை மட்டும் காரணமில்லை. அவள் பேசிய முதல் வசனத்திற்குப் பிறகு வேறெதையும் சரியாக உள்வாங்க முடிந்திருக்கவில்லை. அவ்வளவு ஆச்சரியத்தைக் கொடுத்தது அது,

"ஏண்டா உங்களுக்கெல்லாம் அக்காமார்தான் தேவைப் படுதோ?"

அன்றிலிருந்து என் பாதை மாறியது. கனி வீடிருக்கும் வீதியால் செல்வதை நிறுத்திவிட்டேன். சமீபத்தில் என் பழைய புகைப்படத்தைப் பார்த்தபோது தோன்றியது. 'இவ்வளவு சின்னப்பிள்ளையாவா இருந்தோம்? நல்லவேளை, சம்பவத்துக்குப் பிறகு கனி என்னை அந்த வீதியில் கண்டிருந்தால் நிச்சயம் வழிமறித்துத் தலையில் குட்டியிருப்பாளே.' காதல் பாதையை மாற்றும். காதலிப்பவனுக்கு மாற்றுதோ இல்லையோ, கூடவே இருக்கிறவனுக்குச் சமயத்தில் கண்டபடி மாற்றிவிடுகிறது.

தாம் விரும்பும் பெண்ணின் பெயரைக் கண்டுபிடிக்க, வீட்டைக் கண்டுபிடிக்க என, கண்டுபிடித்தல்களுக்காகவே பல கள ஆய்வுகளைச் செய்தவர்கள் நம் முன்னோர். காதலியின் வீடு கண்டுபிடித்தபின் அந்தப் பகுதியில் சுற்றித்திரிவதை, "என்ன ஏரியாச் செய்யுறீங்களோ?" என விசாரித்துக்கொள்வோம். இரண்டாயிரங்களின் தொடக்கத்தில் யாழ் நகரப்பகுதியில் அது 'மூஸ்' என்று வழங்கப்பட்டு வந்தது. ஒரு பெண்ணின் கவனத்தைத் தன்பால் ஈர்க்க எண்ணற்ற குட்டிக்கரணங்களையும், குரங்குச் சேட்டைகளையும் நிகழ்த்தியிருந்தனர் நம் அண்ணன்கள். காதலியின் வீடு தெரிந்தபின்னர் அடுத்தகட்ட நடவடிக்கை 'போக்குவரத்துச் சேவை.'

காதலியின் சைக்கிளுக்குப் பின்னால் பத்திலிருந்து ஐம்பது மீட்டர் இடைவெளியில் சைக்கிளில் தொடர வேண்டும். வீட்டிலிருந்து டியூஷன் வரைக்கும் கொண்டுபோய் விடுதல், பிறகு மீண்டும் கொண்டுவந்து பத்திரமாக வீட்டில் சேர்த்தல். அந்தப்பெண்ணின் வீட்டு நாய்கூட அப்படியொரு சேவையைச் செய்ய யோசித்திருக்காது. இப்படிச் சைக்கிள்விட்டவர்களில் பாதிப்பேர், தமது காதலை அந்தப்பெண்ணிடம் என்றும் நேரடியாகச் சொன்னதில்லை என்பது வரலாறு!

இப்படியாக ஒரு பெண்ணைப்பற்றித் தெரிந்து, அவள் காதலுக்காக அலைந்து திரிந்து, சம்மதம் பெற்று – என நீண்ட படிமுறைகள் கொண்டது அவர்களின் காதல். ஒரு பெண்ணிடம் தன்னை வெளிப்படுத்திக்கொள்வதற்கே அவ்வளவு முயற்சி யெடுக்க வேண்டியிருந்தது. இன்று சமூகவலைத்தளங்கள் குறிப்பாக 'ஃபேஸ்புக்' ஒருவகையில் எல்லாவற்றையும் மிக எளிமையானதாக்கிவிட்டது.

எங்கள் நிறுவனத்தில் வேலை பார்த்த அண்ணன் மயூரன் தான் காதலித்த கதையைச் சொல்லிக்கொண்டிருந்தபோது, ஆச்சரியத்தில் வாய்பிளந்து கேட்டுக்கொண்டிருந்தோம். பழமை வாய்ந்த காதல் படிமுறைகளுக்குப் பிறகு, அவரின் இந்நாள் மனைவியான அந்நாள் காதலி, காதலுக்குச் சம்மதம் தெரிவித்து விட்டார். பின்னர் இடம்பெயர்ந்து வன்னியில் இருந்தாராம். அண்ணன் யாழ்ப்பாணத்தில். கடிதம் மட்டுமே தொடர்பாடல் சாதனம். எப்படியும் ஒரு கடிதம் எழுதினால் கையில் சேர பதினைந்து நாட்கள். செல்பேசி இல்லாத ஒரு காதலை, ஏன் ஒரு நாள் வாழ்க்கையைக்கூட நினைத்துப் பார்க்கமுடியாத நம்காலத்து நாயகர்கள் எல்லோரும் திகைத்துப்போய் இருந்ததைப் பார்க்க முடிந்தது. அந்தக் காலகட்டத்தில் மயூரன் அண்ணனுக்குத் தபால்காரன் தெய்வமாகவே தோன்றியிருக்க நியாயமிருக்கிறது.

கடிதம் மட்டுமல்ல! புறா, ஓலை, தபால், தொலைபேசி, இ–மெயில், அலைபேசி என அந்தந்தக் காலகட்டத்திலிருந்த தொடர்பாடலின் அத்தனை சாத்தியங்களையும் காதலர்கள்தான் உச்சமாகப் பயன்படுத்திக்கொள்கிறார்கள். நண்பன் ஒருவன் காதலிக்க ஆரம்பிக்கும்போது மற்றவர்கள் எதிர்கொள்ளும் அனுபவம்பற்றிச் சொல்ல வேண்டியதில்லை. வாழ்வின் ஆகச்சிறந்த நகைச்சுவைகள் எல்லாம் அங்கேதான் அரங்கேறும்.

பெரும்பாலும் இரண்டுவகையான காதல் அப்போது புழக்கத்திலிருந்தது. ஒரு பெண்ணைப் பார்த்துப் பிடித்துப்போய்க் காதலிப்பது. இது சாதாரணமானது. இன்னொன்று, முதலில் காதல்

வந்துவிடும். பிறகுதான் காதலிக்க ஆள் தேடுவார்கள். இரண்டுமே ஒருதலைக்காதல்தான் என்று சொல்ல வேண்டியதில்லை. அப்படித்தான் ஒருமுறை நாச்சிமார் கோயிலடியில் இரவு ஆறுமணிச்சந்திப்பில் டினேஷன் மிகத்தீவிரமாக முகத்தை வைத்துக்கொண்டு, ஏதோ நடக்கக்கூடாதது நடந்துவிட்டது போன்ற பாவனையுடன் தனக்கு காதல் வந்துவிட்டதைச் சொன்னான். விசாரித்ததில் தெரிந்துகொண்டது; 'காதல் கோட்டை', 'லவ் டுடே', 'டைட்டானிக்' போன்ற படங்களை அந்த வாரம் முழுக்கப் பார்த்துக்கொண்டிருந்திருக்கிறான்.

காதலனைக் குறிக்கும் போய்ஃபிரண்ட் என்கிற வார்த்தை, அது புதிதாக அறிமுகமான காலத்தில் நேரடித் தமிழாக்கமாக 'ஆண் நண்பன்' என்றே வழங்கப்பட்டது. பெண்களுக்கு நண்பர் பெண்ணாகவே இருப்பார் – ஆணாக இருக்கும்பட்சத்தில் ஆண் நண்பர். அந்தக் காலப்பகுதியில் மகள்களைப் பெற்ற அம்மாக்கள் தம் மகள்களுக்கு ஆண் நண்பர்கள் இருப்பதைப் பெருமையாக கருதினார்கள் போலும். கொழும்பு வாழ் அம்மாக்கள், 'அவளுக்கு நிறைய போய் ஃபிரண்ட்ஸ்' என்று முகத்தில் பெருமை பொங்கக் கூறிக்கொள்வார்கள். உடனே நம் யாழ்ப்பாணத்து அம்மாக்களும் அந்தப் பெருமையை அப்படியே உள்வாங்கித் தமது முகத்தில் படரவிட்டுக்கொண்டு எங்களைத் திரும்பிப் பார்ப்பார்கள். சேவற்பண்ணைகளான தனி ஆண்கள் பிரிவில் படிக்கும் நாங்கள் பரிதாபமாக விழித்துக்கொண்டிருப்போம். 'நாங்க மட்டும் என்ன மாட்டோமென்றா சொல்கிறோம்?'

நண்பன் ஜேப்பிக்கு ஒரு ராசி. அவ்வப்போது யாராவது ஒரு பெண்ணைப் பார்த்துப் பிடித்திருப்பதாகச் சொல்வான். எங்களிடம் மட்டும்தான். இவன் முடிவு செய்யும்போதே அதுவரை சும்மா இருந்த அந்தப்பெண் யாரையாவது காதலிக்க ஆரம்பித்துவிடுவாள். சமயங்களில் வெளிநாட்டு மாப்பிள்ளை கிடைத்துவிடும். திருமணம் நிச்சயமாகிவிடும். ஒருமுறை ஒரு பெண்ணைக்காட்டி, 'நல்லாயிருக்கு நான் காதலிக்கப்போகிறேன்' என்றான். இரண்டு மாதம் கழித்து மீண்டும் நான் யாழ் சென்ற போது, அந்தப் பெண் யாருடனோ ஓடிப்போயிருந்தார். இப்படியாக நிறையப் பெண்களுக்கு ஜேப்பியால் வாழ்க்கை கிடைத்திருக்கிறது. சத்தமில்லாமல் எவ்வளவு பெரிய சமூக சேவை. ஆனால் கொடுமையைப் பாருங்கள், இந்த விஷயம் எதுவுமே சம்பந்தப்பட்ட பெண்களுக்குத் தெரியாது.

ஒவ்வொரு நண்பர்கள் குழுவிலும் யாராவது ஒருத்தன், காதலை வாழவைத்தே தீருவேன் என்று அடம்பிடித்துக்கொண்டு 'என்றென்றும் காதலனாக' இருப்பான். எங்கள் குழுவில் ஷன்.

காதலை வாழவைப்பது தொடர்பில் அவன் எந்தச் சமரசங்களும் செய்யத் தயாரில்லை. ஆனால் அந்த ஆர்வம் காதலுக்கும் கொஞ்சமாவது இருக்க வேண்டுமில்லையா? அவன் தயவில் நாம் எதற்கு வாழ வேண்டும் என்கிற முடிவில் காதல் இருந்தது. அவனும் விடுவதாக இல்லை. இடையில் மாட்டிக்கொண்டு நாங்கள் அவஸ்தையுடன் விழித்துக்கொண்டிருந்தோம்.

ஷன் தனது சாகசங்களை ஒவ்வொரு முறையும் ஏதோ புதிதாகச் சொல்வதுபோலவே விவரிப்பான். ஒருமுறை ஷன் மிகத்தீவிரமாக இருந்தான். அது அவனுக்கு எத்தனையாவது காதல் என்பது நமக்கு அவசியமாகப்படவில்லை. வழமைபோல இல்லாமல் அந்தப் பெண்ணிடம் காதல் விண்ணப்பத்தைச் சமர்ப்பிக்குமளவுக்கு நிலைமை தீவிரமானது.

இந்த மாதிரிச் சமயங்களில் எல்லாப் பையன்கள் குழுவுக்குமே ஒரு அட்வைசர் அண்ணன் இருப்பார். அவர் ஒரு கன்சல்டன்ட் போன்றவர். அநேகமாக தொடர் தோல்வியைச் சந்தித்து, விளையாட்டிலிருந்து ஓய்வுபெற்ற 'கோச்' மாதிரி. நான்கைந்து வயது பெரியவராக வேறு இருப்பார். அண்ணன் அதிகம் பேசிக்கொள்வதில்லை. தூரத்தில் இலக்கற்று ஒரு பார்வை பார்த்தபடி ஏகாந்தநிலையில் காணப்படுவார். அதாவது, 'இவை எல்லாவற்றையும் நாம் எப்போதோ கடந்துவிட்டோம்' என்கிற புன்சிரிப்பில், முற்றும் தெளிந்த ஒரு ஞானியின் பாவனை தெரியும். அதேவேளையில் நம் சிறுபிள்ளைத்தனங்களை ரசிக்கிறாராம்.

அமைதியாக இருக்கும் அண்ணன், நிலைமை கட்டுக்குள் இல்லாத ஒரு தருணத்தில் பேச ஆரம்பிப்பார். அண்ணன் பல களங்கள், விழுப்புண்கள் கண்ட தன் அனுபவத்திலிருந்து, ஆழ்ந்த சிந்தனையுடன் நிதானமாக, "இப்பிடித்தான் நானும் ஒரு நாள்…" என்று ஆரம்பிப்பார். அமைதியாகி, 'நாங்களெல்லாம் எப்பதான் இதெல்லாம் தெரிஞ்சுகொள்ளப் போறமோ?' என்பதுபோல் பிரமித்துப்போய்க் கேட்டுக்கொண்டிருப்போம். கொஞ்சம் யோசித்துப்பார்த்தால், அண்ணன் நம் காதலனைவிடப் பெரிய லூசுப்பயலாக இருந்திருக்கிறார், இன்னமும் இருக்கிறார் என்பதைக் கண்டுகொள்ளலாம்.

எங்களில் பலர் நாம்தான் காதலிக்கவில்லையே தவிர, அடுத்தவன் காதலை ஃபீல் பண்ணுகிற அளவுக்கு நல்ல உள்ளம் வாய்க்கப் பெற்றிருந்தோம். தவிர, அப்போது எங்கள் எல்லோருக்குமே ஒரு குருட்டு நம்பிக்கை இருந்தது. 'இப்ப இல்லாட்டாலும் என்றைக்காவது ஒருநாள் நாங்களும் லவ் பண்ணுவோம். அப்ப எங்களுக்கும் இதெல்லாம் யூஸ் ஆகும்'. கதை

சொல்லும் அண்ணனின் சந்தோஷ தருணங்களில் சந்தோஷித்து, துக்கத்தில் ஃபீலாகி, 'டச்' ஆன சமயங்களில் ஒருவரையொருவர் பார்த்து, 'அண்ணன் நிஜமாவே பெரிய ஆளுதாண்டா'. சில நேரங்களில் அண்ணன் மிக உணர்ச்சிவசப்பட்டு, குரல் தடுமாறும்போது, எல்லாரும் அழுவாரைப்போல உட்கார்ந் திருப்போம். ஆனால், அப்போதைய தீவிர 'காதலன்' மட்டும் எதையும் கண்டுகொள்ளாமல் எங்கேயோ பார்த்துச் சிரித்துக் கொண்டிருப்பான். கொஞ்சநாளில் தான் தனியாக அழப்போவது தெரியாமல்.

ஒரு சுபநாளில் அண்ணனின் நேரடி வழிநடத்தலில், எங்கள் 'காதலன்' ஷன் களத்தில் இறங்கினான். ஒரு கடிதத்தில் தன் இதயத்தையே மானசீகமாக மடித்துக் காதலியிடம் கொடுத்தான். முகப்பூச்சுக் கிறீம் ஒன்றை 'எப்படிப் பூசுவது' என்கிற சீன மொழியில் எழுதப்பட்ட பாவனைக் குறிப்புக்கான மரியாதையை அந்தக் கடிதம் பெற்றுக்கொண்டது.

"இதுக்குத்தாண்டா முதல்லயே சொன்னேன்" என்று தன் தீர்க்கதரிசனத்தை வெளிப்படுத்தினார் அண்ணன். எந்தக் கடையடைப்போ ஹர்த்தாலோ இடம்பெறாத, எங்களின் பிரகடனப்படுத்தப்படாத அந்தத் துக்கதினத்தின் இரவில், தூரத்தில் குரைக்கும் நாய்களின் பின்னணியுடன் 'இந்தப் பெட்டையளையே நம்பக் கூடாதுடா.' பெண்களுக்கெதிரான அந்தத் தீர்மானம் மீண்டுமொருமுறை நிறைவேற்றப்பட்டது – எந்தப்பெண்ணுமே அறியாமல். ஷன்னும் இந்தமுறை மிகவும் பாதிக்கப்பட்டதால் மிகத்தெளிவாகத் தன் முடிவை அறிவித்துக் கொண்டான் "இனி வாழ்கையில லவ் பண்ணக் கூடாது!" சில நாட்கள் அவனைக் காண முடியவில்லை. திடீரென்று ஒருநாள், "மச்சான் அவசரமா போறண்டா பிறகு சந்திக்கிறேன்" சைக்கிளில் பேய் மாதிரி ஓடிக்கொண்டிருந்தான். சற்றுத் தொலைவில் பெண்கள் கூட்டமொன்று சென்றுகொண்டிருந்தது.

காதலுக்குக் காரணம் தேவையில்லை. ஆனால் காதலை எதிர்ப்பதற்குக் கண்டிப்பாகக் காரணம் தேவை. தம்மளவில் நியாயமானதாகவோ அபத்தமாகவோ முட்டாள்தனமாகவோ ஏதோ காரணத்தை வைத்திருப்பார்கள் காதலை எதிர்க்கும் பெற்றோர்கள். காதலுக்கு எதிரிகள் இல்லை. காதலர்களுக்குத்தான் எதிரிகள் என்றும் சொல்வார்கள். 'காதலை எதிர்ப்பவர்கள்' குறித்துப் பேச்சு வந்தபோது ஆச்சரியமாக இருந்தது. எதற்காக என்ற காரணமேயில்லாமல் எதிர்க்கும் சிலர் மிகுந்த ஆச்சரியப் படுத்துகிறார்கள். குறிப்பாகக் காதல் திருமணம் செய்து கொண்டவர்கள். அதிலும் அம்மாக்கள்.

தீவிரமாகக் காதலித்து, அந்தக் காலத்திலேயே தம் வீட்டவர்களை எதிர்த்துக் காதல் திருமணம் செய்துகொண்ட அம்மாக்கள், தங்கள் மகள்களின் காதலைத் தீவிரமாக எதிர்ப்பதைப் புரிந்து கொள்ள முடிவதில்லை. தன்னால் பெற்றோருக்கு ஒரு நல்ல மகளாக இருக்கமுடியவில்லையே என்கிற குற்றவுணர்வு இருக்குமோ என்னவோ. மகளின் வாழ்க்கையைத் தம் வாழ்க்கையின் நீட்சியாகப் பார்க்கிறார்கள் போலும். தான் வாழாத இன்னொரு வாழ்க்கையை – அதாவது பெற்றோர் சொல்கேட்டு, வாழவைக்க வேண்டும் என்கிற மனநிலையாக இருக்கலாம்.

தூரத்து நண்பனுக்குக் காதலில் பிரச்சினை. அவனது அம்மா எதிர்க்கிறார். இதுகுறித்துப் பேசும்போது, "லவ் பண்ணிட்டு அம்மா எதிர்க்கிறார், மாமாவுக்கு பிடிக்கல என்பதெல்லாம் கடைந்தெடுத்த மொள்ளமாரித்தனம். ஒரு பெண்ணைப் பற்றித் தெரியமுதலே, நமக்கு நம் அம்மா பற்றித் தெரியும். இப்படி எல்லாம் யோசிப்பதாக இருந்தால் முதலில் அம்மாவிடம் சொல்லிட்டுத்தான் காதலிக்கவே ஆரம்பிக்க வேண்டும்" என்றேன்.

"இல்ல பாஸ் தற்கொலை செய்துகொள்ளப் போறதாச் சொல்றா", இழுத்தான்.

"அப்பிடித்தான் பாஸ் சொல்லுவாங்க! சரி, கொஞ்சம் பிரக்டிக்கலாப் பேசலாமா? வழக்கமான அம்மா செண்டிமெண்ட், இளையராஜா பாட்டு, வயலின் எல்லாத்தையும் தூக்கிப் போட்டுட்டுப் பேசலாம். உங்க அம்மா இன்னும் எவ்வளவு நாள் இருப்பாங்க? அஞ்சு வருஷம்? பத்து வருஷம்?"

"ம்ம்ம் . . ."

"அதுக்குப்பிறகு? கொஞ்சக் காலம் இருந்து பார்க்கபோகிற அம்மாவுக்காக, உங்க வாழ்க்கை முழுக்க உங்களுக்குப் பிடிச்ச பொண்ணை விட்டுட்டு வாழப் போறிங்களா? நியாயமா, உங்களை மாதிரிப் பேர்வழிகளை லவ் பண்ணின பாவத்துக்கு உங்க லவ்வர்தானே உங்களைக் கட்டித் தொலைக்கவேணும்? சம்பந்தமில்லாம அம்மா பார்க்கிற ஒரு பெண்ணை, அநியாயமா நிரபராதிகள் தண்டிக்கப்படக் கூடாதில்லையா?"

"ஆனா அம்மா சூசைட்"

"பாஸ் இந்த உலகத்தில ஒருத்தர், தான் நிறைவான ஒரு முழு வாழ்க்கையை வாழ்ந்துட்டார். இனிப் போதும், போய்ச் சேர்ந்துடலாம் என்று முடிவெடுத்துட்டா நாம் யாரு தடுக்க? உண்மையில அப்பிடித் தெளிவா விரும்பி முடிவெடுக்கிறவங்களை

காக்கா கொத்திய காயம்

நாங்க எதுக்கு தடுக்கவேணும்? பாவம் பாஸ், கண்டுக்காதீங்க. விட்டுருங்க.”

அவனும் விட்டுட்டான், என் சகவாசத்தை.

காதல் என்பது என்ன? என்ற கேள்வி முன்பெல்லாம் தோன்றும். காதல் என்பது பரஸ்பரம் மரியாதை, பரஸ்பரம் அக்கறை, பரஸ்பரம் உண்மை, பரஸ்பரம் நேர்மை, இப்படி என்னென்னவோ தோன்றும். பின்பு அதெல்லாமில்லை காதல் ஒன்றும் ஆராயப்பட வேண்டியதல்ல. வாழ வேண்டியது. காதல் என்கிற ஒரு வார்த்தை, அதன் பரிமாணங்களை உணர ஒரு முழு வாழ்க்கையைக் கோருகிறது. அதுவும் போதுமானதாயில்லை. ஆதலினால் . . .

அது ஓர் எல்லையோரக் கிராமம். தோழர் ஜெராவுடன் சென்றபோது அன்பாக வரவேற்றனர் வயதான அந்தத் தம்பதிகள். வறுமை. அடிப்படை வசதிகளே பூர்த்தி செய்யப்படாத குடிசை வீடு. எங்களைச் சரியாகக் கவனிக்க முடியவில்லை என்று குறைபட்டுக்கொண்டனர். அதெல்லாம் ஒன்றுமில்லை எனச் சொல்லி, அவர் பேசக் கேட்டுக்கொண்டிருந்தோம். எல்லை யோரக் கிராமங்கள் சந்தித்திருக்கும் வன்முறை என்பது நகரங் களில் வாழும் நாம் கற்பனை செய்து பார்க்கவியலாதது. அப்படி ஒரு வன்முறைச் சம்பவத்தை விவரித்துக்கொண்டிருந்தார் அந்தப் பெரியவர். இருபது வருடங்களுக்கு முன்னர் நடைபெற்ற அந்த வன்முறையின்போது, துப்பாக்கிக் குண்டு துளைத்து ஒரு கண்ணை இழந்திருந்தார்.

பயங்கரமான அந்தக் கதைகளை சலனமில்லாமல் சொல்லிக் கொண்டிருந்தார். அவர் பேசும்போது அவர் மனைவி மிகுந்த வாஞ்சையுடன் பார்த்துக்கொண்டிருந்தார். அப்போது அவர் கண்களில் ஒளிர்ந்துகொண்டிருந்தது. சத்தியமாக அதற்கு வேறு பெயர் எதுவும் சொல்லமுடியாது.

உதிரிகள்

(1)

எப்போதோ கைவிடப்பட்ட துலாக் கிணறு ஒன்று. துலா இல்லாது அதற்கான கட்டுமானம் மட்டும் சிதைந்து இருந்தது. பார்த்தபோது சிறுவயது ஞாபகம். சின்ன வயதின் சின்ன லட்சியங்களில் ஒன்றாக, வளர்ந்து பெரியவனாகித் துலாக்கிணற்றில் நீரள்ளுவதும் இருந்தது.

யாழ்ப்பாணத்தில் குறிப்பாக நகரப்பகுதியில் கப்பி வைத்த கிணறுகள்தான் அதிகம். விவசாய நிலங்களில் அதிகமாகத் துலா. பத்து வயதில்தான் துலாக்கிணற்றில் நீர் அள்ள வாய்ப்புக் கிடைத்தது. அது ஒரு த்ரில்! கப்பி பொருத்திய கிணறுகளில் ஒன்றரை, இரண்டடி உயரத்துக்கு கட்டு கட்டி யிருப்பார்கள். துலாவுக்கு அதெல்லாம் கிடையாது. சிறு விளிம்பு மட்டும்தான்.

முதன்முதலாக துலாக் கயிற்றைப் பிடித்தபோது மிக எச்சரிக்கையாகவே இருப்போம். தவறி விழுந்திடுவோமோ என்கிற பயம்தான். துலாவை நீருள் அமிழ்த்தும்போது, கிணற்றுக்குள் கொஞ்சம் எட்டிப்பார்க்க வேண்டியிருக்கும். அதி எச்சரிக்கை யாக ஒரு காலைப் பின்னுக்கு வைத்து, முதுகை வளைத்துக் கைகளை எட்டி நீட்டி, யோகாவில் புதியதொரு ஆசனத்தை முயற்சிப்பது போலிருக்கும். இதெல்லாம் முதல் ஓரிரு தடவைகள் மட்டும்தான்.

பழகியபின்பு, வாளி நீர்மேற்பரப்பைத் தொடும்போதெல்லாம் ஒரு உற்சாகம் வந்துவிடும்.

துலாவைக் கைகளால் பற்றி அமிழ்த்தும்போது துலாவின்மீது கைகளை ஊன்றிச் சின்னதாக ஒரு ஜம்ப் செய்வோம். இன்னும் பழகிப் போனதும் அந்த ஜம்ப் ஓரடி, ஒன்றரையடி உயரம் வரை போகும். கொஞ்சம் எச்சரிக்கை இருந்தாலும், அந்த நேரத்தில் அதெல்லாம் தெரியாது. எனக்கு அப்போதெல்லாம் அகிலாக்காவின் ஞாபகமும் வரும்!

அகிலாக்கா கலகலப்பானவள். மிக வெள்ளையாகவும் அழகாகவும் இருப்பாள். கொஞ்சம் அடாவடிப் பேர்வழி! எங்கள் வீட்டுக்குப் பின்புறம் மதில்கட்டிக் கொண்டிருந்தபோது. பக்கத்திலிருந்த சிறிய கேற்றைத் திறக்காமல், நாலடி உயரத்தி லிருந்த மதிலைக் கையூன்றிப் பாய்ந்து வந்தபோது அப்பா சிரித்துக்கொண்டே தலையில் அடித்துக்கொண்டார். பின்பொரு முறை அப்பா, "மனுஷர் மாதிரி நிண்டு கதைக்க மாட்டியாடி" என்று கடிந்துகொண்டார். தரையில் வலதுகாலில் நின்று படியில் இடதுகால். பிறகு இடது காலில் நின்று படியில் வலது கால் என்று மாற்றிமாற்றித் துள்ளலுடன் பேசிக்கொண்டிருந்தாள்.

இந்திய இராணுவம் அவ்வப்போது தேடுதலுக்கு வரும் போது அகிலாக்காவின் கன்னத்தில் ஓரிருமுறை அப்பிவிட்டுச் சென்றதுண்டு. தேவையில்லாமல் கதைச்சு அடிவாங்கியதாகத் தான் பேச்சு. அகிலாக்காவின் அண்ணா இயக்கத்திலிருந்தார்.

அன்றைய மதியம் அச்சமூட்டுவதாக இருந்தது. ஒழுங்கையில் எல்லாரும் சோகமாக நின்றிருந்தார்கள். அகிலாக்காவைக் காண வில்லை. அவள் அம்மா அழுது களைத்திருந்தார். எல்லோரும் பீதி அப்பிய விழிகளோடு எதுவும் பேசிக்கொள்ளவில்லை. பின்னேரம் அகிலாக்காவின் கடிதம் எங்கிருந்தோ கிடைத்தது. அவள் இயக்கத்துக்குத்தான் சென்றுவிட்டாள் என்றறிந்ததும் எல்லோரும் நிம்மதிகொண்டார்கள் – அவள் அம்மா தவிர.

இடம்பெயர்ந்து ஊரை விட்டு வந்து, நான் கிணற்றில் தண்ணீர் அள்ளுமளவிற்கு வளர்ந்திருந்தேன். யாழ் நகரில் துலாக்கிணறு உள்ள வீடொன்றில் குடியிருந்தபோது, பெரும் உற்சாகம் தொற்றிக்கொண்டது. அப்போதெல்லாம் எச்சரிக்கை செய்வதுபோல அகிலாக்காவின் ஞாபகம் வரும்.

ஊரில் இருந்தபோது, ஒருமுறை அகிலாக்கா கிணற்றுக்குள் விழுந்துவிட்டாள். சத்தம் கேட்டு அயலில் இருந்த மாமாக்கள் தூக்கியிருக்கிறார்கள். "ஆக்கள் இல்லையெண்டாலும் பிரச்சினை யில்லை, அவளுக்கு நீச்சல் தெரியும். தானாவே மேலே ஏறி வந்திருப்பாள்" என்றுதான் பேசிக்கொண்டார்கள். அதில் முக்கிய மானது அவள் விழுந்த முறைதான். துலாவை நீரில் அமிழ்த்தி

ஜம்ப் பண்ணும்போது ஓவராக ஜம்ப் செய்து துலா அமிழ, கை சறுக்கி துலாவுக்கு மேலால பல்டியடித்து கிணற்றுக்குள் விழுந்திருந்தாளாம்.

பின்பு நாங்கள் குடியிருந்த வீட்டில் துலாக்கிணறு இல்லை. அகிலாக்காவும் கொஞ்சம் கொஞ்சமாக மறந்துபோனாள். அப்போது நான் ஆறாம் வகுப்புப் படித்துக்கொண்டிருந்தேன். பூநகரி இராணுவத்தளம் மீதான தாக்குதல் முடிந்திருந்தது. யாழ்ப்பாணத்தில் சந்திகளில் 'அப்புஹாமி பெற்றெடுத்த லொகு பண்டா மல்லி' பாடல் பிரபலமாகி ஒலித்துக்கொண்டிருந்த நாட்கள்.

மழை லேசாகத் தூறல் போட்டுக்கொண்டிருந்த மாலை நேரம். விளையாடச் சென்றிருந்த நான், சைக்கிளில் வீடு திரும்பினேன். வீட்டு கேற்றைத் திறந்ததும் புதிதாக ஒரு சைக்கிள் நின்றிருந்தது. மெல்லிய நீல நிறத்தில் கட்டம் போட்ட சட்டையணிந்து அமர்ந்திருந்த ஒருவரைக் கண்டதும் அலேர்ட் ஆகிவிட்டேன். சட்டையைப் பார்த்ததுமே தெரிந்தது யாரோ இயக்க அக்காதான் இருக்கிறார் என்பது. பேசாமல் திரும்பி ஓடிவிடலாமோ என யோசனையாக இருந்தது. அதற்கு காரணம் நேற்று மதியம் இடம்பெற்ற 'நேரடி மோதல்' சம்பவம்தான்.

அப்போது யாழ்ப்பாணத்தில் புலிகளுக்கும் இராணுவத்துக்கு மான நேரடி மோதல் நடைபெறுவதற்கான வாய்ப்புகள் இருக்க வில்லை. விமானக் குண்டுவீச்சு, ஷெல்லடி, கடற்படைப் படகு களின் கரையோரத் தாக்குதல்கள்தான். நான் சொல்வது வேறு மாதிரியானது.

அன்று விடுமுறையாக இருந்தது. வீதியில் வேடிக்கை பார்க்க வந்து கேற்றடியில் நின்றுகொண்டிருந்தேன். இயக்க அக்கா ஒருவர் சைக்கிளில் வேகமாக வந்துகொண்டிருந்தார். திடீரென்று சைக்கிள் பிரேக் பிடிக்கவில்லைபோலும். நிறுத்துவதற்கு வேறு வழியில்லை. அப்படியே வேகமாக எனக்கு அருகாக வந்தவர் என்னைத் தாண்டியதும் எங்கள் வீட்டு மதில்மீது ஹாண்டிலை பக்கவாட்டாக உரசவிட்டு அப்படியே வேகத்தை மட்டுப்படுத்தி மோதி நின்றார். விழவில்லை, வெற்றிகரமாக நிறுத்தி நின்றார்.

பார்த்துக்கொண்டிருந்த நான் வாயை சும்மா வைத்திருக்கா மல், "நேரடி மோதல்" என்று உரக்கக் கத்திவிட்டேன். அவருக்கும் சிரிப்பு வந்துவிட்டது. "டேய்" என்றொரு குரல் பின்னால் கேட்டது. திரும்பிப் பார்க்காமல் வீட்டுக்குள் ஓடிவிட்டேன். ஒருவேளை அந்த அக்காதான் என்னைத்தேடி வந்துவிட்டாரோ என்று நினைத்தேன்.

"தம்பி வாடா" என்ற குரல் கொஞ்சம் பரிச்சயமானது போலத் தெரிந்தது.

வந்திருந்தது அகிலாக்கா. ஆளே மாறிப்போயிருந்தாள். ஏதேதோ கேட்டாள். நான் சரியாகப் பேசவில்லை. கொஞ்சம் கூச்சமோ தயக்கமோ என்னவோ ஒன்று. சிறுவயதில் அவளுடன் அதிகமாகச் சண்டைதான் பிடித்திருக்கிறேன். அப்பாவுடன் பேசிக்கொண்டிருந்தாள். அப்போது அவள் மிக அமைதியானவளாகவும், பொறுப்பானவளாகவும் தெரிந்தாள். பழைய அகிலாக்காபோல இல்லை.

உண்மையில் அவள் அகிலாக்காவே இல்லை. அவளுக்கு வேறு பெயர் இருந்தது. அவள் பக்கத்தில் பொலித்தீனால் சுற்றப்பட்டு துவக்கு இருந்தது. தூக்கிப் பார்க்க வேண்டும்போலிருந்தது. அன்றுதான் அகிலாக்காவைக் கடைசியாகப் பார்த்தது. பின்பு ஜெயசிக்குறு இராணுவ நடவடிக்கையில் அடம்பன் பகுதியில் இடம்பெற்ற மோதலொன்றில் வீரச்சாவடைந்திருந்தாள். நீண்ட நாட்களாக அவள் நினைவு வரவில்லை. ஒரு துலாக்கிணறு அகிலாக்காவை ஞாபகப்படுத்திவிட்டது.

(2)

இத்தினி! – இத்தினி அண்ணை என்றுதான் அழைக்கப்பட்டார். பிள்ளையார் கோயிலுக்குப் பக்கத்து வீடு. காலை, மாலை இரண்டு வேளைப்பூசைகளிலும் தவறாமல் மணியடித்துக் கொண்டிருப்பார். அமைதியானவர். வீபூதிக் குறியும் வெள்ளைச் சாரமுமாக மங்களகரமாக இருப்பார்.

தொண்ணூற்று ஐந்தாமாண்டு இடம்பெயர்வுக்குப் பிறகு மூன்று வருசங்கள் கழித்துப் பார்த்தபோது ஆளே மாறியிருந்தார். எண்பதுகளின் ஹீரோ மாதிரி அழகாகக் கொஞ்சம் குண்டாக இருந்தவர் அண்ணன். இப்போது, இரண்டாயிரங்களின் முப்பத்தைந்து வயதுக் கதாநாயகன் கல்லூரியில் படிக்கும்போது – ஒடிந்துவிடும் ஒல்லியாக வெடவெடப்பாகக் காற்றில் பறக்கும் சட்டையுடன் கூடவே வரும் எடுபிடி நண்பன் பாத்திரம்போல மாறியிருந்தார். வட்டமுகம் நீண்டுபோய் மொத்தமாக உருக்குலைந்து போயிருந்தார். அப்போதும், பழையமாதிரி அமைதியாகக் கோயிலில்தான் நின்றுகொண்டிருந்தார்.

எல்லாத்துக்கும் கிபீர்தான் காரணம் என்றார்கள். கிபீர் என்கிற இலங்கை விமானப்படையின் இஸ்ரேல் தயாரிப்பு சண்டை விமானத்தின் பெயரால் அழைக்கப்பட்டது கசிப்பு என்கிற சோமபானம். கிபீர் என்பது காரணப் பெயரா? அடித்த வுடன் மிக விரைவாகத் தாக்கும், உடனேயே தூக்கும், பலத்த

விளைவுகளை உண்டுபண்ணும் – இப்படியான குணங்களைக் கொண்டதால் ஏற்பட்டதா, தெரியவில்லை. சட்டவிரோத வடிசாராயமான கசிப்பு தயாரிப்பில் ஈய பற்றரி, செத்த ஓணான், இன்னபிற வஸ்துகள் சேர்க்கப்படுவதாகச் சொல்வார்கள். 'குறைந்த செலவில் அதியுச்ச பயன்' என்பதுதான் கசிப்பின் தாரக மந்திரம் என்பார்கள்.

ஒரு ஜனநாயக நாட்டில் சட்டவிரோதமான பொருட்களெல்லாம், சட்டவிரோதமாகவே தொடர்ந்தும் தயாரிக்க, ஒரு சட்டவிரோதச் சுதந்திரம் இருப்பதால் கசிப்பும் பகிரங்கமாக அறியப்பட்ட இடங்களில் ரகசியமாகத் தயாரிக்கப்பட்டு வந்தது.

மாலையில் சைவப்பழமாக மெல்லிய புன்னகையுடன் சற்றே தலையசைத்துக் கடந்துபோகும் இத்தினி அண்ணன், இரவு ஒன்பது மணிக்கு வேறு மனிதனாகக் குரல் கொடுக்க ஆரம்பிப்பார். கெட்ட வார்த்தைகள் எல்லாம் சொல்வதில்லை. 'அய்யோ' என்பதாக ஆரம்பித்து, அவ்வப்போது ஏதாவது புலம்பல்களாகத் தேயும். அவர் குரல் கேட்காத நாட்களில், 'எங்க சத்தத்தைக் காணேல்ல', 'இத்தினி குய்யோ முறையோ எண்டு கத்துமே' என்பதாக அயலவர்களால் அன்பாக விசாரிக்கப் பட்டார். வயிற்றில் பிரச்சினை, அல்சரால் அவதிப்படுகிறார் என்றார்கள். ஏற்கனவே சாப்பிடுவது குறைவு, கசிப்பு வேறு அல்சர் வயிற்றில் பதம்பார்க்க, அந்த வலி மறக்க மேலும் குடி என முழுமையான குடிமகனாக மாறிப்போனார்.

அந்தமுறை பிள்ளையார் கோயில் திருவிழா முடிந்து சிலநாட்கள் அண்ணன் தெளிவாகக் காணப்பட்டார். திருவிழாவின்போது குடியை நிறுத்தி அப்படியே தொடர்வதாகச் சொன்னார்கள். முகம் தெளிந்து கோயிலில் புத்துணர்ச்சியுடன் நின்றிருந்தார். அவருக்குத் திருமணத்துக்குப் பெண் பார்ப்பதாகவும் சொன்னார்கள். இரவில் அவர் சத்தம் போடுவதில்லை. அன்று நள்ளிரவு நேரம் சத்தம் கேட்டு விழித்துக்கொண்டோம். இத்தினி அண்ணன் வீட்டிலிருந்துதான் யாரோ கத்தினார்கள். சண்டையா? தெரியவில்லை. பின்னர் 'அப்பா, அப்பா' என்று குரல் கேட்டது. அவரது அப்பாவுக்கு உடம்பு சரியில்லையா? போய்விட்டாரா? வைத்தியசாலைக்கு அழைத்துச்சென்றுவிட்டதாக வீதிக்கு வந்துநின்ற அயலவர் பேசிக்கொண்டார்கள். காலையில் அமைதி யாகயிருந்த பிள்ளையார் கோயிலடியில் வாழைமரம் கட்டிக் கொண்டிருந்தார்கள். இத்தினி அண்ணன் இறந்து போயிருந்தார்.

(3)

"முருகன் சிங்களவன் தெரியுமா?"

தயா அண்ணன் திடீரென இப்படிக் கேட்டபோது அதிர்ச்சியாக இருந்தது. முருகனைச் சிங்களவர்கள் வணங்குகிறார்கள். 'கத்தறகம தெய்யோ' அதாவது கதிர்காமக் கடவுள் என்றே அழைக்கிறார்கள். சமயங்களில் 'நீங்களும் முருகனைக் கும்பிடுகிறீர்களா?' என எங்களைப் பார்த்தே ஆச்சரியத்தோடு கேட்கவும் செய்கிறார்கள். அதெல்லாம் போகட்டும் என்று விட்டுவிடலாம். இப்போது முருகனைச் சிங்களவனாகவே மாற்றிவிட்டார்களா?

"என்னண்ணே சொல்றீங்க?"

"எனக்கு மட்டும்தான் சொன்னவன். எங்கட பெடியள் ஒருத்தருக்கும் தெரியாது."

அப்போதுதான் புரிந்தது முன்னர் அரசடிச் சந்தியில் கடை வைத்திருந்த முருகன் அண்ணையைப் பற்றித்தான் சொல்கிறார் என்பது. இம்முறை மிக அதிர்ச்சியாக இருந்தது. கடவுள் முருகன் சிங்களவன் என்றபோதுகூட அவ்வளவு அதிர்ச்சியாக இல்லை.

"எனக்கும் முதல்ல நம்பமுடியேல்ல. பிறகுதான் தெளிவாச் சொன்னான். நானே நேர்ல பார்த்தேன்."

முருகன் அண்ணை என்னுடன் அவ்வளவாகக் கதைத்ததில்லை. ஒரு புன்முறுவலோடு கடந்து போய்விடுவார். ஒற்றை வீபூதிக்குறி, சின்னதாக குங்குமப் பொட்டு, கழுத்தில் கோயில் நூல் சகிதம் அரசடி ஒழுங்கைச் சந்தியில் பெடியள் செட்டுடன் அவ்வப்போது தென்படுவார். அதிகம் மினக்கெடுவதில்லை. அவருக்குப் பொறுப்பிருந்தது. காதல் திருமணமானவர்.

ஒரு தமிழனாகத் தமிழ் மட்டுமே பேசித் தமிழ்ப் பெண்ணைக் காதலித்துத் தமிழனாகவே வாழும் ஒருவரைத் திடீரென சிங்களவர் என்றால் யாருக்குத்தான் நம்ப முடியும்? ஒரு தமிழர் பிரதிநிதியாக இலங்கை, இந்திய இராணுவம் என எல்லாத் தரப்பிடமும் சந்தியில் நின்று அடிவாங்கியதாகவும் தகவல்கள் இருந்தன.

ஏதோ ஒரு சிங்களக் குக்கிராமத்தில், ஒரு வறிய குடும்பத்தில் பிறந்து, மிகச் சின்ன வயதிலேயே யாழ்ப்பாணத்திலிருந்த ஒரு பணக்காரர் அழைத்துக்கொண்டு வந்திருந்தாராம். அவர்கள் தங்கள் பிள்ளையைப்போலவே பார்த்துக்கொண்டார்கள். கடை வைத்துக்கொடுத்து, திருமணம் செய்துவைத்து, வெளிநாடு செல்லும்போது வீட்டையும் முருகனுக்கே கொடுத்துச் சென்றிருந்தார்கள். முருகனுக்கும் தன் உண்மையான குடும்பம் பற்றிச் சரியாக நினைவுகள் இல்லை.

சமாதான காலத்தில் பாதை திறந்தபோது தென்னிலங்கையி லிருந்து சிங்களவர்கள் குடும்பம் குடும்பமாக யாழ்ப்பாணம் பார்க்க வந்துகொண்டிருந்தார்கள். தன் குடும்பத்தை ஒருமுறை சந்திக்க வேண்டுமென்று அவருக்குள் சிறு சலனம் ஏற்பட்டிருந்தது. யாருமில்லாத ஒரு தனிமையான பொழுதில் தயா அண்ணனிடம் தன் கதையைச் சொல்லியிருக்கிறார் முருகன். யாழ்ப்பாணம் தாண்டி வேறு இடம் தெரியாது. சுத்தமாகச் சிங்களம் தெரியாது. ஆக, தயா அண்ணன்தான் அழைத்துச் செல்ல வேண்டும். முக்கியமாக அவர் குடும்பம், அந்தக் கிராமம் பற்றியும் தெளி வாகத் தெரியவில்லை. இப்படியாகப் பல குழப்பங்களுடன் இருவரும் சென்றிருக்கிறார்கள்.

ஊர் போய் அலைந்து திரிந்து, விசாரித்துத் தெரிந்து ஒருவழியாக மாலை வேளையில் வீட்டைக் கண்டடைந்திருக் கிறார்கள். வீட்டுக்குச் சென்றபோது வயதான தாயார் மட்டும் இருந்திருக்கிறார். உடன்பிறந்தவர்கள் தனித்தனிக் குடும்பமாகி விட்டார்கள். முருகன் பேச முடியாமல் பார்த்துக்கொண்டிருக்க, தயா அண்ணை அறிமுகப்படுத்தி வைத்திருக்கிறார். ஆச்சரியமும் மகிழ்ச்சியுமாகத் தாயார் கட்டிக்கொண்டார். கேள்விப்பட்டுச் சகோதரர்கள், உறவினர்களும் வந்து பார்த்திருக்கிறார்கள். அன்றிரவு அங்கேயே இருவரும் தங்கியிருந்தார்கள். சிறியவயதில் பிரிந்த தம்பியைத் தள்ளி நின்று ஆச்சரியமாகப் பார்த்துக் கொண்டு அக்காக்கள். சற்றுத்தள்ளி நின்று குறுகுறுவென்று பார்த்துக்கொண்டு நின்ற அண்ணன், பின்பு உரிமையாகத் தம்பியிடம் பணம் வாங்கிக் கொண்டுபோய்ச் சாராயம் குடித்து விட்டு ஓரமாகச் சாய்ந்துவிட்டார்.

முருகனுக்கு ஏதோ ஒன்று குறைவது போலிருந்தது. அவர் எதிர்பார்த்த அளவுக்கு அங்கே முருகனின் மீள்வருகை அந்தக் குடும்பத்தைப் பெரிதாகப் பாதிக்கவில்லை. அன்றாடம் உழைக்கும் தொழிலாளர்களாக வாழும் குடும்பம். அவர்களுக்கென்று தனித் தனியாகக் குடும்பம், கவலைகள். இதில் அவர்கள் தம்பிக்கு எந்த இடமும் இருக்கவில்லை. அவன் இல்லாமலேயே போய் விட்டான். அவனின் வருகையும் ஆச்சரியத்தோடு கடந்து போனது.

மறுநாள் காலையில் விடைபெற்றுக்கொண்டு வந்து விட்டார்கள். மனநிறைவோடு நன்றி சொன்ன முருகன், பிறகு குடும்பம் பற்றிப் பேசியதில்லை. அப்படி ஒரு சம்பவம் நடந்ததையே மறந்துபோய்விட்டார். அவரது ஊர் யாழ்ப்பாணம், அவரது உறவுகள் நண்பர்கள்தான். இதில் ஆச்சரியமான விஷயம் ஒன்றிருந்தது. அதுவரை சுத்தமாகச் சிங்களமே தெரியாத முருகன்,

காக்கா கொத்திய காயம் 273

அவரது உறவுகள் பேசும்போது தட்டுத்தடுமாறிப் பேச விழைந் திருக்கிறார். என்ன இருந்தாலும் குழந்தைப்பருவத்து மொழி திரும்ப அவருக்கு ஞாபகம் வந்திருக்கும்போல என்றார் தயா அண்ணன்.

இறுதியுத்தம் முடிந்து முதன்முதல் யாழ்ப்பாணம் சென்றிருந்த மாலைப் பொழுதொன்று. நண்பர்கள் அமர்ந்து பேசிக்கொண்டிருந்தோம். முருகன் அண்ணை மனைவியின் ஸ்கூட்டியில் வந்திறங்கி நம்முடன் உட்கார்ந்துகொண்டார். நீண்டநாட்களுக்குப் பிறகு பார்த்துப், பேசிக்கொண்டிருந்தபோது அண்ணனிடமிருந்து வாசனை. ஆச்சரியமாக இருந்தது. அவருக்குப் பழக்கமிருந்ததாகத் தெரியவில்லை.

அருகிலிருந்தவனிடம் கேட்டேன், "குடிப்பாரா?" அவருக்குக் குழந்தை பிறந்து சிலமாதங்களில் இறந்துபோனது. அது அவரை மிகவும் பாதித்துவிட்டது. அப்போதிலிருந்து ஆரம்பித்துவிட்டா ராம். "தொடங்கி கொஞ்சநாள்தான், ஆனா ஓவராத்தான் போகுது. எல்லாரும் சொல்லிப் பாத்தாச்சு. கேக்கிறான் இல்ல" என்றார் தயா அண்ணன்.

'இதிலெல்லாம் சந்தேகமே கூடாது' எனச் சொல்வதுபோல மிகச்சரியாக அப்போதுதான் அண்ணன் பொக்கட்டுக்குள் இருந்து குவாட்டர் போத்தலொன்றை எடுத்து அப்படியே வாய்க்குள் கவிழ்த்தார்.

"என்னண்ணே இப்பிடிக் குடிக்கிறீங்க? எனக்குத் தொண்டை எரியிற மாதிரியிருக்கு" என்றேன். சிரித்தார்.

கொத்துரொட்டி வாங்கிக்கொண்டுவந்த நண்பன் கொஞ்சம் சாப்பிடச் சொன்னான். மறுத்தார். வில்லங்கப்படுத்தி அவரை ஓரிரு வாய் சாப்பிடவைத்தோம்.

"ஏன் இப்பிடி எதுவும் சாப்பிடாம... வீட்ல போய் சோடா மிக்ஸ் பண்ணி வடிவா சாப்பிட்டுக் குடிக்கலாமே" என்றேன்.

அண்ணன் முகத்தில் எங்கிருந்தோ வெட்கம் வந்து குடி கொண்டது. புன்னகையுடன் "அதுக்கு வேற இருக்கு" என்றார். ஸ்கூட்டியின் சீற்றைத் திறந்து ஒரு முழுப்போத்தலை பெருமித மாக எடுத்துக் காட்டினார்.

"என்ன கொடுமைண்ணே!"

தயா அண்ணன், "வீட்ல சாப்பிடுறது எண்டுறதெல்லாம் பொய் ஜீ. இத மட்டும்தான் குடிக்கிறான். அப்பப்பதான் சாப்பிடுறான்" முருகன் பெருமையாகச் சிரித்துக்கொண்டு அமைதியாக இருந்தார்.

“ஒழுங்கா சாப்பிட்டு கொஞ்சமா குடிங்கண்ணே” என்றேன். வேறு என்னதான் செய்ய முடியும்?

முருகன் அண்ணை என் கையைப் பிடித்துக்கொண்டார். “தம்பி நீர் கொழும்பில இருந்துவந்து என்னிலை இவ்வளவு அக்கறையா சொல்லுறீர். உமக்காக, உங்கட வார்த்தைக்காண்டி குறைச்சுக் கொள்ளுறன்” என்றார்.

‘ஆகா, அண்ணன் ஃபோர்முக்கு வந்துட்டார் போலயே’ என்று தோன்றியது. சிரித்தவாறே விடைபெற்றுச் சென்றார். “நல்ல பெடியன். நல்லாத்தான் இருந்தான். இப்பிடியாகிட்டான். எல்லாரும் எவ்வளவோ சொல்லிப் பாத்தாச்சு”, தயா அண்ணன்.

மூன்று வருஷம் கடந்திருக்கும். ஒருமுறை தயா அண்ணைக்குத் தொலைபேசும்போது முருகன் அண்ணனைப் பற்றிக் கேட்டேன்.

“அவன் போன வருஷமே செத்துட்டானே.”

“என்னண்ணே சர்வசாதாரணமாச் சொல்றீங்க, எப்பிடிண்ணே?”

“என்ன ஜீ பண்றது? தெரிஞ்சதுதானே! குடிதான்” ஏற்றுக் கொள்ள முடியவில்லை.

“என்னண்ணே, இப்பதானே குடிக்கவே ஆரம்பிச்சுச்சு அந்தாள். இங்க எத்தினையோ பேர் வருஷக்கணக்கா குடிச்சிட்டே இருக்கிறாங்கள்தானே?”

“இவன் குடி மட்டும்தானே. ஒழுங்கா சாப்பிடுறதேயில்லை. எப்பிடித் தாங்கும்?” அவர் குரலில் இயலாமையும் ஆயாசமும் தெரிந்தது.

இப்படியாக எங்கோ ஒரு குக்கிராமத்தில் சிங்களவனாகப் பிறந்த முருகன், இன மொழி மத பேதங்கள் கடந்து தமிழனாக வாழ்ந்து மறைந்து போனார்.

குருமன்காடு

"மச்சான் இப்ப எங்கடா போறம்?"

"சந்துரு வீட்ட. மச்சி நேராப்போகாத அப்பிடியே முத்துராசா ஜிஎஸ் வீட்டு ஒழுங்கைக் குள்ளால விடு."

நீண்ட நாட்களின் பின்னர் வவுனியா வந்ததில் ஊர் சுற்றிப் பார்க்கும் நிகழ்ச்சி நிரலின்படி நண்பன் திவாவுடன் மோட்டார்சைக்கிளில், குருமன்காடு நோக்கிப் போய்க்கொண்டிருந்தோம்.

குருமன்காட்டுச்சந்தி காளிகோயில் தொண்ணூற்று ஆறில் சிறியதாக இருந்தது. குருமன் காடும் அப்போது சனப்புழக்கம் குறைவாயிருந்தது. அடுத்த இரண்டு வருடத்தில் வவுனியாவில் ஏற்பட்ட சடுதியான மாற்றத்தை அப்படியே வெளிப்படுத்தியது குருமன்காடுதான். ஊருடன் கோயிலும் வளர்ந்தது.

சந்தியிலிருந்து தாண்டிக்குளம் போகும் வீதி. நாங்கள் சதாகாலமும் சைக்கிள்களில் திரிந்த வீதி. காளிகோயிலைக் கடந்து, சற்றுத் தள்ளியிருக்கும், கைப் பம்ப் அடிக்கும் குழாய்க்கிணறு; அதற்குப் பின்னாலுள்ள காணியில் ஓலை வேயப்பட்ட ஒரு கொட்டகை. வெள்ளை வேட்டியும், நஷனலும் அணிந்து வெற்றிலை, பாக்குவாய் வாத்தியார் சிங்களம் படிப்பிப்பார்.

யு.என்.எச்.சி.ஆர் அலுவலகம், கே.டி.பி.எம் கணினி நிலையம் கடந்தபின், இடப்பக்கமாகத் திரும்பிச் செல்லும் அந்த ஒழுங்கை. அது முத்துராசா

விதானையார் வீட்டு லேன் என்றே அழைக்கப்பட்டது. ஒழுங்கைக்குள் சென்றதுமே வலது பக்கம் திரும்பி நேராகப் போனால் பிள்ளையார் கோயிலுக்குச் செல்லலாம். போகிற வழியில் இடையில் இடதுபக்கமாகச் செல்லும் இன்னொரு ஒழுங்கையில் தெரியும் மாடி வீடு முத்துராசா விதானையாரின் வீடு.

அப்படியே அங்கேயே பார்த்துக்கொண்டு வந்தீர்களே யானால், வழியிலிருக்கும் கிண்ணக் குழிகளில் சைக்கிள் இறங்கி விடும். நாலைந்து பெரிய கிடங்குகளும் ஏராளம் சிறு குழிகளும்.

மின்சாரம் தடைப்பட்ட இரவு நேரத்திலும் சைக்கிளைக் கிடங்குகளுக்குள் விட்டுவிடாமல், வேகமாக, இலாவகமாக வளைச்சுச், சுழிச்சு ஓட்டினீர்கள் என்றால் உறுதியாகச் சொல்லி விடலாம், நீங்களும் எங்கள் ஏரியாக்காரர்தான். பகலிலேயே தட்டுத் தடுமாறி, தொண்ணூறாம் ஆண்டில் யாழ்ப்பாணத்தில் அன்ரிமார் முதன்முதலில் சைக்கிள் ஓடும்போது கொடுத்த ‘எஃபெக்டில’ ஹாண்டிலை இறுகப்பிடித்து, வெட்டிவெட்டித் தடுமாறியபடி வந்தீர்களானால், நீங்கள் ஏரியாவுக்குப் புதுசு.

கவனிக்காமல் வேகமாக வந்தால் கதை கந்தலாகிவிட வாய்ப்புண்டு. எக்கச்சக்கமாகக் கண்ட இடத்திலும் அடிவாங்கித் தான் கடக்க நேரிடும். மற்றபடி, உங்கள் சைக்கிளின் நிலையைப் பொறுத்துச் சைக்கிளுக்கு எதுவுமே நடக்காமல் போகலாம். செயின் கழன்றுவிடலாம். அல்லது ‘லொடலொட’வென்று சத்தம் வரலாம். அல்லது இன்னதென்று தெரியாத கோளாறாகிவிடலாம்.

அப்படியேதுமானால், கவலையே படாதீர்கள். அப்படியே பெடலை மிதிக்காமல் அமர்ந்திருந்தீர்கள் எனில், சைக்கிள் ஓரிடத்தில் தானாக ஓய்வுக்கு வரும் பாருங்கள். அங்கே இருக்கிறது நம் சசியண்ணனின் சைக்கிள் கடை. அந்தக் கடையின் கேந்திர முக்கியத்துவம் வாய்ந்த அமைவிடத்தை நினைத்து அவ்வப்போது வியந்துபோவதுண்டு.

சசியண்ணனின் கடையில் ‘ஆல் இன் ஆல் அழகுராஜா கடை’ என்கிற அறிவிப்புப் பலகை மட்டும்தான் கிடையாதே தவிர, பெட்ரோமாக்ஸ் லைட் உட்பட, பல பொருட்கள் குவிந்து கிடக்கும். சைக்கிள் திருத்துவது, கழுவிப்பூட்டுற நேரம் தவிர அண்ணன் பிரித்துவைக்கப்பட்ட ஒரு பெரிய ரேடியோ பெட்டிக்குள்ளோ, ஸ்பீக்கர் பெட்டிக்குள்ளோ தலையைக் கொடுத்து தீவிர ஆராய்ச்சியில் ஈடுபட்டிருப்பார். அங்கேதான் சங்கர் அநேகமான நேரங்களில் நிற்பான். சசியண்ணனின் பிரதான சிஷ்யன் போலவே ஆர்வமாகக் கவனித்துக் கொண்டிருப்பான்.

அதன் விளைவாகவோ என்னவோ அப்போதெல்லாம் அவன் 'அம்ப்ளிஃபயர்' என்கிற வஸ்து பற்றியே அதிகம் பேசிக்கொண்டிருந்தான். அக்காலகட்டத்தில் பலரும், அவனுடன் பேச்சுக் கொடுப்பதைக் கூடுமானவரை தவிர்த்துக் கொண்டிருந்தார்கள். எந்த விஷயமானாலும், சாதாரணமாக ஆரம்பித்து இரண்டாவது வாக்கியம் வரை ஒழுங்காகப் பேசுவான். மூன்றாவது வாக்கியத்தின் முடிவில் எப்படியோ அம்ப்ளிஃபயருக்குக் கனெக்சனைக் கொடுத்துவிடுவான். பிறகு அம்ப்ளிஃபயர்தான் பேசும். இதனால் காதைப் பொத்திக்கொண்டு ஓடத் தலைப்பட்டார்கள் ஏரியா நண்பர்கள்.

சசியண்ணனின் கடையில் சங்கரைவிட இன்னும் இரண்டு, மூன்று அண்ணன்கள் நின்று பேசிக்கொண்டிருப்பார்கள். மிகத்திருத்தமாக ஆடையணிந்து தலைவாரிக்கொண்டு, வாசனைத் திரவியம் தெளித்துக் கொஞ்சம் 'கரேர்ஸ்' காட்டிக் கொண்டு நிற்கும் அவர்களை 'வெட்டிப் பயலுகள்! கோஸ் பாக்கிறதுக்கு இங்க வந்து நிக்கிறானுகள்' என இரகசியமாக அறிமுகப்படுத்தினான் சங்கர்.

சசியண்ணன் ஒரு ஜென்குரு மாதிரி. தன் வேலையிலேயே முழுக்கவனமாக, ஒரு தீவிரமான போக்கில் எதையாவது ஆராய்ந்துகொண்டிருப்பார். அநேகமாக மில்லேனியம் ஆரம்பிக்கும்போது சசியண்ணன் இந்த உலகுக்கு ஏதோவொரு முக்கியமான கண்டுபிடிப்பை நிகழ்த்திவிடுவார் என்பதாக சங்கர் பூடகமான உடல்மொழியில் வெளிப்படுத்தினான். அவன் அவ்வப்போது பூடகமாகவே எதையும் பார்ப்பான், பேசுவான். நம்ப முடிந்தது. ஆனால் சசியண்ணன் எந்தச் சலசலப்புக்கும் சலனமடைவதில்லை. யார் வெட்டிப் பேச்சையும் சட்டை செய்வதில்லை. அமைதியாகக் கவனித்துக் கேட்டுக் கொண்டிருப்பார். சிலசமயங்களில் இலேசாகப் புன்னகைப்பார். எங்களுக்கு ஏதோ புரிவது போலிருக்கும். வெகுசில சமயங்களில் ஓரிரு வார்த்தைகள் பேசுவார். அநேகமாகப் புரியாது.

சசியண்ணனின் கடையருகேதான் சங்கரின் பிரிக்கமுடியாத நண்பர்களான நிமாலும் வேகாவும் அறிமுகமானார்கள். மதிலோடு ஒட்டி நிறுத்திய சைக்கிளில் கால்களிரண்டையும் பாரில் வைத்துக் குந்தி அமர்ந்திருந்த நிமால், எங்களைக் கண்டதும் காலை வீசிப்போட்டு இறங்கி வந்தான். எண்ணெய் வைத்து உச்சிபிரித்து ஒருபக்கமாக படிய வாரிய தலையும், நெற்றியில் மூன்று அடர்த்தியான வீபூதிக் கோடுகளும், சந்தனக் குங்குமமும் துலங்க, இரு காதுகளிலும் மஞ்சள் பூ வைத்து ஒரு பழம்போலக் காட்சியளித்தான்.

அறிமுகப்படுத்தியதும், ஒரு ஆங்கிலக் கனவான் போன்ற தோரணையில் ரெஸ்பெக்டாக ஹாய் சொல்லிக் கைகுலுக்கினான். நிமால் எப்போதும் நகைச்சுவையாகப் பேசுவான். சுற்றியிருப்பவர்களில் ஒருசிலர் சிரிப்பார்கள். எப்போதாவது சீரியசாகப் பேசுவான். எல்லோரும் குபீரென்று சிரிப்பார்கள். ஆக, அவன் பகிடி விடுறானா, சீரியஸா பேசுறானா என்பது குறித்து அவனுக்கே குழப்பமாக இருந்தது.

வேகா எப்போதும் பேப்பர் மார்ட்டின் ஷேர்ட் அணிந்து உள்ளே கைவைத்த பனியன் சகிதம், நாங்கள் வன்னி ஸ்டைல் என அழைத்துக்கொண்டிருந்த பக்கிள் வைத்த பிரபுதேவா ஸ்டைல் ட்ரவுசர் அணிந்து இன் பண்ணி பெல்ட் கட்டி டிப் டொப்பாக இருப்பான். சீப்புப் படாத தலை, டி ஷர்ட்டில் அலையும் நான், "தம்பி என்ன ப்ளான்? என்ன நடக்குது? உம்மட போக்குச் சரியில்லையே? பேஸுக்கு வந்து சந்தியும் ஒருக்கா" இயக்கத் தோரணையுடன் கேட்பது வழக்கம். சிரித்துக் கொள்வான். அவன் இயல்பில் சற்று அமைதியானவன்.

அபூர்வமாக ஒருநாள் வேகா கையில் ஒரு கொப்பி இருந்தது. அதில் அழகான குண்டுக் கையெழுத்தில் நிறையக் கவிதைகள் எழுதி வைத்திருந்தான். அவனுக்கு அந்தக் கெட்ட பழக்கம் இருந்தது தெரிந்துபோனது. ஆனாலும் பெரும்பாலான கவிதைத் தொற்றுக்கு ஆளானவர்கள்போல 'மச்சான் கவிதை எழுதிருக்கிறன் வாசிச்சுப்பார்' என்கிற நோயறிகுறிகள் அவனிடம் இல்லாததால் நட்பாயிருப்பதில் எந்த அபாயமும் இருக்கவில்லை. தவிர ஒவ்வொரு பாடக் குறிப்புப் புத்தகத்தின் முதல் பக்கத்தில் ஏதாவது கோட்ஸ் மாதிரியான ஆங்கிலக் குறிப்புகள் எழுதும் வழக்கம் அவனுக்கிருந்தது. *Honesty is the best policy, Diamond cut diamonds* என்பதாக இருக்கும். பொதுவாக பெண்களே இந்தமாதிரி எழுதி வைத்திருப்பதைக் கவனித்திருக்கிறேன். அவன் அக்காக்களிடமிருந்து கூடத் தொற்றியிருக்கலாம்.

அப்போது சாதாரணதரப் பரீட்சைகள் முடிந்த ஒரு நீண்ட பள்ளி விடுமுறைக் காலம். சங்கர், நிமால், வேகா மூன்று பேரும் எப்போதும் ஒன்றாகவே சுற்றிக்கொண்டிருப்பார்கள். ஒருமுறை பிள்ளையார் கோயில் திருவிழாவில் வில்லுப்பாட்டுக்கூட பாடினார்கள் இந்தக் கோஷ்டி. நானும் வேடிக்கை பார்க்கச் சென்றிருந்தேன். ஏரியா நண்பர்கள் என்கிறவகையில் அவர்களுடன் அவ்வப்போது காலை வேளைகளில் மட்டும் ஒன்றாகத் திரிந்தேன்.

மாலை நேரங்களில் வழமையான நண்பர்களுடன் வைரவர், புளியங்குள வீதி, சில்ட்ரன் பார்க் சந்திப்பு என

இடைவிடாத பணிகளுக்கு மத்தியில் வாழ்ந்த காலம். ஏரியா நண்பர்கள் சந்திப்பு அநேகமாகச் சசியண்ணை கடையில் நிகழும். சிலசமயம் பிள்ளையார் கோயிலுக்கு முன்னால். அரட்டை தவிர அவ்வப்போது நிமால் தலைமையில், பரிசோதனை முயற்சியாக வீட்டில் நாங்களே ரொட்டி சுட்டுச் சாப்பிடுவது போன்ற எதிர்கால நலன்கருதிய பயனுள்ள பொழுதுபோக்குகளிலும் ஈடுபட்டு வந்தோம்.

பிள்ளையார் கோயிலடியில் சைக்கிள்களில் அமர்ந்தபடியே பேசிக்கொண்டிருந்த ஒரு காலைப்பொழுது. கோயிலில் கட்டுமான வேலைகள் நடந்துகொண்டிருந்தன. முன்புறம் அகழ்ந்தெடுக்கப்பட்ட செந்நிறமும் வெண்மையும் கலந்த கற்கள் குவித்துவைக்கப்பட்டிருந்தன. நிமால் ஏதோ நினைத்துக் கொண்டவன்போல "கொஞ்சம் பொறு வாறன்" என்று போனான்.

கற்குவியலில் எதையோ தேடினான். இரண்டு கற்களைத் தேர்ந்தெடுத்து இரு கைகளிலும் வைத்து மாறிமாறிப் பார்த்துக் கொண்டிருந்தவன் ஒன்றைக் கீழே போட்டுவிட்டு அப்படியே அருகிலிருந்த குழாய்க்கிணற்றடிக்குச் சென்றான். சங்கர் கைப் பம்பினால் நீர் இறைக்க, சுத்தமாகத் தேய்த்துக் கழுவினான். கோயிலுக்குள்ளிருந்து இரண்டு பலகைத் துண்டுகள், ஒரு சிறிய சோக் பீஸ் கொண்டுவந்தான். சங்கர் ஒரு சிறிய பொட்டலம் கொண்டுவந்தான். "போவமடா" என்றான் நிமால்.

அப்படியே குருமன்காடு வீதியில் காளிகோயில் பக்கமாக சென்றோம். முத்துராசா விதானையார் வீட்டுக்குத் திரும்பும் அந்த ஒழுங்கைக்கு எதிரே சற்றுத்தள்ளி இந்தப்பக்கமாகச் சைக்கிளை நிறுத்தினார்கள் நிமாலும் சங்கரும். வீதியின் மறுகரையில் ஒழுங்கைக்கு அருகில் நானும் வேகாவும் நின்று வேடிக்கை பார்த்துக்கொண்டிருந்தோம். சங்கரின் உதவியுடன் நிமால் வேலியோரமாக இலைதழைகளைச் சுத்தப்படுத்தி அருகிலிருந்த கற்களைக்கொண்டு ஒரு செட்டப் செய்தான்.

பலகை ஒன்றை நிழலுக்குக் கொடுத்து, கோயிலில் தேடி எடுத்துக்கொண்டு வந்த கல்லைப் பயபக்தியுடன் பத்திரமாக வைத்தான். சரியாகச் சொன்னால் பிரதிஷ்டை செய்தான். பொட்டலத்திலிருந்த வீபூதியை 'சுவாமி'க்கு அணிவித்து, வேலியோரம் இருந்த செம்பருத்திப் பூக்கள் பறித்துவைத்தான். இன்னொரு பலகையில் சோக் துண்டினால் எழுதினான், 'தேடிவந்த பிள்ளையார்'. இவ்வளவுக்கும் நாங்கள் யாரும் பேசிக்கொள்ளவில்லை. மௌனப்படம் போலவே எல்லாம்

நிகழ்ந்தது. நிமால் எங்களுக்கு விபூதிப் பிரசாதம் கொண்டு இந்தக் கரைக்கு வந்தான்.

அதே நேரம் பார்த்து, அருகிலிருந்த வீட்டின் சற்று வயதான பெண்மணி வெளியே வந்து நம் பிள்ளையாரை ஆச்சரியமாக பார்த்தார். எங்களையும் பார்த்தார். இதைக் கவனித்ததும், நாங்கள் சைக்கிளை விட்டிறங்கி மிகுந்த பயபக்தியுடன் வீபூதி வாங்கிப் பூசிக்கொண்டோம்.

இப்போது அந்தப் பெண்மணியும் பிள்ளையாரிடம் பிரார்த்தித்தார். “மச்சான் பிள்ளையாருக்கு முதலாவது கஸ்டமர் கிடைச்சாச்சு” என்றான் வேகா. நிமால் திரும்பிச்சென்று, அந்தப் பெண்மணியிடம் தீவிரமாக ஏதோ சொல்லிக்கொண்டிருந்தான். அநேகமாக அது நம் தேடிவந்த பிள்ளையாரின் வரலாறாக இருக்க வேண்டும்.

சற்று நேரம் எங்களுக்குச் சம்பந்தமில்லாததுபோல நின்று வேடிக்கை பார்த்துக்கொண்டிருந்தோம்.

“ஹம்சா வாறாள்டா!” என்றான் வேகா திடீரென்று. தூரத்தில் சைக்கிளில் வந்துகொண்டிருந்த பெண்ணை இங்கிருந்தே கழுகுப் பார்வையில் இன்னார்தான் என்று சொன்ன அவன் திறமை வியக்க வைத்தது. “பயங்கர களேர்ஸ்டா” என்று மேலதிக விவரமும் சொன்னான். நிமால் அவசரமாக வீதியைக் கடந்து பிள்ளையாரின் எதிரே போய் நின்றுகொண்டான்.

“அவள் கணக்கெடுக்கவே மாட்டாள்” என்றான் சங்கர்.

அவள் அருகே வரும் நேரம் பார்த்துச் சரியாக நிமால் மிகுந்த பயபக்தியுடன் கண்களை மூடி முணுமுணுத்து வேண்டிக் கொண்டான். நீண்ட தோப்புக்கரணம் போட்டுக்கொண்டான். அந்தப் பெண்ணிடம் சிறு சலனம்கூட இல்லை. அங்கே மனிதர்கள் நிற்பதாகவோ, யாரையும் கவனித்ததாகவோ அவளிடம் எந்தச் சிறு வெளிப்பாடுமில்லை. ஒழுங்கைக்குள் சென்றுவிட்டாள்.

இந்தப்பக்கம் வந்துவிட்ட நிமால் மட்டும் “அவள் பாத்தவள்டா” என்றான். நம்புவதுபோலில்லை என்றாலும் யாரும் விவாதித்துக்கொள்ளவில்லை.

அன்று அபூர்வமாக, மாலையே வீடு திரும்பிக்கொண்டிருந்தேன். எல்லாம் நம் பிள்ளையார் பற்றிய ஆர்வம்தான். பிள்ளையார் கோயில் எதிர் வீதிக்கு இந்தப்பக்கமாக மூவர் கூட்டணி நிற்பதைப் பார்த்து அவர்களுடன் சேர்ந்துகொண்டேன். பேசியபடியே

நேரம்போனதில் இருட்டியிருந்தது. சங்கர் மெதுவான குரலில், "டேய் அங்க பார்ரா" என்றான்.

ஹம்சா அவள் அம்மாவுடன் மிடுக்காக நடந்து வந்து கொண்டிருந்தாள். "எங்கடா நடந்து வாறாள்?" மேலும் ஆச்சரிய மாகக் கேட்டுக்கொண்டான். இந்தப்பக்கம் நின்ற எங்களைக் கண்டுகொள்ளாமல், வீதியைக் கடந்து இருவரும் நம் தேடிவந்த பிள்ளையாரிடம் சென்றார்கள். நம்பமுடியாத அதிர்ச்சி.

எங்களுக்குதான் அது எதிர்பாராத ஆச்சரியம்! நிமால் எல்லாம் அவன் திருவிளையாடல் என்பதுபோல அமைதியா யிருந்தான். ஆனால் அங்கே பிள்ளையார் இருந்திருந்தால் நிச்சயம் அவருக்கும் ஆச்சரியமளித்திருக்கும். வெகு பவ்வியமாக நின்று கும்பிட்டாள் ஹம்சா. அன்றுதான் அவளை அப்படியொரு பணிவுடன் பார்ப்பதாக மிகமுக்கிய தகவல் ஒன்றைத் தெரிவித்தான் வேகா.

ஹம்சா கண்மூடிப் பிரார்த்தித்தாள். மிக இலேசாக, ஒரு டென்னிஸ் பந்து ஓய்வுக்கு வருமுன் கொடுக்கும் சிறிய 'ஜம்ப்' போல நாசூக்கான 'போனால் போகுது' தோப்புக்கரணம் மூன்றைப் பிள்ளையாருக்குப் பெரிய மனது பண்ணி வழங்கினாள். மீண்டும் அதே மிடுக்குடன் கடந்துசென்றாள்.

அதுவரை மிகுந்த பிரயத்தனத்துடன் கட்டுப்படுத்திக் கொண்டிருந்த சிரிப்பை மேலும் அடக்க முடியவில்லை. ஆனாலும் ஆச்சரியம் தாங்கவில்லை. எப்பிடிடா? அமைதியாக இருந்த நிமால் சொன்னான்,

"இனிப் பிள்ளையாரைத் தூக்கிடலாம்டா!"

சரியாக நிமால் பிள்ளையாரைத் தூக்கப்போகும் நேரம் பார்த்து, அங்கே தோன்றினார் நம் பிள்ளையாரின் முதல் பக்தை. அநேகமாக அவர் சாயங்காலப் பூசைக்காக வந்திருக்க வேண்டும்.

"என்ன தம்பி செய்யப்போறீர்?"

"அதில்லையம்மா தெரியாதே எங்கடையாக்கள் செய்யிற வேலை. ரோட்டில, ரயில் தண்டவாளத்தில எண்டு கண்ட கண்ட இடத்தில எல்லாம் கோயிலக் கட்டீனம். பப்ளிக்க டிஸ்டப் பண்றது விளங்காம. அவையள் செய்யிற அதே பிழையள நாங்களும் செய்யக்கூடாது என்ன ..."

மிகுந்த பொறுப்புணர்வுடன் நிமால் பதில் சொல்லிக் கொண்டிருந்தான்.

அதோ அங்கேதான் தேடிவந்த பிள்ளையார் ஒருநாள் மட்டும் வீற்றிருந்தார். இப்போது ஒழுங்கைக்குள் திரும்பியிருக்கிறோம். அந்தக் கிண்ணக்குழிகள் எப்போதோ நிரவப்பட்டு தார் ரோடாக மாறியிருந்தது. சசியண்ணையின் சைக்கிள் கடை இருந்த அடையாளம் தெரியவில்லை. குருமன்காட்டுப் பிள்ளையார் கோயிலடியில் சந்துரு வீட்டுக்கு முன்பாக நின்றுகொண் டிருந்தோம்.

நிமால் இப்போது கனடாவில் இருப்பதாகச் சொன்னார்கள். சங்கர் யாழ்ப்பாணத்தில். "மச்சி வேகா எங்கடா?" திவாவிடம் கேட்டேன்.

"யார் மதனையா கேக்கிறே."

"ஆமாடா மதன் ... இப்பதான் ஞாபகம் வருது வீட்ல அப்பிடித்தான் கூப்பிடுறதா சொல்லுவான்."

"டேய் ... அதாண்டா பிறகு ஊருக்கே தெரிஞ்ச பேர் ... உனக்குத் தெரியாதா? அவனை அப்பவே போட்டுட்டாங்கடா."

போடுறது என்பது யாழ்ப்பாணத்திலோ வவுனியாவிலோ அவ்வளவு அதிர்ச்சியை கொடுக்கும் சொல் அல்ல என்றாலும் அவனைப்போய் ...

"ஏண்டா? யாரு?"

"அவன் பெருசுடா!"

குருமன்காட்டுப் பிள்ளையார் கோயிலில் ஏதோ கட்டட வேலை நடந்துகொண்டிருந்தது. எப்போது சென்றாலும் அங்கே வேலை நடந்துகொண்டிருக்கிறதைப் பார்க்கிறேன். கடைசியாகத் தொண்ணூற்றெட்டில் வவுனியாவை விட்டுப் புறப்பட்டபோதும்; மீண்டும் ஓரிருமுறை சென்றபோதும்; கடந்தவருடம் சென்ற போதும். இப்போது நீங்கள் இதனை வாசிக்கும்போதுகூட நடைபெறலாம். நீங்கள் வவுனியாவிலிருந்தால் எதற்கும் ஒருமுறை குருமன்காட்டுப் பிள்ளையார் கோயில் பக்கம் சென்று பாருங்கள்.

புலி வேட்டை

"டேய் எங்கடா போறம்?" அருகில் ஓடி வந்துகொண்டிருந்த தம்பி திவாவைக் கேட்டேன்.

"தெரியலடா ஏதும் வேட்டையா இருக்குமோ?"

"வேட்டையா? வெறுங்கையோட ஓடிட்டிருக்கிறம்?"

தோட்டக் காணிகளைக் கடந்து காட்டுக்குள் ஓடிக்கொண்டிருந்தோம். பவா, சாந்தன், கணேசண்ணை, விசயகாந்து, கீர்த்தி, மனோகரண்ணை, வெள்ளையண்ணை எனக் குறைந்தது இருபத்தைந்து பேராவது இருப்போம்.

காலை பத்துமணி இருக்கும். வழக்கம்போல வீட்டுக் கேற்றருகே நின்று பேசிக்கொண்டிருந்தோம். கேற் – அதைக் 'கடப்பு' என்று சொல்வார்கள். இரண்டு பக்கமும் ஆளுயரத்தில் உறுதியான செவ்வகக் குறுக்குவெட்டுள்ள கனமான இரண்டு மரக்குற்றிகள் நாட்டப்பட்டு இருக்கும். குற்றிகளில் சம இடைவெளிகளில் ஐந்து வட்டவடிவத் துளைகள் இடப்பட்டிருந்தது. துளைகளினூடு உறுதியான காட்டுத்தடிகள் செலுத்தி ஒரு தடுப்பு. தோட்டம், துரவுகளில் கால்நடைகள் புகுந்துவிடாமல் தடுப்பதற்கான செட்டப். அக்கம்பக்கம் எல்லா வீடுகளிலும் அப்படித்தான் கேற்.

கடப்புக்குப் பக்கத்தில் பட்டி இருந்தது. வட்ட வடிவமாகக் காட்டுத்தடிகளால் சுற்றி வேலியிடப்பட்டிருக்கும். மாடுகள் தாமாகவே இரவில் வந்து அடைந்துகொள்ளும். கன்றுகள், காளைகள்

என்று முப்பது மாடுகளாவது இருந்தன. அநேகமாக எல்லா வீடுகளிலும் அப்படித்தான். பசுமாடுகள் பல இருந்தாலும் வீட்டில் பாலுணவுகள் பெரிதாகப் பயன்படுத்துவதில்லை. காலை, மாலையில் தேநீருக்காக ஒரு செம்புப் பால் கறந்து கொள்வார்கள். மற்றபடி பால் கன்றுகளுக்குத்தான். அதனால் பால் கறக்கும் மாட்டுக்கான தீவனங்களும் கொடுப்பதில்லை. காட்டில் மேய்ந்துகொள்ள வேண்டியதுதான். எருதுகளுக்கு வேலையுண்டு. பசுக்கள், கன்றுகள் செல்வங்கள், அவ்வளவுதான்.

ஒரு பசுமாடு வைத்துக்கொண்டு பத்து வீட்டுக்குப் பால் விநியோகிக்கும் யாழ்ப்பாணத்திலிருந்து சென்ற எங்களுக்கு அது ஒரு பெரிய ஆச்சரியம். பால் கறந்து விற்கும் வழக்கமெல்லாம் இல்லை. யாருக்கு விற்பது? ஒரு வீட்டில் மட்டும் பால், எருமைத் தயிர் கொள்ளை மலிவுவிலையில் கிடைத்தது. யாழ்மக்கள் வந்தபிறகுதான் அந்த வழக்கமும் ஆரம்பித்திருந்தது.

எங்கோ மேய்ந்துகொண்டிருந்த மாடுகள் திடீரெனப் பட்டியை நோக்கி ஓடிவந்தன. அவை அப்படி மிரண்டுபோய் ஓடி வந்தது அசாதாரணமாக இருந்தது. தூரத்திலிருந்து ஒரு குரல் யாரையோ அழைப்பதுபோல ஒரு கூச்சலாக ஓங்கி ஒலித்தது.

“டேய் கொஞ்சம் பொறு” கணேசண்ணை சற்றுக் கூர்ந்து அவதானித்தார். அவசரமாக சாரத்தை மடித்துக்கட்டிக் கொண்டு ஓட ஆரம்பித்தார். பேசிக்கொண்டிருந்த நண்பர்களில் பெரியவர்கள், சிறியவர்கள் எல்லோரும் கூச்சலிட்டுக்கொண்டு ஓட ஆரம்பித்தார்கள். நாங்களும் என்ன ஏதென்று தெரியாமல் வேகமாக ஓட ஆரம்பித்திருந்தோம். ‘ஏதோ ஆபத்தாயிருக்கும், யாரோ ஒருவரின் குரல் கேட்டுதே, ஏதும் சண்டையோ’ என யோசித்துக்கொண்டே, இரண்டு வரிசையாக ஓடிய கும்பலின் நடுப்பகுதியில் இருந்தோம்.

‘சரி ஓடுறதுதான் ஓடுறம் எதுக்கென்று தெரிந்துகொண்டுதான் ஓடலாமே’ என்றுதான் முன்னால் ஓடிக்கொண்டிருந்த சாந்தனிடம் கேட்டேன்.

“புலி வந்திருக்கு”

“என்னது ... புலியா? எங்க வந்திருக்கு?”

கிலியாகிப் போய் நானும் திவாவும் ஒருவரையொருவர் பார்த்துக்கொண்டோம். சிறுத்தையை அங்கே புலி என்றுதான் சொல்வார்கள்.

"மாடெல்லாம் ஓடி வந்திச்சுதுகள் பாத்தீங்களே.. அதுகளுக்குத் தெரியும் மோப்பத்தில... அதான் கெலிச்சுப்போய் ஓடிவந்துதுகள்... இங்க கிட்டத்திலதான் எங்கயோ புலி நிக்குது."

"இப்ப எதுக்கு நாங்க போறம்?"

"புலியைத் துரத்தத்தான்."

"வெறுங்கையோடயா?"

"டேய் நாங்க திரும்பிப் போவமா?" திவா கேட்டான்.

"எப்பிடிறா காட்டுக்குள்ள வந்திட்டம். தனிய எப்பிடி? ஏற்கனவே வழில புலியத் தாண்டி வந்திட்டமோ தெரியல."

"தாண்டியா எப்பிடிடா?"

"சிறுத்தை மரத்தில ஏறும்டா. எங்கயாவது மேலதான் இருக்கும் இப்ப. எதுக்கும் கூட்டத்தோட இருக்கிறதுதான் சேஃப்டி."

பயந்துபோய் கூட்டத்தோடு சேர்ந்து மேலே பார்த்துக் கொண்டே, ஒருவாறு வீட்டுக்கு வந்துசேர்ந்தது மறக்க முடியாத புலிவேட்டை அனுபவம். இப்படியொரு புலி வேட்டைக்கு யாரும் போயிருப்பார்களா, தெரியவில்லை.

கனகராயன்குளம்! கொஞ்சம் வயலும் பெரும்காடும் சார்ந்த வவுனியாவின் வடபகுதி எல்லைக் கிராமம். நான் சுவாசித்ததில் மிக இயற்கையான காற்று அங்கேதான் கிடைத்தது. காற்றில் எப்போதும் ஓர் மூலிகை வாசம் கலந்திருக்கும். ஒப்பீட்டளவில் சூழல் மாசடையாத, வாகனப் புகையில்லாத முழுமையான கிராமம். கனகராயன்குளம் சந்தியிலிருந்து கரப்புக்குத்தி இரண்டு மைல் தூரம் என்பார்கள். கிரவலும் வெண்மணலுமாக ஆரம்பிக்கும் அந்த வீதி, கனகராயன் ஆற்றைக் கடந்து, அரைக் கிலோமீட்டர் சென்றதும் செம்மண்ணும் கிரவலும் கலந்து கரப்புக்குத்தி அய்யன் கோயில்வரை செல்லும். கோயிலுக்கு அப்பால் கரப்புக்குத்திக் குளம்.

"நேற்றுப் புலி வந்தது."

கிணற்றடியில் நின்றிருந்த வீட்டுக்கார அன்ரி சொல்லிக் கொண்டிருந்தார். நாங்கள் 'புலி வேட்டை'க்குச் சென்று சில நாட்கள் கடந்தபின் ஒரு காலைப் பொழுது.

"எங்க வந்தது?"

"உங்கேர்... உந்தப் பக்கமாத்தான் கத்திக் கேட்டுச்சு" நாங்கள் புலி துரத்திச் சென்ற பகுதியைக் காட்டினார்.

"அப்ப இங்கயும் வருமா?"

"ச்சா அது காட்டுக்குள்ளதான் நிக்கும், குடிமனைக்குள்ள வராது" என்றார் அன்ரி.

"டேய் கண்டபடி திரியாத சிறுத்தை மேல எங்கயாவது நிக்கும்", நான் திவாவிடம்.

"அதான் இங்க வராதில்ல குடிமனை..."

"டேய் இது குடிமனையாடா? ரோட்டுக்கு ரெண்டு பக்கமும் ஒவ்வொரு வீடு. வீட்டுக்குப் பின்னால காடுதானே இருக்கு?"

அநேகமாக ஒவ்வொரு வீட்டிலும் கடப்புத்தாண்டினால் வீட்டுக்குச் செல்லும் நீளமான நடைபாதையின் இருமருங்கும் சிறு காய்கறித் தோட்டமாக இருக்கும். அநேகமாக மண்பூச்சுப் பூசிய ஓலைவேய்ந்த வீடுகள். அரிதாக இடையிடையே ஓடுவேய்ந்த சீமெந்து வீடுகள். வீட்டுக்குப் பின்பகுதி முழுவதும் பெரும் காய்கறி, புகையிலைத் தோட்டமாக இருக்கும். அதற்கப்பால் காடு.

ஏற்கனவே யாரும் இரவில் வீட்டைவிட்டுக் கீழே இறங்குவதில்லை. வெள்ளையண்ணன் கச்சான் வளர்த்திருந்தார். அதனால் காட்டுப் பன்றிகள் வரும் என்று சொல்லியிருந்தார்கள். எங்கள் வீட்டுக்குப் பக்கத்தில் வெள்ளை அண்ணன் வீடு. உண்மையில் பக்கத்து வீடல்ல. இந்த வீட்டிலிருந்து பார்த்தால் அந்த வீடு தெரியும். பெரிய காணிகள் என்பதால் அங்கே பக்கத்து வீடுகள் வெகு அபூர்வமாகவே அமைந்திருக்கும். மற்றபடி பார்க்கத் தெரியும் வீடுகள்தான்!

"நேற்று இரவு உதில விஞ்ஞானங்குளத்தில யானை வந்துட்டுதெல்லே தனியனா வேற... எல்லாரும் நெருப்புக் கொளுத்திக் கொண்டுபோய்த் துரத்தினது" அன்ரி ஒருநாள் சர்வ சாதாரணமாகச் சொன்னார். எச்சரிப்பது போலெல்லாம் அங்கே யாரும் பேசுவதில்லை.

நாங்கள் இருந்த பகுதி விஞ்ஞானங்குளம்தான். கரப்புக்குத்தி செல்லும் வீதியில் விஞ்ஞானங்குளம் சந்தியிலிருந்து ஆறாவதாக எங்கள் வீடு அமைந்திருந்தது. விஞ்ஞானங்குளம் சந்தியில் ஓலை வேயப்பட்ட இரண்டு பெரிய அறைகள் மட்டுமே கொண்ட ஒரு சிறுவர் பாடசாலை இருந்தது. பாடசாலைக்கு எதிர் தம்பா அண்ணன் கடை. நாங்கள் அங்கிருந்தபோது புதிதாக ஒரு முடிதிருத்தும் கடையும் முளைத்திருந்தது. சந்தியிலிருந்து வலதுபுறமாக ஒரு கிரவல் வீதி சின்னடம்பன் ஊடாக நெடுங்கேணி செல்லும்.

கூட்டத்தைவிட்டுத் தனியாக வரும் யானை ஆபத்தானது. கனகராயன் ஆறு, அதை அண்மித்த பகுதிகளில் இரவு வேளைகளில் யானை உலாவும் என்பதால் யாரும் இரவில் பயணிப்பதில்லை. தவிர, மழைக் காலங்களில் ஓரிரு வாரங்கள் ஆறு நிறைந்திருக்கும். சாதாரணமாக மழைவெள்ளம் தேங்கி நிற்பது போல ஆங்காங்கே திட்டுத்திட்டாக நீரிருக்கும். மற்றபடி ஆறு என்பது வெள்ளை மணல் மட்டுமே! ஆறு பாயும் காலங்களில் பாலம் முற்றிலும் நீரில் அமிழ்ந்துவிடும். பாலம் கீழ்நோக்கிக் குழிந்து வளைந்திருந்தது. பாலத்தின் மையப்பகுதி வீதியின் மட்டத்துக்கு இருபது, இருபத்தைந்தடி கீழே தாழ்ந்திருக்கும். நாமெல்லாம் பகலில் பாலத்தருகில் செல்லும்போதே யானை நிற்கிறதா என்று பார்ப்பது வழக்கம்.

முதன்முறையாக தூரத்தில் எருமைக் கூட்டத்தைப் பார்த்த போதே அலறியடித்துக்கொண்டு ஓடத் தயாராக இருந்தோம். அதற்குமுன் எருமையைப் பார்த்ததே இல்லையா, புழுதி கிளம்ப, கருகருவென எருமைகள் நடந்து வருவதைப் பார்க்கவே பீதியாக இருந்தது. ஆனால் பரம சாதுவாக, எதுபற்றியும் கவலையில்லாமல் அவை தம் பாட்டுக்குச் செல்லும்.

“அதுகள் ஒண்டுஞ்செய்யாது குளுவன் மாடுதான் பொல்லாதது குத்திக்கொண்டு போடும்... அப்பாவ ஒரு இரவு முழுக்க மரத்தில இருத்தி வச்சிருந்தது” மனோகரன் அண்ணன் சொன்னார்.

“குளுவன் தெரியுமா? இதெல்லாம் மனுசரோட இருந்து பழக்கப்பட்ட எருமை. காட்டுக்குள்ள மனுசரையே காணாத, தெரியாத எருமை எப்பிடியிருக்கும்? அதான் குளுவன். அதப்பிடிச்சுப் பழக்கி எடுக்கிறதாம். இதுக்கெண்டே ஆக்கள் இருக்கிறாங்கள். காட்டுக்குள்ள போய் நாலுபக்கமும் சுத்தி நிண்டு தண்டுவடம் போட்டுப் பிடிச்சு, இழுத்துக்கொண்டு வந்து ரெண்டு மூண்டு நாளா பட்டினி போட்டு, பிறகு எங்கட மாடுகளோட சேர்த்துப் பழகவிட்டுப் படிப்படியாப் பழக்கி எடுக்கிறது. இப்பல்லாம் செய்யிறாங்களோ தெரியேல்ல. நான் பார்த்ததில்ல ஆச்சி சொல்லுவா. குளுவனுக்குக் கொம்பு நல்ல கூரா வெட்டுறமாதிரி இருக்குமாம். குத்திக் கிழிச்சிடுமாம். பிறகு ராவி மழுக்கி விடுறதாம்.”

நாங்கள் பார்த்த எருமைக் கூட்டத்துக்கும் அவர் சொன்ன குளுவனுக்கும் சம்பந்தமே இல்லாதிருந்தது.

அண்ணன், தன் அப்பாவின் கதையைத் தொடர்ந்தார்.

“மான் ஒண்டுக்கு வெடிவச்சுட்டுத் திரும்பினா குளுவன் மாடு ஓடிவருதாம். சத்தத்துக்கு மிரண்டு போச்சுதுபோல. பிறகென்ன துவக்கப் போட்டுட்டுப் பக்கத்தில நிண்ட மரத்தில தாவி ஏறி இருந்துட்டாராம். குளுவன் விடுற பாடில்ல. ஆத்திரத்தில கொம்பால மரத்தை வெட்டி விழுத்திறன் எண்ட மாதிரித்தான் ராவிக் கொண்டிருந்திச்சாம். மனுசன் விடிய விடிய மரத்தில இருந்துட்டு பிறகுதான் மானையும் தூக்கிக் கொண்டு வந்திச்சு.”

வேட்டைக்குப் போனால் நிச்சயமாகப் பன்றி கிடைக்கும். சந்தையிலும் ஒவ்வொருநாளும் பன்றி இறைச்சி வாங்கலாம். ஆனால் மரை, மான் அவ்வப்போதுதான் கிடைக்கும். உடனயே கூறுபோட்டு விற்றுத் தீர்ந்துவிடும்.

மனோகரன் அண்ணனின் அப்பா பொழுது சாயும் வேளை களில் வேட்டைக்குச் செல்வதைப் பார்த்ததுண்டு. சாரத்தை மடித்துச் சண்டிக்கட்டுக் கட்டிக்கொண்டு, சட்டை போடாத வெற்றுடம்பில் ஒரு தோளில் சாக்குப்பை, இன்னொரு தோளில் துவக்கு. ஐந்தடி வரும் துவக்கின் நீளம். சைக்கிள் பாருக்கு சற்றுக் குறைந்த விட்டத்தில் மூன்றடிக்குக் குறையாத நீளமான பரல். வேட்டைக்குச் செல்ல முன் துவக்குக்குச் சக்கை அடைப்பது அல்லது இடிப்பது தனி வேலை. நெருப்புக் குச்சி மருந்து, சிறிய ஈயக் குண்டுகள் பின்னர் தேங்காய்த் தும்பு அடைத்து நீளமான கம்பியால் இடித்து இறுக்க வேண்டும். பின்பு மீண்டும் மருந்து, குண்டு, தும்பு என்று மூன்று அடுக்காக இடித்து இறுக்கித் தயார் செய்ய வேண்டும். கொஞ்சம் அதிகப்படியாக இடித்தால் வெடித்துவிடும். அதற்கும் ஒரு கணக்கு இருக்கு.

அந்தத் துவக்கால் சூடு பட்டால் அவ்வளவுதான். ஆளைத் தூக்கி எறிந்துவிடும். உத்தரவாதமாகச் செத்துப் போய்விடலாம். அந்தத் துவக்கைத்தான் ‘இடியன்’ என்பார்கள். என்ன, அவ்வளவு மினக்கெட்டு இரவிரவாக விழித்திருந்து, காத்திருந்து சுடும்போது குறி பிசகிவிட்டால் அவ்வளவுதான். ஒரே ஒருதடவை மட்டுமே சுடலாம்.

அந்த ஒருதடவை துவக்கால் பன்றி ஒன்றைச் சுடும்போது குறி பிசகி, காயத்தோடு தப்பிவிட்டது. பன்றி கொலைவெறியுடன் ஓடிவர, வேறு வழியில்லாமல் துவக்கைத் தூக்கிப்போட்டுவிட்டு பக்கத்திலிருந்த மரத்தில் ஏறிவிட்டார். ஓரிரு மணிநேரத்தில் இறந்துபோனதாம்.

“சும்மாவே காட்டுப் பண்டி பொல்லாதது. மனுசரப் பாத்தா விடாது. அதின்ர உயரத்துக்கு, ஓடிவந்து நேர கவட்டுக்குள்ள

தான் இடிக்கும். கீழ்வாயில ரெண்டு பல்லுத் தள்ளிட்டிருக்கும். அப்பிடியே கிழிச்சுத் தூக்கியெறிஞ்சுடும்” அண்ணன் சொல்லிக் கொண்டிருக்கும்போதே கைகள் அனிச்சையாகப் பொத்திக் கொண்டன.

அன்றைய காலைப்பொழுது பரபரப்பாக விடிந்தது. தோட்டத்தில் எல்லோரும் குழுமியிருந்தார்கள். இரவு புலி வந்திருக்கு என்றார்கள். தக்காளிச் செடிகளுக்கு நடுவே, முதல்நாள் மாலை நீர்பாய்ச்சிய மண்ணில் கால்தடங்கள் ஆழமாகப் பதிந்திருந்தன. ஒரு பூனையின் காலடிபோல ஆனால் பெரிதாக. எங்கள் வீட்டிலிருந்து கிட்டத்தட்ட எழுபது மீட்டர் தூரத்தில் சிறுத்தை வந்து போயிருக்கிறது. வீட்டினருகே வருவதற்கு ஒரு சிறுத்தைக்குச் சில நொடிகளும், பத்துப் பதினோரு தாவல்களும் போதுமா எனக் கணக்குப்போட்டுப் பார்த்ததில் பயமாக இருந்தது.

பட்டிக்குள் சிறுத்தை புகுந்துவிட்டது. ஒரு கன்றுக் குட்டியை அடித்துவிட்டது. கன்றைக் கொண்டுபோக முடியவில்லையா அல்லது மாடுகள் துரத்திவிட்டனவா தெரியவில்லை. அப்படியே விட்டுச் சென்றிருந்தது. பட்டியை ஒழுங்காக அடைத்துச் செப்பனிடும் வேலைகளில் இறங்கியிருந்தார்கள். கடப்பை இனி ஒழுங்காக மூடிவிட வேண்டும். ஒருமுறை வந்துவிட்டது. இனித் தொடர்ந்து வர வாய்ப்பிருக்கிறது என்றார்கள். பட்டி எங்கள் வீட்டிலிருந்து வீதியோரமாக ஐம்பது மீட்டர் தூரத்தில் இருக்கலாம். ஆனால் அன்ரி வீட்டுக்கு மிக அருகில். கிணற்றடிக்கு அருகில் வேலிக்கு அந்தப்பக்கமாக இருந்தது.

மறுநாள் காலை.

“நேற்றிரவு போயிலைத் தோட்டத்துக்கை புலி நிண்டது. நான் கைக்குழல் அடிச்சன் ஓடிற்றுது” என்றார் அன்ரி.

பட்டிக்கு இடப்புறமாக இருந்த காணியில் புகையிலைக் கன்றுகள் ஆளை மறைக்கும் அளவுக்கு வளர்ந்திருந்தன. அதற்குள் ஆட்கள் புகுந்து கொண்டாலே கண்டு பிடிப்பது கடினம். இதற்குள் சிறுத்தை நின்றால் எப்படி? என்ன துணிச்சல் அன்ரிக்கு? ஆச்சரியமாக இருந்தது. நிச்சயம் முறத்தால் புலியை விரட்டிய தமிழச்சிகள் பழைய காலத்தில் வாழ்ந்திருப்பார்கள் என இப்போது சந்தேகமின்றி நம்ப முடிந்தது.

“இரவு பட்டிக்குள்ள சிலமன் கேட்டுச்சு. அதான் எழும்பி வந்தன். ரோச்சை அடிச்சுப் பாத்திட்டிருந்தன். அண்டைக்கே எனக்கு டவுட். இதுக்குள்ளதான் பதுங்கி நிக்கிறாரோ எண்டு.

பாத்தா உந்தா பக்கத்தில... அதுக்குள்ள ரெண்டு கொள்ளிக் கண் தெரியுது. உடன கைக்குழல் அடிச்சன் ஓடீற்றுது."

அன்ரி சாதாரணமாகப் பேசும்போது நானும் திவாவும் ஒரு விஷயத்தை நன்கு குறித்து வைத்துக்கொண்டோம். அதுதான் கைக்குழல்! நாங்கள் அதுவரை பார்த்த வேட்டைத் துவக்கை விடச் சக்திவாய்ந்த, புலியைக் கொல்லக்கூடிய கைக்குழல் அன்ரியிடம் இருக்கிறது.

ஒருவேளை அது சின்ன சைஸ் இடியன் துவக்காக இருக்கக் கூடும். கைத் துப்பாக்கி போன்றதா? ஆனால் சிறுத்தையைக் கொல்வது குற்றம். அப்படியானால் ஏதேனும் சத்த வெடியாக இருக்குமோ? வெடிச்சத்தம் கேட்கவில்லையே? தவிர, நாங்கள் சிறுவயதில் கொழுத்திய பட்டாசு வெடியெல்லாம் இப்போது கிடையாது, தடை. அப்படியே இருந்தாலும், சிறுத்தை தாக்க வந்தால் வெடி எந்தளவிற்கு உதவும்? ஆக, இங்கே இவர்களே தயாரித்த 'உள்ளூர் உற்பத்தி' ஆயுதமாக இருக்க வேண்டும். அப்படியானால், அது நிச்சயம் முரட்டுத்தனமான ஒரு பயங்கர மான ஆயுதமாகத்தான் இருக்க முடியும்.

உள்ளூர் தயாரிப்புகள் அப்படியானவைதான். கைக்குழலை நம்பி ஒரு பெண்மணி இரவு நேரத்தில் தன்னந்தனியாக சிறுத்தையை எதிர்கொள்ள முடியுமென்றால்? அது நிச்சயமாக அதிசக்திவாய்ந்த, அதிக சத்தமெழுப்பாத சட்ட விரோதமான, சிறிய துவக்காகத்தான் இருக்க முடியும். அதிலும் முக்கியமாக அது சிறுத்தையைக் கொல்லக் கூடியதெனில், ஒரு தடவை மட்டுமே சுடக்கூடிய துவக்காக இருக்கமுடியாது. இவ்வாறு பலவிதமாக ஆராய்ந்து ஏகோபித்து ஒரு முடிவுக்கு வந்தோம், 'அந்தக் கைக்குழலை ஒரு முறை பார்க்க வேண்டும்.'

அது மாலை நேரம். இரவுச் சமையலுக்காக நெல்லுக் குத்திக்கொண்டிருந்த அன்ரியிடம் இருவரும் சென்றோம்.

"அன்ரி..."

"என்னப்பன், என்ன வேணும்?"

"அந்த... கைக்குழல ஒருக்கா பாக்கலாமா"

அன்ரி சிரித்துக்கொண்டே சுற்றுமுற்றும் பார்த்தார்.

யாருமில்லை என உறுதிப்படுத்திக்கொண்டார். பெரு விரலையும், சுட்டு விரலையும் வாய்க்குள் வைத்து பலமாக, 'உய்ய்ய்...' என்றொரு விசிலடித்தார்

மாவிட்டபுரம்

"நீங்கள் எந்த ஊர்?"

எளிமையான கேள்வி. ஆனால் அவ்வளவு சுலபமாகப் பதில் சொல்ல முடிவதில்லை. எனது ஊர் என்று எதைச் சொல்வது? இப்போது இருக்கும் ஊரையா? அல்லது பிறந்த ஊரையா? அதிகம் அறிந்து வளர்ந்த ஊரையா? வெளிநாடொன்றில் வாழ்பவருக்குப் பெரும்பாலும் இத்தகைய சிக்கல் இருப்பதாகத் தெரியவில்லை. இலங்கைக்குள்ளேயே சுற்றிக்கொண்டிருப்பவர்களுக்குத்தான் சமயத்தில் குழப்பமாகிவிடுகிறது.

முதல் மழைத்துளி கிளர்த்தும் மண் வாசனையை நுகரும்போதும், பண்டிகை நாளொன்றின் விடியலின்போதும் ஊரின் நினைவுகள் எங்கு சென்றாலும் தொடர்கின்றன. எப்படியோ காற்சட்டைப் பையினுள் ஒட்டிக்கொண்டு வீடுவரும் கடற்கரை மணல்துகள்களைப் போல, எவ்வளவு முயன்றாலும் உதறமுடிவதில்லை. ஒருவகையில் ஊர் என்பது துண்டுதுண்டான நினைவுகளாகவே இருக்கிறது. அது ஒரு கோயிலின் நினைவாகவோ, வீட்டின் நினைவாகவோ அல்லது ஒரு மரத்தின் நினைவாகவோகூட இருக்கலாம்.

எங்கள் வீட்டு முற்றத்தில் ஓர் 'விலாட்' மாமரம் நின்றிருந்தது. வளரிளம் பருவத்தில் நன்கு

சடைத்திருந்தது. நான் பிறந்த அதே வருஷத்தில் நாட்டப்பட்ட மரம். மிக இனிப்பான பழங்கள். அந்த மண்ணுக்கேயுரிய பிரத்தியேக குணம். ஊரைவிட்டு, எங்கெங் கெல்லாமோ சென்றபோதும் மாம்பழம் சாப்பிடும்போது அப்பாவுக்கு வீட்டு மாமரம் பற்றிய பேச்சு வந்துவிடும். சாப்பிடும் மாம்பழங்களிலெல்லாம் வீட்டு மரத்தின் சுவையைத் தேடிக்கொண்டிருப்பார் போலும். இப்போது பெரிய மரமாக வளர்ந்திருக்கும் என அடிக்கடி சொல்லிக்கொண்டிருப்பார்.

அப்பாவுக்கு வீடு என்பது மரங்கள் சார்ந்தது. இருபது வருடங்கள் கடந்த நிலையில், அப்பா வீடு சென்று பார்த்துவிட்டு வந்திருந்தார். மாமரம் பற்றி அவர் எதுவும் பேசவில்லை. நான் சென்று பார்த்தபோது வீட்டு முற்றத்திலிருந்த மாமரத்தைக் காணவில்லை. அப்படியொரு மரம் இருந்ததற்கான எந்த அடையாளமும் இருக்கவில்லை.

மாவிட்டபுரம்! எதை விதைத்தாலும் விளையும் வளமான விவசாய பூமி. சோலையாக இருந்த ஊர். இன்று சிதிலமான கட்டடங்களின் எச்சங்களும் பற்றைக் காடுகளுமாக இருக்கிறது. களையிழந்து, வறண்டுபோய் புழுதிக் காற்றும், அனலாக அடிக்கும் வெயிலும், தகிக்கும் மண்ணுமாகக் கிடக்கிறது. இராணுவக் கட்டுப்பாட்டில் இருபது ஆண்டுகளிருந்த ஊர்.

சின்னஞ்சிறு வயதில் ஊரில் இருக்கும்போது அவ்வப்போது முன்னிரவில் பலாலி இராணுவத் தளத்திலிருந்து சும்மா 'பொழுது போகாமல்' ஷெல் அடிப்பார்கள். மூன்று ஷெல் எனில் பிரச்சினையில்லை. அதிகமானால் பதில் நடவடிக்கை எடுக்கவேண்டுமல்லவா? "ராசமணியக்கா வீட்ட போவம்" என்பார் அம்மா. அப்போது அப்பா கொழும்பிலிருந்தார். ஏரியா மக்களின் முதற்கட்ட பின்வாங்கல் நடவடிக்கை அது.

ராசமணியக்கா வீடு பலாலி ஆமிக்காரனின் ஷெல் ரேஞ்சுக் குள் வராது என்றில்லை. எங்கள் வீட்டிலிருந்து நாலைந்து காணி தள்ளியிருந்தது. ராசமணியக்கா வீடு பாதுகாப்பு வலயமென்றோ, அங்கே ஷெல் அடிக்கமாட்டோம் என்று இராணுவம் தெரிவித்ததாகவோ தகவலில்லை. ஒருவேளை கீரிமலை வீதியால் ஆமி சுட்டுக்கொண்டு போகலாம் என்பதால் இந்தப் பாதுகாப்பு ஏற்பாடு. அதையும் தாண்டிப் பிரச்சினை பெரிதாகுமென்றால் அடுத்தகட்டப் பின்வாங்கல் தளம், கொல்லங்கலட்டிப் பிள்ளையார் கோயில். ஆனால்

இது எதையும் பற்றிக் கவலையேயில்லாமல் ஒரு குறூப் செல் அடிக்க அடிக்க இருட்டுக்குள் டோச் லைட் அடித்து செல் துண்டுகள், ரவுண்ட்ஸ் பொறுக்கிக்கொண்டிருக்கும்.

அது ஒரு சிவராத்திரிக்கு முதல்நாள் பின்நேரம். எண்பத்தேழாம் ஆண்டு. வைரவர் கோயிலடிக்கு முன்னாலுள்ள பற்றைக் காட்டுக்குள் புகை வந்துகொண்டிருந்தது. யாரோ அங்கே கூடிநின்றுகொண்டிருந்தார்கள். அப்போது ஹெலிக்கொப்டர் தாழ்வாகப் பறந்து வந்தது. "ஹெலி வாறான். இவங்கள் வேற நிக்கிறாங்கள் என்ன நடக்கப்போகுதோ" என்று பதற்றமாகப் பேசிக்கொண்டார்கள். ஹெலி இன்னும் தாழ்வாக வட்ட மடித்தது. மெதுவாக நின்று, ஹெலியின் மூக்கு குனிந்து பார்த்த மாதிரியிருந்தது. பிறகு பறந்துபோய்விட்டது. மறுநாள் அதிகாலையில் நாங்கள் முதன்முறையாக ஊரைப்பிரிந்து ஓடினோம். மூன்றுமாதங்களில் திரும்பிவிட்டோம். பின்பு தொண்ணூறாம் ஆண்டிலும் பிரிந்து சென்றோம். இம்முறை நிரந்தரமாகவே பிரிந்துவிட்டோம்.

வைரவர் கோயிலிலுள்ள பெரிய ஆலமரம் அமைதியாக அசைவற்று நின்றுகொண்டிருக்கிறது. சிறுவயதில் தொற்றி ஊஞ்சலாடி மகிழ்ந்த விழுதுகள் மண்தொட்டு வேர்பற்றிப் பருத்து இறுகிப்போயிருந்தன.

கோயிலுக்கு முன்னால் பரந்து விரிந்த பெரும்திடல். தைப்பொங்கலுக்குப் பட்டம் விடுவதற்கான பரந்த வெளி. அதற்கப்பால் சிறு பற்றைக் காடு. பின்னணியில் காங்கேசன்துறை சிமெந்துத் தொழிற்சாலை. கோயிலின் பக்கத்தில் சுடுகாடு. நடுவில் ஆலமரம். எங்கள் வீட்டு ஒழுங்கை முகப்பில் நின்று பார்க்க, தூரத்தில் பிரமாண்டமாகச் சடைத்த ஆலமரமும் கோயிலும் இருளடைந்து தெரியும். சமயங்களில் கோயிலில் பொங்கல் நெருப்புப் புகையும்; சுடலையின் சுவாலையும் தெரியும்.

இன்றும் கிராமங்களில் இரவில் வைரவர் திரிவது பற்றிய கதைகள் உண்டல்லவா? 'சுடலை வைரவர்' பற்றியும் அப்போது சொல்வார்கள். நடுச் சாமத்தில் சைக்கிளில் தனித்து வரும்போது மனம் பயங்கொள்ளும் நேரத்தில் சற்று முன்னால் ஒரு நாய் ஓடிவந்ததாம் என்று பேசிக் கேட்டதுண்டு. "தச்சன் காட்டுச் சந்தியில் இருந்து கீரிமலை, அந்தப்பக்கம் கொல்லங்கலட்டி என இடைப்பட்ட ஒரு ரேஞ்சில ஒரா்ள்கூட வந்தாரெண்டா,

'அவர் எங்கடையாள் அனுப்பிவிட்ட ஆள்தான்', என்கிற ரீதியில் பேசிக்கொள்வார்கள்.

அவ்வப்போது ஊருக்குச் செல்லும்போது, புதிதுபுதிதாக அனுபவங்கள், ஊர்ப்புதினங்கள். ஊர் இன்னும் பழைய நிலைக்குத் திரும்பவில்லை. திரும்புமா என்றும் தெரியவில்லை. அருகாக காங்கேசன்துறை, தையிட்டி, மயிலிட்டி, வசாவிளான் உட்பட இன்னும் தம் சொந்த மண்ணை ஒருமுறை பார்க்கக்கூட அனுமதிக்கப்படாமல் ஆயிரக்கணக்கான ஏக்கர் காணிகள் அரசபடைகளின் வசம் இருக்கின்றன. அவ்வப்போது சிறுபகுதியாக விடுவிக்கிறார்கள். அதைவிடப் படையினர், "நாங்கள் இது வரை அனுமதித்த இடங்களிலேயே மக்கள் முழுமையாகக் குடியிருக்கவோ பராமரிக்கவோ செய்யவில்லையே?" என்று நியாயமாகக் கேள்வி கேட்கிறார்களாம். எல்லாமே வளமான மண் கொண்ட விவசாய நிலங்கள். அங்கு செல்ல வேண்டுமென்று இருபத்தேழு வருடங்களாகக் காத்திருக்கிறார்கள் அப்பகுதி மக்கள்.

கீரிமலை வீதியில் வாளித் தொழிற்சாலை ஒன்றிருந்தது. சில ஆண்டுகளுக்கு முன் சென்றிருந்தபோது யாரோ இரும்பு கழற்றிக்கொண்டிருந்தார்கள். முன்பு உரிமையாளர் அதற்காக வந்தபோது படையினர் அனுமதிக்கவில்லையாம். காங்கேசன் துறைச் சிமெந்துத் தொழிற்சாலை ஒவ்வொருமுறையும் அளவில் சிறியதாகிக்கொண்டே வருவது போலொரு பிரமை. யாரோ இரும்பு கழற்றி விற்கிறார்களாம். தவிர, சிமெந்துத் தொழிற்சாலை விரைவில் இயங்கப்போவதாகத் தீவிர நம்பிக்கை தெரிவித்தார்கள் சிலர். இப்படியாக 'யாரோ' என்னென்னமோ செய்கிறார்களாம்.

உரிமையாளர்கள் வந்து திருத்தப்படாத வீடுகள், காணிகள் பற்றி அவ்வப்போது இராணுவம் வந்து அக்கறையாக விசாரித்துச் செல்வார்களாம். 'பார்த்தீனியம்' போன்ற களைகளை அகற்றுவது தொடர்பாகப் பேசியபோது போலீஸ் தெரிவித்த ஒரு 'யோசனை' முக்கியமானது. 'இதுவரை ஆட்கள் வராத, புலம்பெயர்ந்தவர்களின் காணிகளை நாம் பொறுப்பேற்றுத் திருத்தி வைத்திருக்கிறோம். உரிமையாளர்கள் வந்ததும், மீளப் பெறலாம்' என்பதே அது.

அரசபடைகள் இன்றுவரை 'பொறுப்பேற்று' வைத்திருக் கும் காணிகள் பற்றிய அனுபவமே நம் மக்களுக்குப் போதுமான

காக்கா கொத்திய காயம்

தல்லவா? ஆனால், இராணுவத்தினர் கவலை வேறுமாதிரி யானதாம். வெளிநாட்டுக்காரர்கள், சுற்றுலாப் பிரயாணிகள் வீதியால் செல்லும்போது இந்தமாதிரி இருப்பது நன்றாக இல்லை என அபிப்பிராயப்பட்டார்களாம். ஒருமுறை திடீரென வீதியை அண்டியிருந்த கட்டடங்களில் துப்பாக்கிக் குண்டுகள் துளைத்த அடையாளங்களைச் செப்பனிட்டிருக்கிறார்கள். யாரோ வெளிநாட்டுப் பிரதிநிதிகள் வந்திருந்தார்களாம். இப்படியாகத் துப்பாக்கிச் சன்னத் துளைகளுக்குச் செப்பனிட்டுவிட்டால், இங்கே போரினால் எந்தப் பாதிப்பும் இடம்பெறவில்லை என நம்பும் யாரோ இருக்கிறார்கள் எனத் தெரிகிறது.

ஒருவகையில், இங்கே பெரிதாக எந்தச் சண்டைகளும் இடம்பெறவில்லை என்பது உண்மைதான். தொண்ணூறாம் ஆண்டில் பலாலியிலிருந்து முன்னேறிய இராணுவம், சில நாட்களில் முழுமையாகக் கட்டுப்பாட்டுக்குள் கொண்டுவந்து விட்டது. பிறகென்ன செய்வது? வீட்டுக் கூரைகள், மரங்கள் என ஒன்றுவிடாமல் அகற்றியது. கதவுகளையும், யன்னல்களையும், நிலைகளோடு உடைத்தெடுத்தது. நீர் வளத்தைப் பாதுகாக்க வேண்டும் என்கிற நோக்கத்திலோ என்னவோ இருந்த கிணறு களை எல்லாம் புல்டோசர் கொண்டு மூடியது. எந்தக் காணிக்கும் மதிற்சுவர், எல்லை கிடையாது. அடையாளமே காணமுடியாதவாறு பல வீடுகளை இடித்துத் தள்ளியது. எல்லாமே பின்னர் இராணுவம் பொழுது போகாமல் செய்த ‘மக்கள்சேவை’. எங்கள் வீட்டில் சுவாமியறை யன்னலைப் பத்திரமாகப் பெயர்த்தெடுக்கும் முயற்சியில் ஈடுபட்டபோது, சுவரில் புதிதாக ஒரு பெரிய கதவு உருவாகியிருந்தது. ஒரு எலக்ரிக்கல் ஸ்விட்ச்சையோ, சிறு வயர்த்துண்டையோ கூட விட்டுவைக்காமல் மிகக் கவனமாகப் பெயர்த்தெடுத்ததில் ஓர் ‘இராணுவ ஒழுங்கு’ தெரிந்தது.

மாவிட்டபுரம் கந்தசுவாமி கோயில். யாழ்ப்பாணத்தின் ஒவ்வொரு ஊருக்கும் ஒரு கோயில் அடையாளமாகவிருக்கும். கோயில்கள் தொடர்பில் சொல்லப்படுகிற கதைகள் சுவாரசிய மானவை. மா என்றால் குதிரை. மாருதப்புரவீகவல்லி என்கிற சோழ இளவரசிக்குக் குதிரை முகம் நீங்கப்பெற்றதால் மாவிட்ட புரம் எனும் பெயர் வந்ததாம்.

திசையுக்கிர சோழன் என்பவனின் மகளான மாருதப்புரவீக வல்லி தனக்கிருந்த வியாதியைப் போக்கத் தீர்த்த யாத்திரைகள் மேற்கொண்டிருக்கிறாள். அதன்பிரகாரம் கீரிமலைக்குச்

சென்றபோது, அங்கே நகுல முனிவ்ரைச் சந்தித்திருக்கிறாள். நகுல முனிவருக்குக் கீரிமுகம் இருந்து குணமாகியிருந்தது. அவரது வழிகாட்டுதலில் தொடர்ந்து சிலகாலம் தீர்த்தமாடி வழிபட, குதிரை முகம் நீங்கி அழகியாகிவிட்டாள். அவள் தங்கியிருந்த கோயிற்கடவை என்கிற குறிச்சிக்கு மாவிட்டபுரம் எனப் பெயரிட்டு, அங்கேயிருந்த முருகன் கோயிலைப் பெரிதாகக் கட்ட ஆரம்பிக்கிறாள். அவள் தந்தை, முருகன் விக்கிரகம் உள்ளிட்ட தேவையான பொருட்களுடன் தில்லை மூவாயிரவருள் ஒருவரைத் தீட்சிதராகவும் அனுப்பிவைத்ததாகச் சொல்லப்படுகிறது. காங்கேயன் என்கிற முருகன் விக்கிரகம் வந்திறங்கிய அந்தத் துறைமுகத்திற்குக் காங்கேசன்துறை எனப் பெயர். இது எட்டாம் நூற்றாண்டில் நிகழ்ந்ததாகச் சொல்லப் படுகிறது.

போர்த்துக்கேயர் காலத்தில் கோயில் இடிக்கப்பட விக்கிரகங்களைக் கிணற்றுக்குள் போட்டுப் பாதுகாத்தார்கள். இப்போதுள்ள கோயில் ஒல்லாந்தர் காலத்தில் பதினெட்டாம் நூற்றாண்டில் கட்டப்பட்டது. ஒரு கோட்டைபோலக் கருங்கற் சுற்றுமதில்களுடன் இருந்த கோயிலை இடித்து அந்தக் கற்களைக் கொண்டுபோய்க் கடற்கோட்டை கட்டியதாகவும் சொல்வோருண்டு. செங்கை ஆழியானின் கதையொன்றிலும் இப்படி எழுதியிருந்தார்.

சிறுவயதில் நான் பார்த்ததிலிருந்து கோயில் நிறைய மாறிவிட்டது. தொண்ணூறாம் ஆண்டில் விமானக் குண்டு வீச்சுகளால் சிதைவடைந்த கோயில் மண்டபங்கள் சில திருத்தப்பட்டிருக்கின்றன. கோயிலோடு சேர்ந்திருந்த யாத்திரீகர் தங்கும் மடங்கள் இருந்த அடையாளம் இல்லாமல் முற்றாக அகற்றப்பட்டிருக்கின்றன. மீளத் திருத்தும் பணிகளில் பழமையான சிற்பங்கள் நிறைந்த கருங்கல் மண்டபத்தின் வெடிப்படைந்த பகுதிகள் அகற்றப்பட்டுச், சீமெந்துக் கட்டடமாகப், புதிய கோயில் போல மாறிவிட்டது. முருகனின் தங்க விக்கிரகம், வெள்ளிக் கொடித்தம்பம் உட்பட பல காணாமல் போய்விட்டதாம். மிகப்பெரிய சப்பரம், தேர்கள் இப்போதில்லை.

கீழ்ப்பீடம் தவிர, மேலே தேர்ச்சீலை போர்த்தப்பட்ட ஐந்து தேர்கள். அதில் பெரியதேர் மட்டும் அரைகுறையாக எஞ்சியிருந்தது – சில வருடங்களுக்கு முன்னர். ஆறுமுகசுவாமி தேரைப் பெரிய தேர் என்பார்கள். மிக நுண்ணிய, அபூர்வமான சிற்ப வேலைப்பாடுகளுடன் இருந்த தேர் என்று நம் ஊருக்குச்

சம்பந்தமில்லாதவர்கள் சொல்லக் கேட்டதுண்டு. அதற்கு மஹோத்ர ரதம் என்று பெயராம். அந்தத் தேர் உருக்குலைந்து இப்போது ஒன்றுமில்லாமல் போய்விட்டது. கோயிலுக்கு வரும் சிங்களவர்கள் 'ஞாபகார்த்தமாக' தேர்ச் சிற்பங்களை ஆளுக்கொன்றாகப் பிடுங்கிக்கொண்டு செல்வதை வழக்கமாகக் கொண்டிருந்ததால் ஏற்பட்ட விளைவு என்கிறார்கள்.

தேர்முட்டியோடு சேர்ந்து அருகில் வாசகசாலை. பள்ளிக்குப் போகையில் பார்த்துச் செல்வதோடு சரி. அப்பாவின் இளம்பிராயத்தில் அந்தத் தேரடி வாசக சாலையில்தான் நண்பர்கள் சந்தித்துக்கொள்வது வழக்கமாம். முதன்முறை ஊருக்கு 'வால்வ்' ரேடியோ அங்கேதான் வந்திருந்ததாம். நம் வளரிளம் பருவத்தில் ஊரின் வாசக சாலைகளுக்கும் கோயில்த் தேர்முட்டிகளிலும் தனியான ஓர் இடமுண்டு. அது எனக்குச் சொந்த ஊரில் வாய்க்கவில்லை. அது மட்டுமல்ல, அரண்மனையை ஆராய்ச்சி செய்யும் வாய்ப்பும் கிடைக்கவில்லை.

கீரிமலை வீதியிலிருந்து சக்திவேல் தாத்தா வீட்டுக்குப் பக்கத்தால் செல்லும் ஒழுங்கை, வண்டில்பாதை போலிருக்கும். இருமருங்கும் சிறு பற்றைகளும் மரங்களும் அடர்ந்திருக்கும். அதனூடாகச் செல்கையில் அங்கே சற்றுப் பள்ளமான பகுதி. அங்கேதான் அரசியின் அரண்மனை அமைந்திருந்ததாம். வடவளக்குளம் என்று சொல்வார்கள். அப்பா இளைஞனாக இருந்த காலத்தில் அரண்மனை அத்திவாரத்தின் எச்சங்கள் இருந்ததைப் பார்த்திருக்கிறார். ஒழுங்கைக்கு அருகில் மற்றைய பக்கம் ஒரு வேட்டை மண்டபமும் அமைந்திருந்ததாம். முருகன் கீரிமலைக்குத் தீர்த்தமாடச் செல்லும்போது, வந்து தங்கியிருக்கும் இளைப்பாறும் மண்டபமாம் அது. அப்பாவின் சின்னவயதில் அந்த நடைமுறை இருந்து, பின்பு வழக்கொழிந்திருக்கிறது.

நாங்கள் பார்த்தபோது மண்டபமில்லை. அரண்மனை இருந்த பகுதிக்குச் சென்றதில்லை. ஆனால் எங்கள் மத்தியிலும் கதைகள் இருந்தன. கீரிமலையில் ஒரு கிருஷ்ணன் கோயிலுண்டு. கீரிமலை, காங்கேசன்துறைக் கடற்கரை வீதியில் கடலோடு ஒட்டிச் சற்று உயரமான பாறைகள் சூழ்ந்த பகுதியில் அமைந்திருந்தது. கோயிலுக்குச் சற்றுத்தள்ளி ஒரு குகை இருக்கிறது என்பார்கள். அந்தக் குகையிலிருந்து ஒரு சுரங்கப்பாதை அரசியின் அரண்மனை வரை போகுமாம். போய்ப்பார்த்த மாதிரியே சொல்வார்கள். அம்புலிமாமாவில் அப்போது 'கொள்ளைக்கார இளவரசன்' என்றொரு கதை வந்தது. மந்திரியின் சதியிலிருந்து மன்னன்

தீவட்டியைப் பிடித்துக்கொண்டு சுரங்கப்பாதை வழியே தப்பி யோடுவான். அதைப் பார்த்துப் புனைந்த கதையாக இருக்கக் கூடும்.

சிறுவயதில் நான் பார்த்த கோயிலுக்கும், என் அப்பா தன் இளமைக்காலத்தில் பார்த்த கோயிலுக்கும் வித்தியாசங்களிருந்தன. முன்புறம் தேர்முட்டிக்கு எதிராக ஒரு தீர்த்தக் கேணி அமைந் திருந்தது. கோபுர வாசல் அருகாக ஒரு தீர்த்தக் கேணி இருந்தது. பின்பு அதையெல்லாம் மூடிவிட்டார்களாம். வீதியோரம் ஒரு மலையாளத் தேநீர்க் கடையும் இருந்ததாம். கோபுரவாசலின் மற்றைய பக்கம் நந்தவனத்திற்குள் ஒரு டீசல் இயந்திரம் வைத்து கோயில் வளாகம் இரவில் மின்விளக்குகளால் ஒளிர்ந்துகொண்டிருந்தது. இது யாழ்ப்பாணத்திற்கு மின்சாரம் வருவதற்கு முன்பே, அப்பாவின் நினைவு தெரிந்த காலம் முதலே வழக்கத்திலிருந்ததாம்.

கோயிலில் திருத்த வேலைகள் பலவருடங்களாகத் தொடர்ந்தும் நடைபெற்றுக்கொண்டேயிருக்கிறது. வாழ்ந்துகெட்ட மனிதர் என்று சொல்வதைக் கேட்டிருக்கிறோம். வாழ்ந்துகெட்ட ஊர்கள் பல இருக்கின்றன எமது தேசத்தில். கோயில்களும்.

நாம் எப்போதோ பிரிந்து சென்ற, நம் நினைவில் தங்கிவிட்ட ஊரைப் பின்பு ஒருபோதும் காணக் கிடைப்பதில்லை. நம் நினைவில் உறைந்துபோய்க் கிடக்கும் ஊர் என்பது நாம் கடைசியாகப் பார்த்த காட்சியின் சட்டகமாகப் பதிந்து போயிருக் கிறது. அதை அப்படியே வைத்துக்கொண்டு அலைகிறோம். நான் இறுதியாக எங்கள் வீட்டைப் பார்த்ததுதான், எங்கள் வீடு.

அப்போதுதான் நிலம் தெளிய ஆரம்பித்திருந்தது. வீட்டுக் கேற்றடியிலிருந்து உள்ளே பார்த்தபோது நடைபாதையோரமாக ஏராளமாக உதிர்ந்த ரோஜாப்பூக்கள் கொட்டிக்கிடந்தன. ஆங்காங்கே வாழைப்பழத் தோலும்! முற்றத்திலிருந்த விலாட் மாமரம் தலைகொள்ளாமல் பூத்திருந்தது. நாங்கள் வீடு விட்டுவந்து ஒரு மாதம் ஆகியிருந்தது. எங்கள் பகுதியில் இயக்க அக்காக்கள் நிலைகொண்டிருந்ததாகப் பேசிக்கொண்டார்கள். திரும்பிப் போகும்போது, உள்ளே போய்ப் பார்க்கலாம் என்றார் அப்பா. இப்போது நாங்கள் வந்தது கோயில் தேர்த் திருவிழாவுக் காகத்தான். எனக்கு அதுதான் முக்கியமாகப்பட்டது. எங்கள் வீட்டை யாரோ போல பார்த்துக்கொண்டிருந்தோம். கடைசியாக எங்கள் வீடு அப்போதுதான் வீடாக இருந்தது.

அன்றைய தேர்த்திருவிழா வழமையானது போலில்லை. கீரிமலை வீதி நெடுகவும் ஏராளமான விசேட பேரூந்துகள் நிறுத்தப்பட்டிருக்கவில்லை. வீதியை நிறைத்திருக்கும் சனக்கூட்டம் இல்லை. களையிழந்த வீடுகள். முன்னெப்போதும் இந்த நேரத்தில் திருவிழாவுக்கு வந்ததில்லை. காலை ஏழு மணிக்குப் பெரிய தேர் தெற்கு வீதிக்கு வந்துவிட்டிருக்கும். கோபுரவாசல் கடந்து வடக்கு வீதிக்குப் போய் தேர் இழுப்புக்கு வர, பன்னிரண்டு மணியாகிவிடும். நான்காவதாக இழுக்கப்படும் பெரிய தேரில் ஆறுமுகசுவாமி, மனைவிகள் தவிர, நிறைய அர்ச்சகர்கள், நாதஸ்வரம், தவில் வாசிப்பவர்கள், அர்ச்சகர்களுக்கு உதவியாக இளைஞர்கள், சிறுவர்கள் என்று ஒரு பெரிய கும்பலே வீற்றிருப்பார்கள். பெரியதேரில் ஏறித் தொங்கிக்கொண்டு போக வேண்டும் என்றொரு திழுவிழாக்கால லட்சியம் ஒன்று அப்போது வந்துபோகும். விதவிதமான, ஏராளமான காவடிகள் வரும். தேரைப் போலவே கார்த்திகைத் திருவிழா காவடிகளின் திருவிழாவாக இருக்கும்.

ஆறுமுகசுவாமி வாசலூடாகக் கோயிலுக்குள் நுழைந்த போது, யாக பூசை நடைபெற்றுக்கொண்டிருந்தது. உள்வீதியில் பிள்ளையாரைக் கும்பிட்டுக்கொண்டு வெளியே வந்து தேர்முட்டி யின் படிக்கட்டுகளில் ஏறி நின்றுகொண்டேன். அன்றுதான் குறைவான கூட்டமாக இருந்திருக்க வேண்டும். சுவாமி தேரிலேறுவதை அதற்குமுன்பு ஒரு முறையேனும் பார்க்க முடிந்ததில்லை. பிள்ளையார் முதலில் வந்து தேரிலேறும்போது, தூக்குக்காவடியொன்று வந்திருந்தது. ஆறுமுகசுவாமி தேரிலேறுவதை மிக அருகிலிருந்து பார்த்துக்கொண்டிருந்தேன். பெரும் ஆரவாரத்துக்கிடையில் பெரிய தேர் அசைந்து நகர்ந்தது. கோயிலில் ஐந்து தேர்கள் ஓடிய இறுதி நாளாக அன்றையநாள் இருந்தது.

பாலர் பள்ளியிலிருந்து நாங்கள் உருண்டு புரண்டு விளையாடிய முருகன் கோயிலின் வெண்மணல் வீதியால் வந்து, சந்தி கடந்து கீரிமலை வீதிக்கு இறங்கினேன். முதன்முதல் வீட்டில் நடைபயின்று வெளியுலகத்திற்கான என் சொந்தப் பயணம் ஆரம்பித்தது இந்த வீதியில்தான். அநேகமாக அது ஒரு மாலை வேளையாக இருக்கக்கூடும். முதன்முதல் சைக்கிள் ஓட்டிப் பழகியது, விழுந்து எழுந்தது, புறங்கையில் சிராய்த்துக் கொண்டது இதே வீதியில் போக்குவரத்து நெருக்கடி குறைந்த மாலைப் பொழுதில்தான். பள்ளி முடிந்து விளையாடிக்

கொண்டே வரும்போது சிறு இலந்தைக்காடு. பக்கத்திலேயே புளியமரங்கள். புளியம்பழம் ஆய்ந்து தின்றது, வாத்தியார் வீட்டுக் கொய்யாப்பழம் சாப்பிட்டது, அப்பன்மாமா கடையில் ஐஸ்பழம் குடித்தது, கண்ணாடித் தாத்தாவுடன் கதை பேசியது எல்லாமே இதே வீதியில்தான்.

எத்தனையோ மனிதர்களின் வாழ்க்கையின் ஒவ்வொரு நிலையிலும் ஒரு அங்கமாக திகழ்ந்த, ஒரு சாட்சியாகவே கூட இருந்து பார்த்துக்கொண்டிருந்த, பயணிக்கும் ஒவ்வொருவராலும் பதியப்பட்ட வாழ்வியல் அனுபவங்களைத் தன்னகத்தே வைத்துக் கொண்டிருக்கின்ற வீதி. தன் ஜீவனை இழந்து, மீண்டும் உயிர் துளிர்க்குமா எனச் சந்தேகம் கொள்ளவைக்கும் அமைதியுடன், மழை பொய்த்துப்போன பூமியின் வற்றிப்போன ஆறுபோலக் காய்ந்து கிடந்தது.

இந்த வீதியை இயல்பாக, இறுதியாகப் பார்த்த மாலைப் பொழுது அழகானதாயிருந்தது.

அன்றைய நாள் ஒரு அசௌகரியமான அமைதியையும் அமைதியின்மையையும் ஒருங்கே கொண்டிருந்தது. நாளை சண்டை தொடங்கிவிடும் என்று பேசிக்கொண்டார்கள். யாரிட மிருந்து பெற்றுக்கொண்ட தகவல் என்று தெரியவில்லை. சிலர் நம்பினார்கள். சிலர் முழுதாக நம்பவில்லை. அன்று பாடசாலையிலிருந்து அரை நேரத்தோடு வீட்டுக்கு எம்மை அனுப்பிவிட்டார்கள். மதியநேரம், வீதியில் வீட்டு வாயில்களில் கூடிக் கூடிப் பேசிக்கொண்டிருந்தார்கள். அப்பா வீட்டுச் சாமான்களை ஏற்றுவதற்கு லான்ட் மாஸ்டருக்குச் சொல்லியிருந்தார். கடந்தமுறை எதையும் எடுத்துக்கொள்ளாமல் அப்படியே ஓடிச்சென்ற அனுபவத்திலிருந்து இந்த முன் ஏற்பாடு.

பின்னேரம். அப்பன் மாமா கடையில் ஐஸ்சொக் குடிக்க, என்னுடைய சிறிய சொப்பர் சைக்கிளை எடுத்துக்கொண்டு வீதிக்கு இறங்கினேன். வாசலில் லான்ட் மாஸ்டர் வந்து நின்றது. கீரிமலை வீதி. நாலே முக்காலுக்குச் சீமெந்து ஆலையின் சங்கு ஒலித்தவுடன் வீடு செல்லும் ஊழியர்களால் மிகப்பரபரப்பாக ஆகிவிடக்கூடிய அந்தச் சாலை அமைதிகொண்டிருந்தது.

திரும்பும்போது மாவிட்டபுரம் சந்தி நோக்கிச் சென்றேன். வாளி ஃபக்டரி தாண்டியதும், கோபுரம் தோன்றி நெருங்கியது. நெருக்கடியான காங்கேசன் துறை வீதியில் என் சைக்கிள்

பயணத்திற்கு அனுமதியிருக்கவில்லை. அத்திக் கந்தையா கடையடியில் சைக்கிளைத் திருப்பினேன்.

கடைக்கு அருகில் ஒரு இராணுவ ட்ரக் வண்டி நின்றிருந்தது. ட்ரக்கின் பின்பகுதியில் மூடிய அரைக்கதவில் அமர்ந்திருந்த டி ஷர்ட் அணிந்த ஆமிக்காரன் கீழே எட்டிப்பார்த்துக் கதைத்துக்கொண்டிருந்தான். கீழே சைக்கிளில் அமர்ந்து, ஒற்றைக்கையை ட்ரக்கில் ஊன்றியபடி ஒருவர், முன்னால் சைக்கிள் பாரில் அமர்ந்தபடி ஒருவர் என இரண்டு இயக்க அண்ணன்மார். மூவரும் பேசிக்கொண்டிருந்தார்கள். நாளை ஆரம்பிக்கப்போகும் சண்டை குறித்து அவர்களுக்கும் தெரிந்திருக்கக்கூடும். அதுபற்றிய சாயல் ஏதுமில்லாமல் சிரித்துப் பேசிக்கொண்டிருந்தார்கள்.

இதமான காற்று வீசிக்கொண்டிருந்தது. ஊரின் அன்றைய மாலைப்பொழுது மிக அழகானதாயிருந்தது.